மஹாபாரதம்: பகுதி 15

வெ. நாகராஜன்
Email: nagaradjanev@gmail.com

First Edition, March 31, 2023

வெ. நாகராஜன்

பொருளடக்கம்

காப்பு/ முன்னுரை

விநாயகா உன்பதத்தில் விழுந்து வணங்கினேன்,
கனிவாகச் சிறியன் கடும்பணி முடித்திட,
துணையாக வந்துத் தணிவாக அருளுவாய்,
நீயாக எழுதியது நிகரிலா பாரதம்.

பாரதம் என்னுமோர்ப் பாங்குடைய காவியம்,
பெரிதும் அரிதும் பெரும்புகழ் உடைத்துமென,
அறிந்தும் சிறியன் அடங்காது முயல்கிறேன்,
உன்பதம் அன்றியோர் உரமில்லை முழுமையுற.

முழுமையுற வேண்டினேன் மாதவா கண்ணா,
அருமையுள பாரதம் அகண்டதோர்க் கடலென்று,
அறிவிளுள பயங்கள் மனமிரள வைத்தாலும்,
உனதருளை நம்பியே உன்மத்தன் உழைக்கிறேன்.

உழைக்கிறேன் கண்ணா உன்பதக் கருணையால்,
நினைக்கிறேன் இதுவோ நடந்திடல் கடிதென்று,
அறிவிலேன் ஆகினும் அன்புளேன் உன்னடியில்,
குறைகளே இல்லாமல் எழுதவே அருளுவாய்.

அருளுவாய் ஈசனே அன்பின் பிரகாசனே,
தகுதியாய் இல்லாதும் தமியனாய் இருப்பவன்,
மிகுதியாய் முயல்வதை கருதியே சிறியன்,
முடிப்பதாய்த் துணைகொடும் மேலான பாரதம்.

பாரதம் துவக்கப் பேரிறை நாரணனை,
நரனாகும் ரிஷியை நன்கு பணிந்து,
சரஸ்வதியின் பாதத்தில் செலுத்துவோம் கருத்தை,
உரத்துடன் ஜெயமாவது உன்னத பாரதம்.

பகுதி 10: சௌப்திக பர்வம்

(1)சௌப்திக பர்வம், பகுதி 1

மூவரும் ஆனவன் முழுமுதல்வன் நாராயணனை,
நரனாம் புருஷனுடன் நன்றாகப் பணிந்து,
சரஸ்வதியாம் தேவியைச் சிந்தனையில் நிறுத்தி,
செய்யவேண்டும் வணக்கம் சொல்லவேண்டும்
ஜெயமென்று.

ஜெயமென்று சொன்னபடிச் சென்றனர் மூவரும்,
மாலைவந்துச் சூரியன் மறையும் நேரத்தில்,
கௌரவரதுக் கூடாரத்தில் குதிரைகளை அவிழ்த்தனர்,
அச்சங்கொண்டு மனத்தில் அமைதியின்றி இருந்தனர்.

இருந்தனர் கூடாரத்தில் அமைதியாய் சிலகணங்கள்,
நுழைந்தனர் அருகிருந்த நன்கடர்ந்த வனத்திலே,
சென்றனர் சிறிதுதூரம் சிரமத்தால் தளர்ந்தவர்,
அமர்ந்தனர் ஓய்வெடுக்க ஆலோசித்து முடிவெடுக்க.

முடிவெடுக்க அமர்ந்தவர்கள் மிகவும் களைத்தவர்கள்,
உடல்முழுக்கக் காயங்களில் உதிரமும் வழிந்தோட,
அனல்மிக்க மீச்சினை அழுத்தியே விடுத்தனர்,
தவறிழைத்தப் பாண்டவரைத் தோற்கடிக்க நினைந்தனர்.

நினைந்தனர் பாண்டவர்கள் நிகழ்த்தியப் பெருந்தவற்றை,
படையினர் கூச்சலுடன் பெருமகிழ்வை வெளிக்காட்ட,
அஞ்சினர் தம்மை அவர்கள் தாக்கலாமென,
சென்றனர் கீழ்திசையில் சற்று தூரமாக.

தூரமாகச் சென்றபின்னர் தாகமாக உணர்ந்தனர்,

விலங்காக இருந்தவையும் வெகுவாகத் தளர்ந்தன,
வெறியாக அம்மூவர் வேதனையில் ஆழ்ந்தனர்,
வேந்தனாக இருந்தவன் வீழ்ந்தானெனும் சோகத்தால்.

சோகத்தால் தாக்குண்ட செம்பியன் திருதராஷ்டிரன்,
சஞ்சயனிடத்தில் சொன்னான் சுயோதனன் பீமனிடத்தில்,
மோதலில் வீழ்ந்தானென மனது நம்பவில்லை,
வேழங்கள் பத்தாயிரத்தின் வலுவுடையான் சுயோதனன்.

சுயோதனன் ஆண்மைமிக்கச் சக்திமான் திறமுடையான்,
வஜ்ரத்தின் வலிமையை உடையவன் உடலிலே,
அவனைதான் கொல்லுதல் ஆகாது எவ்வுயிர்க்கும்,
அவ்வீரன் பீமனிடம் அடிபட்டு விழுந்தானே.

விழுந்தானே என்மகனென வெடிக்கவில்லை என்னிதயம்,
சுக்கல்களே ஓராயிரமாய்ச் சிதறாமல் இன்னும்,
இரும்பாலே செய்ததென இருக்கிறது என்னிதயம்,
மகன்களே நூறுபேர் மாண்டனரே இப்போரில்.

இப்போரில் மைந்தர்கள் இறந்தே விழுந்தபின்னர்,
எவ்விதத்தில் வாழுவோம் என்மனையும் நானும்?
ஆதரவுகள் இல்லாமல் அகவைகள் முதிர்ந்தவர்கள்,
குழந்தைகள் இல்லாதவர் காவலர் எவருமில்லை.

எவருமில்லை எங்களுக்கு ஆதரவை அளிப்பவர்,
விருப்பமில்லைப் பாண்டவரின் ஆட்சியெல்லை
உள்ளிருக்க,
அரசனைப் பெற்றவனாய் அரசனாய் நானிருந்தேன்,
அடிமையைப் போலவே ஆவேனோ பாண்டவரிடம்?

பாண்டவரிடம் அடிமையாகிப் பீற்றுக் கிடப்பேனோ?
என்னிடம் பிறக்கும் ஆணைகளை ஏற்று,
நானிலம் முழுவதும் நடத்தினேன் ஆட்சியை,
வேறெவரும் எனக்கிணையாய் வேந்தரில்லை வையத்தில்.

வையத்தில் வாழ்வாங்கு வாழ்ந்தவன் அதற்குப்பின்,

கேவலத்தில் பாண்டவரிடம் கீழோனாய்க் கிடப்பேனோ?
மகன்கள் நூறுபேரை மாளவைத்தான் பீமசேனன்,
சுடுசொற்கள் பேசுவானே சோகமாகும் என்வாழ்வு.

என்வாழ்வு சோகத்தில் ஆழ்ந்து வீழ்ந்துவிடும்,
விதுரனது வார்த்தைகள் வந்தனச் செயலாகி,
நல்லது சொன்னவன் நம்மவன் விதுரனை,
மமதியாது என்மகன் மாண்டானே களத்தில்.

களத்தில் கிருதவர்மன் கிருபர் அஸ்வத்தாமன்,
செய்தவைகள் என்னதான் சுயோதனன் வீழ்ந்தபின்னர்?
முறைகள் மீறியே மன்னவன் சுயோதனனை,
தரையில் வீழ்த்தியபின் தெரிவிப்பாய் நிகழ்வுகளை.

நிகழ்வுகளை நிகழ்ந்தவிதம் நவின்றான் சஞ்சயன்,
வெகுதூரத்தைக் கடக்குமுன் வனத்திலே மரஞ்செடிகள்,
மன்றியதைக் கண்ட மூவரும் ஓய்வெடுத்து,
குதிரைகளை கவனித்துக் கொடுத்தனர் நன்னீரை.

நன்னீரைப் பருகி நன்கு ஓய்வெடுத்து,
வனத்தினை ஊடுருவி வெகுவேகம் சென்றனர்,
தாகத்தினை அகற்றியபின் திடமிக்கப் புரவிகளும்,
வேகத்தினைக் காட்டியே விரைந்தன வனத்துக்குள்.

வனத்துக்குள் மிருகங்கள் வகைவகையாய் மன்றின,
பறவைகள் பலவும் பெருமரங்களில் இருந்தன,
மரங்கள் செடிகொடிகள் மன்றியது அவ்வனம்,
ஆபத்துகள் தருகின்ற விலங்குகள் பலவுண்டு.

பலவுண்டுக் குளங்கள் பூக்கள் மிகுந்தவையாய்,
நீலநிறத்துத் தாமரைகள் நிறந்ததான ஏரிகள்,
அங்குண்டு அநேகமாய் அங்கங்கே வனமுழுதும்,
ஆலொன்று இருந்தது ஆயிரம் கிளைகளுடன்.

கிளைகளுடன் விழுதுகளுடன் கனத்த அடிமரத்துடன்,
அழகுடன் தோன்றிய ஆலமரந்தான் அவ்வனத்தில்,

மரங்களின் அரசனென மிகவும் பருத்ததென,
கண்டுதான் அவ்விடத்தில் கொண்டனர் ஓய்வு.

ஓய்வு கொடுக்க அவிழ்த்தனர் புரவிகளை,
தமது உடல்களைத் தண்ணீரில் தூய்மையாக்கி,
மாலைக்கு உண்டான முறைப்படித் தொழுகைசெய்து,
அஸ்தத்து மலைவீழும் ஆதவனை வணங்கினர்.

வணங்கினர் ஆதவனை வானத்தில் மறைகையில்,
அம்மூவர் ஓய்வெடுத்து அமர்ந்தனர் மரத்தடியில்,
வானத்தில் விண்மீன்கள் வந்தன அழகுகாட்டி,
நவமணிகள் வானத்தில் நிறைந்ததுபோல் ஒளிர்ந்தன.

ஒளிர்ந்தன விண்மீன்கள் உன்னத அழகுடன்,
வந்தன இரவிலே வேட்டையாடும் விலங்குகள்,
எழுப்பின ஓசைகள் ஏதேதோ விதங்களில்,
உறங்கினப் பகலிலே ஓடியாடும் விலங்குகள்.

விலங்குகள் இரவிலே விளைத்த பேரொலி,
மனத்தில் அச்சத்தை மூட்டியது அனைவருக்கும்,
வேட்டையில் ஈடுபடும் விலங்குகள் அவ்விரவில்,
ஊளைகள் இட்டதால் உண்டானது வெகுபயம்.

வெகுபயம் தருகின்ற ஒளியிலா இரவிலே,
வெகுசோகம் தாக்கிய வீரன் கிருதவர்மனும்,
கிருபரும் அஸ்வத்தாமனும் கவலையாய் அமர்ந்தனர்,
ஆலமரத்தின் அடியிலே அரற்றியே பேசினர்.

பேசினர் இப்பெரும் போரிலே இருபுறத்தில்,
கௌரவர் பாண்டவர் கனமாய் அழிந்தனரென,
அயர்ந்தவர் ஆதலால் அவ்விடத்தில் தரையிலே,
படுத்தனர் மூவரும் போக்கவேண்டும் இரவையென.

இரவையென ஓட்டவே உறங்கவெனப் படுத்ததும்,
அம்புகளென உடல்முழுதும் அடித்தால் களைத்தவர்,
கிருபரான வீரரும் கிருதவர்மனும் உறங்கினர்,

பெருமையான நிலைபட்டோர் புழுதியிலே உறங்கினர்.

உறங்கினர் தமக்கோர் உதவிகள் இல்லாதவராய்,
அம்மூவர் பெருமைகள் அதிகம் உடையவர்கள்,
தனியாகினர் உறங்கினர் தரையிலே சாமானியராய்,
குருநாதர் மகன்மட்டும் கொதித்தான் கோபத்தில்.

கோபத்தில் அஸ்வத்தாமன் கொதித்தே மூச்சிழுத்தான்,
உறங்குதல் இயலவில்லை வீரன் அஸ்வத்தாமனுக்கு,
பாம்புபோல் மூச்சிழுத்துப் பார்த்தான் சினத்துடன்,
கண்கள் மூடவில்லைக் கணநேரமும் அவ்வீரன்.

அவ்வீரன் வனமுழுதும் அங்கிங்காய் நோக்கினான்,
அங்குதான் ஆலமரத்தில் ஆயிரமாயிரம் காகங்கள்,
உறங்கிதான் கிடந்தன ஒவ்வொன்றும் தனித்தனியாய்,
கிளம்பிதான் வந்ததுக் கூகையொன்று அவ்விடத்துக்கு.

அவ்விடத்துக்கு வந்த ஆந்தை மிகப்பெரிது,
எழுப்பியது ஓசை அதிகம் கேட்காதவிதம்,
நெருங்கியது ஒருகிளையை நெருப்பெனக் கண்களுடன்,
தெரிந்தது கருடனெனத் திடத்துடன் பலத்துடன்.

பலத்துடன் அமைதியாகப் பாய்ந்தது ஒருகிளையில்,
அமைதியுடன் காகங்கள் அங்கே உறங்கின,
இறகுகளின் உதவியாலும் எடுபட்ட மூக்கினாலும்,
காகங்களின் தலைகளைக் கிள்ளியே எறிந்தது.

எறிந்தது தலைகளை எடுத்தது சிறகுகளை,
உடைந்தது கால்கள் ஒருசிலக் காகங்களுக்கு,
அடுத்தடுத்துக் கிளைகள்மீது அடித்தது அக்கூகை,
கொன்றது எதிர்களாம் காகங்கள் பலவற்றை.

பலவற்றைக் கொன்றது பெரிதானக் கூகை,
தரையை நிரப்பினத் தாக்குண்ட காகங்கள்,
உயிரை எடுத்து வெகுவாகக் கொன்றபின்னர்,
மகிழ்வை வெளிக்காட்டி மீண்டது அக்கூகை.

அக்கூகை நினைத்தபடி அழித்தேன் எதிரியையென,
பெருமகிழ்வைக் காட்டிப் பறந்தது வானத்தில்,
இக்காட்சியைக் கண்டான் அஸ்வத்தாமன் அமைதியாக,
திட்டத்தைத் தீட்டினான் தனக்குள் இவ்விதமாய்.

இவ்விதமாய்க் கூகை எனக்கொரு பாடத்தை,
பெருமிதமாய் வழியொன்றைப் புகட்டியது இப்பொழுது,
பெரும்பலமாய் உடைய பாண்டவரைப் போர்க்களத்தில்,
எவ்விதமாய்க் கொல்லுவேன் எனக்கு பலமில்லை.

பலமில்லை எனக்குப் பகலிலே போர்செய்ய,
ஆற்றலை உடையவர்கள் அம்பெய்தும் திறத்தினர்கள்,
பாண்டவரை அழிக்கப் போதாது என்பலம்,
சூளுரை செய்தேன் சாகடிப்பேன் எதிரியையென.

எதிரியையெனச் சாகடிக்க எடுத்ததான என்சபதம்,
விளைவென்னவென அறியாமல் விட்டில் நெருப்புக்குள்,
செல்வதானச் செயலென்றுச் சிந்தித்து அறிகிறேன்,
நேர்மையானப் போரிட்டால் நேராது வெற்றியேதும்.

வெற்றியேதும் கிட்டாது வீரத்துடன் மோதினாலும்,
என்னுயிரும் போய்விடும் அழிந்துதான் நான்விழுவேன்,
ஏமாற்றும் முறையிலே எதிரிகளைத் தாக்கினால்,
பேரழிவும் உண்டாகும் பலமிக்க வைரிகட்கு.

வைரிகட்கு அழிவை வழங்குதற்கு உகந்ததாக,
வழிகண்டு மோதுததல் வழங்கிடும் நலமென்று,
நெறிகற்று உணர்ந்தவரும் நவிலுவார் கருத்தை,
அதுர்குறித்து சாமானியரும் அளிப்பார் ஒப்புதலை.

ஒப்புதலை அளிக்காமல் வீணனென்றுத் தூற்றினாலும்,
பாவங்களை அனைத்தையும் புரிந்தேனென உரைத்தாலும்,
கெடுசெயலச் செய்தேனெனக் கூறியே ஏசினாலும்,
கவலையில்லை எனக்கேதும் கொல்லுவேன் எதிரிகளை.

எதிரிகளை அழிப்பேன் இந்த நள்ளிரவில்,
பாவத்தைப் புரிந்தவர் பாங்கிலா மனத்தோர்,
பாண்டவரைப் போலவே பலவிதத்தில் தவறுசெய்து,
நெறிகளை மீறியவர் நிலத்திலே வேறெவர்?

வேறெவர் உலகிலுண்டு வீணராம் பாண்டவர்போல்?
செய்தனர் பலவிதச் செயத்தகா விதிமீறல்,
முன்னோர் இசைத்தனர் மதிப்புடைய இப்பாடலை,
எதிரியானவர் அழித்திட ஏற்றவழி சிந்தித்தபின்.

சிந்தித்தபின் சொன்னார்கள் சீர்மிக்க நல்லவர்கள்,
எதிரிகளின் படைகளை அழிக்கும் வழிமுறையை,
எண்ணிதான் உரைத்தனர் எவ்விதமாய் எதிரிகள்,
அயர்ந்துதான் கிடந்தாலும் அழிப்பது தவறில்லை.

தவறில்லை அழிக்கலாம் தாக்குண்டு காயமுற்றாரை,
உணவுகளை உண்டாலும் உட்கார்ந்து ஓய்வெடுத்தாலும்,
கூடாரத்திலே இருந்தாலும் களம்விட்டு அகன்றாலும்,
எதிரிகளைக் கொல்லவேண்டும் இதுதான் போர்தருமம்.

போர்தருமம் இவ்விதம் பகரும் நெறிபற்றி,
ஓய்வெடுக்கும் விதமாக உறங்கும் எதிரிகளை,
அழிப்பதும் சரிதான் அவர்களை வழிநடத்த,
தலைவர்களும் இல்லைத் தாக்கினால் மாளுவார்.

மாளுவார் உறக்கத்திலே மாண்பிலார் அனைவரும்,
பாண்டவர் பாஞ்சாலரைப் போக்குவேன் எமனிடமென,
உறுதியை எடுத்தான் உறங்காத அஸ்வத்தாமன்,
செயல்களை முடித்திடச் சித்தத்தை திடமாக்கினான்.

திடமாக்கினான் மனதைத் தெளிவுற்றான் நோக்கத்தில்,
எழுப்பினான் தாய்மாமனை அந்தகரின் கிருதவர்மனை,
அரைத்துக்கந்தான் கொண்டிருந்த அவ்விருவர் கேட்கவே,
விளக்கினான் திட்டத்தை வெற்றிதரும் வழியென்று.

வழியென்று அஸ்வத்தாமன் விளம்பியதைக் கேட்டதும்,

சரியென்று ஒப்புதல் சொல்லவில்லை இருவரும்,
பழிவந்துச் சேருமெனப் பார்த்தனர் சோகத்துடன்,
சிந்தித்து அஸ்வத்தாமன் சொன்னான் தன்கருத்தை.

தன்கருத்தை உரைத்தான் திரண்ட கண்ணீருடன்,
துரியோதனனைக் காக்கவே துணிவுடன் போரிட்டோம்,
பாண்டவரை எதிர்த்து பலத்துடன் மோதினோம்,
அவ்வேந்தனைப் பாண்டவர்கள் அழித்தனர் முறையின்றி.

முறையின்றி பீமசேனன் மன்னவனை வீழ்த்தினான்,
அகூஷஹௌணிப் பதினொன்றை ஆண்டுவந்த
சுயோதனனை,
நலங்குன்றி வீழவைத்து நசித்தனர் எதிரிகள்,
கீழான முறையில்தான் கதையால் அடித்தான்.

அடித்தான் தொடையிலே மிதித்தான் தலையிலே,
மகுடந்தான் சூட்டிட மாண்புடன் முடிசூடி,
தலையில்தான் புனிதநீர் தெளித்து ஊற்றியபின்,
அரசனாவன் சுயோதனன் அவமதித்தலோ அரசனை?

அரசனை வீழ்த்தியபின் அகமழ்ந்தப் பாஞ்சாலர்,
மகிழ்வினைக் காட்ட முழங்குகிறார் சங்குகளை,
பேரிகைகளை ஒலித்துப் பெருமுழக்கம் செய்கிறார்,
நம்மனதை உலுக்கவே நேரிட்டது இக்கேடு.

இக்கேடு நேரிட்டு அரசனும் வீழ்வுற்று,
வருந்திக் கிடக்கிறோம் வலுமிக்க கௌரவர்கள்,
பாண்டவரது வேழங்களும் புரவிகளும் ஓசையிட்டு,
வீரர்களது மகிழ்வுக்கு வழங்கின பதிலொலிகள்.

பதிலொலிகள் உண்டாக்கிப் பாஞ்சாலர்கள் செல்லுகிறார்,
பேரழிவுகள் உண்டாக்கினர் பாண்டவர்கள் நமக்கு,
மூன்றுபேர்கள் மட்டுமே மீண்டோம் களம்விட்டு,
நூறுவேழங்கள் பலத்தினரும் நசிந்தே மாண்டனர்.

மாண்டனர் போரிலே மாவீரர் அதிதீரர்,

பாண்டவர் கொன்றதைப் பகருதல் வெகுகடினம்,
மீறினர் நெறிகளை மாண்பின்றிப் போரிட்டனர்,
சீரிலார் அவர்களுக்குச் சாவுதான் நன்முடிவு.

நன்முடிவு இதனை நேரமே கொணர்ந்தது,
தவறிழைத்துப் பெருவெற்றி தமக்கென அடைந்தவர்க்கு,
காலமது கொடுக்கும் கடிதான தண்டனையாய்,
பேரழிவு அடையட்டும் பாங்கின்றி மாளட்டும்.

மாளட்டும் பாண்டவர்கள் மிகவும் கேடுற்று,
நேரட்டும் இந்நிகழ்வு நீசருக்கு பதில்வினையாய்,
என்கருத்தும் கேட்டீர் எண்ணுவீர் சரிதவற்றை,
கடும்பணியும் முடித்திடக் கூறுவீர் சரியானதை.

(2)செளப்திக பர்வம், பகுதி 2

சரியானதைச் சொல்லுமெனச் செய்தான் வேண்டுதல்,
முறையானதைச் சொல்லுகிறேன் மாண்பினனே
கேளாயென,
கருத்தனதைச் சொன்னார் கிருபர் நிதானமாக,
வாழ்வினில் வெற்றிதோல்வி விதியால் முயற்சியால்.

முயற்சியால் விதியால் முடியும் அனைத்தும்,
இவ்விரண்டால் கட்டுணாத எச்செயலும் இங்கில்லை,
விதியால் மட்டுமே வந்திடாது வெற்றியேதும்,
முயற்சியால் முழுவெற்றியென மொழிந்தாலும் தவறுதான்.

தவறுதான் இவையிரண்டும் தனித்திருந்தால்
வெற்றியெனல்,
சேர்ந்துதான் இவையிருந்தால் சான்ர்திடும் முழுவெற்றி,
இரண்டுதான் மனிதருக்கு அளித்திடும் செயலாக்கம்,
தாழ்ந்ததும் உயர்ந்ததும் தருபவை இவ்விரண்டு.

இவ்விரண்டு ஒன்றுசேர்ந்து ஏற்படும் வெற்றிவாய்ப்பு,
பெரியது சிறியதெனப் பகுத்தாலும் அச்செயலில்,

வெற்றியது கிடைப்பது விதியாலும் முயற்சியாலும்,
செயலுக்குச் செயலின்மைக்குச் சார்வானவை
இவையிரண்டே.

இவையிரண்டே காரணம் எல்லா நிகழ்வுக்கும்,
மலமீதே பெருமழை மிகையாய்ப் பொழிந்தாலும்,
பயனற்றே போவதுபோல் போவதுண்டே விதிவசத்தால்,
சிறுமழையே பயிர்மீதுச் சிந்தினாலும் நலமிகுமே.

நலமிகுமே சிறுசெயலிலும் நம்பக்கம் விதியிருந்தால்,
விதிவந்தே தடுத்தால் வெகுமுயற்சியும் வீணாகும்,
விதியுடனே முயற்சிகள் ஒன்றாகியே சேருவதால்,
அனைத்துமே நலமாகும் இதுதானே திண்ணம்.

திண்ணம் விதிவசத்தால் தோன்றும் வெற்றியும்,
முயற்சியும் இல்லாமலே மேம்படலாம் வெற்றிவாய்ப்பு,
விதிவசம் உதவினால் விளைந்திடும் வெற்றிதான்,
இரண்டும் சேர்ந்துதான் எல்லாச் செயல்விளைவும்.

செயல்விளைவும் நேருவதைச் சொல்கிறேன் மீண்டும்,
முயற்சிகளையும் வெல்லவைக்க முடியாது விதியின்றி,
செயல்களையும் உண்டாக்கிச் செய்விப்பது விதிதானே,
விளைவியும் செயலுக்கேற்ப உண்டாக்கும் விதிமட்டுமே.

விதிமட்டுமே மனிதனை ஓடவைக்கும் ஊக்கமாகும்,
பெரிதாகவே முயன்றாலும் பகையானது விதியென்றால்,
முடிவாகவே உண்டாவது மாபெரும் தோல்வியாகும்,
இதுவாகுமே மூடர்கள் அமைதியாய்ச் சோம்புதல்.

சோம்புதல் சிலருக்குச் சுகமென விரும்புவார்,
செயல்களால் பலனில்லையெனச் சொல்லுவார்
காரணங்கள்,
அறிவாளிகள் அவ்விதம் அபத்தமாய் நினைத்திடார்,
விதியால் தடையுற்றாலும் விளையும் சிறுநலமென்பார்.

சிறுநலமென்பார் விதியாலே செயல்களே சிதறினாலும்,

செயலைப்புரிவார் எப்போதுமே சொல்லுவார் எச்செயலும்,
விளைக்குமென்பார் சிறிதேனும் விளைவாக நல்லதையே,
சோம்பித்திரிவோர் செயலின்மையால் சோகத்தையே
அடைவார்.

அடைவார் வெற்றியை ஏதும் முயலாமலும்,
பெற்றிடார் ஒன்றையும் பெருமுயற்சி செய்தாலுமென,
ஒருவர் கூட உலகத்தில் இல்லையே,
உழைப்பவர் தன்வாழ்வை உவப்புடன் நடத்துவர்.

நடத்துவர் வாழ்க்கையை நல்லவிதம் உழைப்பவர்,
உழப்பிலார் வாழ்வில் உவந்திடார் ஒருபோதும்,
உழைப்பவர் மனத்திலே வேண்டுவார் வெற்றியை,
தோற்றார் உழைத்தவரெனினும் தூற்றார் உலகத்தார்.

உலகத்தார் தூற்றுவார் உழைப்பின்றி வாழ்பவரை,
வெறுப்பார் எவரேனும் உழைக்காமல் உண்டாரெனில்,
உழைப்பவர் குறித்த உண்மைகள் இவையாகும்,
மறுப்பவர் எவரெனினும் மாண்பின்றி வீழுவார்.

வீழுவார் ஒருவரெனில் வாய்த்திடும் தோல்விக்கு,
கூறுவார் காரணம் கருத்திலே இருவிதமாய்,
உழைப்புக்கோர் விதிப்பயன் வாய்க்கமல் போயிருக்கும்,
விதிக்கோர் உதவியாக உழைப்பு இல்லாதிருக்கும்.

இல்லாதிருக்கும் உழைப்பெனில் எப்போதும்
வெற்றியில்லை,
வெகுகடினம் ஆகினும் வானவரை வழிபட்டு,
உழைக்கும் முயற்சியை விடாமல் இருப்பவரை,
அழிவும் கேடுகளும் அண்டாது ஒருபோதும்.

ஒருபோதும் கேடுகள் வாராது உழைப்போர்க்கு,
பெரியோர்தம் வார்த்தைகளைப் பிறழாதுக் கேட்டிருந்து,
நலமீனும் வழிதனை நவின்றபடிச் செயல்பட்டால்,
தோல்வியெனும் தீமைத் தாக்காது எப்போதும்.

எப்போதும் செயலாற்ற ஏற்றவழி என்னவென,
பெரியோர்தம் வார்த்தையையே புந்தியில்
கொள்ளவேண்டும்,
செயல்வேகம் உடையவர்கள் சற்றும் தளராமல்,
நல்லோர்தம் வார்த்தையை நடைமுறையாய்க்
கொணரவேண்டும்.

கொணரவேண்டும் நன்முடிவைக் கருத்தான நல்வழியில்,
பெரியவர்தம் வார்த்தைகளைப் பின்பற்றிச் செயலாற்றி,
முயன்றிடும் ஒருவரிடம் மன்றிடும் நன்மைகள்,
நல்லவர்தம் வார்த்தையை நிந்தித்தால் அழிவுதான்.

அழிவுதான் உண்டாவது ஆத்திரமாம் கேட்டினால்,
உதவிதான் செய்திடும் வெறுப்பும் அச்சமும்,
ஆசைதான் பெரிதாகி அகத்தைத் தாக்கினாலும்,
அழிவுதான் தாக்கும் அறிவுளாரை நிந்தித்தால்.

நிந்தித்தால் அழிவுதான் நேரிடும் என்பதை,
சிந்தித்தல் செய்யமல் சுயோதனன் நடந்தான்,
தவறுகள் நிறைந்ததி திட்டங்கள் பலவற்றை,
தீட்டுதல் செய்துத் துச்சனாய்த் திரிந்தான்.

திரிந்தான் நல்லவர்சொல் துளியும் ஏற்காமல்,
தீயவர்தம் சொற்களே தேனமுதம் சுயோதனனுக்கு,
தடுத்தோம் நாமெலாம் தேவையில்லைப் போரென்று,
நல்லவராம் பாண்டவரை நசித்தல் தவறென்று.

தவறென்றுப் பலவற்றைத் தொடர்ந்து செய்தான்,
கேடென்று இருப்பதைக் கயமையாய்ச் சிந்தித்து,
நல்லாரது வார்த்தைகளை நிந்தித்து வாழ்ந்தான்,
தாக்கியது அவ்வினைகள் தவிக்கிறான் தரைவீழ்ந்து.

தரவீழ்ந்து கிடப்பதும் துடித்து வருந்துவதும்,
தகைமையற்றுச் சுயோதனன் தேடியே பெற்றவைத்தான்,
தவற்றுக்குச் செல்லாமல் தன்னைக் கட்டுதற்கு,
முடியாதுத் தவறிழைத்து மண்ணிலே விழுந்தான்.

விழுந்தான் அவனுடன் விழ்வுற்றோம் நாமும்,
தீயவனாம் துரியோதனனைத் தொடர்ந்து வந்ததால்,
இவ்விதம் பேரழிவு ஏற்பட்டது அனைவருக்கும்,
நல்லதும் தீயதும் நானறிய இயலவில்லை.

இயலவில்லைத் தனக்கு ஏற்றவழி காணவெனில்,
நண்பர்களைக் கேட்கலாம் நல்லவழி காட்டுமென,
அவ்வழியைக் காட்டும் அன்புடையார் வார்த்தையாலே,
அடக்கத்தை வளத்தை அடைவார் மாந்தர்.

மாந்தர் செய்யும் மாண்புடையச் செயலனைத்தும்,
நண்பர் என்போரின் நல்வார்த்தை வழிப்படி,
செய்வார் என்றால் சற்றும் தோல்வியில்லை,
உத்தமர் திருதராஷ்டிரரை வேண்டுவோம் வழிகாட்ட.

வழிகாட்ட வேண்டுமென வேந்தர் திருதராஷ்டிரரை,
தவமிக்க காந்தாரியைத் தயவுடன் வேண்டுவோம்,
ஞானமிக்க விதுரரும் நமக்கு உதவுவார்,
செயலாக்கச் சொல்லும்விதம் செய்வோம் நாமெலாம்.

நாமெலாம் திருதராஷ்டிரர் நவிலும்விதம்
செயல்படுவோம்,
இதுவாகும் எனக்குள் எழுந்த மனத்திட்பம்,
விதியாகும் காலந்தான் வதைத்திடும் நேரத்தில்,
செயலேதும் வெற்றிக்குச் செல்லாது அறிந்துகொள்.

(3)சௌப்திக பர்வம், பகுதி 3

அறிந்துகொள் என்று அன்பாக உரைத்து,
நெறிகள் கூறுவதை நவின்றார் கிருபர்,
மங்கலங்கள் நல்கவல்ல மொழிகள் கேட்டபின்னர்,

மனத்தில் சோகமுற்றான் மாவீரன் அஸ்வத்தாமன்.

அஸ்வத்தாமன் கோபத்தில் அழலெனக் கனன்றான்,
அதன்பின் இருவரிடமும் அறிவித்தான் முடிவினை,
ஒவ்வொருவரின் மனமும் ஒவ்வொரு விதமானது,
ஒவ்வொரும் எண்ணுகிறார் அவரறிவார் அனைத்துமென.

அனைத்துமென அறிந்ததாக அவரவர் நினைவார்,
அதீதமான நல்லறிவை அடைந்தவர் தாமேயென,
பெருமிதமான மனத்துடன் பலவிதமாகப் பேசுவார்,
கருத்தெனப் பிறர்சொன்னால் குறைத்துதான்
மதிப்பிடுவார்.

மதிப்பிடுவார் தன்கருத்தை மிகவும் மேன்மையாக,
எவரொருவர் தம்முடன் ஒத்தக் கருத்துற்றாலும்,
புகழுவார் அவர்கருத்தைப் பொருள்பெறும் ஆவலினால்,
ஒத்தவர் கருத்திலெனில் விளம்புவார் மேன்மையாக.

மென்மையாக உரைத்திடார் மோசமான விளைவுவந்தால்,
எதிர்மறையான விளைவுகள் ஏதேனும் நிகழ்ந்துவிட்டால்,
தமக்குண்டானத் தனிக்கருத்தைத் தெரிவிப்பார்
பலவிதமாய்,
புத்தியாக இருப்பதில் பாகுபாடு பலவாகும்.

பலவாகும் நோய்களைப் பாகுபாடு செய்திட,
அறிகுறியும் கண்டபின்னர் அதற்கேற்ப மருந்தளித்து,
நோய்தீர்க்கும் மருத்துவர் நல்லறிவைப் போலவே,
தமதாகும் செயலாக்கத் தம்மறிவைப் பயனாக்குவார்.

பயனாக்குவார் தம்மறிவைப் பலவித வேறுபாட்டுடன்,
இளைஞரானவர் மனத்தில் இருக்கும் அவ்வறிவே,
நடுத்தரமானவர் மனத்தில் நிலைபெற்று இருக்காது,
வயோதிகமானார் அவரெனில் வேறுவிதமே சிந்தனைகள்.

சிந்தனைகள் அகவையால் சற்றே மாறுபடும்,
பேரழிவில் சிக்கினாலும் பெருவளத்தைப் பெற்றாலும்,

மாறுதல்கள் உண்டாகும் மனத்தின் கருத்துக்களில்,
போஜர்கள் வேந்தனே பெரிதும் குழம்பிவிட்டாய்.

குழம்பிவிட்டாய் உன்மனதில் கருத்துத் தெளிவிழந்து,
நேரத்தைப் பொறுத்தே நெஞ்சத்தின் ஓட்டமும்,
இருப்பதை அறிந்தால் இவ்விதம் குழம்பிடாய்,
ஒருமுடிவை ஒருநேரம் ஒப்புக்கொள்ளும் நம்மனம்.

நம்மனம் சிலநேரம் நேதிசெய்யும் நம்முடிவை,
இவ்விதம் ஒருமனதில் ஏற்படும் மாற்றங்கள்,
ஒருநேரம் போலவே இருக்காது மறுநேரம்,
அவ்விதம் ஒப்புதலும் ஏற்படாமல் போகலாம்.

போகலாம் ஒப்பாமல் புத்தியின் சிந்தனையே,
ஆய்வெலாம் செய்தபின்னர் அகத்திலே தெளிவுபெற்று,
செய்யலாம் என்றே செய்தோம் ஒருமுடிவென்றால்,
அதைதான் செய்தல் அவசியம் இவ்வுலகில்.

இவ்வுலகில் சிலபேர்கள் அழிவையும் ஏற்பார்,
தம்செயலில் வெற்றியெனில் தரக்கூடும் தம்முயிரை,
தம்மனதில் ஏற்படும் திடசிந்தைச் சொல்லும்விதம்,
பலசெயல்கள் செய்வார் பெருநன்மைகள் கிடைக்குமென.

கிடைக்குமென நல்விளைவைக் கருத்திலே சிந்தித்தேன்,
முடிவென எடுத்துவிட்டேன் மனத்துயரை அழித்திட,
என்னவென உங்களுக்கு அறிவிக்கிறேன் கேளீர்,
பிரமரான தேவதேவர் பிறப்பித்தார் உயிர்களை.

உயிர்களை உண்டாக்கிய உன்னதர் பிரமதேவர்,
கடமைகளை அவற்றுக்குச் கொடுத்தார் செயலாக்க,
வெவ்வேறாய் இருக்கும் உயிர்கள் ஒவ்வொன்றுக்கும்,
சிறப்பானதாய்த் தம்மையே சேர்த்தார் ஓரளவாய்.

ஓரளவாய் ஒவ்வொருவர்க்கும் ஒவ்வொரு வழிகாட்டி,
வேதத்தை வேதியர்க்கும் வல்லமையை கூஷ்த்ரியர்க்கும்,

தொழில்திறத்தை வைசியர்க்கும் தக்கவிதம்
தொழில்செய்யும்,
உடல்திடத்தைச் சூத்திரர்க்கும் வழங்கினார் பிரமதேவர்.

பிரமதேவர் சொன்னவிதம் புலனடக்கம் கொள்ளாவிடில்,
பிராமணர் தவறிழைத்ததாய்ப் பகருவார் உலகத்தோர்,
ஆற்றலிலார் ஆகிடில் ஈனராவார் கூத்திரியர்,
திறமிலார் என்றால் தரமிலார் வைசியர்.

வைசியர் தொழில்திறம் வாய்க்காவிடில் ஈனராவார்,
சூத்திரர் கடமைகளைச் செய்யாவிடில் சீர்கெடுவார்,
வேதியர் குடும்பத்தில் வந்துநான் பிறந்தாலும்,
விதியோர் வழிமாற்றிட வந்தேன் கூத்திரியனாய்.

கூத்திரியனாய் மாறினாலும் சுத்திசெய்வேன்
பாவத்தையென,
வழிதனை மாற்றி வேதியனாய் வாழ்வதற்கு,
முடிவினை எடுத்தால் முரணாகும் இப்போது,
ஆயுதங்களை எடுத்தவன் அழிக்கவேண்டும் எதிரிகளை.

எதிரிகளை அழிப்பதே எனக்குற்றக் கடமையாகும்,
ஆயுதத்தை எடுத்தபின்னர் அதற்கேற்பச் செயல்படாமல்,
வேறுவகைச் செயலாக்கினால் விளையாது நலமேதும்,
சபைதனை அடைந்தால் சொல்வதென்ன வாய்திறந்து?

வாய்திறந்துப் பேசவும் வழியிழந்து வீழ்வுறுவேன்,
தந்தையது வழியிலே தனயனும் செல்லுவேன்,
கூத்திரியரது தருமத்தைச் சார்ந்ததால் ஆயுதத்தால்,
செயத்தக்கது அனைத்தையும் செய்து முடிக்கிறேன்.

முடிக்கிறேன் பாஞ்சாலரின் முழுக்கதையை இவ்விரவில்,
களிப்பின் உச்சத்தில் கிடக்கிறார் உறக்கத்தில்,
எதிரிகளின் குழுக்கள் அழிந்தே விழுந்ததாக,
உடலின் வலிதீர ஓய்வெடுத்து உறங்குகிறார்.

உறங்குகிறார் பாஞ்சாலர் அமைதியாய் மகிழ்வாய்,

அன்னவர் உறக்கத்தில் ஆழ்ந்துள்ள நேரத்திலே,
தானவர் படைகளைத் தாக்கும் தேவேந்திரனென,
வானவர் உலகிற்கு உயிர்களை அனுப்புவேன்.

அனுப்புவேன் பாஞ்சாலரை அழிவின் விளிம்பிற்கு,
உறக்கத்தின் வயப்பட்டு ஓய்வெடுக்கும் அனைவரையும்,
எமனின் உலகிற்கு அனுப்புகிறேன் இப்போதே,
நெருப்பின் வயப்பட்டு நொடிவார் புல்போல.

புல்போல அவர்களைப் பொசுக்குவேன் அக்கினியாய்,
பாஞ்சாலப் படைகளின் போர்த்தலைவன்
திருஷ்டத்யும்னன்,
பாங்கிலா விதத்தில் பிணமாகி வீழ்ந்தபின்னர்,
சோகமிலா மகிழ்வில் சற்று அமைதியாவேன்.

அமைதியாவேன் பாஞ்சாலரை அழித்து முடித்தபின்னர்,
சதிராடுவேன் பாஞ்சாலரைச் சம்புவாம் உருத்திரரென,
பிநாகவில்லின் இறைவன் பேரழிவுக் காலத்தில்,
அகிலத்தின் உயிர்களை அழிப்பதுபோல் அழிப்பேன்.

அழிப்பேன் பாஞ்சாலரை அதன்பின் பாண்டவர்களை,
அதன்பின் என்மனதில் அடைவேன் பெருமகிழ்வை,
பூமியின் பரப்பிலே பாண்டவரின் உடல்களை,
அடுக்குவேன் ஒன்றுக்கு அடுத்ததாக மற்றொன்றை.

மற்றொன்றை நினைக்காமல் முடிப்பேன் இச்செயலை,
தந்தையை அழித்தத் தீயவரின் கூட்டத்தை,
கொல்வதைச் செய்ததால்தான் கிடைக்கும் மனவமைதி,
பேரழிவை அடைந்துப் பாஞ்சால வீழ்வுறுவார்.

வீழ்வுறுவார் பாஞ்சாலர் வேந்தன் துரியோதனன்போல்,
பெருவீரர் பீஷ்மர்போல் பலமிக்கான் கர்ணன்போல்,
சிந்துவேந்தர் ஜெயத்ரதன்போல் சாகட்டும் பாஞ்சாலரும்,
இரவிலோர் விலங்குபோல அழிவான் திருஷ்டத்யும்னன்.

திருஷ்டத்யும்னன் அழிவான் தாக்குண்ட விலங்காக,

பாஞ்சாலரின் பாண்டவரின் பிள்ளைகள் அனைவரும்,
கத்தியின் வெட்டுக்களால் காலனிடம் செல்லுவார்,
பாஞ்சாலரின் அழிவினால் பெறுவேன் பெருமகிழ்வை.

(4)செளப்திக பர்வம், பகுதி 4

பெருமகிழ்வை அடைவேனெனப் பகர்ந்தான்
அஸ்வத்தாமன்,
பழிவாங்குவதை மனத்திலே பெரிதாகச் சிந்தித்தவனை,
பாராட்டுதலைத் தெரிவித்துப் பகர்ந்தார் கிருபர்,
முடிவினை எடுத்துவிட்டாய் முடியாது நிறுத்துதல்.

நிறுத்துதல் இயலாது நீயெடுத்த இம்முடிவை,
வஜ்ரத்தால் தாக்கும் வாசவனே வந்தாலும்,
கருத்தில் மாறாதவனாய்க் கொண்டாய் ஒருமுடிவு,
உன்னருகில் நாங்களும் வருவோம் துணைவராக.

துணைவராக நாங்களும் தாக்குகிறோம் உன்னுடன்,
அமைதியாக அத்தனை ஆயுதமும் களைந்தபின்னர்,
ஓய்வாகச் சிறிதளவு உறங்குவாய் அஸ்வத்தாமா,
தெளிவாகச் சிந்தித்தால் தென்படும் நல்வழிகள்.

நல்வழிகள் கிடைக்கும் நாளைக்குக் காலையில்,
ஆற்றல்கள் கொண்டுநீ அழிக்கத் துவங்கினால்,
எண்ணங்கள் அனைத்துமே ஈடேறும் நினைத்தபடி,
இவ்விரவில் உறங்குவாய் என்சொல்லைக் கேட்டுக்கொள்.

கேட்டுக்கொள் நான்சொல்லும் கருத்தை ஊக்கத்துடன்,
நாட்கள் பலவற்றை நித்திரையில் உறங்காமல்,
கழித்தல் செய்தாய்க் கணமும் ஓய்வின்றி,
உறங்குதல் செய்தபின் வருவாய்ப் போர்செய்வோம்.

போர்செய்வோம் காலையில் போவோம் மூவருமே,
எதிரியாகும் அனைவரையும் அழிப்பாய் அஸ்வத்தாமா,
துணையாவோம் நாங்கள் தாக்குவோம் எதிரிகளை,

வாசவனும் நம்மை வென்றிட வல்லானில்லை.

வல்லானில்லை வாசவனும் உன்னை வென்றிடவே,
துரோணர்பிள்ளைத் தாக்கினால் தேவர்களின் இந்திரனும்,
தாக்குதலைத் தாளாமல் தவித்தே ஓடுவான்,
துணையாய்க் கிருதவர்மனுடன் தாக்குவேன் நானும்.

நானும் வருகிறேன் நாமெலாம் தாக்குவோம்,
அயர்வும் போகட்டும் அல்லிலே உறங்குவோம்,
காலையும் வரட்டும் கொல்லுவோம் எதிரிகளை,
ஆயுதம் அனைத்திலும் அதிசக்தன் நீதானே.

நீதானே சக்திகள் நிறைந்த மாவீரன்,
இதுதானே ஒருண்மை இல்லையே சந்தேகம்,
சத்வதனே ஆகியவன் சக்திமிக்கப் போர்வீரன்,
எதிரிகளே குழுவாகினும் அழிப்பதிலே வல்லவன்.

வல்லவன் கிருதவர்மனும் வருவான் நம்முடன்,
மூவரின் தாக்குதலில் மாளுவார் அனைவரும்,
மகிழ்வின் எல்லையை முழுதாய் அடைந்திருப்போம்,
இரவின் காலமிது அமைதியாய் உறங்கிவிடு.

உறங்கிவிடு இப்பொழுது வெல்லுவோம் காலையில்,
வீரத்தொடு உன்பெயரை விளம்பிவிட்டுத் தாக்குவாய்,
எதிரியதுப் படையிலே எல்லோரும் அழிவுறுவார்,
சக்ரனென்று எதிரிகளைச் சதிராடிக் கொல்லுவாய்.

கொல்லுவாய் நாளைக்குக் களத்திலே எதிரிகளை,
தானவரைக் கொல்லவே தேவேந்திரன் செல்வதுபோல்,
பாஞ்சாலரைக் கொன்றுப் பழிதீர்ப்பாய் அஸ்வத்தாமா,
எம்மிருவரைத் துணைகொண்டால் எதிர்ப்பவர்
எவருமில்லை.

எவருமில்லை எங்களுடன் எதிருக்கெதிர் மோதுபவர்,
பாண்டவரைக் கொல்லாமல் போகமாட்டோம் களம்விட்டு,
பாஞ்சாலரைப் பாண்டவரைப் போக்குவோம் எமனிடம்,

உண்மையைச் சொன்னேன் உறங்குவாய் இவ்விரவில்.

இவ்விரவில் உறங்கென இனிமைகள் கொண்டதாக,
நல்லவைகள் நவின்றார் நிகரிலார் கிருபர்,
பதிலுரைகள் தந்தோன் பாங்குடையான் அஸ்வத்தாமன்,
கண்கள் சிவந்திடக் கூறினான் பதிலை.

பதிலை உரைக்கிறேன் பெருமைமிக்கார் கிருபரே,
பாதிப்பை அடைந்தவன் பெருங்கோபம் கொண்டவன்,
பணத்தாசை கொண்டப் பேய்போன்ற மனத்தினன்,
காமத்தை உடையவன் காண்பானோ அமைதியை?

அமைதியை அடைந்திடான் ஆனந்தமாய் உறங்கிடான்,
காரணத்தை நான்காக்கிக் கூறினேன் உங்களுக்கு,
அவற்றிலொன்றைப் பெற்றாலே அழிவாகும் உறக்கம்,
என்நிலையைச் சிந்திப்பீர் எனக்குண்டு அந்நான்கும்.

அந்நான்கும் எனக்கு ஆகுமே காரணங்களாக,
தந்தையாகும் பெருவீரரைத் தீமையான வழியிலே,
கொன்றதாகும் பாண்டவரின் கொடூரக் கீழ்ச்செயல்,
அந்நாளாகும் உறக்கம் அழிந்த முதல்நாள்.

முதல்நாள் அந்நாளே மனத்தில் வருந்தியது,
இரவுகள் பகல்களென எப்பொழுதில் ஆகினும்,
அமைதியில் உறக்கம் அடைந்திடேன் நானென்றும்,
எவ்விதத்தில் துரோணர் அழிந்தாரென நீரறிவீர்.

நீரறிவீர் எனது நெஞ்சத்தின் வேதனையை,
பாஞ்சாலர் உரைக்கிறார் பெருவீரர் துரோணரை,
அழித்தவர் தாமென்றும் அவர்வெற்றி பெரிதென்றும்,
எனக்கோர் அமைதிவேண்டில் அழிக்கவேண்டும்
திருஷ்டத்யும்னனை.

திருஷ்டத்யும்னனைக் கொன்றால்தான் தோன்றும்
மனவமைதி,
தந்தையாரைக் கொன்றவனைத் தாக்கியே அழிப்பது,

தனயனாய் இருப்பவனின் தலையாயக் கடமையாகும்,
துரியோதனைக் கண்டேனே தொடையுடைந்து
தரைவீழ்ந்து.

தரைவீழ்ந்து கிடந்தவன் தரணியின் பெருவேந்தன்,
துரியோதனனது நிலைகண்டால் துவளாதவர் எவருண்டு?
உடைந்தது தொடையெனினும் உரைத்தான்
மேன்மைமொழி,
அவனுக்கு உதவிசெய்ய ஏந்தினேன் ஆயுதத்தை.

ஆயுதத்தை ஏந்தினேன் அரசன் துரியோதனனுக்கென,
எவனைச் சார்ந்தேனோ அவனே அழிவுற்றான்,
சோகத்தை அதிகரித்தச் சூழல் இதுவேதான்,
நீரோட்டத்தைப் பொருத்து நெடுங்கடல் பொங்குவதாய்.

பொங்குவதாய் என்கோபம் பெருகுதே மனத்தில்,
மாதவனாய் அவர்களுக்கு மாபெரும் இறைவனே,
காவலனாய் நிற்பதால் கலக்கம் அடைந்தாலும்,
இதயத்தைக் கட்டுதல் எனக்கு இயலவில்லை.

இயலவில்லை எனக்கு இச்சூழலை ஏற்றல்,
சுயோதனனை அழித்ததைச் சொன்னார்கள் தூதுவர்கள்,
பாண்டவரைப் பொறுத்தும் பகன்றனர் கருத்தை,
நள்ளிரவைப் பயன்படுத்தி நானழிப்பேன் எதிரிகளை.

எதிரிகளை அழிக்க இதுவாகும் நற்றருணம்,
கலக்கத்தை விடுத்துக் காரியத்தில் இறங்குவேன்,
உறக்கத்தைத் தள்ளிவைப்பேன் உறங்குவேன் நாளைக்கு,
கேடர்களைக் கொன்றபின்னர் கிடைக்கும் மனவமைதி.

(5)செளப்திக பர்வம், பகுதி 5

மனவமைதி கிடைக்காது மனங்கொதிக்கும் ஒருவனுக்கு,
புலன்வழிச் செல்லும் பெருவேகம் கொண்டவன்,
அடக்கத்தை அறியாத அதிவேக மனத்தினன்,

பெரியவரைப் பணிந்தாலும் பெற்றிடான் நல்லறிவை.

நல்லறிவைப் பெற்றிடான் நெறிமுறையை அறிந்திடான்,
அறிவினைப் பெற்றாலும் அடக்கம் இல்லாதவன்,
நெறிகளை ஒட்டி நடந்திடான் எப்போதும்,
வீரத்தை உடையவனுக்கு வேண்டும் விவேகம்.

விவேகம் இல்லாமல் வீரமட்டும் உடையவன்,
பெரியோர்தம் காலடியில் பலகாலம் காத்திருந்தும்,
மரக்கரண்டியும் நெய்யின் மாண்புமிக்கச் சுவையை,
அறியாவிதம் கிடப்பதுபோல் அறிந்திடான் நெறிவழியை.

நெறிவழியை அறிந்திடான் நீசமனம் கொண்டவன்,
தன்னடக்கத்தை உடையவன் தகுந்த நெறிகளை,
ஒருகணத்திலே உணருவான் உன்னதப் பெரியோரிடம்,
நற்செயலைக் குறித்து நிகழ்த்திடான் வீண்வாதம்.

வீண்வாதம் செய்து வெறிகொண்டுச் செயலாற்றி,
பிறர்பேசும் நன்மொழிகள் புந்தியில் ஏற்காமல்,
தனதாகும் சித்தப்படித் தாறுமாறாய் நடப்பவன்,
சுயநலம் கருதிச் செய்வான் பாவத்தை.

பாவத்தைச் செய்வான் புலனடக்கம் அற்றவன்,
விதிகளை மீறுவான் வெறித்தனம் உடையவன்,
நல்லதைச் சொல்லியே நல்லவர்கள் தடுக்கையில்,
அவர்சொல்லைக் கேட்பவன் அடைவான் பெருநலம்.

பெருநலம் பெறுவான் புந்தியில் நலமுடையான்,
வேறுவிதம் சிந்தித்து வீண்வேலை செய்பவனோ,
பெருந்துயரம் அடைவான் புலனடக்கம் இல்லாததால்,
மனக்கலக்கம் கொண்டவனை மதிக்கவேண்டும்
பெரியோரை.

பெரியோரை மதித்துப் புந்தியைச் சீரமைத்து,
நற்சொல்லை ஏற்கவேண்டும் நெறியறியறியா
மனத்தினன்,

நல்லதை நினைப்பவர்கள் நவிலுவதைக் கேளோதவன்,
கேடுகளை அடைவான் கிடையாது மாற்றேதும்.

மாற்றேதும் கிடையாது மதிப்புளார்தம் கருத்துக்கு,
நலம்விரும்பும் நல்லாரின் நற்சொல்லை மதிக்கவேண்டும்,
நான்சொல்லும் வழிமுறையை நன்குக் கடைப்பிடித்தால்,
பிற்காலம் உனக்கேதும் பீடின்மை நேராது.

நேராது நலமேதும் நித்திரையில் உள்ளவரை,
மிருகமென்றுக் கொல்லும் மாபெரும் பாதகத்தால்,
ஆய்தமற்று இருப்போரையும் அழித்தல் கூடாது,
வாகனம்விட்டு இறங்கியோரை வதைப்பதும் தவறாகும்.

தவறாகும் ஒருவர் தங்களுக்குப் பணிந்தோமென,
அடைக்கலம் கேட்டபின்னர் அவரைக் கொல்லுவது,
தலையும் கலைந்தவரைத் தாக்குதல் கூடாது,
தேரையும் இழந்தவரைத் தாக்குதல் முறையில்லை.

முறையில்லை விலங்குகள் மாண்டவரைத் தாக்குதல்,
ஆயுதங்களைக் களைந்து அமைதியாய் ஓய்வெடுத்து,
நம்பிக்கை கொண்டு நல்லவிதம் உறங்கிடும்,
பாஞ்சாலரைக் கொல்லுதல் பாதகம் மாபாதகம்.

மாபாதகம் உண்டாகும் முறையின்றிக் கொன்றால்,
ஆயுதம் இல்லாமல் அமைதியாய் உறங்கிடும்,
மாந்தர்தம் உயிரை மாய்க்கவே செல்லுபவர்,
கொடுநரகம் தன்னில் கிடப்பார் மீளாமல்.

மீளாமல் கிடக்கும் மாபாதக நரகத்தை,
அடைதல் வேண்டாம் அஸ்வத்தாமா நீயும்,
ஆயுதங்கள் கையாளுவதில் அதிதீரம் காட்டிடும்,
உனைப்போல் எவருமில்லை உலகத்தில் வேறொருவர்.

வேறொருவர் உனக்கு வாய்க்கவில்லை நிகரென்று,
களத்திலோர் துளியளவும் கயமையைக் காட்டாதவன்,
இரவிலோர் கீழ்ச்செயலை இயற்றாமல் உறங்கிவிடு,

பரிதியார் ஒளிபரப்பும் புதுக்காலை புலப்படட்டும்.

புலப்படட்டும் காலையில் பூமியும் வானமும்,
இரண்டாவதாம் சூரியனென அஸ்வத்தாமன் நீயேதான்,
எதிரிகளாம் பாஞ்சாலரை அழிப்போம் காலையில்,
வேறுவிதம் செய்தால் விளையும் பெரும்பழி.

பெரும்பழி நேரிடும் பெருவீரா அஸ்வத்தாமா,
வெண்மை ஆடையில் வைத்ததோர் செம்புள்ளியென,
உன்புகழைக் குறைத்திடும் உன்மத்தச் செயலேதும்,
செய்வதைத் தவிர்த்திடு சொன்னதைக் கேட்டுக்கொள்.

கேட்டுக்கொள் என்றுக் கூறினார் கிருபர்,
அவ்விதத்தில் நலத்தை அறிவித்தத் தாய்மாமனிடம்,
பதிலுரைகள் தந்தான் பெருங்கோபி அஸ்வத்தாமன்,
ஒப்புதல் கொடுக்கிறேன் உரைத்தவை நற்கருத்து.

நற்கருத்து நவின்றீர் நிகரிலா வீரரே,
நெறிகெட்டுப் பாண்டவர் நிறையவே தாக்கினார்,
உடைவுற்று நெறிமுறைகள் ஒருநூறுச் சுக்கலாகி,
வீழ்வுற்றுப் போனதற்கு விளக்கம் என்தந்தை.

என்தந்தை இறந்தவிதம் எல்லோரும் கண்டீரே,
ஆயுதத்தை வைத்தபின்னர் யோகத்தில் நிலைத்தபின்னர்,
தலையைக் கொய்தானே தீயவன் திருஷ்டத்யும்னன்,
சக்கரத்தை மீட்கையிலே சாகடித்தார் கர்ணனை.

கர்ணனைக் கொல்லுகையில் காண்டீபன் செயலிலே,
எந்நெறியைக் கண்டீர் ஏதுமில்லை நற்செயல்,
பீஷ்மரைத் தாக்கியே பூமியில் வீழ்த்துகையில்,
சிகண்டியை முன்வைத்துச் சவ்யசசின் அம்பெய்தான்.

அம்பெய்தான் அர்ஜுனன் அதிதீரர் பீஷ்மர்மீது,
ஆயுதந்தான் ஏந்தாத அதிதீரர் பீஷ்மரை,
வீழ்த்ததான் கையாண்டது வெகுபெருத்தப் பாவவழி,
பூரிஸ்ரவன் கரமிழந்துப் ப்ரயாவில் அமர்ந்தான்.

அமர்ந்தான் தன்னுயிரை யோகத்தால் போக்கிவிட,
யுயுதானன் பூரிஸ்ரவசை அழித்தான் கொடூரமாக,
அனைவரின் வார்த்தைகளும் அத்தவற்றைத் தடுத்தாலும்,
படுகொலை செய்தான் பாவமிக்கான் யுயுதானன்.

யுயுதானன் போலவே ஈனமிக்கான் பீமசேனன்,
துரியோதனன் கதையுத்தம் துரிதமாய்ச் செய்கையில்,
தொடையைதான் உடைத்துத் தாக்கினான் நெறிதவறி,
படையினரின் குழுக்களும் பகரவில்லைத் தவற்றினை.

தவற்றினைச் செய்தவன் தீயவன் பீமசேனன்,
துரியோதனனைக் கொன்றதில் துளியும் நியாயமில்லை,
தூதுவரை அனுப்பி துரியோதனன் சொன்னசொற்கள்,
இதயத்தைப் பிளந்தன என்மனம் பதறியது.

பதறியது என்மனம் பீமனின் விதிமீறலால்,
பாஞ்சாலரதுப் படையினரும் பிறழ்ந்தனர் நெறிவிட்டு,
அவர்களதுத் தவறுகளை அலசியே ஆராய்ந்து,
தவறென்றுக் கூறியே தெரிவித்தீரா கண்டனத்தை?

கண்டனத்தைத் தெரிவித்துக் கூறினீரா கருத்தை?
உறக்கத்தைக் கொண்டிருக்கும் வீணரான பாஞ்சாலரை,
படுகொலைச் செய்தபின்னர் பாவத்தின் விளைவாக,
புழுபூச்சியாய்ப் பிறந்தாலும் பொருட்டில்லை எனக்கு.

எனக்குப் பாவத்தால் ஏற்படும் நரகவாழ்வில்,
பாதிப்பு ஏதுமில்லைப் போவேன் பெருநரகம்,
எண்ணியது முடிக்காமல் எவ்விதத்து உறங்குவேன்?
பாஞ்சாலரது அழிவிற்கெனப் புந்தியில் முடிவுசெய்தேன்.

முடிவுசெய்தேன் என்று மொழிந்தபடி எழுந்தவன்,
பூட்டினான் தேரிலே புரவிகள் நான்கையும்,
செல்லதான் முன்னேறினான் சீற்றத்துடன் அஸ்வத்தாமன்,
கிருபருடன் கிருதவர்மன் கோரினர் காரணத்தை.

காரணத்தை உரைப்பாய் கிளம்புவதேன் இப்பொழுது?
எச்செயலைச் செய்திடவே இப்பொழுதுக் கிளம்பினாய்?
அதிகாலைப் புறப்படுவோம் அணியாக மூன்றுபேரும்,
உன்னைப் பிரியமாட்டோம் வருவது வரட்டும்.

வரட்டும் அதிகாலை வெல்லுவோம் பாஞ்சாலரை,
நலங்களும் தீமையும் நேரிடட்டும் அதன்போக்கில்,
வருகிறோம் உனக்கு வலிமைமிகுத் துணைவராக,
நம்பவேண்டும் எங்களை நடக்கவேண்டும் சொல்கேட்டு.

சொல்கேட்டு நடப்பாய் சீர்மிக்க வீரனேயன,
நல்லதற்கு வழிகாட்டி நவின்றனர் சொற்களை,
தந்தைக்கு நேரிட்டதைத் தன்னுளத்தில் நினைத்தபடி,
கோபத்தொடு பதிலளித்தான் கடுப்பான அஸ்வத்தாமன்.

அஸ்வத்தாமன் உரைத்தான் என்னருமைத் தந்தையார்,
போர்க்களத்தின் நடுவே பல்லாயிரம் வீரர்களை,
கொன்றபின் ஆயுதத்தைக் களைந்து அமர்ந்திருந்தார்,
திருஷ்டத்யும்னன் அவரைத் தலைகொய்துக் கொன்றான்.

கொன்றான் திருஷ்டத்யும்னன் கொல்லுவேன் நானவனை,
எவ்விதந்தான் தந்தையை அழித்தானோ
திருஷ்டத்யும்னன்,
அவ்விதம்நான் அவனிடம் ஆயுதங்கள் இல்லாதபோது,
அழிப்பேன் அதுதான் அவனுக்கு தண்டனை.

தண்டனை வழங்குவேன் திருஷ்டத்யும்னன் மாண்டுவிழ,
விலங்கினைப் போலவே வேட்டையாடி வீழ்த்துவேன்,
ஆய்தத்தைப் பயன்படுத்தி அழிக்கமாட்டேன்
திருஷ்டத்யும்னனை,
சொர்க்கத்தை அடைவானே சாய்ப்பது ஆயுதமெனில்.

ஆயுதமெனில் தாக்குண்டவன் அடைவானே
சொர்க்கத்தை,
வெறுங்கரத்தில் தாக்குண்டால் வாய்த்திடும் பெருநரகம்,
எடுப்பீர்கள் வில்லம்பை எல்லாவித ஆயுதங்களை,

காத்திருங்கள் இவ்விடத்தில் கொன்றுவிட்டு வருகிறேன்.

வருகிறேன் திரும்பியென விளம்பினான் அஸ்வத்தாமன்,
எதிரியின் திசையிலே ஏகினான் வேகத்துடன்,
தனியொருவன் சென்றதால் தாழும் துணையாகிட,
கிருபருடன் கிருதவர்மன் கனவேகத்தில் தொடர்ந்தனர்.

தொடர்ந்தனர் அஸ்வத்தாமனைத் தூயவர் இருவரும்,
அம்மூவர் பரிதியென அழகுடன் ஒளிர்ந்தனர்,
வேள்வியிலோர் நெய்விட்டு விளைந்திடும் அக்கினிபோல்,
அம்மூவர் சென்றனர் அனைவரும் உறங்குகையில்.

உறங்குகையில் கொல்லவே வந்தான் அஸ்வத்தாமன்,
கதவருகில் தேரை கனவேகம் செலுத்தினான்,
நிறுத்துதல் செய்தான் நிகரிலாப் புரவிகளை,
நிதானித்தல் செய்தான் நிலவரம் அறிந்திட.

(6)சௌப்திக பர்வம், பகுதி 6

அறிந்திடக் கதவருகே அண்டிய அஸ்வத்தாமன்,
துணைத்திட வந்தத் திடத்தினர் இருவரும்,
செய்திட்டச் செயலென்ன சொல்லுவாய் சஞ்சயாவென,
விளக்கிட வேண்டினான் வேந்தன் திருதராஷ்டிரன்.

திருதராஷ்டிரன் வினவியதும் தெரிவித்தான் சஞ்சயன்,
கிருதவர்மனுடன் கிருபருடன் கதவருகில் சென்றான்,
பாஞ்சாலரின் உறைவிடத்தில் புகுந்திட விழைந்தான்,
கண்டான் வடிவத்தில் கனத்தப் பேருருவை.

பேருருவைக் கண்டான் பயங்கரத் தோற்றத்துடன்,
மயிர்க்கூச்சத்தை உண்டாக்கும் மிகக்கொடிய வடிவமாக,
சூரியனை நிலவைச் சார்ந்ததாம் பேரொளியுடன்,
வாயிலைக் காத்தது வலுமிக்க அவ்வுருவம்.

அவ்வுருவம் இடுப்பில் அணிந்திருந்தது புலித்தோலை,

அத்தோலும் புதிதாக அப்போதுதான் உரித்ததுபோல்,
சொட்டும் குருதியுடன் செந்நிறத்தில் தோன்றியது,
மேலாடையும் கருமைநிற மானின் தோலாகும்.

தோலாகும் ஆடைகளைத் தன்னுடலில் அணிந்திருந்த,
அவ்வுருவம் கொண்டிருந்த ஆயுதங்கள் பலவாகும்,
அரவமாகும் முழங்கையில் அங்கதமாய் அணிந்தவை,
வாய்முழுதும் வெளியானது வெம்மையாகும் செந்தீ.

செந்தீ போலச் சிவந்தச் செவ்வாயினுள்,
தந்த வரிசைகளும் தந்தன வெகுபயத்தை,
திறந்தே கிடந்ததுத் தீக்கக்கும் பெருவாய்,
முகத்தில் பல்லாயிரமாய் மிளிர்ந்தனக் கண்கள்.

கண்கள் அழகுடன் கண்டன அனைத்தையும்,
உடலில் இருந்த ஆடைகள் குறித்து,
உரைத்தல் எளிதில்லை உடலின் திண்ணமும்,
இயம்புதல் இயலாததோர் அதிசயத் தோற்றமது.

தோற்றமது கொடுத்தத் திகைக்கவைக்கும் அச்சத்தால்,
மலையானது கூட மிகநுணுகிப் பல்லாயிரம்,
துகளாவதுத் திண்ணமெனத் தோன்றியது அவ்வடிவம்,
வாயினின்றுக் காதினின்று வந்தனத் தீக்கங்குகள்.

தீக்கங்குகள் நாசியிலும் தெறித்து வெளியேறின,
தீப்பிழம்பில் இருந்துத் தோன்றினர் ஹரிஷிகேசர்கள்,
கரத்தில் சக்கரத்துடன் கதையுடன் சங்குடன்.

சங்குடன் ஹரிஷிகேசர்களைச் சொரிந்தது அவ்வுருவம்,
கண்டவர்தம் மனத்தைக் கடும்பயம் பற்றிவிடும்,
கோரமிகும் வடிவத்தைக் கண்டான் அஸ்வத்தாமன்,
பயமேதும் கொள்ளாமல் பொழிந்தான் ஆயுதங்களை.

ஆயுதங்களை விடுத்தான் அனைத்தும் தேவாஸ்திரங்கள்,
வந்தவை அனைத்தையும் விழுங்கியது அவ்வடிவம்,
வடவாக்கினியை அடைந்தால் வற்றிவிடும் கடல்போல,

அம்புகளை அனைத்தையும் அவ்வடிவம் விழுங்கியது.

விழுங்கியது அவ்வடிவம் வெகுபல அம்புகளையென,
கரமெடுத்து விடுத்தான் கனத்ததொரு வேலினை,
தீப்பொன்று கனன்றது திடமிக்க அப்பெருவேல்,
அடித்தது அவ்வுருவில் உடைந்துச் சிதறியது.

சிதறியது பெருவேல் சுக்கல்கள் பலவாக,
யுகாந்தத்து அக்கினியென எழுந்ததாம் அக்கணை,
சூரியனது காந்தியால் சிதறும் நெருப்பென,
உடைந்தது பலதுகளாய் விழுந்தது பலனின்றி.

பலனின்றி தன்னுடைய பலமிக்கக் கணையொன்று,
நலங்குன்றி விழுந்ததால் நெருப்பெனக் கொதித்து,
நீலமென்ற வண்ணத்தில் நிகரிலாப் பெருவாளை,
மனமொன்றிக் குறிவைத்து மிகவேகம் வீசினான்.

வீசினான் அஸ்வத்தாமன் வலுமிக்கப் பெருவாளை,
பிடிதான் தங்கத்தில் பதித்தப் பெருவாள்,
அரவந்தான் செந்நாவுடன் அழல்கக்கி முன்னேறுவதாய்,
வேகத்துடன் சென்றாலும் உருவத்தைத் தாக்கவில்லை.

தாக்கவில்லை அவ்வாள் தெரியாவிதம் மறைந்தது,
வடிவத்தை அண்டியபின் உள்ளாகச் சென்றதுபோல்,
தோற்றத்தை ஏற்படுத்தித் தென்படாமல் மறைந்தது,
குழியினை அடைந்துக் கீரிதான் மறைவதுபோல்.

மறைவதுபோல் ஆயுதங்கள் முழுவதும் அழிந்ததால்,
பெருங்கதையால் அடித்தான் பெருவீரன் அஸ்வத்தாமன்,
வேகத்தில் மிகைத்ததாக வந்தது அக்கதை,
விழுங்குதல் செய்தது வலிமைமிக்க அவ்வுருவம்.

அவ்வுருவம் தனது ஆயுதங்களை அழித்ததால்,
அஸ்வத்தாமன் சுற்றுமுற்றும் ஆத்திரத்துடன்
நோக்கினான்,

வான்முழுதும் ஜனார்த்தனனே வடிவெடுத்து
நின்றிருந்தான்,
கிருபர்தம் வார்த்தைகளைக் கருதினான் அக்கணத்தில்.

அக்கணத்தில் மனத்தை அழுத்திய சோகத்துடன்,
பெரியவர்கள் நற்சொல்லைப் பாங்குடன் கேட்கவேண்டும்,
நண்பர்கள் நல்லவர்கள் நவிலுவதை ஏற்கவேண்டும்,
அவ்விதத்தில் கேளாவிடில் அனைத்துமே தீதாகும்.

தீதாகும் நிலைவரும் தூயவர்தம் சொல்மறந்தால்,
கொடிதாகும் சூழல்கள் கனவேகம் தாக்கிவிடும்,
விதியாகும் கடுந்தீ வந்தேகித் தாக்கிவிடும்,
நல்லார்தம் வார்த்தைகளை நெஞ்சம் ஏற்காவிடில்.

ஏற்காவிடில் தீங்குநேரும் நற்போதனை வார்த்தைகளை,
எதிரிகள் வீழ்த்தவேண்டி அறநெறிகள் அனைத்தையும்,
மீறுதல் செய்தால் மிடிமைகள் வந்தேகும்,
பாவத்தில் வீழ்வுறுவார் போர்நெறியை மீறினால்.

மீறினால் தவறாகும் மாண்புடைய நெறிகளை,
பசுகன்றுகள் பிராமணர்கள் பார்வேந்தர்கள்
பாவையர்கள்,
நண்பர்கள் மீதாக நிகழ்த்தலாகாதுத் தாக்குதல்,
அன்னையின்மேல் குருவின்மேல் ஆயுதம் எய்தலாகாது.

எய்தலாகாது ஆயுதத்தை அஞ்சியோர்மேல்
பார்வையிலார்மேல்,
அயர்வுற்று உறங்குவோரை அழித்தலாகது அதுபோல,
மனப்பித்து உடையவரை மனக்கவனம் சிதறியோரை,
குடித்துவிட்டு இருப்போரைக் கொல்லுதல் தவறாகும்.

தவறாகும் வழிகளைத் தவிர்க்கவேண்டும் என்பதையே,
குருவாகும் நல்லவர்கள் கூறினர் முற்காலத்தில்,
எப்போதும் இருக்கும் அறநெறிகள் முழுவதையும்,
மீறியதாம் தவற்றினால் மிகப்பெரும் துயருற்றேன்.

துயருற்றேன் நான்கொண்டத் திட்டம் தவறியதால்,
முயன்றுவிட்டேன் முழுதாக மிகவும் சிரமத்துடன்,
தோற்றுவிட்டேன் எந்தன் திட்டத்தை நிறைவேற்றாமல்,
மனிதர்களின் திட்டங்கள் மாண்டுவிடும் விதிவசத்தால்.

விதிவசத்தால் வருவதற்கு வெகுபெருத்தத் தடையேதும்,
இவ்வுலகில் இல்லையென அறிந்துகொண்டேன்
இப்பொழுது,
திட்டத்தில் தோல்வியுறும் திடமிக்க மாவீரர்,
நரகத்தில் வீழ்ந்தாரென நினைப்பதே சரியாகும்.

சரியாகும் எண்ணியபடிச் செயலாற்றும் ஊக்கம்,
பயமேதும் கொண்டவர்கள் பாதியில் நிறுத்தினால்,
முட்டாள்தனம் அஃதென்று மொழிவார்கள் மூத்தவர்கள்,
கேடானதாம் என்திட்டம் கொடுத்தது பேரழிவை.

பேரழிவை உண்டாக்கும் பயங்கரத் தோற்றத்தில்,
வடிவத்தை எடுத்துவந்து விதியேதான் என்வழியில்,
தடைகளை உண்டாக்கித் திட்டத்தை நிறுத்தியது,
தண்டனை அளித்ததுத் தீமையான நோக்கத்திற்கு.

நோக்கத்திற்குத் தடையை நிகழ்த்தியது இவ்வடிவம்,
அறிவதற்கு இயலவில்லை அவ்வடிவம் எவரென்று,
பாவத்திற்குத் திட்டமிட்டேன் பலன்வந்தது அவ்வடிவாய்,
தடுப்பதற்கு அவ்வடிவம் திடத்துடன் வந்தது.

வந்தது அவ்வடிவம் விதியின் காரணமாக,
விதியானது எனக்கு உதவுவது செய்யாவிடில்,
வெல்லுவது இயலாதென விவரமாய் உணர்ந்தேன்,
மகாதேவரது பதத்தை மனத்திலே துதிப்பேன்.

துதிப்பேன் மகாதேவரைத் துயரத்தை நீக்குவீரென,
விதியின் வடிவத்தில் வந்திருக்கும் இவ்வடிவில்,
சிக்கியவன் என்னைச் சீர்பெறச் செய்யவல்லார்,
இறைவன் மகேசனே இதுதான் திண்ணம்.

திண்ணம் இதுவென்றுத் தூயவராம் உமாசுதரை,
தலைகளும் மாலையாய்த் தரித்தவர் கபர்தினை,
பகநேத்திரம் பறித்தவரைப் பேரிறைவர் ஹரனை,
ஆற்றல்மிகும் உருத்திரரை அண்டுவேன் அடைக்கலமென.

அடைக்கலமென அடைவேன் அருந்தவத்தில் மிக்கவரை,
தவபலமென உடல்திடமெனத் தனக்கிணை இல்லாதவர்,
திரிசூலமான ஆயுதம் தரித்தவர் கிரிஷரிடம்,
தஞ்சமென அடைந்துத் தொழுவேன் மனமுருகி.

(7)செளப்திக பர்வம், பகுதி 7

மனமுருகி இவ்விதம் மனத்திலே எண்ணியபடி,
தேர்விட்டு இறங்கித் தரையிலே நின்றான்,
மகேசரது வடிவத்தை மனத்திலே நினைந்தபடி,
தலையைச் சாய்த்துத் துதித்தான் பக்தியுடன்.

பக்தியுடன் வேண்டினேன் பாதுகாவல் தாருமென,
உக்ரன் ஸ்தனுவென உருத்திரன் சிவனென,
ஈசானியன் சர்வனென ஈஸ்வரன் கிரிஷனென,
வரந்தரும் இறைவன் வையத்தின் வேந்தனே.

வேந்தனே உனக்கு வணக்கங்கள் பல்லாயிரம்,
நீலகண்டமே உடையவனே நீதானே இந்திரனும்,
தகூனுக்கே பாடந்தரத் தாக்கினாய் வேள்வியை,
ஹரனென்றே பெயருடையாய் அகிலமே உன்வடிவம்.

உன்வடிவம் பலவாகும் உடையாய்த் திரிநேத்திரம்,
உமையம்மையின் பதியே வாழுகிறாய் இடுகாட்டில்,
பேய்வடிவம் கொண்டப் பலமிக்க கணங்களின்,
பலமிகும் இறைவனே பெருவளம் நீயுடையாய்.

நீயுடையாய் அழிவிலாத நலமிக்க வளத்தினை,
பலமுடையாய் அபரிமிதமாய் கரமுடையாய் பெருங்கதை,
கபாலமுடையாய் கதையின் கனத்தப் பெருமுனையாய்,

பெயருடையாய் உருத்திரனென பிரமசரியாய் இருப்பாய்.

இருப்பாய் சடையுடன் அளிப்பாய் நல்வாழ்வை,
அளிப்பாய் மனத்தூய்மை ஆற்றலிலா பலவீனனுக்கு,
சிறுதுளியாய் ஆற்றலற்றச் சிறியவன் வேண்டுகிறேன்,
திரிபுரத்தை எரித்தானுக்குத் தருகிறேன் என்னையே.

என்னையே உனக்கு அளிக்கிறேன் பலியாக,
பாடலிலே துதிசெய்யப் பொருத்தமான இறைவனே,
உன்னையே துதித்து உரைத்தேன் பாக்களை,
பரமேசனே உந்தன் பதத்திலே சரணடைந்தேன்.

சரணடைந்தேன் உன்னிடம் செயல்வெற்றி உடையவரே,
தோலாடையுடன் செஞ்சடை தரித்தவனே நீலகண்டா,
தாங்க்தான் இயலாதத் தாக்கும் திறத்தானே,
தடுக்கதான் எவருமில்லை திரிநேத்திரன் உன்பலத்தை.

உன்பலத்தை எதிப்பவர் ஒருவரும் இல்லையே,
தூய்மையை உடையவரே தரணியைப் படைத்தவரே,
பிரமராய் இருக்கும் பிரமசாரியே விரதவானே,
தவத்தைச் செய்திடும் தயாபரனே அனந்தனே.

அனந்தனே உன்வடிவம் ஆயிரம் பல்லாயிரம்,
உன்னுடனே பூதகணங்கள் வருவாரே முக்கண்ணனே,
கணமென்றே வருவோருக்குக் கனிந்தவனே மகேஸ்வரா,
குபேரனே உன்னைக் காணுவான் எப்போதும்.

எப்போதும் கெளரியின் இதயத்தில் இருப்பவனே,
குமாரனாம் மைந்தனிடம் கனிவுறும் அய்யனே,
காளையாகும் வாகனத்தைக் கொண்டவனே மகேசனே,
மெலிதாகும் ஆடைகளை மாண்புடன் அணிவாய்.

அணிவாய் நல்லாடை எழுவாய் ஆற்றலுடன்,
உமையை மகிழ்விக்க ஆர்வம் உடையவரே,
உயர்வை உடையவற்றினும் உயர்வான மேலோரே,
அனைத்தை மிஞ்சும் ஏற்றம் உமதாகும்.

உமதாகும் அனைத்துயர்வும் ஒன்றுமில்லை உமக்குமேல்,
ஆயுதம் அனைத்தையும் உடையவராம் இறைவரே,
அளவேதும் இல்லாத ஆற்றல் பெருமலையே,
நாற்றிசையும் காக்கிறாய் நிகரிலாப் பேரிறையே.

பேரிரையே நீயுடையாய்ப் பொற்கவசம் உன்னுடலில்,
நிலவையே அணிகிறாய் நினது சிகையிலே,
மனதையே ஒருமுகமாக்கி உம்மயே வணங்குகிறேன்,
தஞ்சமே நின்பதமெனத் தாளிணைகள் பணிந்தேன்.

பணிந்தேன் மகேசரே பரிவுடன் அருளவேண்டும்,
கிடக்கிறேன் பெருந்துயரில் காரியம் முடியாமல்,
கொடுக்கிறேன் என்னையே கொள்ளுவாய் படையலாக,
பஞ்சபூதங்களின் இவ்வுடலைப் பரமேசருக்கு
அளிக்கிறேன்.

அளிக்கிறேன் உடலையென அறிவித்தான் அஸ்வத்தாமன்,
அன்னவனின் வேண்டுதலின் அடுத்தகட்டம் நிறைவேற,
தங்கத்தின் மிளிர்வுடன் தகதகக்கும் பலிபீடம்,
அன்னவன் எதிரிலே அவ்விடத்தில் தோன்றியது.

தோன்றியது பலிபீடம் துரோணரின் மைந்தனுக்கென,
பீடத்து மீதாகப் பெருந்தீ கனன்றது,
பத்துத் திசைகளும் பாங்குடன் ஒளிர்ந்தது,
தோன்றியது பலிபீடத்துடன் திடமிக்கப் பலவடிவம்.

பலவடிவம் தோன்றியது பெருத்தக் கண்களுடன்,
வாய்களிலும் கண்களிலும் வந்தது செந்தீ,
கால்களும் பல்லாயிரம் கணக்கில்லைத் தலைகளுக்கு,
கைகளும் அங்கதங்களுடன் கரியின் துதிக்கரமென.

துரிக்கரமெனக் கரங்களைத் தூக்கியே அவ்வடிவங்கள்,
வந்தன அவ்விடத்தில் வடிவங்கள் பலவிதத்தில்,
முயலெனக் கரடியெனப் பசுவென ஓட்டகமென,
புரவியென நரியெனப் பலவிதத்தில் முகங்கள்.

முகங்கள் பூனைபோல் மாபெரும் புலியைப்போல்,
காகங்கள் மனிதக் குரங்குகள் சிறுத்தைபோல்,
கிளிகள் போலவும் கொண்டிருந்தார் முகங்களை,
அரவம்போல் கொக்குபோல் அமைந்தன சிலமுகங்கள்.

சிலமுகங்கள் மரங்கொத்திபோல் சிறுத்து நீண்டிருந்தன,
குயில்போல் ஆமைபோல் கொல்லும் முதலைபோல்,
திமிங்கலங்கள் போலவும் திடமிக்க மகாரம்போலும்,
சிம்மங்கள் புறாக்களெனச் சகலவிதத்தில் முகங்கள்.

முகங்கள் சிலருக்கு மாபெரும் வேழம்போல்,
மான்போல் அண்டங்காகம்போல் மாபெரும்
வல்லூறுபோல்,
கரத்தில் காதுகளுடன் கண்கள் ஓராயிரத்துடன்,
தொந்திகள் பருமனுடன் தெரிந்தன உருவங்கள்.

உருவங்கள் சிலவற்றி ஒருதுளியும் சதையில்லை,
தலைகள் இல்லாமலும் திரிந்தன வடிவங்கள்,
கரடிபோல் முகத்துடனும் காணப்பட்டார் ஒருசிலர்,
கண்கள் நெருப்பெனக் கடுமை வடிவங்கள்.

வடிவங்கள் பலவிதத்தில் வெம்மையாய்த் தெரிந்தன,
தலைகள் முடிகள் தீயில் இருந்தன,
கரங்கள் நான்குடன் கனன்றனர் சிலபேர்,
சிரங்கள் ஆடுபோல் சிலபேர் இருந்தனர்.

இருந்தனர் சங்கென அதீத வெண்ணிறத்தில்,
கொண்டனர் முகங்கள் காதுகள் சங்குபோல,
கத்தினர் அவ்வொலியே கேட்டது சங்கொலிபோல்,
அணிந்தனர் சிலபேர் அழகுச் சடைமுடி.

சடைமுடி கொண்டச் சிகையை உடையோரும்,
ஜந்துமுடி தலையில் அழகுடன் முடிந்தோரும்,
வற்றியபடி வயிறு ஒட்டியபடிச் சிலபேரும்,
அம்பெனும்படிக் காதும் வந்துமுன்நின்ற நாற்பல்லும்.

நாற்பல்லும் முன்வரவே நின்றனர் சிலபேர்,
கிரீடமும் புருவங்களும் கனத்தவர் சிலபேர்,
உடல்முழுதும் புல்லாடை உடுத்தவர் சிலபேர்,
சுருள்குழலும் கொண்டவர் சிலபேர் இருந்தனர்.

இருந்தனர் தலையிலே அழகுமிக்கக் கிரீடத்துடன்,
ஒருசிலர் தலைப்பாகை அணிந்தனர் துணியிலே,
கொண்டனர் சிலபேர் கனிவான அழகுமுகம்,
அணிந்தனர் தாமரையால் ஆபரணம் அழகுக்கென.

அழகுக்கென மலர்களை அணிந்திருந்தனர் சிலபேர்,
ஆயிரமென இலட்சமென அவர்கள் குழுமினர்,
சதனிகமென வஜ்ரமெனச் சண்டைக்கு ஆயுதத்தை,
தரித்திருந்தனர் கரத்திலே தாக்கவல்லப் பல்லாயுதம்.

பல்லாயுதம் கொண்டிருந்தார் புசண்டிகமென
முஷலமென,
ஒருசிலர்தம் கரங்களில் உறுதிமிக்க கதைகள்,
கோடரிகளும் கயிறுகளும் கொண்டிருந்தார் ஒருசிலர்,
அதிசயமிகும் அம்புகளுடன் அம்புக்குடுவை சிலபேரிடம்.

சிலபேரிடம் அம்புகள் செறிந்த குடுவைகளும்,
கொடிகளிலும் மணிகளைக் கட்டியவர் சிலபேரும்,
பெருந்திறம் கொண்டப் போராளிகள் இருந்தனர்,
கோடரியாம் ஆயுதத்துடன் கொண்டின்ருந்தனர்
பாசக்கயிறு.

பாசக்கயிறு கதை பெருத்த முட்பந்து,
நீண்டதொருக் கம்புடன் வளைந்ததொருக் கொடுவாள்,
சிலபேரதுச் சிரத்தில் சீர்மிக்க கிரீடமாக,
பாம்பதுச் சிரத்தைப் பதித்து வைத்தனர்.

வைத்தனர் அரவங்களை வகைவகை அங்கதங்களாக,
சிலபேர் உடலில் சீர்மிக்க ஆபரணங்கள்,
அணிந்தனர் மிகவும் அழகுடன் பொலிவுடன்,

ஒருசிலர் உடலிலே ஒட்டியது மண்புழுதி.

மண்புழுதி பூசியோரும் மாண்பிலாச் சேற்றினையே,
தெளித்து உடலுமுழுதும் தாங்கும் சிலபேரும்,
வெண்பட்டு உடுத்தோரும் வகைவகை நிறங்களாக,
உடலது செந்நிறமாய் வெண்ணிறமாய் நீலமாகவும்.

நீலமாகவும் கைகால்களுடன் நின்றனர் சிலவீரர்,
தாடியிலாதும் சிலபேர் தெரிந்தனர் அக்குழுவில்,
துணைவரெனும் பெயர்கொண்டத் திடமிக்கார்
அனைவரும்,
தங்கநிறம் கொண்டவர் திளைத்தனர் பெருமகிழ்வில்.

பெருமகிழ்வில் ஒலித்தனர் பேரிகைகளைக் கொம்புகளை,
ஜர்ஜரங்கள் தாளங்கள் கோமுகங்கள் அனகங்களென,
பலவிதத்தில் இசையொலித்துப் பாங்குடன் நடனமாடி,
முன்புறத்தில் பக்கவாட்டில் மிகவேகத்தில் குதித்தனர்.

குதித்தனர் ஓடினர் கனவேகத்தில் ஓடினர்,
அன்னவர் முடிக்கற்றை அவிழ்வுற்றுக் காற்றிலே,
காண்பவர் வியக்கவே கலைந்துப் பறந்தது,
உயர்த்தினர் கரங்களை ஓடினர் வேகத்துடன்.

வேகத்துடன் ஓடினர் வேழங்களுக்கு மதமேறியதாய்,
கத்திதான் பேரோசை கிளப்பினர் பலவிதமாய்,
காணதான் மிகவும் கடுமையான வடிவத்திலே,
பிடரிதான் நீண்டுவரப் பேரோசை உண்டாக்கினர்.

உண்டாக்கினர் பேரொலியை உடையணிந்தனர்
நீலநிறத்தில்,
செண்டணிந்தனர் நற்கந்தமணிந்தனர் கொண்டிருந்தனர்
பெருமாலைகள்,
நன்மணிகளோர் அழகுடன் நிறையவே பதித்ததாக,
அணிந்திருந்தனர் அங்கதங்கள் அதிதீரர் பெருவீரர்.

பெருவீரர் அனைவரும் போர்க்கலையில் வல்லவர்,

கொல்லுவர் பலபேரைக் கிடையாது தடுக்கவல்லார்,
உண்டனர் விலங்குகளின் உதிரத்தைக் கொழுப்பை,
கொண்டையிட்டனர் தலைமுடியைக் காதணிந்தனர்
வளையங்களை.

வளையங்களைக் காதில் உடையவர்கள் அவ்வீரர்,
கிரீடங்களை அணிந்திருந்தார் கொஞ்சம்பேர்
தலைசொட்டை,
முகத்தை முடியினால் மறைத்திருந்தார் ஒருசிலர்,
சூரியனைச் சந்திரனைச் சாய்க்கவல்ல திடத்தினர்.

திடத்தினர் அவர்கள் தனித்தே தாக்கினாலும்,
வானத்திலோர் நட்சத்திரமும் வையத்தின் பூமியும்,
கணத்திலோர் துகளெனக் காணாவிதம் அழிவுறும்,
அறிந்திலர் அச்சத்தை ஆற்றலுளார் மிகையாக.

மிகையாக ஆற்றலுடன் மகாதேவர் அருகிருந்து,
கோபமாக உருத்திரரின் கொதிப்பைத் தாங்கவல்லார்,
எவ்விதமாக விரும்பினும் அவ்விதமாக நடப்பவர்,
மூவுலகாக இருப்பதன் மன்னவரின் மன்னவர்கள்.

மன்னவர்கள் அவ்வீரர் மகிழ்விலே விளையாடுவார்கள்,
பேசுபவர் தமக்குப் பொருந்தும் நற்சொல்லை,
கொண்டினர் கர்வமும் கீழான அகந்தையும்,
கொண்டவர் எட்டுவித குணமான நல்லவற்றை.

நல்லவற்றை அனைத்தையும் நடத்தையில்
கொண்டவர்கள்,
தற்பெருமை இல்லாதவர் தலைவரானவர் ஹரனாவார்,
வணங்குவர் மகாதேவனை எண்ணுவர் ஈசனையே,
பேசுவர் செய்வர் பரமனுக்கு உகந்ததையே.

உகந்ததையே செய்பவர் உருத்திரனையே நினைப்பவர்,
குழந்தையே தனக்கு கணங்களான இவர்களென,
மகேசரே இவர்களை மாண்புடன் காக்கிறார்,
பிரமத்தையே நிந்தித்தோரைப் புசிப்பவர் கணங்கள்.

கணங்கள் பிரமத்தைக் கருத்துடன் நினைப்பவர்கள்,
எவர்கள் பிரமத்தை எள்ளளவு நிந்தித்தாலும்,
உண்ணுவார்கள் அவரின் உதிரத்தைக் கொழுப்பை,
குடிப்பார்கள் நாற்சுவைக் கொண்டதான சோமரசத்தை.

சோமரசத்தை உண்டுச் சோமநாதனைப் பூசித்து,
வேகானத்தை இசைத்து வணங்குவர் திரிசூலரை,
பிரமசரியத்தைக் கடைப்பிடித்துப் புலனடக்கத்தைப்
பழகியவர்,
பாவாவைத் தொடர்ந்துவரப் பெற்றனர் நல்வரத்தை.

நல்வரத்தை உடையவர் நாதருடனே இருப்பவர்,
நடந்ததை நடப்பதை நடக்கவேண்டி இருப்பதை,
நடைமுறை ஆக்கிடும் நிமலராம் ஈசரை,
அன்னை பார்வதியுடன் அன்பாய்த் துதிப்பவர்.

துதிப்பவர் மகேசரைத் துணையானவர் மகேசருக்கு,
சேருபவர் தமைப்போன்றச் சீருடைய நல்லாருடன்,
வந்தனர் அஸ்வத்தாமனிடம் ஒலித்தனர் கருவிகளை,
கத்தினர் கூவினர் கர்ஜித்தனர் கனன்றனர்.

கனன்றனர் கோபத்தில் கானமோதினர் ஈசருக்கு,
ஒளிர்ந்தனர் மகேசரை உள்ளே நினைந்ததால்,
வந்தனர் அஸ்வத்தாமனிடம் விமலரின் அடியார்கள்,
சோதித்தனர் அஸ்வத்தமனின் சீர்மையை ஆற்றலை.

ஆற்றலைச் சோதித்து அழிவினைக் கண்டுகளித்து,
நடப்பதைக் காணவே நெஞ்சத்தில் கருத்துற்று,
பலவைகை ஆயுதங்களுடன் பலமிக்கச் சக்கரங்களுடன்,
கோடரியை ஏந்தியபடிக் கனவேகம் வந்தனர்.

வந்தனர் கோரமாகக் கண்டவர் விதிர்விதிர்க்க,
மூவுலகோர் அனைவரும் மனத்திலே நடுங்கும்படி,
இருந்தனர் மிகவும் அதிகோர வடிவத்தில்,
கண்டனர் அஸ்வத்தாமன் கொள்ளவில்லை அச்சமென.

அச்சமென ஏதுமின்றி அம்புகளைக் கரமேந்தி,
அக்கினியென வில்லுடன் அம்புகளே கரண்டிகளென,
ஆகுதியெனத் தன்னுயிரை அளிக்கவே விழைந்தவன்,
முறையான மந்திரங்களை மொழிந்தான் மகேசருக்கு.

மகேசருக்குத் தன்னை மாண்புடன் ஆகுதியாக்கி,
கரமிரண்டும் சேர்த்துக் கருத்திலே உறுதியுடன்,
தனக்கென்று வேண்டுதலைத் தெரிவித்தான்
அஸ்வத்தாமன்,
ஆங்கிரசுக்குப் பேரனான அஸ்வத்தாமன் நானாவேன்.

நானாவேன் உமக்கு நெருப்பிலே ஆகுதியாய்,
உயிர்மூச்சின் ஆகுதியை உவப்புடன் ஏற்றிடும்,
அகிலத்தின் உயிர்மூச்சே அளிக்கிறேன் என்னுயிரை,
மனத்தின் ஒருமையுடன் மகேசரே உமைப்பணிந்தேன்.

உமைப்பணிந்தேன் ஈசரே உலகமே உம்வடிவம்,
அனைத்துயிரின் உள்ளானவரே அனைத்துயிர்க்கும்
உறைவிடமே,
உம்மிடந்தான் மேன்மைகள் அனைத்தும் உண்டாகும்,
அனைத்துயிர்க்கும் தஞ்சம் அளிப்பவர் நீவிர்தான்.

நீவிர்தான் எனக்கும் நல்குவீர் தஞ்சம்,
எதிரிகளின் அழிவிற்கு ஏதும் இயலாததால்,
உங்களின் பாதத்தில் வந்தேன் காணிக்கையாக,
எந்தன் உயிரை ஏற்பீர் ஈசரே.

ஈசரே என்றபடி அஸ்வத்தாமன் குதித்தான்,
அக்கினியே எரிந்து ஆகுதியை ஏற்றது,
கரங்களையே உயர்த்திக் கருத்தை ஒருமையாக்கி,
நெருப்பிடையே அஸ்வத்தாமன் நின்றான் பக்தியுடன்.

பக்தியுடன் அஸ்வத்தாமன் புரிந்தசெயல் மகிழ்வென்று,
அன்புடன் மகாதேவர் அவ்விடத்தில் தோன்றினார்,
என்னிடம் பக்தியுடன் உண்மையுடன் கவனத்துடன்,

தியாகத்துடன் தவத்துடன் துதித்தான் கண்ணன்.

கண்ணன் உறுதியுடன் கருணையுடன் பக்தியுடன்,
மன்னிக்கும் குணத்துடன் மிகுந்த தூய்மையுடன்,
எண்ணத்தின் வலிமையுடன் வார்த்தையின்
உண்மையுடன்,
துதித்தனன் என்னைத் தூய்மைமிகும் பக்தியால்.

பக்தியால் என்னைப் பாங்குடன் வணங்கியதால்,
கண்ணன்போல் எனக்குக் கிடையாது பிரியமானவர்,
அவன்மனதில் நினைத்ததை அளிக்கவேண்டும்
செயலிலென,
பலவிதத்தில் மாயைகளால் பாதுகாத்தேன் பாஞ்சாலரை.

பாஞ்சாலரை இனிமேல் பாதுகாக்க வழியில்லை,
வாழ்நாளை முடித்திடும் வேளைதான் வந்ததால்,
மேலுலகை அடையவேண்டும் மாற்றமில்லை
முடிவிலென்று,
தம்மாற்றலை அஸ்வத்தாமனுக்குள் ஸ்தனுவே
புகுத்தினார்.

புகுத்தினார் தம்மைப் பெருவீரன் அஸ்வத்தாமனுக்குள்,
அளித்தார் அவனுக்கு அதிசயப் பெருவாளை,
ஆற்றலிலோர் நிகரிலானென அஸ்வத்தாமன் மிளிர்ந்தான்,
இறைவரானவர் தனக்குள் ஏகியதால் பலமடைந்தான்.

பலமடைந்தான் அஸ்வத்தாமன் போரிலே நிகரற்றவனாய்,
மறைந்துதான் அவனுடன் மிகப்பல ராட்சதர்கள்,
இருபுறமும் சென்றனர் ஈசனாரின் கணங்களாக,
எதிரிகளின் கூடாரத்தில் அஸ்வத்தாமன் நுழைந்தான்.

(8)செளப்திக பர்வம், பகுதி 8

நுழைந்தான் கூடாரத்திலென நவின்றான் சஞ்சயன்,
வினவினான் திருதராஷ்டிரன் விவரங்கள் தரவேண்டி,

எதிரிகளின் கூடாரத்தில் ஏகிதான் அஸ்வத்தாமன்,
நுழைந்துதான் செல்லுகையில் நடந்ததென்ன
அவ்விடத்தில்?

அவ்விடத்தில் போஜர்களின் அரசனும் கிருபரும்,
பயத்தில் ஓடினரா போஜனும் கிருபரும்,
தடுத்தல் செய்துத் தாக்கினரா அல்லது,
எதிரிகள் பலங்கண்டு எங்கேனும் ஓடினரா?

ஓடினரா காவலர்கள் வந்தே துரத்தியதால்?
கொன்றனரா பாஞ்சாலரைக் கிடத்தினரா தரைமீது?
செய்தனரா ஏதேனும் சொல்லிடும் அளவிற்கு?
இறந்தனரா ஒருவேளை இயம்புவாய் சஞ்சயா.

சஞ்சயா சொல்வாயெனச் சொன்னான் திருதராஷ்டிரன்,
அஞ்சா நெஞ்சத்துடன் அஸ்வத்தாமன் சென்றான்,
நெஞ்சிலே பதட்டமின்றி நெருங்கினான் கூடாரத்தை,
கொஞ்சம் தள்ளியே காவலாகினர் மற்றவர்.

மற்றவர் இருவரும் மிகப்பெரும் கதவருகில்,
காத்தனர் எதிரிகள் கதவால் வெளியேறாமல்,
அங்கிருவர் நின்றதால் அஸ்வத்தாமன் மகிழ்வுற்று,
பாஞ்சாலர் கூடாரத்தில் புகுமுன்னர் பேசினான்.

பேசினான் இருவரிடமும் பொறுமையுடன் உறுதியுடன்,
இருவரும் சேர்ந்து ஆற்றலுடன் போரிட்டால்,
எவரும் தப்பிக்க இயலாதே இவ்வுலகில்,
பாஞ்சாலரின் ஒருசிலர்தான் பாருலகில் மீதமுளார்.

மீதமுளார் அனைவரையும் மிஞ்சாமல் அழித்துவிட,
நீருவர் இங்கே நின்றால் போதுமே,
உறங்குபவர் கூடாரத்தின் உட்புகுவேன் எமனென்று,
அங்கிருப்போர் எவருமே என்னிடத்தில் தப்பமாட்டார்.

தப்பமாட்டார் என்றபடித் துரிதமாக கூடாரத்தில்,
ஒப்பிலாதோர் துரோணர் உற்றமகன் நுழைந்தான்,

கதவிலாததோர் வழியாகக் கூடாரத்தினுள் புகுந்தான்,
நடையிலோர் மென்மையுடன் நகர்ந்தான் கூடாரத்தில்.

கூடாரத்தில் திருஷ்டத்யும்னன் கொண்டிருந்த
உறைவிடத்தை,
குறியீடுகள் மூலம் கண்டறிந்து முன்னேறினான்,
வெற்றிகள் பெற்றோமென உறக்கத்தில் ஆழ்ந்தவராய்,
அவ்விரவில் பாஞ்சாலர் அங்கிங்கும் உறங்கினர்.

உறங்கினர் பலபேர் உறங்கினான் திருஷ்டத்யும்னனும்,
அங்கோர் படுக்கையில் அமைதியாய்த் துயில்கொண்டு,
பட்டிலோர் துணியால் போர்த்தியப் படுக்கையில்,
மாலைகள் மலர்களுடன் மன்னவன் உறங்கினான்.

உறங்கினான் நறுமணத்தை அளிக்கும் புகைகளுடன்,
உதைத்துதான் அஸ்வத்தாமன் உலுக்கினான்
திருஷ்டத்யும்னை,
நம்பிதான் உறங்கியவன் நிகரிலா மாவீரன்,
விழித்துதான் கண்டான் வந்தான் அஸ்வத்தாமனென.

அஸ்வத்தாமனென எதிரிதான் அவ்விடத்தில்
தோன்றியதால்,
மோதுவேனென எழுந்திட முயன்றான் திருஷ்டத்யும்னன்,
கொத்தென முடிதனைக் கற்றையாய்ப் பிடித்திழுத்து,
சட்டெனத் தரையிலே சாய்த்தான் அஸ்வத்தாயன்.

அஸ்வத்தாமன் அவ்விதம் அழுத்தியே தள்ளுகையில்,
அச்சத்தின் விளைவாகவும் அயர்வின் காரணத்தாலும்,
எதிர்க்கதான் இயலவில்லை அதிதீரன்
திருஷ்டத்யும்னனால்,
உரைத்தான் அஸ்வத்தாமன் வேந்தனின் மார்பிலே.

மார்பிலே கழுத்திலே மிகவேகமாய் உதைத்ததால்,
துடித்தே திருஷ்டத்யும்னன் திமிறினான் விடுபட,
கரத்திலே நகங்களால் கொல்லவே முயன்றான்,
வேட்டையிலே அகப்பட்ட விலங்குபோல் வேந்தனை.

வேந்தனைக் கொல்ல விழைந்தவன் அஸ்வத்தாமனின்,
உடலினைப் பூரியபடி உரைத்தான் திருஷ்டித்யும்னன்,
நீயெனைக் கொல்லலாம் நிகரிலா குருமைந்தா,
ஆயுதத்தை எடுத்து அழிப்பாய் என்னை.

என்னை அயுதத்தால் அழித்து உதவிசெய்,
மென்மை கொண்டதாம் மாண்புடைய சொர்க்கத்தில்,
வாழ்வைப் பெற்றிட வழங்குவாய் வழியென்று,
நேர்மை குன்றாதவன் நவின்றான் அஸ்வத்தாமனிடம்.

அஸ்வத்தாமனிடம் உரைத்தபின்னர் அமைதியானான்
திருஷ்டத்யும்னன்,
ஆற்றலுடன் அஸ்வத்தாமன் அழுத்தினான்
திருஷ்டத்யும்னனை,
குருவின் சாவிற்குக் காரணம் ஆனவர்க்கு,
சொர்க்கத்தின் வாழ்வில்லைச் சீரழிவாய் சாவிலும்.

சாவிலும் உனக்குச் செய்திடேன் உதவியேதும்,
ஆயுதம் கொண்டு அழித்திடும் தகுதியில்லை,
வெறுங்கரம் கொண்டு வீழ்த்துவேன் உன்னையென,
எவ்விடம் முக்கியமோ அவ்விடம் உதைத்தான்.

உதைத்தான் காலால் உயிரினை எடுத்தான்,
கோபந்தான் கொண்டுக் கரியொன்றைச் சிம்மம்,
எவ்விதந்தான் கொல்லுமோ அவ்விதந்தான் கொன்றான்,
கண்டுதான் மனைவியரும் காவலரும் விதிர்விதிர்த்தனர்.

விதிர்விதிர்த்தன அங்கே வந்ததோர் வானவனென,
பாஞ்சாலர் வேந்தன் பிணமாகி விழுந்தபின்னர்,
குருநாதர் மைந்தன் கர்ஜனையுடன் வெளியேறி,
மற்றவர் கொலைக்கென மிகவேகம் தேரேறினான்.

தேரேறினான் துரோணர்மகன் தெரியாததூரம் சென்றான்,
அதன்பின்புதான் மாதர்கள் அழுகைக்குரல் எழுப்பினர்,
திருஷ்டத்யும்னன் பாஞ்சால தேசத்தின் அரசன்,

இறந்துவிட்டான் எனக்கண்டு அழுதனர் மாதர்.

மாதர் அழுதகுரல் மனதை உலுக்கிட,
க்ஷத்ரியர் அனைவரும் சடுதியில் எழுந்தனர்,
அணிந்தனர் கவசங்களை ஆயுதங்களை அங்கதங்களை,
விசாரித்தனர் நடந்த விவரம் என்னவென்று.

என்னவென்று கேட்டதும் அழுதுகொண்டே மாதர்கள்,
தேரிலங்கு செல்லுகிறான் தெரியவில்லை எவனென்று,
மனிதனென்று அரக்கனென்று மனதிலே அறியவில்லை,
அரசனிங்கு மாண்டனன் அவ்விடத்தில் கொன்றவன்.

கொன்றவன் இருப்பதாகக் கூறிய இடத்திலே,
குழுமிதான் பாஞ்சாலர் கொல்லவந்தார் அஸ்வத்தாமனை,
அஸ்வத்தாமன் அவ்விடத்தில் ஆற்றலில் மிகைத்தவனாய்,
ருத்ராஷ்ட்ரத்தின் உதவியால் அழித்தான் அனைவரையும்.

அனைவரையும் அஸ்வத்தாமன் அழித்தான்
அரைக்கணத்தில்,
திருஷ்டத்யும்னனும் உதவியாளரும் தாக்குண்டு
மாண்டபின்னர்,
உத்தமௌஜாவும் அங்கே உறங்குவதைக் கண்டான்,
கழுத்திலும் மார்பிலும் காலால் உதைத்தான்.

உதைத்தான் மிதித்தான் உத்தமௌஜா துடிதுடித்தான்,
கண்டுதான் யுதாமன்யு கதையொன்றைக் கரமெடுத்து,
அடித்தான் அஸ்வத்தாமனை ஆத்திரம் மிகுதியாக,
பிடித்தான் அஸ்வத்தாமன் அடித்தான் தரைமீது.

தரைமீதுக் கிடந்தான் திடமிகுந்த உத்தமௌஜா,
விலங்கென்று அவனை வீழ்த்தினான் அஸ்வத்தாமன்,
அடுத்தங்கு இருந்தோரை அழித்தான் அஸ்வத்தாமன்,
வேள்விக்கு ஆகுதியென வெட்டினான் எதிரிகளை.

எதிரிகளைக் கத்தியால் அதிவேகமாய்த் தாக்கினான்,
பலபேரைக் கொன்றான் பலமிக்கான் அஸ்வத்தாமன்,

உறக்கத்தை நீங்காது வருவதை அறியாது,
அயர்வுதனை அடைந்தவரை அழித்தான் அஸ்வத்தாமன்,

அஸ்வத்தாமன் கொன்றான் யானைகளைக் குதிரைகளை,
குருதிதான் வழிந்தோடக் கொன்றான் பலபேரை,
காலத்தின் விளைவாகக் காலகாலன் வந்ததாக,
அதிரவைத்தான் எதிரிகளை அழித்துவிட்டான் பலபேரை.

பலபேரை அழித்த பலமிக்கான் அஸ்வத்தாமன்,
மூவிதமாய்க் கத்தியை மிகவேகம் வீசினான்,
குருதிமழை அவன்மீதுக் கொட்டியது அருவிபோல,
உருவத்தை மாற்றியது வெறிகொண்ட அரக்கனாக.

அரக்கனாக அஸ்வத்தாமன் அழித்ததால் அவ்விடத்தில்,
கூச்சலாகப் பேரோசை கிளம்பியே எழுந்தது,
விழிப்பாக எவரேனும் எழுவதாக இருந்தாலும்,
குழப்பமாக மனத்திலே கலங்கினர் ஓசைகளால்.

ஓசைகளால் கலங்கினர் உருவத்தால் பயந்தனர்,
அரக்கர்களால் மட்டுமே ஆகுமென நினைக்கும்விதம்,
உருவத்தால் கொடூரமான எமனையே கண்டனர்,
உபபாண்டவர்கள் சோமகருடன் உறங்குமிடம் சென்றான்.

சென்றான் அஸ்வத்தாமன் சாகவேண்டும்
உபபாண்டவரென,
அவ்விடத்தின் சூழலை அறிந்துகொண்ட உபபாண்டவர்,
திருஷ்டத்யும்னன் இறந்தானெனத் தெரிந்துகொண்டுத்
துணுக்குற்று,
ஆயுதம் அணிந்தனர் அடித்தனர் அம்புகளால்.

அம்புகளால் அஸ்வத்தாமனை அடித்தனர்
உபபாண்டவர்கள்,
அச்சமென்றால் என்னவென அறியாதுப் போரிட்டனர்,
ப்ரபத்ரகர்கள் சிகண்டியுடன் போரிட வந்தார்கள்,
அஸ்வத்தாமன்மேல் அம்புகளை அடித்தார்கள்
வரிசையாக.

வரிசையாக அம்பெய்து வீழ்த்தவேண்டும்
அஸ்வத்தாமனையென,
வேகமாக வந்தவரை வலிமைமிக்க அஸ்வத்தாமன்,
கோரமாகத் தந்தையைக் கொன்றதை நினைவுற்று,
சிம்மமாக ஓடினான் சிறந்ததோர் கத்தியுடன்.

கத்தியுடன் கேடயத்தைக் கரத்திலே எடுத்தவன்,
குதித்தனன் தேரிவிட்டுக் கொதிப்புடன் ஓடினன்,
சென்றனன் திரௌபதியின் சீர்மிக்க மைந்தரிடம்,
அடிந்தான் ப்ரதிவந்தியனை அடிவற்றில் வேகமாக.

வேகமாகத் தாக்கியதால் உயிரிழந்தான் ப்ரதிவிந்தியன்,
ஆழமாக ஈட்டியால் அடித்தான் சுதசோமன்,
கோபமாகக் கரத்தினைக் கத்தியால் வெட்டியபின்,
விலாமீதுத் தாக்கினான் வெறிகொண்ட அஸ்வத்தாமன்.

அஸ்வத்தாமன் தாக்குதலால் அழிவுற்றான் சுதசோமன்,
நகுலன்மகன் சதனிகன் நெருப்பெனத் தாக்கினான்,
எடுத்தான் சக்கரத்தை இருகரத்தின் உதவியால்,
எறிந்தான் மார்பிலே எதிரிதான் சாவானென.

சாவானென நினைத்துச் செய்தத் தாக்குதலில்,
உயிரோடென இருந்தான் உரமிக்க அஸ்வத்தாமன்,
கொடூரமானத் தாக்குதல் கொடுத்தான் சதனிகன்மேல்,
திடீரென சதனிகன் தரையிலே விழுந்தான்.

விழுந்தான் விழுந்தவன் எழுந்திடும் முன்னதாக,
வெட்டினான் தலையை வாளின் உதவியால்,
ஸ்ருதகர்மன் முட்பந்தால் செய்தான் தாக்குதல்,
நெற்றியின் இடப்புறத்தில் நன்கு அடித்தான்.

அடித்தான் ஸ்ருதகர்மனை அஸ்வத்தாமன் கத்தியால்,
முகத்தின் மீதாக மிகவேகம் தாக்கினான்,
விழுந்தான் ஸ்ருதகர்மன் உயிர்தான் பிரிந்ததால்,

அம்பெய்தான் ஸ்ருதகீர்த்தி அழியவேண்டும்
அஸ்வத்தாமனென.

அஸ்வத்தாமனென இருந்தவன் அம்புகள் அனைத்தையும்,
கேடயமான ஆயுதத்தால் கணத்திலே தடுத்தான்,
எதிரியான ஸ்ருதகீர்த்தியை அடித்தான் கத்தியால்,
தனியானத் தலைமட்டும் தரையிலே உருண்டது.

உருண்டது ஸ்ருதகீர்த்தியின் அழகுமிக்கத் தலையங்கே,
அஸ்வத்தாமனது நெற்றிநடுவில் அம்புவிட்டான்
சிகண்டின்,
கோபமுற்று அஸ்வத்தாமன் கனமிக்கப் பெருவாளால்,
இருதுண்டு ஆக்கினான் அதிதீரன் சிகண்டியை.

சிகண்டியை வெட்டியபின் சீறினான் ப்ரபத்ரகர்மேல்,
விராடரைக் கொல்லவும் விரைந்தான் அதன்பின்னர்,
ஆற்றலைக் கொண்டிருந்த அஸ்வத்தாமன் அவ்விரவில்,
பேரழிவை உண்டாக்கினான் பாஞ்சாலரின் பாசறையில்.

பாசறையில் துருபதனின் பிள்ளைகளை அமைச்சர்களை,
எளிதில் கண்டறிந்து அழித்தான் அஸ்வத்தாமன்,
இருந்தவர்கள் அனைவரும் இறந்தார்கள் அவ்விரவில்,
காலராத்திரியில் அனைவரும் காலனிடம் சென்றனர்.

சென்றனர் காலனிடம் சீரிலாப் பேரழிவில்,
கண்டனர் காலராத்ரி கண்முன்னே நிற்பதை,
கரத்திலோர் பாசக் கயிற்றுடன் அம்மாது,
உடலிலோர் செவ்வாடையுடன் வயோதிகையாய் வந்தாள்.

வந்தாள் காலராத்ரி விளம்பினாள் பாடல்களை,
சந்தங்கள் இல்லாதுச் சப்தங்கள் கொடுரேமாக,
விலங்குகள் மனிதர்களை வரிசையாய் ஒருகயிற்றில்,
பிடித்தல் செய்துப் போக்கினாள் எமனிடம்.

எமனிடம் சென்றன அனைவரின் உயிர்களும்,
ஆய்தம் இழந்தவராய் அரசர்கள் பலபேரும்,

சென்றார்கள் அம்மாது செல்லவே பணித்தபடி,
பாண்டவர்கள் அவளைப் பலமுறைக் கண்டிருந்தார்.

கண்டிருந்தார் அம்மாதைக் கனவிலே பாண்டவர்கள்,
கலைந்ததோர் தலையிலே கிடந்ததோர் முடிச்சுடன்,
கனவிலோர் வடிவமாகக் கண்டுவந்தார் அனைவரும்,
அஸ்வத்தாமனோர் அரக்கனாகி அழித்தான் பின்புறத்தில்.

பின்புறத்தில் அஸ்வத்தாமன் பெருந்தாக்கு செய்ததையும்,
முன்புறத்தில் காலராத்ரி மடிந்தவரை ஈர்ப்பதையும்,
போர்க்களத்தில் யுத்தம் துவங்கியதில் இருந்து,
அன்றுவரையில் கனவிலே கண்டார்கள் படைவீரர்.

படைவீரர் அனைவரும் பீதியில் உறைந்தனர்,
அரக்கர் குலத்தானென அழித்தான் அஸ்வத்தாமன்,
கனவிலவர் அனுதினம் கண்டதானக் காட்சியைதான்,
நேரிலவர் அவ்விரவில் நன்றாகக் கண்டனர்.

கண்டனர் கனவுகளில் கண்டதே நனவானதென,
உந்தனர் பல்லாயிரம்பேர் அங்கெழுந்த ஓசைகளால்,
வந்தவர் கால்களை உடைத்தான் சிலருக்கு,
ஒருசிலர் இடுப்பை வெட்டினான் அஸ்வத்தாமன்.

அஸ்வத்தாமன் அனைவரையும் அழித்தான் எமன்போல,
கிடந்தனர் தரையிலே குருதியால் நனைந்தவர்கள்,
சிலபேர் யானைகளால் சிதறுண்ட உடலூடன்,
கிடந்தனர் குழம்பெனக் கிடையாது வடிவமேதும்.

வடிவமேதும் இல்லாமல் வீழ்வுற்றுக் குழம்பாகி,
அறைகுறையாம் உயிரிருந்தோர் அவதியுடன் தடுமாறி,
என்னவாகும் இஃதென என்னதான் நடக்கிறதென,
கேட்டவண்ணம் அங்கிங்காய்க் கலங்கியே சிதறினர்.

சிதறினர் கதறினர் செத்தனர் விழுந்தனர்,
அனைவர் இறப்புக்கும் அஸ்வத்தாமன் காரணமாகி,
எமனார் உலகிற்கு அனுப்பினான் பாஞ்சாலரை,

ஸ்ரிஞ்சயர் எவரும் செல்லவில்லை மீதமென்று.

மீதமென்று எவரும் மீளவில்லை அங்கிருந்து,
ஆயுதமென்று இல்லாமல் அல்லிலே உறங்கியோரை,
வேடென்றுக் கொன்றான் விதியானவன் தானென்று,
உறக்கங்கொண்டு இருந்தோர்க்கு ஒன்றும்
விளங்கவில்லை.

விளங்கவில்லை ஏதென்றும் வீழ்வுமட்டும் நிகழ்ந்தது,
நகார்வில்லை எவரும் நின்றனர் கருத்திழந்து,
பெருங்குரலை எழுப்பியே பிணமாகி விழுந்தனர்,
படுகொலையை முடித்துவிட்டுப் போனான் தேருக்கு.

தேருக்கு வந்தான் திடமிக்கான் அஸ்வத்தாமன்,
எமனுக்கு ஒத்தவனென ஏறினான் தேர்மீது,
பயத்துக்கு இடமளித்தது பெருவீரன் தேரோசை,
வில்லெடுத்துப் பலபேரை வீழ்த்தினான் அம்புகளால்.

அம்புகளால் மற்றவர்கள் அடிபட்டு வீழ்ந்ததை,
கண்டவர்கள் ஆயுதத்துடன் கொல்லவே வந்தாலும்,
அருகினில் வருமுன்னர் அழித்தான் அஸ்வத்தாமன்,
ஆகுதிகள் ஆனார்கள் அந்தகார இரவிற்கு.

இரவிற்கு ஆகுதியாய் அளித்தான் வீரர்களை,
சிலர்மீதுத் தேரேற்றிச் சிதைத்தான் உடல்களை,
அடுத்தடுத்து எம்பெய்து அழித்தான் எதிரிகளை,
கத்தியொடு கேடயத்தைக் கரமேந்திக் கொன்றான்.

கொன்றான் நீலநிறக் கத்தியைக் கரமேந்தி,
சென்றான் சென்றதிசைச் சிதறியே அழிவானது,
ஏரியின் உள்ளேகி யானைகள் கலக்குவதாய்,
கலக்கினான் படைவீட்டைக் காலராத்ரி மகிழ்வுற.

மகிழ்வுற உறங்கியவர் மனம்நடுங்கி எழுந்தனர்,
தெளிவுற அறியாமலே திணறினர் இருளிலே,
வேகமுற ஓடினர் வெவ்வேறு திசைகளில்,

சோகமுறக் கத்தினர் சாக்காட்டின் தாக்கத்தால்.

தாக்கத்தால் உறங்கியவர் திசைகெட்டு ஓடினர்,
ஆயுதங்கள் எடுக்கவில்லை அலைந்தனர் தலைகலைந்து,
பார்த்தார்கள் ஆனால் புரியவில்லை என்னவென,
அருகானவர்கள் எவரென்று அறியவில்லை ஒருவரும்.

ஒருவரும் அங்கே ஒன்றையும் அறியவில்லை,
உறக்கம் கலையாத ஒருசிலர் விழுந்தனர்,
களைப்பும் குழப்பமும் கலையாத ஒருசிலர்,
அங்கிங்கும் அலைந்தனர் அச்சூழலை உணராமல்.

உணராமல் மனிதர்கள் விழுந்தெழுந்து சென்றாலும்,
யானைகள் குதிரைகள் அறுத்தன கயிறுகளை,
மலஜலங்கள் கழித்து மிரட்சியுடன் நின்றன,
குழப்பத்தில் சிலவிலங்குகள் கீழே படுத்தன.

படுத்தன சிலவிலங்குகள் பாய்ந்தன சிலவிலங்குகள்,
குழப்பமானச் சூழ்நிலையில் கொன்றன வீரர்களை,
அரக்கரான அனைவரும் அவ்விடத்தில் கூடினர்,
பலமான விருந்தென்றுப் பெருமகிழ்வில் கூவினர்.

கூவினர் ஓடினர் குழப்பத்தில் ஒவ்வொருவரும்,
இருந்தவர் அனைவரும் ஏதேதோ ஓலமிட்டு,
எழுப்பினர் கோரவொலி இதுதான் போதாதென,
இறந்தனர் விலங்குகள் அங்கிங்கும் ஓடியதால்.

ஓடியதால் இறந்தவர் வெகுபலர் அச்சூழலில்,
ஓடாததால் இறந்தவரும் ஒருசிலர் அச்சுழலில்,
விழுந்தனர் உடலோ விழுந்தது பகுதிகளாக,
இருண்டதோர் இரவிலே இறந்தனர் விதிவசத்தால்.

விதிவசத்தால் ஒருசிலர் வெட்டினர் நண்பர்களை,
செயல்வகைகள் அறியாமல் சிதறியே ஓடினர்,
கதவருகில் முன்வாயிலில் காவலுக்கு நின்றவர்கள்,
பலவழியில் அங்கிருந்து பயத்துடன் ஓடினர்.

ஓடினர் காவலரும் உயிருடன் பிழைத்திருக்க,
தேடினர் வழிகளைத் தெரியவில்லை எவ்வழியும்,
கொன்றனர் எதிரியெனக் கொண்டிருந்த நட்புறவை,
அகன்றனர் உறவினரை அழைத்தனர் பெயர்கூறி.

பெயர்கூறி அழைத்தபடிப் பதறியபடி ஓடினார்கள்,
எவரெவரைக் கண்டாலும் அவரவரை அவ்விடத்திலேயே,
எமனைப் போலவே அழித்தான் அஸ்வத்தாமன்,
தன்னுணர்வை இழந்துத் துடித்தனர் வெளியேற.

வெளியேற வேண்டுமென ஓடினர் அங்கிருந்து,
கதவோரம் வந்தவரைக் கொன்றனர் இரண்டுபேர்,
அஸ்வத்தாமனுடன் வந்திருந்த இருபெரும் வீரர்கள்,
கிருபரும் கிருதவர்மனும் கொலையிலே உதவினர்.

உதவினர் கிருபரும் உரமிக்கான் கிருதவர்மனும்,
நின்றனர் அவ்விருவர் நமனென உருத்திரனென,
வந்தவர் சிலபேர் வேண்டினர் அடைக்கலம்,
இருவீரர் மனங்களோ இறங்கவில்லை ஒருதுளியும்.

ஒருதுளியும் இரக்கமின்றி வீழ்த்தினர் எதிரிகளை,
வணங்கியும் தலைகலைந்தும் வீழ்ந்தும் பணிந்தும்,
அபயம் தரவேண்டி அரற்றியே கேட்டாலும்,
கொலையாகும் முடிவைதான் கொடுத்தார் கிருபர்.

கிருபர் கிருதவர்மன் கொன்றனர் இரக்கமின்றி,
தப்பியவர் எவருமே தாண்டவில்லை வெளிவாயிலை,
கேடானவர் இருவரும் கொன்றனர் வெளிவந்தவரை,
இறுதியிலோர் நற்செயலென எரித்தனர் கூடாரங்களை.

கூடாரங்களைத் மூன்றிடத்தில் கொளுத்தினர் அவ்விருவர்,
மிகுந்தவரைக் கொன்றான் மாவீரன் அஸ்வத்தாமன்,
கத்தியைக் கரமேந்திக் கனலெனச் சுழன்றான்,
எதிரிகளை எல்லாம் அழித்தான் மீதமின்றி.

மீதமின்றிக் கொன்றான் மாபலத்தான் அஸ்வத்தாமன்,
துண்டாக்கிச் சிலரைத் தாக்கியே வெட்டினான்,
மரமென்று ஒருசிலர் மடிந்தனர் இருதுண்டாக,
உடலென்றுக் கிடந்தனர் விலங்குகளுடன் மனிதர்கள்.

மனிதர்கள் உடல்களாக மிருகங்களுடன் கலந்திருந்தார்,
பலவிதத்தில் கத்தியே புலம்பினார் அவ்வீரர்,
எண்ணிலாதோர் தலையற்று உடல்மட்டும் ஆகினர்,
ஒருசிலபேர் தலையிழந்தும் எழுந்துநின்று விழுந்தனர்.

விழுந்தனர் பலவிதத்தில் வெட்டுண்ட வீரர்கள்,
இழந்தனர் தலையை அகன்றனர் ஒருசிலர்,
உடைந்தனர் ஒருசிலர் இடுப்பிலே இரண்டாக,
காதிழந்தனர் கரமிழந்தனர் தோளிழந்தனர் ஒருசிலர்.

ஒருசிலர் தலைமட்டும் உருண்டது தரையிலே,
இருளிலோர் பேரிழப்பு ஏற்பட்டு முடிவுற்றது,
இறந்தவர் அடிபட்டோர் கிடந்தனர் தரைமீது,
விலங்குகளோர் விலக்கில்லை வீழ்ந்தன வேழங்களும்.

வேழங்களும் குதிரைகளும் வீழ்ந்தே கிடந்தன,
யக்ஷர்களும் ராட்சதர்களும் அவ்விடத்தில் குழுமினர்,
தேர்களும் உடைந்துத் தரைமீதுக் கிடந்தன,
ஒருசிலர்தம் உறவினரை உரக்கவே அழைத்தனர்.

அழைத்தனர் உறவினரை அவரவரின் பெயர்கூறி,
திருதராஷ்டிரர் அனைவரும் திரண்டுவந்து போரிட்டும்,
செய்திலர் அஸ்வத்தாமன் செய்ததானப் பேரழிவை,
அசுரகுலத்தார் போலவே அழித்தான் அஸ்வத்தாமன்.

அஸ்வத்தாமன் இவ்விதம் அழித்ததற்கு ஏதுவாக,
பாண்டவரின் சகோதரர்கள் போய்விட்டார் நதிக்கரைக்கு,
சஞ்சசின் இருந்திருந்தால் சாத்தியமில்லை இவ்வழிவு,
அவ்வீரனின் ஆற்றலால் அழிக்கவல்லான் அசுரரையும்.

அசுரரையும் கந்தர்வரையும் யக்ஷரையும் ராட்சதரையும்,

அழிக்கும் வல்லமை அர்ஜுனன் பெற்றிருந்தான்,
வார்த்தையும் பிசகாதவன் உண்மையுளான் பரமபக்தன்,
கருணையும் ஆண்மையும் கனவீரமும் உடையவன்.

உடையவன் நல்லுளம் உன்னதன் அர்ஜுனன்,
உறங்கும் மாந்தரை ஒருபோதும் கொன்றிடான்,
கருத்தும் இழந்தாரைக் கரங்களைக் குவித்தாரை,
ஓடிச்செல்லும் ஒருவரை ஒருபோதும் கொன்றிடான்.

கொன்றிடான் ஒருவனது கேசம் கலைந்திருந்தாலும்,
இங்குதான் அரக்கன் எவனோ புகுந்துவிட்டான்,
கொன்றுதான் போடுகிறான் காண்டீபன்
இல்லாததாலென,
புலம்பிதான் பலரும் பிணமாகி விழுந்தனர்.

விழுந்தனர் தரையிலே வெகுவாய்ப் புலம்பியபடி,
அன்னவர் ஓசைகள் அடங்கினே விரைவிலேயே,
தரையிலோர் புழுதியும் தென்படாத விதமாக,
குருதியோர் நதியெனக் கருஞ்சிவப்பாய் ஓடியது.

ஓடியது எவரெனினும் அழித்தான் அஸ்வத்தாமன்,
அடிபட்டு எவரேனும் அதன்பின் நகர்ந்தாலும்,
எமனென்று அஸ்வத்தாமன் அழித்தான் அனைவரையும்,
உருத்திரனென்று அழித்தான் உயிர்கொண்ட
அனைவரையும்.

அனைவரையும் கொன்றான் அங்கிருந்து செல்லாமல்,
மறைவிடம் சென்றவரை மறித்து எதிர்த்தவரை,
குழுவிடம் மறைந்தவரைக் கொன்றான் அஸ்வத்தாமன்,
அனைவரும் இறந்தனர் அஸ்வத்தாமன் ஒருவனால்.

ஒருவனால் ஒரிறைவில் வீழ்ந்தனர் பல்லாயிரம்பேர்,
பயத்தால் செயலிழந்துப் பதறியே தாக்கினார்கள்,
அருகில் இருந்தவரை அழித்தனர் அச்சத்தால்,
நள்ளிரவில் செல்லுமுன்னர் நமனுலகில் சேர்ந்தனர்.

சேர்ந்தனர் எமனுலகில் சீர்பெற்றப் பாண்டவர்கள்,
மடிந்தனர் போர்வீரர் மரணத்தில் கலங்காதவர்,
அறிந்திலர் தமக்கு அழிவு ஏற்பட்டதை,
அரக்கர் குழுக்கள் அருந்தின உடல்களை.

உடல்களைக் கிழித்து உண்டன சதைகளை,
குருதியைக் குடித்துக் கொண்டாடின மகிழ்வை,
செந்நிறத்தை அடைந்தன சுவைக்கவந்த பைசாசங்கள்,
பெரும்பல்லைக் கொண்டுப் பிணங்களைக் கடித்தன.

கடித்தன வஜ்ரமென கனத்தப் பற்களால்,
சடையெனத் தலையிலே சுற்றிவிட்ட முடியுடன்,
பெரிதானத் தொடைகளுடன் பானையான வயிற்றுடன்,
ஐந்தானக் கால்களுடன் இருந்தன கோரமாக.

கோரமாக அவைகள் களித்துக் கூவின,
பின்னாகக் கால்விரல்கள் பெற்றிருந்த பைசாசங்கள்,
வெறியாக மனமுற்று விகாரமாக வடிவுற்று,
வரிசையாக மணிகளுடன் வந்தன ஓசையிட்டு.

ஓசையிட்டு வரம்விதமாய் உடலெலாம் மணிபொருத்தி,
நீலநிறத்துக் கழுத்துடன் நெருப்பெனக் கண்களுடன்,
பார்ப்பதற்கு மிகவும் பயங்கரமாய்த் தோன்றின,
குடும்பமென்று அவையெலாம் குழுமியே திரண்டன.

திரண்டன அவ்விடத்தில் திடமிக்க பைசாசங்கள்,
அரக்கரென அங்குவந்தோர் அகோரமாய் வடிவுற்றவர்,
பானமெனக் குருதியைப் பருகின அவ்வனைத்தும்,
மகிழ்வான மனத்துடன் மிகவேகம் நடமாடின.

நடமாடின பைசாசங்கள் நவின்றன சிறப்பென்று,
கூறின இக்குருதி குடித்திட இனிமையென்று,
உரைத்தன சுத்தமென்று உண்டன களிப்புற்று,
பல்வேறான விலங்குகளும் புசித்தன உடல்களை.

உடல்களைக் கிழித்து உதிரத்தை மஜ்ஜையை,

எலும்புகளைக் கொழுப்பினை ஆர்வமாய்ச் சுவைத்தன,
நதியைப் போலவே நிலத்திலே ஓடியதான,
கொழுப்பினைக் குடித்தபின் குதித்தன ஆடையின்றி.

ஆடையின்றி அவ்வுடல்கள் ஆடிப்பாடிக் களித்தன,
மனிதக்கறி உண்டு மகிழ்வுடன் வாழ்ந்திருக்கும்,
விலங்கென்று அரக்கரென்று வந்தன பல்லாயிரம்,
கணக்கென்றுக் கூறினால் கடக்கும் கோடிகளை.

கோடிகளைக் கடந்தக் கொடூர வடிவங்கள்,
கடுமுகத்தைக் காட்டிக் களிப்புடன் உண்டன,
பைசாசரைக் கண்டாலும் பயங்கரமே அக்காட்சி,
பெருமகிழ்வை அடைந்தனப் பிணந்தின்னிக் கூட்டங்கள்.

கூட்டங்கள் கூடியே களிப்புடன் உண்டிருந்த,
பிணந்தின்னிகள் மகிழ்ந்திடப் பேரழிவை
உண்டாக்கியபின்,
செந்நிறத்தில் அஸ்வத்தாமன் சென்றான் களம்விட்டு,
கத்தியில் பிடித்தகரம் கத்தியுடன் ஒட்டியது.

ஒட்டியது கைதான் ஒளிமிக்கக் கத்தியிலே,
விடியலானது எனக்கண்டு அழுவானது முடிந்ததென்று,
அங்கிருந்து கிளம்பினான் அஸ்வத்தாமன் வேகத்துடன்,
வீரரென்று வேறெவரும் விழ்ந்திடாதச் செயல்முடித்து.

செயல்முடித்துச் சென்றான் செயத்தகாதக்
கொடுஞ்செயல்,
யுகாந்தந்தத்து நெருப்பென்று இருந்தான் கோரமாக,
தன்மனத்து எண்ணத்தைத் தக்கவிதம் நிறைவேற்றி,
மகிழ்வுற்று வெளியேறினான் மடிந்தனர் எதிரிகளென.

எதிரிகளென இருந்தவரை இரவிலே அழித்தபின்னர்,
கூடாரமான அவ்விடத்தில் கனத்தது பேரமைதி,
வெளிவருவதான வழியிலே வந்தான் அஸ்வத்தாமன்,
துணைவர்களான இருவரிடம் தெரிவித்தான் தன்செயலை.

தன்செயலைத் தெரிவித்தான் தானடைந்தது வெற்றியென,
ஒப்புதலைத் தெரிவித்தனர் வீரர்கள் இருவரும்,
தப்பித்தலைக் கருதித் தவித்து வெளிவந்தவரில்,
ஒருவரை விடாமல் அழித்ததை விளம்பினர்.

விளம்பினர் தாங்களும் விளைத்தோம் பேரழிவென,
சோமகரைப் பாஞ்சாலரைச் சாய்த்தோம் கதவருகிலென,
பேரழிவை அடைந்தனர் பாஞ்சாலரும் சோமகரும்,
ஊழியைப் போலவே அழித்துவிட்டான் அஸ்வத்தாமன்.

அஸ்வத்தாமன் அழித்தாலும் அழித்தது விதியாகும்,
தடைதான் இல்லாமல் தன்போக்கில் ஓட்டமிடும்,
விதிதன் போக்கிலே விளைக்கும் அழிவிற்கு,
தடைதான் போட்டாலும் தகர்த்திடும் எளிதாக.

எளிதாக நம்மை அழித்தவர் அனைவரும்,
அழிவாக மாண்டனர் அரசனே என்றபடி,
நிகழ்வாக நடந்ததை நவின்றான் சஞ்சயன்,
சந்தேகமாக திருதராஷ்டிரன் சொன்னான் கேள்வியை.

கேள்வியை வைக்கிறேன் கொஞ்சம் விளக்கிடு,
இதுவரை அஸ்வத்தாமன் இவ்விதமாய் அழிக்கவில்லை,
பேராற்றலைக் காட்டிப் பேரழிவை உண்டாக்கி,
துரியோதனனை வெல்லவைத்தான் திடமிக்க
அஸ்வத்தாமன்.

அஸ்வத்தாமன் இதுவரையில் அடைந்திராப்
பெருவெற்றியை,
என்மகன் இறந்தபின்னர் அடைந்தது எதற்காக?
விளக்கத்தான் வேண்டும் விவரமாய் எனக்கென்று,
வினவினான் திருதராஷ்டிரன் விளக்கினான் சஞ்சயன்.

சஞ்சயன் சொன்னான் சீர்மிக்க வேந்தனே,
பார்த்தரின் ஆற்றலுக்கு பயந்துதான் அஸ்வத்தாமன்,
இதுகாறும் இவ்விதம் அடையவில்லை வெற்றியை,
கேசவனும் சாத்யகியும் கனவீரர் மாபலத்தார்.

மாபலத்தார் ஏழுபேரை மகவத்தும் எதிர்த்திடான்,
அவ்வீரர் இருந்திருந்தால் அழிவேதும் வந்திராது,
இறந்தவர் அனைவரும் எழுந்திருந்து திரண்டிருந்தால்,
அவ்விதமோர் பேரழிவு ஏற்பட வாய்ப்பில்லை.

வாய்ப்பில்லைப் பாஞ்சாலர் உறங்காது இருந்திருந்தால்,
உறக்கத்தை அடைந்தவரை அழித்தான் அஸ்வத்தாமன்,
வாழ்த்துக்களைத் தெரிவித்தார் வீரமிக்கார் கிருபர்,
அஸ்வத்தாமனைக் கிருதவர்மனும் அன்புடன் தழுவினான்.

தழுவினான் அஸ்வத்தாமனும் திடமிக்க இருவரையும்,
தெரிவித்தான் மகிழ்வுடன் தான்செய்தச் செயல்களை,
பாஞ்சாலரின் வீரர்களும் பாஞ்சாலியின் மைந்தர்களும்,
எமனின் உலகிற்கு ஏகியே அழிந்தனர்.

அழிந்தனர் சோமகரும் அங்கிருந்த மத்ஸ்யர்களும்,
கௌரவர் வேந்தனிடம் கூறுவோம் இந்நிகழ்வை,
வேந்தர் இறக்காமல் ஒருவேளை உயிரோடிருந்தால்,
வென்றார் துரியோதனரென விளம்புவோம் தகவலை.

(9)செளப்திக பர்வம், பகுதி 9

தகவலைத் தெரிவிக்கத் திரும்பினர் மூவரும்,
உபபாண்டவரை பாஞ்சாலரை அழித்தோம் நாங்களென,
துரியோதனனைத் தேடித் திரும்பினர் குருக்ஷேத்திரம்,
அவ்விடத்தை அடைந்து அரசனிடம் சென்றனர்.

சென்றனர் துரியோதனனிடம் கண்டனர் உயிரிருந்ததென,
இறங்கினர் தேர்விட்டு அதிவேகம் காட்டியே,
குருவேந்தர் அவ்விடர்ரில் குற்றுயிராய்க் கிடந்தார்,
இறந்தவர் உலகிலே ஏகிடும் நிலையிலே.

நிலையிலே தாழ்வுற்று நிலத்திலே வீழ்வுற்று,
வாயிலே குருதியை வாந்தியாய் எடுத்தபடி,
தாழவே கண்ணமிழ்த்திக் கீழே கிடந்தவனை,
உண்ணவே விலங்குகள் வேட்கையுடன் சூழ்ந்தன.

சூழ்ந்தனப் பலவிதச் சீற்றமிகு விலங்குகள்,
நரியென ஓநாயென உழநரியென அனைத்தும்,
அருகான தூரத்தில் ஆத்திரமாய் நோக்கின,
வேந்தனான துரியோதனன் விரட்டினான் கடினத்துடன்.

கடினத்துடன் விலங்குகள் கடிக்காவிதம் தற்கத்தபடி,
பார்வேந்தன் துரியோதனன் பூமியிலே கிடந்தான்,
வீழுவான் அவனென்றும் விருந்தாவான் தமக்கென்றும்,
விலங்குகளின் கூட்டம் வளைத்தது வேந்தனை.

வேந்தனைச் சுற்றி வளைத்தபடி விலங்குகள்,
பெருவேதனை பட்டவன் பார்வேந்தன் துரியோதனன்,
துடிப்பாய் நெளிந்துத் தரையிலே கிடந்தான்,
குருதியாய் வெளிவந்ததால் கருஞ்சிவப்பாய் நிறமுற்றான்.

நிறமுற்றான் நெருப்பென நிலத்தின்மேல் விழுந்தவன்,
பெரும்படையின் மீதமானப் பெருவீரர் மூவரான,
கிருபருடன் அஸ்வத்தாமனும் கிருதவர்மனும் வந்தனர்,
அரசனின் அருகிலே அமர்ந்தனர் வருத்தத்துடன்.

வருத்தத்துடன் வேந்தன் வந்தோரை நோக்கினான்,
செந்நிறத்துடன் மூவரும் சேர்ந்தே அமர்ந்தனர்,
பொருத்தம் இல்லாதப் பீடிலா நிலையுற்று,
விழுந்தவன் துரியோதனனை வேதனையுடன் நோக்கினர்.

நோக்கினர் வேந்தனை நெகிழ்ந்தனர் நிலைகண்டு,
துடைத்தனர் வேந்தனின் தொய்வான முகத்தை,
அகற்றினர் முகத்தில் அண்டியக் குருதியை,
அழுதனர் வேந்தனின் ஈனமான நிலைகண்டு.

நிலைகண்டு கிருபர் நவின்றார் கருத்தை,

விதியென்று இருப்பதற்கு வெகுசுலபம் எச்செயலும்,
நினைத்தது நினைத்தபடி நிகழ்த்திவிடும் விதிவசத்தால்,
வேந்தனது நிலைதாழ்ந்து வீழ்ந்தான் தரைமீது.

தரைமீது கிடக்கிறான் தரணியின் வேந்தன்,
பதினொறு அகூஹௌணிப் படைகளின் தலைவன்,
பலமிழந்து அடிபட்டுப் பூமியில் கிடக்கிறான்,
இரத்தத்து வெள்ளத்தில் அடிபட்டச் சிம்மெமன.

சிம்மெமன ஆண்டவன் சீறிவரும் போர்வீரன்,
கதையான ஆயுதத்தால் களிப்புடன் மோதுபவன்,
அருகாக கதையுடன் வீழ்வாக நேர்ந்ததான்,
பலமான பொற்கதை பக்கத்தில் கிடக்குதே.

கிடக்குதே பொற்கதை கோவின் அருகாமையில்,
தரையிலே வீழ்ந்தாலும் தங்கமென மிளிர்வாகும்,
ஒளியிலே வேந்தனின் உடலும் மின்னுதே,
போரிலே ஒருபோதும் பிரிந்ததில்லை அக்கதையை.

அக்கதையைக் கொண்டு அநேகரை வென்றவன்,
சொர்க்கத்தைத் தேடியே சாய்வுற்றுச் சென்றாலும்,
அருகாமை விலகாமல் அவனுடனே கதையும்,
வேந்தனைக் காக்கவே வீழ்ந்தது அவனுடன்.

அவனுடன் மனைவியென அருகிலே வீழ்ந்திருக்கும்,
கதையுடன் வேந்தனைக் காணுகிறேன் உறக்கத்திலென,
இடருடன் காலம் ஏற்படுத்தும் மாற்றத்தை,
கண்டுதான் என்மனம் கலங்குதே துயரத்தில்.

துயரத்தில் வீழ்ந்தேன் துரியோதனன் நிலைகண்டு,
வேந்தர்கள் பின்வர வேங்கையென முன்னேறும்,
வீரத்தில் மிக்கவன் வீழ்ந்தான் மண்ணிலே,
உண்ணுதல் இந்த உவர்ப்பான மண்ணையே.

மண்ணையே கவ்வவைத்து மாவீரர் பலபேரை,
தரையிலே வீழ்த்தியவன் திடமிக்கான் துரியோதனன்,

பலவேந்தரே துதித்திடப் பாராண்ட மாவீரன்,
விலங்குகளே சூழ்ந்திட வீழ்ந்தானே வெறுந்தரையில்.

வெறுந்தரையில் கிடக்கும் வேந்தனைக் காண்கிறேன்,
பொருளுதவிகள் வேண்டும் பிராமணர் முன்னாளில்,
வேந்தனருகில் சூழ்ந்து வேதமொழி உரைப்பாரே,
விலங்குகள் சூழ்ந்து உண்ணவே வந்தனவே.

வந்தனவே விலங்குகள் வேந்தனுக்கு அருகிலென,
பெருந்துயரே அழுத்திடப் பேசினார் கிருபர்,
துயரத்திலே அஸ்வத்தாமன் தெரிவித்தான் கருத்தை,
வேங்கையென்றே இருந்தவன் வீரமிக்கான் துரியோதனன்.

துரியோதனன் வில்லிலே தனக்கிணை இல்லானென,
சங்கர்ஷணரின் சீடனாகச் சிறப்புற்ற கதைவீரரே,
குபேரனின் நிலைபெற்றுக் களிப்புடன் நாடாண்டீர்,
எவ்விதந்தான் பீமசேனன் அடிக்கமுடியும் உம்மை?

உம்மை அடிக்க ஒருவருக்கும் இயலாதே,
கதையைச் சுழற்றினால் கொஞ்சமும் பிசகின்றி,
எதிரியைத் தடுக்கும் ஆற்றலில் மிக்கவரே,
திறத்தை உடையவரைத் தாக்கினானே பீமசேனன்.

பீமசேனன் மனத்திலே பெருங்கேடன் முழுமுடன்,
கெட்டவன் அவனுக்குக் கிடையாது நெறியேதும்,
காலத்தின் ஓட்டத்தால் கௌரவரின் வேந்தரானவர்,
தரையின் மீதுத் துடித்துக் கிடக்கிறீர்.

கிடக்கிறீர் இவ்விதம் கீழான நிலைபட்டு,
கேடுடையார் கூட்டத்தில் கேடுமிக்கான் வ்ருகோதரன்,
நல்லவர் அறிந்திடும் நெறியேதும் அறியாதவன்,
நெறியாளர் உம்மை நிலத்திலே வீழ்த்தினானே.

வீழ்த்தினானே அதற்கு வேறேதுமே காரணமில்லை,
காலந்தானே அனைத்தையும் கணத்திலே மாற்றுவது,
முறையுடனே போர்செய்ய மன்னவன் உங்களை,

அழைத்தபின்னே அடித்தான் அறநெறிகள் பிறழ்ந்து.

பிறழ்ந்து நெறிகெடுத்த பீமசேனன் கேடானவன்,
இடுப்புக்குக் கீழாக அடித்தானே தொடையிலே,
அதற்குச் சம்மதம் அளித்தானே யுதிஷ்டிரன்,
தலைமீதுக் கால்வைத்தைத் தடுக்காமல் பார்த்தானே.

பார்த்தானே யுதிஷ்டிரன் பார்வேந்தன் உன்நிலையை,
கேட்காமலே விடுத்தானே கேடானச் செயல்களை,
இனிமேலே வீரரெலாம் எள்ளுவார் பீமசேனனை,
உலகத்திலே நெறியகன்ற வீரமிலாக் கோழையென.

கோழையென இருந்திடும் கேடன் பீமசேனன்,
தவறான வழியிலே தாக்கினான் உம்மையென,
அகிலமான உலகம் இருக்கும்வரைப் பேசுவார்,
பலராமனான மாவீரர் பகன்றார் நின்திறத்தை.

நின்திறத்தை உரைத்தார் நிகரிலார் சங்கர்ஷணர்,
துரியோதனனை வெல்வதற்குத் தரணியில் எவருமில்லை,
கதைதனைக் கரங்கொண்டுக் கனப்பொர் செய்வதிலே,
உம்மை முதலோனென உரைத்தார் சபைகளில்.

சபைகளில் சொன்னார் சீர்மிக்க துரியோதனனே,
சீடர்களில் எனக்குச் சிறப்பான நற்சீடனென,
கூத்திரியர்கள் நெறிப்படிச் செய்தாய் பெரும்போரை,
வெறுந்தரையில் வீழ்ந்தாலும் வெல்லுவாய்ப்
பொன்னுலகை.

பொன்னுலகை அடைந்துப் பீடுகளைப் பெற்றிடுவாய்,
உன்நிலையைக் கண்டு ஒருதுளியும் வருத்தமில்லை,
உன்னன்னை காந்தாரியையும் வேந்தர்
திருதராஷ்டிரரையும்,
எண்ணத்திலே வைத்துதான் என்மனதில் வருந்துகிறேன்.

வருந்துகிறேன் அவ்விருவர் வாட்டமுற்ற நிலைகண்டு,
மகனொருவன் மிஞ்சாமல் மாண்டுவிட்டீர் நூறுபேரும்,

உண்ணதான் உணவின்றி உலகிலே சுற்றுவாரே,
கீழானவன் அர்ஜுனன் கேடானவன் கிருஷ்ணன்.

கிருஷ்ணன் அர்ஜுனனுடன் கூறுகிறார் நெறிபற்றி,
நெறிகளின் வழிகளை நன்கு அறிந்தவரென,
பேசிதான் வெறும்பகட்டைப் பகருகின்ற இருவரும்,
அமைதிதான் காத்தனர் அநியாயம் நடந்தபோது.

நடந்தபோது நெறிகேட்டை நேதிசெய்துத் தடுக்காதவர்,
பகருவது எவ்விதம் பார்வேந்தன் உன்னை,
வென்றது குறித்து வையத்தின் மாந்தரிடம்?
காந்தாரியது நிலையைக் கூறுவது வெகுகடினம்.

வெகுகடினம் காந்தாரியின் வாட்டத்தை நீக்குவது,
உறவென்று இருந்தவரும் ஒருநூறு மைந்தர்களும்,
வீழ்வென்று அடைந்ததால் வெகுதுயரில் துடிப்பாளே,
வேந்தரது நிலைகுறித்தும் வெகுவருத்தம் என்னுளத்தில்.

என்னுளத்தில் வெறுப்பு எழுகிறது என்மீதே,
வீரத்தில் மிகைத்தவன் வல்லவன் கிருதவர்மனுடன்,
நானிருந்து என்பயன் நலமேது விளைந்தது?
கிருபரது பராக்கிரமம் கீழ்மையிலே வீழ்வுற்றது.

வீழ்வுற்றது படையென உங்களுக்கு முன்னதாக,
வாழ்வறுத்து சொர்க்கத்திலே வரவேற்கச் செல்லாமல்,
உயிர்பெற்று வாழுகிறோம் ஒருசுகமும் எமக்கில்லை,
கீழ்மையுற்ற மாந்தரிலும் கீழானவர் நாங்களே.

நாங்களே இவ்வுலகில் நலிபட்டுக் கிடந்திடுவோம்,
உம்முடனே சொர்க்கலோகம் வராதவர் நாங்கள்,
இருப்பதாலே பலனென்ன இறப்பதுதான் மேலாகும்,
மாமன்னரே நீவிர் மாண்புடன் நாடாண்டீர்.

நாடாண்டீர் செங்கோல் நாட்டியே நெறிவழியில்,
அளித்தீர் வந்தவர் எப்பொருளை வேண்டினாலும்,
காத்தீர் மக்கள் கடினமேதும் அடையாவிதம்,

மன்னவர் உம்மால் மகிழ்ந்தனர் மாந்தர்.

மாந்தர் உம்மால் மகிழ்வுற்று வாழ்ந்தனர்,
வேந்தர் உம்முடைய வளமைகள் கிடைத்ததாலே,
கிருபர் மகிழ்ந்திருந்தார் களித்தேன் நானும்,
தந்தையார் மகிழ்ந்ததும் துரியோதனர் உம்மால்தான்.

உம்மால்தான் நாங்கள் வாழ்வுற்றோம் வளமாக,
உற்றாருடன் மற்றாருடன் உவந்து களித்திருந்தோம்,
வேதியரின் நல்வாழ்வை வளமையைக் காத்தீர்,
மக்களின் மகிழ்வுக்கு மன்னவர்தான் காரணம்.

காரணம் நீர்தானே களிப்பான வாழ்விற்கு,
நீவிரும் சொர்க்கத்தை நாடினால் அதன்பின்னர்,
எங்குதாம் செல்லுவோம் ஈனரான நாங்கள்?
உம்முடன் வராததாலே உளதிடம் இழந்தோம்.

இழந்தோம் உம்துணையை இழந்தோம் பெரும்பொருளை,
இருக்கிறோம் உம்முடைய அன்பின் நினைவுகளில்,
சாக்காடும் எங்களுக்குச் சாதகமாய் இல்லாததால்,
நோக்காடும் அடைவோமே நிலைகெட்டு வீழ்வோமே.

வீழ்வோமே நிலைகெட்டு வாழ்வோமே வறிஞராக,
எங்குமே எங்களுக்கு ஏற்பான இடமின்றி,
தங்கிடோமே எவ்விடத்திலும் தவிப்போமே ஆதரவின்றி,
சொர்க்கலோகமே சென்றபின்னர் செய்வீரே வணக்கம்.

வணக்கம் செய்து விளம்புவீர் குருநாதரிடம்,
இரக்கம் இல்லாதவன் ஈனன் திருஷ்டத்யும்னை,
இறப்பாகும் சாவிலே அழித்தேன் நானென்று,
உரைக்கவும் வேண்டுமென உம்மிடம் வேண்டுகிறேன்.

வேண்டுகிறேன் அவ்விதமே வணக்கங்கள் அளித்திட,
பஹ்லிகன் சிந்துவேந்தன் பூரிஸ்ரவசுஸ் சோமதத்தன்,
அனைவரும் நலம்பற்றி அன்புடன் வேண்டினேனென,
உரைக்கதான் வேண்டும் வேந்தனே எனக்காக.

எனக்காக என்றபடி ஏறிட்டான் துரியோதனனை,
மயக்கமாக வேந்தன் மண்ணிலே தலைகவிழ்த்து,
இறப்பாக வீழ்ந்ததுபோல் இருந்தான் எனக்கண்டு,
உயிராக இந்தீரெனில் உரைப்பதைக் கேட்பீர்.

கேட்பீர் வேந்தனே கூறுகிறேன் நற்செய்தி,
பாண்டவர் படையிலே பூமியில் சாயாமல்,
உள்ளவர் ஏழுபேர் வேறெவரும் வாழவில்லை,
நம்மவர் படையிலே நின்றவர் மூவர்மட்டும்.

மூவர்மட்டும் திருதராஷ்டிரரில் மிகுந்தவர் எவரெனில்,
கிருபரும் அஸ்வத்தாமனும் கிருதவர்மனும் மட்டுமே,
பாண்டவர்தம் படையிலே பாண்டுமைந்தர் ஐவருடன்,
வாசுதேவரும் சாத்யகியும் வீழாத ஏழுபேர்.

ஏழுபேர் தவிர்த்து எவரும் மிஞ்சவில்லை,
ஐந்துபேர் திரௌபதியின் அருமைமந்தர் ஆனவரும்,
பாஞ்சாலர் வேந்தன் பெருவீரன் திருஷ்டத்யும்னனுடன்,
பாஞல இளவரசருடன் பிணமாகி விழுந்தார்கள்.

விழுந்தார்கள் மத்ஸ்யரும் வாழவில்லைச் சோமகரும்,
புரிந்தார்கள் பெருந்தவற்றை இழந்தார்கள்
அனைவரையும்,
பழிவாங்குதல் செய்தேன் பீடிலாதப் பாஞ்சாலரை,
இழந்தார்கள் மைந்தர்களை அங்கிருக்கும் பாண்டவரும்.

பாண்டவரும் மைந்தரின்றிப் பீடிழந்தார் இவ்விரவில்,
உறங்கும் வேளையில் உயிரிழந்து விழுந்தனர்,
விலங்குகளும் வீரர்களும் விழுந்தனர் உயிரிழந்து,
இரவுநேரம் உட்புகுந்து அழித்துவிட்டேன் பாஞ்சாலரை.

பாஞ்சாலரை அழித்துவிட்டேன் பெருவேந்தே கேளீர்,
விலங்கினை ஒருவர் வெறுங்கரத்தால் கொல்வதுபோல்,
திருஷ்டத்யும்னனைக் கொன்றுவிட்டேன் திருதராஷ்டிரர்
மைந்தரே,

ஒருயிரைக் கூட விடவில்லைத் தப்பிக்க.

தப்பிக்க விடாமல் தாக்கிக் கொன்றேனென,
இனிப்புமிக்கக் கருத்தை இயம்பினான்
அஸ்வத்தாமனென,
மயக்கமிக்க நிலைவிட்டு மன்னவன் பதிலளித்தான்,
களிப்புமிக்கக் கருத்தைக் கூறியனாய் மகிழ்வுற்றேன்.

மகிழ்வுற்றேன் இவ்வித மாபெரும் வெற்றியால்,
கங்கைமைந்தரின் கர்ணனின் துரோணரின்
பலத்தினாலும்,
இவர்களின் அழிவினை ஏற்படுத்த இயலவில்லை,
நீயொருவன் பெற்றுவிட்டாய் நிகரிலாப் பெருவெற்றியை.

பெருவெற்றியை அடைந்தாய் பாராட்டுகிறேன் உன்னை,
கிருபரை போஜனைக் காவலராய்க் கொண்டவனே,
பாண்டவரை வெற்றிபெறப் போர்செய்தத் தளபதியாம்,
திருஷ்டத்யும்னனைக் கொன்றுவிட்டாய் திளைக்கிறேன்
மகிழ்வில்.

மகிழ்வில் இருக்கிறேன் மாண்டான் சிகண்டியென,
மகவத்போல் என்மனதில் மகிழுகிறேன் இப்பொழுது,
விடைபெறுதல் செய்கிறேன் வீரமிக்க நண்பர்களே,
சிறப்புகள் பெற்றிருங்கள் சொர்க்கத்தில் காணுவோம்.

காணுவோம் எனக்கூறிக் கௌரவரின் வேந்தன்,
பேச்சையும் நிறுத்தினான் புத்தியையும்
தெளிவாக்கினான்,
இறந்தவர்தம் பொருட்டாக இருந்ததான வருத்தங்களை,
துறந்தான் அதன்பின் தன்னுடலை உகுத்தான்.

உகுத்தான் உடலை உன்னதன் துரியோதனன்,
புகுந்தான் சொர்க்கத்தில் பூமியில் உடலுகுத்து,
இவ்விதந்தான் உன்மைந்தன் இறுதிமூச்சை விடுத்தான்,
பெரும்போர்தான் துவக்கியவன் பூமியில் விழுந்தான்.

விழுந்தான் வேந்தெனென வேதனையில் அம்மூவரும்,
வேந்தன் உடலை வாரியே அணைத்தனர்,
துரியோதனன் உடலைத் தாங்கியே பிடித்திருந்து,
வெகுநேரம் வருந்தியபின் வந்தனர் தேருக்கு.

தேருக்குச் சென்றனர் திடமிக்க மூவரும்,
போருக்குச் சென்றப் பாண்டவரும் கௌரவரும்,
எவருக்கு வெற்றியென இயம்புதல் இயலாதவிதம்,
அழிவுற்று வீழ்ந்தனர் அமரருலகம் சென்றனர்.

சென்றனர் மூவரும் சீர்மிக்கத் தேர்களிலே,
மன்னவர் துரியோதனன் மடிவுற்றக் கணத்திலே,
வெகுதுயர் கொண்டேன் வேந்தனே என்மனதில்,
வியாசர் அளித்ததான வலுப்பார்வை அகன்றது.

அகன்றது எனைவிட்டு அகக்கண்ணின்
ஞானப்பார்வையென,
தன்கருத்து உரைத்தான் தணிவுடன் சஞ்சயன்,
வருத்தமுற்று திருதராஷ்டிரன் வெகுநீண்ட மூச்சிழுத்து,
வார்த்தையற்று சோகத்தில் வாடியே அமர்ந்திருந்தான்.

(10)சௌப்திக பர்வம்,, பகுதி 10

அமர்ந்திருந்தான் திருதராஷ்டிரன் ஆற்றாமை முகத்துடன்,
இரவுநேரந்தான் கடந்தது ஏகியது புதுக்காலை,
திருஷ்டத்யும்னன் தேர்ப்பாகன் தருமபுத்திரன்
யுதிஷ்டிரனிடம்,
தெரிவித்தான் இரவிலே த்ருஷ்டத்யும்னன் இறந்ததை.

இறந்ததைத் தெரிவித்தான் அத்தனைப் பாஞ்சாலரும்,
உறக்கத்தை அடைந்தவர் உறக்கம் கலையுமுன்னர்,
அழிவினை அடைந்ததை அறிவித்தான் யுதிஷ்டிரனுக்கு,
உபபாண்டவரை அழித்ததன் விவரங்களை உரைத்தான்.

உரைத்தான் பாஞ்சாலர் வீழ்வுற்ற நிகழ்வுகளை,

துருபதன் மைந்தர்கள் துரோணர்மகன் கரத்திலே,
இறந்ததன் விவரங்களை இயம்பினான் தேர்ப்பாகன்,
நம்பிதான் உறங்கியோர் நமனிடம் சென்றாரென.

சென்றாரென உரைத்தான் சாக்காட்டில் பாஞ்சாலர்,
கிருபரான மாவீரரும் கிருதவர்மனும் அஸ்வத்தாமனும்,
பல்லாயிரமான எண்ணிக்கையில் பாஞ்சாலரைக்
கொன்றாரென,
யானையெனக் குதிரையெனும் ஏதொன்றும்
மிஞ்சவில்லையென.

மிஞ்சவில்லையென உரைத்தான் முழுதானப்
பெரும்படையும்,
கோடரியெனக் கத்தியெனக் குத்தீட்டியெனக் கரமேந்தி,
அஞ்சாநெஞ்சரான வீரர்கள் அயர்ந்திருந்த நேரத்தில்,
பெரும்படையென இருந்ததைப் பாழாக்கி வீழ்த்தினர்.

வீழ்த்தினர் மூவரும் வெகுபெருத்தப் படைதனை,
உறங்கியவர் எழுந்ததால் விளைந்தது பேரிரைச்சல்,
அத்தனைபேர் அழிகையில் எப்படியோ மீண்டுவிட்டேன்,
போஜவேந்தர் ஏமாந்தவேளைப் போய்விட்டேன் உயிருடன்.

உயிருடன் தப்பியவன் ஒருவன் நான்மட்டுமென,
தேர்ப்பாகன் உரைத்ததும் தருமபுத்திரர் யுதிஷ்டிரர்,
சோகத்துடன் தரையிலே சரிவுற்று வீழ்ந்துவிட்டார்,
மைந்தர்களும் இறந்ததால் மயக்கத்தில் தள்ளாடினார்.

தள்ளாடினார் யுதிஷ்டிரர் தாங்கினான் சாத்யகி,
கரம்நீட்டினர் பீமனும் காண்டீபனும் இரட்டையரும்,
தெளிவுற்றார் யுதிஷ்டிரர் நலியுற்றார் இழப்புகளால்,
புலம்பினார் வார்த்தைகள் புரிந்தும் புரியாமலும்.

புரியாமலும் பிதற்றினார் பார்வேந்தர் இவ்விதமாய்,
எதிரிகளும் வீழ்ந்தனர் எனதாகியது வெற்றி,
இறுதியும் வந்தது இழந்தேன் அனைத்தையும்,
வென்றோம் ஆனால் வீழ்வுற்றோம் விதிவசத்தால்.

விதிவசத்தால் நடப்பதற்கு விளக்கமென்ன உரைத்திட?
ஞானதிருஷ்டியால் பார்ப்பவரும் நவிலுதற்கு அரிதோகும்,
வீழ்வினில் வீழ்ந்தவர்கள் வீழ்த்திவிட்டார் நமையெலாம்,
வெற்றிகள் பெற்றவர்கள் வீழ்வுற்றோம் இறுதியில்.

இறுதியில் நாமும் இப்போரில் அழிந்தோம்,
சகோதரர்கள் நண்பர்கள் சேய்கள் பெரியவர்கள்,
நல்வாழ்வில் நாம்செல்ல நெஞ்சத்தில் விரும்பியோரை,
எதிரிகள் என்றே அழித்துதான் வீழ்த்தினோம்.

வீழ்த்தினோம் அனைவரையும் வீழ்வுற்றோம் இறுதியிலே,
வருத்தம் வளமையென்றும் வளமை வருத்தமென்றும்,
திருத்தம் பெற்றுத் தோன்றுதே மாறுதலாய்,
வெற்றியும் தோல்வியென வாய்த்ததே நமக்கு.

நமக்கு வெற்றியே நல்கியதுத் தோல்வியை,
வெற்றிபெற்று மகிழாமல் வருத்தமுற்று அழுகிறேன்,
மென்மைபெற்று உயராமல் மிடிமையுற்று வீழ்கிறேன்,
வென்றேனென்று எவ்விதம் விளம்புவேன் போர்முடிவை?

போர்முடிவைக் கருதினால் பெற்றுவிட்டேன் இருதோல்வி,
எவரெவரைக் கருதியே இப்போரைத் துவக்கினோமோ,
அவ்வுறவை நண்பர்களை அனைவரையும்
இழந்துவிட்டோம்,
வெற்றியைப் பெற்றபின்னர் வீழ்த்தினோர்கள் கவனத்துடன்.

கவனத்துடன் இல்லாததால் கிடைத்தது கடுந்தோல்வி,
கவனத்துடன் இருந்ததால் கொன்றனர் நம்மவரை,
துயரத்துடன் போராடித் துடிக்கிறேன் என்மனதில்,
வெற்றியுடன் களித்திட வழியின்றி அழுகிறேன்.

அழுகிறேன் நம்மவர் அழிந்ததன் நிலைகண்டு,
கௌரவரின் சிம்மமானக் கர்ணனிடம் தப்பியவர்,
மாவீரனின் நலிகங்களில் முறுக்கம்புகளில் மீண்டவர்,
வீழ்வுதான் அடைந்தனர் வழுவிலா ஈனனிடம்.

ஈனனிடம் மாண்டனரே இத்தனைபேர் ஒரிரவில்,
கர்ணனிடம் நலிகங்களும் கணைகளாம் முறுக்கம்புகளும்,
பற்களாகும் என்றாலும் போரிலே தப்பினரே,
அவ்வீரனின் வாள்தான் அகலமான நாவாகும்.

நாவாகும் வாளும் வாயாகும் பெருவில்லும்,
முழக்கமாகும் நாணொலியும் மாபெருத்தக் கரவொலியும்,
பின்வாங்கும் குணமிலாதப் பெருவீரன் கர்ணனெனும்,
சிம்மத்திடம் தப்பியவர் சிறுநரியிடம் வீழ்ந்தனரே!

வீழ்ந்தனரே துரோணரெனும் ஆழ்ந்தகடல் தாண்டியவர்,
அம்புகளே அலைகளெனத் தேர்களே ஆழங்களென,
புரவிகளே விலங்குகளெனப் பெருங்கணைகள்
மீன்களென,
யானைகளே முதலைகளென விற்களே சுழல்களென.

சுழல்களென தனுசுகளும் நுரைகளென ஆயுதங்களும்,
நிலவெனப் போர்முழக்கம் நிகழ்த்தியே பெருகிவரும்,
பெருக்கமான அக்கடலின் பேரொலியாய் நாணொலிகள்,
எழுந்ததான போதிலும் இறவாமல் மீண்டனரே.

மீண்டனரே அப்போது மாவீரர் துரோணரிடம்,
கவனமே குறைந்ததால் காலனிடம் சென்றனரே,
சிதறியே கவனம் சிறிதளவு குறைந்தாலும்,
அவனையே வளமைகள் அக்கணமே விட்டகலும்.

விட்டகலும் வளமைகள் வந்துசேரும் வருத்தங்கள்,
பேஷ்மரெனும் பெருந்தீயில் பொசுங்காமல் தப்பினரே,
அம்புகள் தீக்கங்குகள் ஆத்திரமே காற்றாகும்,
நெருப்பில் எழுமோசை நாணின் பேரொலிதான்.

பேரொலிதான் எழுப்பும் பீஷ்மரின் நாணொலிகள்,
ஆயுதந்தான் ஹோமத்தில் ஆகுதியாய் இடப்படும்,
எதிரிப்படைதான் வேள்வியில் இடப்பட்ட காய்ந்தபுல்,
மாவீரருடன் போரிட்டவர் மடிந்தனரே கவனமின்றி.

கவனமின்றி இருப்போர்க்குக் கிடையாது அறிவுபலம்,
தவமென்று வளமென்றுத் தகைமையென்றுப்
பெருமையென்று,
ஏதுமின்றி வாடுவர் அகங்குன்றி கவனமற்றவர்,
இந்திரனென்ற தேவதேவன் அரசாள்வது கவனத்துடன்.

கவனத்துடன் இல்லாததால் கொன்றனர் எதிரிகள்,
மைந்தர்களின் பேரன்களின் மாபெரும் வேந்தர்களின்,
ஆற்றலின் அளவு இந்திரனை ஒத்ததாகும்,
கவனக்குறைவின் காரணமாய்க் காலனிடம் சென்றனரே.

சென்றனரே அனைவரும் சிறுதவற்றால் சிதறுற்று,
பெருங்கடலே கடந்துவந்தப் பொருட்கள் அனைத்தையும்,
கவனமே சிதறியதால் காலளவு ஓடையிலே,
இழந்தவரே போல அழுகிறேன் இப்பொழுது.

இப்பொழுது இவ்விடத்தில் இறந்து கிடப்பவர்கள்,
சொர்க்கத்து வாழ்வுக்குச் சென்றிருப்பார் நிச்சயமாய்,
நெறிகெட்டுக் கொன்றனரே நீசரான மாந்தர்கள்,
விதிபட்டு மாண்டனரே வீரமிக்க வேங்கைகள்.

வேங்கைகள் வீழ்ந்தாரென வருந்துவாள் கிருஷ்ணை,
துயர்க்கடலில் துடித்திருப்பாள் தூயவள் அம்மங்கை,
சகோதரர்கள் மைந்தர்கள் சாவிலே வீழ்ந்தனர்,
இழந்திருந்தாள் தந்தையை இதற்கும் முன்னதாக.

முன்னதாக இறந்துவிட்டார் மன்னரான துருபதர்,
அடுத்ததாக நேற்றிரவு அழிந்தனர் மைந்தர்கள்,
சகோதரராக இருந்தவரும் செத்தே விழுந்ததால்,
நினைவுகள் இழந்தவளாய் நொடிந்திருப்பாள் இந்நேரம்.

இந்நேரம் வெகுதுயரில் இடர்பட்டு வீழ்ந்திருப்பாள்,
வெகுசுகம் பெறத்தக்க உன்னதை மங்கைக்கு,
வெகுத்துயரம் வாய்த்ததால் வீழ்ந்திருப்பாள்
உணர்விழந்து,

கருகியும் போயிருப்பாள் கவலையெனும் பெருந்தீயில்.

பெருந்தீயில் வாடியே பாஞ்சாலி துடிப்பாளென,
நகுலனிடத்தில் யுதிஷ்டிரன் நவின்றான் கருத்தை,
விரைவில் திரௌபதியை வரவழைப்பாய் இவ்விடம்,
அவளருகில் இருக்கும் அத்தனை உறவினருடன்.

உறவினருடன் திரௌபதி வாழ்ந்திருந்த இடத்துக்கு,
வேகத்துடன் நகுலன் வந்தான் கூடாரத்துக்குள்,
சோகத்துடன் திரௌபதியும் சுற்றத்தார் அனைவரும்,
அழுதிருக்கும் இடத்தை ஏகிவந்து நின்றான்.

நின்றான் அவ்விடத்தில் நண்பர்கள் துணைவர,
நகுலன் மைந்தனும் நிகரிலார் பலபேரும்,
இறந்துதான் விழுந்ததான இடத்தை அடைந்தான்,
அங்குதான் மிருகங்கள் அதிகமாய்க் குழுமின.

குழுமின மிருகங்கள் கொன்றவரைத் தின்றன,
கேடென நிகழ்ந்தக் களத்தை அடைந்தபின்னர்,
மைந்தரென நண்பரென மாண்டவரைக் கண்டான்,
தலையென உடலெனத் தனித்திருந்த வடிவத்தில்.

வடிவத்தில் சிதறிவிட்ட வல்லவர்கள் பலபேரை,
உளத்தில் கலக்கத்துடன் யுதிஷ்டிரனும் அங்குவந்தான்,
அவ்விடத்தில் வீழ்ந்தவரின் அழிவுற்ற உடல்கண்டு,
அகத்தில் துயருற்று அழுதான் யுதிஷ்டிரன்.

யுதிஷ்டிரன் அழுதான் உடலனைத்தும் நடுங்கிட,
புலன்களின் செயல்பாடும் பலனின்றிப் போய்விட்டது,
மயங்கிதான் விழுந்தான் மாவீரன் யுதிஷ்டிரன்,
கலங்கிதான் அறியாதவன் கலங்கினான் அக்கணத்தில்.

(11)செளப்திக பர்வம், பகுதி 11

அக்கணத்தில் அவ்விடத்தில் இறந்தவர்கள் அனைவரும்,

உறவினர்கள் என்பதால் உகுத்தான் கண்ணீரை,
மைந்தர்கள் நண்பர்கள் மாண்டதன் துயரத்தால்,
வருத்தத்தில் துடித்தான் வேந்தன் யுதிஷ்டிரன்.

யுதிஷ்டிரன் துடித்தான் அரசனே ஜெனமேஜெயா,
மகன்களின் பேரன்களின் முகங்களின் நினைவுவர,
அவர்களின் உடல்கள் அழிவுற்று வீழ்ந்ததாலே,
நடுக்கத்தின் உச்சத்தில் நின்றான் யுதிஷ்டிரன்.

யுதிஷ்டிரன் கண்கள் உகுத்தன விழிநீரை,
மன்னவன் அருகிருந்தோர் மாண்புடைய வேந்தனின்,
துயரத்தின் நிலைகண்டுத் தணிவாகப் பேசினர்,
வேந்தனின் துயர்நீக்க வழங்கினர் ஆறுதல்.

ஆறுதல் கூறியே அனைவரும் பேசுகையில்,
தேரில் அவ்விடத்தில் தோன்றினான் நகுலன்,
அருகில் கிருஷ்ணை அமர்ந்திருந்தாள் தேரிலே,
முகத்தில் வாட்டம் மிகைத்திட வந்திருந்தாள்.

வந்திருந்தாள் கிருஷ்ணை வெகுதூரம் அக்காலையில்,
உபப்லவ்யத்தில் தங்கியே இருந்தாள் அன்றுவரை,
பேரழிவில் சிக்கினர் பிள்ளைகளெனப் பாஞ்சாலரென,
துயரத்தில் அம்மாதுத் துடித்துவந்தாள் குருக்ஷேத்திரம்.

குருக்ஷேத்திரம் வந்தவள் கிருஷ்ணையாம் நன்மாது,
வாழைமரம் புயலிலே வாட்டமுற்றுத் துடிப்பதுபோல்,
வெகுதுயரம் அடைந்து வந்திருந்தாள் அவ்விடத்துக்கு,
யுதிஷ்டிரனின் எதிரிலே இடறியே விழுந்துவிட்டாள்.

விழுந்துவிட்டாள் துயரத்தில் உள்ளம் வாடியதால்,
தாமரைபோல் கண்களுடன் தோன்றியவள் முகத்திலே,
கருவளையங்கள் தோன்றினக் கண்களுக்கு அருகிலே,
விழுந்துவிட்டாள் கிருஷ்ணையென வ்ருகோதரன்
முன்னேறினான்.

முன்னேறினான் வ்ருகோதரன் மாதரசி அருகாக,

துக்கினான் கரங்களால் துவண்டாள் திரௌபதி,
தாங்கினான் இருகரத்தால் துயருற்ற மாதரசியை,
வ்ருகோதரன் முகங்கண்டு வெம்பினாள் திரௌபதி.

திரௌபதி யுதிஷ்டிரனிடம் தேம்பியபடிப் பேசினாள்,
குறைகூறி மன்னவனைக் கவலைகொள்ள வைத்திடவே,
சரமாறி வார்த்தைகளைச் சொன்னாள் திரௌபதி,
நலமாகி நிற்கிறீர் நானிலத்தின் வேந்தரே.

வேந்தரே நீவிர் வென்றதே வெகுமகிழ்வு,
மகன்களே இல்லாமல் மன்னவராய் உலகாண்டு,
மகிழ்விலே திளைப்பீர் மனதிலே குறையின்றி,
நெறியிலே கூத்ரியரென நீரிருந்து ஆளுவீர்.

ஆளுவீர் இவ்வுலகை ஆனந்தம் உம்வெற்றி,
மறந்தீர் சுபத்திரையின் மைந்தன் மாண்டதை,
களத்திலோர் வேழமெனக் கலக்கினான் மாவீரன்,
மறந்தீர் என்னுடைய மைந்தர்கள் ஐவரையும்.

ஐவரையும் இழந்து அழல்பட்டப் புழுவானேன்,
தவறுகளும் செய்துவிட்டுத் தப்பியவன் அஸ்வத்தாமன்,
தண்டனையும் அடையவைத்துத் தாக்கியே
கொல்லவேண்டும்,
அஸ்வத்தாமனையும் துணைவரையும் அழித்துவாரும்
பாண்டவரே.

பாண்டவரே நீவிர் பகைதீர்த்து வராவிடில்,
இவ்விடத்திலே ப்ரயாவில் அமருவேன் நானென்று,
யுதிஷ்டிரனருகிலே சென்று அமர்ந்தாள் ப்ரயாவில்,
வருத்தத்திலே இருந்தவளிடம் விளம்பினான் யுதிஷ்டிரன்.

யுதிஷ்டிரன் கிருஷ்ணையிடம் இயம்பினான் கருத்தை,
நெறியின் வழிகளை நன்கு அறிந்தவளே,
மைந்தரின் சகோதரரின் மடிவிலே வருந்தாதே,
அவர்களின் தவறேதும் அவரழிவில் இல்லை.

இல்லை குறையேதும் ஈடிலார் பாஞ்சாலரிடமும்,
வருத்தத்தை விடுவாய் வேண்டாம் வெகுதுயரம்,
தவற்றினைச் செய்துவிட்டுத் தப்பித்தான் அஸ்வத்தாமன்,
வனத்தினை அடைந்ததாக வந்தது தகவல்.

தகவல் கிடைத்ததாய்த் தெரிவித்த யுதிஷ்டிரனிடம்,
தலையில் வைரக்கல் தரித்துளான் அஸ்வத்தாமன்,
பிறப்பில் இருந்துப் பெற்றுளான் அக்கல்லை,
அக்கல் வேண்டும் அஸ்வத்தாமனை அழித்தபின்.

அழித்தபின் அக்கல்லை எடுத்துவந்து தாரும்,
உங்களின் கிரீடத்தில் அணிவிப்பேன் அக்கல்லை,
இல்லாவிடின் இறப்பேன் இதுவே திண்ணமென,
ப்ரயாவின் விரதத்தில் பாஞ்சாலி அமர்ந்திருந்தாள்.

அமர்ந்திருந்தாள் பாஞ்சாலி உரைத்தாள் பீமனிடம்,
க்ஷத்ரியர்கள் கடமைகளைச் சற்றும் மறவாமல்,
காப்பாற்றுதல் வேண்டும் கொடுத்த வாக்கினை,
மகவத்போல் கொல்லுவாய் மாண்பிலான்
அஸ்வத்தாமனை.

அஸ்வத்தாமனை அழித்துவிடு அரக்கன் சம்பரனென,
மகவத்தை ஒத்தவனே மாபலியே பீமசேனா,
உனக்கிணை எவருமில்லை உரத்திலும் திடத்திலும்,
வாரணவதத்தை நினைவுகொள் வதைத்தாயே அரக்கனை.

அரக்கனை அழிக்கும் ஆற்றலைப் பெற்றவனே,
ஹிடும்வனை அழித்தவன் ஈடிலான் நீதானே,
எங்களைக் காப்பவன் அதிபலன் நீயேதான்,
புலோமைமகளைக் காத்தப் புரந்தரனென
எனைக்காப்பாய்.

எனைக்காப்பாய் இதற்குமுன் அன்புடன் காத்ததுபோல்,
விராடதேசத்தை அடைந்து வாழுகின்ற காலத்தில்,
துயரத்தைத் தீர்த்துத் துணையானவன் நீதானே,

துரோணர்மனகனைக் கொன்றுத் தணிப்பாய்
வருத்தத்தை.

வருத்தத்தை உரைக்கும் வார்த்தைகள் அனைத்தையும்,
கருத்துக்களை உள்வாங்கிக் கேட்டான் பீமசேனன்,
தாக்கத்தை அடைந்துத் தேரிலே ஏறினான்,
நகுலனைப் பாகனாக்கி நகர்த்தினான் தேரினை.

தேரினை வேகத்துடன் திருப்பினான் நகுலன்,
வேகத்தைக் கூட்டியபடி விரைந்தான் வெகுதிடத்தான்,
அஸ்வத்தாமனைத் தேடியே அதிவேகம் புறப்பட்டான்,
மகவத்தைப் போன்றவன் மிகதீரன் வ்ருகோதரன்.

வ்ருகோதரன் கரத்திலே வில்லுடன் அம்பிருக்க,
எதிரியின் உயிரெடுக்க ஆர்வத்துடன் சென்றான்,
பாண்டவரின் படைவீட்டைப் பெருவேகமாய்க் கடந்தான்,
அஸ்வத்தாமன் இருப்பிடத்தை அடையவே சென்றான்.

(12)சௌப்திக பர்வம், பகுதி 12

சென்றான் பீமசேனன் சாகடிப்பேன்
அஸ்வத்தாமனையென,
கண்தான் கமலமெனக் கொண்டவன் யாதவன்,
கண்ணன் யுதிஷ்டிரனிடம் கூறினான் கருத்தை,
உந்தன் தம்பி உத்வேகமாய்க் கிளம்பினான்.

கிளம்பினான் பீமசேனன் கொல்லுவேன்
அஸ்வத்தாமனையென,
தனியனவன் வேகத்துடன் தேரிலே சென்றுவிட்டான்,
தம்பியரின் நடுவிலே தங்களுக்குப் பிரியமானவன்,
ஆபத்தின் விளிம்பினை அடைந்தான் மௌனமேன்?

மௌனமேன் வேந்தரே முடிவெடுப்பீர் இக்கணமே,
துரோணரின் மைந்தனுக்குத் தந்தார் பெருவலிமை,
அஸ்வத்தாமன் அறிவான் அதிபலத்த பிரமசிரசை,

அக்கணைதான் அகிலத்தையே அழிக்கவல்லப்
பெருங்கணை.

பெருங்கணை பிரமசிரசைப் பார்த்தனுக்கு அளித்து,
சீடனை வாழ்த்தினார் சீர்மிக்கார் துரோணர்,
பொறாமை கொண்டவன் பீடிலான் அஸ்வத்தாமன்,
கெஞ்சியதை ஒட்டிக் கொடுத்தார் அவனுக்கும்.

அவனுக்கும் பிரமசிரசை அளித்தாலும் துரோணருக்கு,
அஸ்வத்தாமன் குணம்பற்றி அகத்தில் ஐயமுண்டு,
தன்மகனின் தணிவிலாத் தீயதான ஆசைகளை,
அறிந்துதான் துரோணர் ஐயமுற்றார் மகன்மீது.

மகன்மீது ஐயத்துடன் மொழிந்தார் கட்டளையை,
பேராபத்து வந்தாலும் பிரமசிரசாம் இக்கணையை,
மனிதர்மீது ஏவாதே மகனே எனக்கூறி,
கட்டளையிட்டு அஸ்வத்தாமனைக் கடிந்தார் கோபத்துடன்.

கோபத்துடன் துரோணர் கூறினார் மகனிடம்,
பலத்துடன் இருக்கும் பிள்ளாய் அஸ்வத்தாமா,
நெறியுடன் வாழ்வாயென நினைந்திடேன் மனதிலென,
கடிந்திடும் விதத்தில் கூறினார் கருத்தை.

கருத்தைச் சொன்னாலும் கருதாதவன் அஸ்வத்தாமன்,
வளங்களை பெறவேண்டி உலகையே சுற்றிவந்தான்,
வனந்தனை அண்டியே வாழ்ந்திருந்தீர் நீவிர்,
த்வாரகையை அடைந்தான் தீயவன் அஸ்வத்தாமன்.

அஸ்வத்தாமன் த்வாரகையில் அடைக்கலம் எனத்தங்கி,
வ்ருஷ்ணியரின் மரியாதைகள் வெகுவாய்ப் பெற்றான்,
வந்தான் ஒருதினம் ஒருவரும் துணையின்றி,
எந்தன் அருகிலும் எவருமில்லை அச்சமயம்.

அச்சமயம் கடற்கரையில் அமைதியாய் அமர்ந்திருந்தேன்,
என்னிடம் முறுவல்செய்து இயம்பினான் கருத்தை,
தன்னிடம் பிரமசிரமெனும் திடமிக்க ஆயுதம்,

இருப்பதும் கூறினான் அளிப்பதாயும் உரைத்தான்.

உரைத்தான் தன்னிடம் உள்ளதான பிரமசிரசை,
தேவரின் கந்தர்வரின் தானவரின் குழுக்கள்,
அனுதினம் தொழுதிடும் அற்புதம் கொண்டதென,
தடுக்கதான் இயலாத திடக்கணை பிரமசிரஸ்.

பிரமசிரஸ் என்னும் பெருங்கணையை அகத்தியரிடம்,
சிரமமிகப் பட்டுச் செய்த தவத்தினால்,
வரமெனப் பெற்ற வலுமிக்கக் கணையாகும்,
வழங்கிடச் செய்தார் வில்லாளர் என்தந்தை.

என்தந்தை அளித்ததான ஈடிலா பிரமசிரசை,
உன்னாயுதத்தைப் பெற்று வழங்குவேன்
அதற்கிணையாய்,
சக்கரத்தைக் கொடுப்பாய்ச் பிரமசிரத்தை அடைவாய்,
எதிரிகளைக் கொல்லுவதில் ஈடற்றது பிரமசிரஸ்.

பிரமசிரஸ் குறித்துப் பகர்ந்தான் அஸ்வத்தாமன்,
இருகரம் குவித்து இறைஞ்சினான் சக்கரத்தை,
அவன்மனம் குளிரவே அவனுக்கு பதிலளித்தேன்,
சுதர்சனம் என்பதானச் சக்கரம் பலமிக்கது.

பலமிக்கது சக்கரம் பாரிலே அதற்கிணையாய்,
தேவரது கந்தர்வரது தானவரது மாந்தரது,
நாகரதுப் பறவையது நெடிதானக் குழுக்களும்,
ஒன்றுசேர்ந்து வந்தாலும் ஒருசக்கரம் மிஞ்சிவிடும்.

மிஞ்சிவிடும் சக்கரம் மாநிலத்தின் அனைத்தையும்,
அகிலமுழுதும் திரண்டாலும் ஆற்றலில் ஈடில்லை,
நூறாகும் பலத்திலே நிகராகாது ஒருபங்கிற்கும்,
அதற்குமேலும் என்னிடம் ஆயுதங்கள் உண்டு.

உண்டு இவ்வில்லும் உரமிக்கக் இக்கணையும்,
காமோதகியென்று பெருங்கதையும் கொண்டுளேன்
ஆயுதங்களாய்,

உனக்கென்று எதுவேண்டும் எடுத்துச்செல் மனம்போல,
எனக்கென்று பதிலாக எப்பொருளும் தரவேண்டாம்.

தரவேண்டாம் பிரமசிரசைத் தூக்கிச்செல்
என்னாயுதத்தை,
எதுவேண்டும் உன்மனம்போல் எடுத்துச்செல்
கையாளவென,
உரைத்ததும் என்னை ஒருத்தவனாய் அருகில்வந்து,
சக்கரம் வேண்டுமென்றான் சக்கரத்தில் ஆரமாயிரம்.

ஆரமாயிரம் கொண்ட அதீதச் சக்கரத்தை,
தனக்குவேண்டும் என்றான் துணிவாய் என்னிடம்,
தரவேண்டும் என்றதும் தூக்கிச்செல் என்றேன்,
வேகத்துடன் வந்து வெடுக்கென இழுத்தான்.

இழுத்தான் சக்கரத்தை இடக்கரத்தால் ஆகினும்,
அசைக்கதான் முடியாவிதம் அதனிடத்திலே இருந்தது,
வலக்கரந்தான் கொடு விழைந்தான் எடுத்திட,
இருகரந்தான் கொண்டும் இயன்றவரை முயன்றான்.

முயன்றான் ஆனால் முடியவில்லை அவனுக்கு,
அதனிடம் விட்டு அசையவில்லைச் சக்கரம்,
வருத்தம் தோய்ந்தவனாய் வெறுப்புடன் நின்றான்,
அவனிடம் வினவினேன் அவனது உட்கருத்தை.

உட்கருத்தை உரைப்பாய் உக்கிரச் சக்கரத்தை,
உன்கரத்தே எடுத்தபின்னர் என்செய்தே இருப்பாயென,
காண்டிபனே பலமிக்கான் கொண்டுளான் குரங்குக்கொடி,
ஸ்தனுவிடமே துவந்தமாகச் செய்தான் மற்போர்.

மற்போர் செய்து மகேசரிடம் வரம்பெற்று,
மண்ணுலகோர் நடுவிலே மிகபலம் பெற்றிருந்து,
எனக்கோர் நண்பனாக என்பொருள் அனைத்துக்கும்,
தனக்கோர் உரிமையுளான் தனஞ்செயன் பார்த்தன்.

பார்த்தன் ஒருபோதும் பகன்றதில்லை உன்போல,

எந்தன் மைந்தரினும் அர்ஜுனனே உகந்தவன்,
அத்தகையோன் ஒருபோதும் இயம்பவில்லை
இச்சொல்லை,
உறவினன் நண்பனென உரிமைகள் உள்ளவன்.

உள்ளவன் எனக்கு ஒருமகன் தவப்புதல்வன்,
பெற்றெடுத்தேன் மிகவும் பவித்திர விரதத்தால்,
காத்திருந்தேன் பிரமசரியம் கணக்கிலே பனிரண்டாண்டு,
தவமிருந்தே ஹிமவதியில் தனிமையாய் நெடுங்காலம்.

நெடுங்காலம் தவமிருந்து நானீன்ற நன்மகன்,
ஆற்றலும் தீரமும் அழகும் உடையவன்,
சனத்குமாரராம் மாமுனியின் சாந்நித்தியம் பெற்றவன்,
நன்மங்கையாம் ருக்மணியும் நெடுந்தவத்தால்
பெற்றெடுத்தாள்.

பெற்றெடுத்தாள் அவனைப் பெறவேண்டித் தவமிருந்து,
தவமிருந்தாள் எனைப்போலத் தக்கவிதம் ஹிமவத்தில்,
அவ்விதத்தில் நானீன்ற அருமைமகன் ப்ரத்யும்னனும்,
என்னிடத்தில் கேட்டதில்லை இவ்விதத்தில் ஆயுதத்தை.

ஆயுதத்தைக் கேட்டதில்லை அதிதீரர் ராமரும்,
கேட்டதில்லை சாம்பனும் கதனும் இவ்விதத்தில்,
வேண்டியதில்லை இவ்விதம் வ்ருஷ்ணியரில் எவருமே,
ஆய்ததைக் கேட்டதில்லை அந்தகரும் வேறெவரும்.

வேறெவரும் கேட்டதில்லை வேண்டும் என்னாயுதமென,
த்வாரகாபுரம் முழுவதிலும் தெரிந்தவர் பலரிருந்தும்,
என்னிடம் இவ்விதம் எவருமே கேட்டதில்லை,
பரதர்தம் குருவின் புத்திரன் கேட்டுவிட்டாய்.

கேட்டுவிட்டாய் இவ்விதம் கேட்கொணா ஆயுதங்களை,
காரணத்தைக் கேட்கிறேன் கூறுவாய் இப்பொழுது,
எவரிடமாய்ப் போர்செய்ய என்னிடம் நீவேண்டினாய்?
விவரமாய்ச் சொல்லென்று வேண்டினேன்
அஸ்வத்தாமனிடம்.

அஸ்வத்தாமன் உரைத்தான் அச்சுதனே உனைப்பணிந்து,
உன்னைதான் எதிர்த்திருப்பேன் உன்னதனே கேசவா,
சக்கரந்தான் பெற்றிருந்தால் சக்திமிக்க ஆயுதத்துடன்,
எதிர்ப்பவன் எவனுமின்றி இருந்திருப்பேன் மாவீரனாக.

மாவீரனாகச் சக்கரத்துடன் மோதவேண்டும்
உன்னோடென,
மனப்பூர்வமாக விரும்பினேன் முடியாமல்
தோற்றுவிட்டேன்,
வணக்கமாக உனைப்பணிந்து விடைகொடுக்க
வேண்டினேன்,
இணக்கமாக வார்த்தையேதும் இயம்புவாய் கோவிந்தா.

கோவிந்தா மாவீரரில் கனவீரன் நீதானே,
உனக்கிணையார் எவருமில்லை உன்னிடம் சக்கரமுண்டு,
அகிலத்தார் உன்னையே அதிதீரனென வாழ்த்துவார்,
கரமெடுப்பார் வேறெவரும் கிடையாது சக்கரத்தை.

சக்கரத்தை வைத்திருக்கும் சத்வனே வணக்கமென,
தன்கருத்தைக் கூறினான் துரோணரின் மைந்தன்,
பொன்பொருளை நவரத்தினத்தைப் பெற்றே
திரும்பினான்,
கெட்டசிந்தை கொண்டவன் கேடுசெய்யத் தயங்காதவன்.

தயங்காதவன் அஸ்வத்தாமன் தீமைகள் செய்வதற்கு,
கொண்டுளான் பிரமசிரமாம் கொடுமை ஆயுதத்தை,
மாவீரன் வ்ருகோதரன் மாண்டுவிட வாய்ப்புண்டு,
காக்கதான் நாமெலாம் கனவேகம் செல்லவேண்டும்.

(13)சௌப்திக பர்வம், பகுதி 13

செல்லவேண்டும் வ்ருகோதரனிடம் செய்யவேண்டும்
உதவியென,
யாதவர்தம் வேங்கை ஏறினான் தேரிலே,

பல்லாயுதம் தரித்தவன் உள்ளேகினான் தேரிலே,
எல்லாவிதம் ஆயுதமும் இருந்தது அத்தேரில்.

அத்தேரில் குதிரைகள் அழகுடன் மிளிர்ந்தன,
காம்போஜத்தில் பிறந்தக் குதிரைகள் பலமிக்கவை,
தங்கத்தில் கவசங்கள் தரித்திருந்தன குதிரைகள்,
வலப்புறத்தில் சைபியன் இடப்புறத்தில் சுக்ரீவன்.

சுக்ரீவன் சைபியனெனச் சொல்லப்படும் இருபுரவிகள்,
இடப்புறமும் வலப்புறமும் இருந்தன திடத்துடன்,
மேகபுஷ்பமும் பாலஹகனும் மத்தியில் நின்றன,
தங்கமும் வைரங்களும் தகதகத்தனக் கொடிமரத்தில்.

கொடிமரத்தில் வேலைப்பாடுக் கொடுத்தவன்
விஸ்வகர்மன்,
உச்சியில் வினிதைமகன் உட்கார்ந்தான் மிளிர்வாக,
கொடிமரத்தில் கருடன் களிப்புடன் அமர்ந்திருந்தான்,
பெருந்தேரில் ஹ்ரிஷிகேசன் பீடுடன் அமர்ந்தான்.

அமர்ந்தான் அர்ஜுனனும் அச்சுதனின் தேரிலே,
யுதிஷ்டிரன் அத்தேரில் ஏறினான் அடுத்ததாக,
தசர்ஹன் கண்ணன் தரித்திருந்தான் பெருவில்லை,
பெயர்தான் சாரங்கம் பாருலகில் ஈடில்லை.

ஈடில்லை அம்மூவர் ஏறிவந்த தேருக்கு,
இந்திரனை அடுத்ததாக அஸ்வினியர் இருவரென,
கண்ணனை ஒட்டியே காண்டீபனும் யுதிஷ்டிரனும்,
அமர்ந்ததை அடுத்து இயக்கினான் தேரை.

தேரை இயக்கினான் தசர்ஹரின் பெருவேங்கை,
வேகத்தை அதிகரித்து ஓடவிட்டான் புரவிகளை,
பறப்பதைப் போலவே புரவிகள் புறப்பட்டன,
பேரோசை செய்தபடிப் புரவிகள் ஓடின.

ஓடின வேகத்துடன் வந்தன பீமனிடம்,
தொடர்ந்தன பீமனின் தேரை அப்புரவிகள்,

அருகென வந்து அதிதீரன் பீமனை,
நில்லெனச் சொல்லியும் நிற்கவில்லை பீமன்.

பீமன் நில்லாமல் போனான் முன்னேறி,
பகீரதன் கொணர்ந்தப் பெருநதியின் கரையோரம்,
கங்கையின் கரையிலே கிருஷ்ண த்வைபாயனர்,
ரிஷிகளின் நடுவிலே இருந்ததைக் கண்டான்.

கண்டான் அவ்விடத்தில் கீழன் அஸ்வத்தாமனையும்,
புழுதியுடன் தர்பைப்புல் போர்வையுடன் அங்கிருந்தான்,
உடலில்தான் நெய்யை ஊற்றிப் பூசியவன்,
அங்கிருந்தான் எனக்கண்டு ஆத்திரமுற்றான் பீமன்.

பீமன் யுதிஷ்டிரன் பார்த்தன் கண்ணனுடன்,
வந்ததன் காரணாய் விளம்பினான் நில்லென்று,
அவர்களின் வருகையால் அழிந்து வீழ்வதற்கு,
நேரந்தான் வந்ததென நினைந்தான் அஸ்வத்தாமன்.

அஸ்வத்தாமன் தன்னை அழியாமல் காக்கவேண்டி,
கரமெடுத்தான் ஒருபுல்லைக் கூறினான் மந்திரத்தை,
அப்புல்தான் பிரமசிரசெனும் அற்புத ஆயுதமாகி,
கொல்லதான் முன்னேறுகையில் கூறினான் கட்டளையை.

கட்டளையை இட்டான் கனமிக்க பிரமசிரசுக்கு,
பாண்டவரை அழியென்றுப் பகர்ந்தான் கட்டளையை,
உலகத்தை அழிக்கவே விடுத்தான் அக்கணையை,
சம்வர்த்தகத்தை ஒத்ததாகச் சீறியது அக்கணை.

(14)செளப்திக பர்வம், பகுதி 14

அக்கணை பாண்டவரை அழிக்கும் பிரமசிரசென,
குறியீடுதனை வைத்து கணித்தான் கண்ணன்,
காண்டீபனை நோக்கிக் கூறினான் செயல்வழியை,
பிரமசிரசைப் பயன்படுத்து பாண்டவரைக் காப்பாற்று.

காப்பாற்று பாண்டவரைக் கணையெடுத்து நீசெலுத்து,
கணைகளுக்கு எல்லாம் கோனான அக்கணையை,
உனக்குக் கற்பித்தார் உன்னதர் துரோணர்,
இன்றைக்கு அக்கணையை இயக்குவித்துக் காத்துக்கொள்.

காத்துக்கொள் உன்னையும் கனவீரர்கள் நால்வருடன்,
விடுத்துக்கொள் பிரமசிரசென விளம்பினான் கண்ணன்,
வில்லில் அம்புடன் விஜயன் இறங்கினான்,
தேவர்கள் பெரியோருக்குத் தந்தான் வணக்கத்தை.

வணக்கத்தைத் தெரிவித்து விடுத்தான் பிரமசிரசை,
கட்டளை கொடுத்தான் காக்கவேண்டும் இக்கணையென,
எதிர்க்கணையை அழிக்கவேண்டும் இந்த பிரமசிரசென,
கட்டளை கொடுத்து காண்டீபத்தில் பொருத்தினான்.

பொருத்தினான் அம்பைப் போகவிட்டான் வேகத்துடன்,
யுகாந்தத்தின் அக்கினியென எரிந்தபடிச் சென்றது,
அஸ்வத்தாமன் அம்பும் அழலைக் கக்கியது,
இருபுறமும் இடியொலிகள் எழுந்தனக் கணைகளில்.

கணைகளில் இடியோசைக் கேட்ட அக்கணத்தில்,
வானத்தில் விண்கற்கள் வேகத்துடன் விழுந்தன,
பயத்தில் உறைந்தன புவனத்தின் உயிர்த்தொகைகள்,
வானத்தில் செந்தீயே வட்டமிட்டு எழுந்தது.

எழுந்தது செந்தீயென அவ்விடத்து நாரதரும்,
வியாசரொடு வந்துவிட்டார் வையத்தைக் காப்பாற்ற,
ஒருபுறத்துக் கணையை தடுத்தது வியாசர்,
மறுபுறத்துக் கணையை மறிந்தார் நாரதர்.

நாரதர் வியாசரெனும் நிகரிலா இருமுனிவர்,
தடுத்தனர் கணைகளைத் தாக்கவில்லை அவையிரண்டும்,
கூறினர் இருவரும் கவலைதோய்ந்த முகத்துடன்,
மானிடர் மீதாக மோதவிட்டால் ஆபத்து.

ஆபத்து விளைக்கும் அதிபலத்த இக்கணையை,

மானிடரது உடல்மீது மோதவிடக் கூடாது,
போரிட்டு இறந்தவரில் பலபேர் இக்கணையை,
அறிந்துகொண்டு இருந்தாலும் எய்யவில்லை முறைகருதி.

முறைகருதித் தம்முயிரை மாயவே விட்டாலும்,
முறைதவறி இக்கணையை மானிடர்மேல் எய்யவில்லை,
நெறிதவறி நீரிருவர் நிகழ்த்தினீர் இத்தீங்கை,
வெறியன்றி வேறென்ன விளம்பலாம் காரணமென?

(15)செளப்திக பர்வம், பகுதி 15

காரணமென ஏதுண்டுக் கடுந்தாக்கு செய்யவென,
முனிவரான இருவரும் மொழிந்த கணத்திலேயே,
நெறியென இருப்பதை நன்கறிந்த விபத்சு,
கணையான பிரமசிரசைக் களைவேனெனக்
கரங்குவித்தான்.

கரங்குவித்தான் அர்ஜுனன் கூறினான் முனிவர்களிடம்,
தாங்கதான் இயலாவிதம் தாக்கிடும் இருகணைகள்,
நாங்கள்தான் விடுத்தாலும் நீங்கள்தான் தடுத்துவிட்டீர்,
தவத்தில்தான் பலமடைந்தால் தேவையில்லை ஆயுதங்கள்.

ஆயுதங்கள் பயன்படுத்தும் அறிவும் நுணுக்கமும்,
என்மனதில் நன்கறிவேன் இக்கணையை எய்யவேண்டி,
சூழல்கள் வந்ததால்தான் செலுத்தினேன் கணையை,
எதிரிமேல் எய்யவில்லை எய்தேன் கணைமீது.

கணைமீதுக் குறிவைத்துக் கடுங்கணை பிரமசிரசை,
தணிவிப்பது வேண்டுமெனத் தனுசிலே மந்திரித்தேன்,
விலக்குவது செய்தால் வீணன் துரோணர்மகன்,
நமக்குப் பேரழிவை நிச்சயம் உண்டாக்குவான்.

உண்டாக்குவான் பேரழிவை உன்மத்தன் அஸ்வத்தாமன்,
நீவிர்தான் இறைவருக்கு நிகரான இருவராவீர்,
எவ்விதந்தான் இச்சூழலில் அழிவினைத் தவிர்க்கலாமென,
நீவிர்தான் சொன்னால் நானதைக் கடைப்பிடிப்பேன்.

கடைப்பிடிப்பேன் நீவிர் கூறும் அறிவுரையை,
எங்களின் நலத்தையும் எல்லாவுலகின் நலத்தையும்,
காப்பதன் பொருட்டுக் கொடுப்பீர் கட்டளையென,
காண்டீபன் அமைதியாய்க் கரங்கூப்பி வணங்கினான்.

வணங்கினான் காண்டீபன் வல்லமை ரிஷிகளை,
வரவழைத்தான் பிரமசிரசாம் வெம்மைமிக்கக் கணையை,
திருப்பிதான் அதையழைக்கும் திறத்தினைக்
கொண்டதாலே,
காண்டீபன் அழைத்ததும் கணையும் திரும்பியது.

திரும்பியது பிரமசிரஸ் திருப்புவதோ வெகுகடினம்,
தேவரது கோனன்றித் திருப்பி அழைத்திடும்,
திறமானது கொண்டவர் தரணியில் எவருமில்லை,
பார்த்தனது சொல்கேட்டு பிரமசிரஸ் அடங்கியது.

அடங்கியது அக்கணை அடக்குவதோ வெகுகடினம்,
விடுப்பது செய்துவிட்டால் விலக்குவது சுலபமில்லை,
பிரமரது ஆற்றலால் பிறந்ததான அக்கணையை,
ஆன்மபலத்து மூலமே அழைக்கலாம் திரும்பிடென.

திரும்பிடென அழைக்கவும் தூயமனம் வேண்டும்,
பாவமென இல்லாதப் புண்ணிய ஆன்மபலம்,
வாய்த்ததான மனமுடையார் வரவழைக்கலாம்
திரும்பவும்,
கேடான மனமிருந்தால் கூடாது அழைத்தல்.

அழைத்தல் செய்பவர் ஆற்றல்மிக்க பிரமசாரியாய்,
புலன்கள் அடக்கியாளும் பாங்கினை உடையவராய்,
இன்றுந்தால் மட்டுமே இக்கணை திரும்பும்,

மீறினால் விட்டவனை மோதியே அழித்துவிடும்.

அழித்துவிடும் பிரமசரியம் இல்லாதவன்
அழைத்தானெனில்,
சிரத்தையும் எடுத்துவிடும் செந்தீயால் எரித்துவிடும்,
விடுக்கவும் செய்தபின்னர் வரவேண்டும் மீண்டென்று,
அழைக்கவும் நினைத்தால் அவசியம் பிரமசரியம்.

பிரமசரியம் கடைப்பிடித்தப் பீடுடையான் பார்த்தன்,
நெறிமுறையும் மீறாதவன் நீசமனம் இல்லாதவன்,
ஆபத்துகளும் வந்தாலும் அக்கணையை விடுத்ததில்லை,
உண்மையுடன் பிரமசரியம் உடையவன் பார்த்தன்.

பார்த்தன் இவ்விதம் பிரமசரியம் கடைப்பிடித்து,
பாங்குடன் நடந்ததாலே பிரமசிரஸ் திரும்பியது,
துரோணர்மகன் அக்கணையைத் திருப்பிட முயன்றாலும்,
அன்னவன் தவித்தான் ஆற்றல் இல்லாமல்.

இல்லாமல் போனது என்னிடம் திறமென்று,
இருகரங்கள் குவித்து இயம்பினான் அஸ்வத்தாமன்,
ஆபத்தில் இருருந்தே அகத்தில் அரண்டேன்,
பீமனிடத்தில் பயந்துதான் பிரமசிரசை விடுத்தேன்.

விடுத்தேன் அக்கணையை வீணன் பீமனுக்கென,
நெறிகளின் வழியறியா நீசனான பீமன்,
தவற்றின் வாயிலாய்த் தாக்கினான் துரியோதனனை,
போர்நெறியின் பிசகுக்கு பிரமசிரசால் பதிலளித்தேன்.

பதிலளித்தேன் இந்தப் பாவியின் கொடுஞ்செயலுக்கு,
அனுப்பிவிட்டேன் ஆனால் இயலாது திருப்புதல்,
பாண்டவரின் அழிவுக்கென பிரமசிரசை ஏவினேன்,
ஐவரின் உயிர்களை எடுத்துவிடும் பிரமசிரஸ்.

பிரமசிரஸ் கையாளுவதில் பெருந்திறத்தான்
பார்த்தனாவான்,
அழிவுற வேண்டுமென அனுப்பவில்லை அர்ஜுனன்,

ஆங்கிரஸ் வழிவந்தவனே அழிவினை நீநினைத்தாய்,
மறித்திட மட்டுமே மறுகணையை எய்தான்.

எய்தான் பிரமசிரசை ஆகினும் அர்ஜுனனோ,
அழைத்தான் அக்கணையை அழிக்காமல் தன்னிடமே,
உந்தன் தந்தையார் வழங்கியத் திறத்தினாலே,
தனஞ்செயன் கூத்ரியநெறி தாழாவிதம் செயலாற்றினான்.

செயலாற்றினான் தனஞ்செயன் சிறிதும் குரோதமின்றி,
நேர்மையுடன் அவ்வீரன் நிறுத்தினான் தன்கணையை,
ஆயுதங்களின் பயனையும் அவற்றை மீட்பதையும்,
அறிந்தவன் அர்ஜுனன் அதிதீரன் மிகநல்லான்.

மிகநல்லான் அர்ஜுனனை மாண்புடையச் சகோதரருடன்,
அழிப்பதன் வாயிலாக அடைவாயோ நலமேதும்?
எதற்குதான் இவ்விதம் ஈனச்செயல் செய்துவிட்டாய்?
அடக்கதான் வேண்டும் ஆற்றல்மிக்க பிரமசிரசை.

பிரமசிரசைப் பிறிதோர் பெருங்கணையால் அடக்கினால்,
அவ்விடத்தைப் பஞ்சம் அண்டும் பனிரண்டாண்டு,
வான்மழை பொய்த்துவிடும் வரட்சியே மேம்படும்,
உயிர்களைக் காக்கவேண்டி விஜயன் கணைமீட்டான்.

கணைமீட்டான் காண்டீபன் கடும்பஞ்சம் வாட்டுமென,
உன்கனைதான் இலக்கென்று விடுத்துதான்
அழித்திருக்கலாம்,
அவ்விதந்தான் செய்யாமல் அற்னெறியைக்
காத்துவிட்டான்,
பாண்டவரின் உயிரைப் பாதுகாத்தல் அவசியம்.

அவசியம் உன்னையும் அழியாமல் காப்பது,
மக்களையும் காக்கவேண்டும் மனத்திலே இதைக்கருதி,
அழைக்கவேண்டும் பிரமசிரசை அகிலத்தைக்
காக்கவேண்டும்,
குரோதமாகும் தீயகுணத்தைக் குறைக்கவேண்டும்
அஸ்வத்தாமா.

அஸ்வத்தாமா பாண்டவரை அழியாமல் காத்திடு,
பொருந்துமா இப்பெரும் பாவச்செயல் உனக்கு?
யுதிஷ்டிரனோ ராஜரிஷி எப்போதுமே தருமவான்,
தவறேதுமே இல்லாதவன் தீயகுணம் சிறிதுமில்லை.

சிறிதுமில்லை யுதிஷ்டிரனுக்குச் சீரிலாப் பேராசை,
நெறிமுறை மீறிதான் நாடவேண்டும் வெற்றியையென,
கேடுகளைச் செய்திடான் கோனான யுதிஷ்டிரன்,
உன்சிரத்தை அலங்கரிக்கு இரத்தினத்தை அளித்துவிடு.

அளித்துவிடு உன்சிரத்தின் அழகுமிக்க இரத்தினத்தை,
வாழ்ந்துவிடு என்றுனை விடுவிப்பார் பாண்டவரென,
அஸ்வத்தாமனுக்கு உரைத்தனர் அறமிக்க முனிவர்கள்,
பதிலுக்குப் பேசினான் பாங்கிலான் அஸ்வத்தாமன்.

அஸ்வத்தாமன் உரைத்தான் அழகுமிக்க இரத்தினத்தின்,
மதிப்புதான் மிகவதிகம் மொழிந்திட வார்த்தையில்லை,
கௌரவரின் பாண்டவரின் களஞ்சியங்கள் சமமில்லை,
இம்மணியின் வாயிலாக அகன்றோடும் அச்சங்கள்.

அச்சங்கள் கிடையாது ஆயுதங்கள் எதனாலும்,
பசிதாகத்தில் வாடாமல் பாதுகாக்கும் இக்கல்,
தேவர்கள் நாகர்கள் தானவர்கள் ராட்சதர்கள்,
திருடர்கள் குறித்தும் தேவையில்லை அச்சமேதும்.

அச்சமேதும் இல்லாமல் அளிக்கும் பாதுகாப்பை,
பிரியாவிதம் இம்மணியுடன் பிணைந்தது என்வாழ்வு,
கொடுக்கமாட்டேன் ஒருபோதும் எடுக்கமாட்டேன்
சிரம்விட்டு,
ஒப்புக்கொண்டேன் கட்டளையை உரைப்பவர்
நீவிரானதால்.

நீவிரானதால் உம்சொல்லை நிறைவேற்றுதல் என்கடமை,
இரத்தினத்தில் மிகமேன்மை இருக்கும் இக்கல்லை,
உம்மிடத்தில் வழங்கினேன் உரிமையுடன் பெறுவீர்,

இவ்விடத்தில் நானுள்ளேன் எடுத்துக்கொள்ளும்
என்னையும்.

என்னையும் அளிக்கிறேன் அருந்தவர் உமக்கென,
ஆகினும் பிரமசிரஸ் அழிக்கும் ஒருயிரை,
பாண்டவர்தம் குலமாதர் பெற்றிருக்கும் கருக்களை,
கொன்றுவிடும் இக்கணை கிடையாது மாற்றமேதும்.

மாற்றமேதும் செய்திட முடியாதே இக்கணைக்கு,
இலக்கேதும் இல்லாவிடில் அழித்துவிடும் அகிலத்தையே,
பாண்டவர்தம் காரிகையர் பெற்றிருக்கும் கருக்களை,
அழித்துவிடும் பிரமசிரஸ் அதற்கேதும் மாற்றமில்லை.

மாற்றமில்லை ஏனெனில் மீட்கவல்லப் பெருவலிமை,
எனக்கில்லை ஆகினும் இக்கணையை விடுத்துவிட்டேன்,
கருப்பையைக் குறிவைத்துக் கணையைத் திருப்புகிறேன்,
பிறகட்டளை அனைத்தையும் பூரணமாய்
நிறைவேற்றுவேன்.

நிறைவேற்றுவேன் என்று நவின்றான் அஸ்வத்தாமன்,
வியாசரின் பதில்மொழி வந்தது ஒப்புதலாய்,
சொன்னதன் விதமாகச் செய்துவிடு அஸ்வத்தாமா,
வேறேதும் செய்தால் வாழமாட்டாய் உயிருடன்.

உயிருடன் கருவிலே வளரும் குழந்தைகளை,
பிரமசிரம் தன்னைப் பாயவைக்கும் இலக்காக்கு,
வேறேதும் செய்து விளைக்காதே பேரழிவென,
கருத்தும் உரைத்ததும் கரங்குவித்தான் அஸ்வத்தாமன்.

அஸ்வத்தாமன் பிரமசிரசை அனுப்பினான் கருக்கள்மீது,
பாண்டவரின் குலமாதர் பெற்றெடுக்க வளர்ந்ததான,
குழந்தைகளின் உயிரைக் குடிக்கவே கட்டளையிட்டு,
பிரமசிரசின் திசைமாற்றிப் போகவிட்டான்
துரோணர்மகன்.

(16)சௌப்திக பர்வம், பகுதி 16

துரோணர்மகன் செய்ததால் தாக்குண்டது கருவென்று,
ஹ்ரிஷிகேசன் கலங்காமல் இயம்பினான் தன்கருத்தை,
உபப்லவ்யத்தின் வேதியர் உரைத்தார் எதிர்காலத்தை,
விராடனின் மகள்வழியில் வளருவார் கௌரவரென.

கௌரவரென இருந்தக் குலமே அழிவுறும்,
குழந்தையென உன்மகன் கிடைப்பான் குலம்வாழ,
இவ்விதமான காரணத்தால் இவனுக்குப் பெயராவது,
பரிக்ஷித்தென வழங்கும் பாருலகை ஆளுவான்.

ஆளுவான் உலகையே அதிதீரன் பரீக்ஷித்தென,
விளம்பினான் கண்ணன் வேதனை ஏதுமின்றி,
அஸ்வத்தாமன் ஆத்திரமாய் அளித்தான் மறுமொழியை,
பாண்டவரின் ஆதரவால் பேசுகிறாய் இவ்விதம்.

இவ்விதம் பேசியது எப்போதும் நடவாது,
பிரமசிரம் கருவைப் பொசுக்கி அழித்துவிடும்,
விராடர்தம் மகளின் வயிற்றிலே வளர்ந்துவரும்,
கருவும் கருகும் காத்தல் இயலாது.

இயலாது உனக்கு இக்கருவைக் காத்தலென,
திமிரோடு உரைத்தான் துரோணரின் மைந்தன்,
மாதவனது பதிலும் மாண்புடன் வந்தது,
பிரமரது ஆயுதம் புரியும் தன்செயலை.

தன்செயலைச் செய்துத் தாக்கியே அழித்தபின்னும்,
தன்னுயிரைப் பெற்றுத் தரணியை ஆண்டுவர,
பிறப்பை எடுப்பான் பிள்ளை பரீக்ஷித்தென,
வாதத்தை முடித்தான் வ்ருஷ்ணியரின் கண்ணன்.

கண்ணன் மேலும் கருத்தை உரைத்தான்,
உலகம் உன்னை உரைக்கும் கோழையென,
அன்றைவரும் உறிவார் அடாததாம் உன்செயலை,

குழந்தையும் குறியெனக் கொன்றாயே நீசனே.

நீசனே உன்னிடம் நிறைந்தது பெரும்பாவம்,
ஆண்டுகளே மூவாயிரம் அலைவாய் பூமியில்,
துணைவர்களே கிடையாது தெரியாதுப் பேசவும்,
தரணியிலே ஓரிடமின்றித் திரிவாய் தனியனாக.

தனியனாக நீயிருப்பாய் துணைவரென்று எவருமின்றி,
சபைகளாகக் கூடுமிடம் செல்லமாட்டாய் நீமட்டும்,
சீழாகக் குருதியாகச் சிந்தும் உதிரத்தில்,
கேடாக துர்நாற்றம் கிளம்பும் வெகுவாக.

வெகுவாக மனிதருடன் வாழவும் வழியின்றி,
தனியாக வனத்திலே தங்குவாய் சகதிகளில்,
பலவாக நோய்களும் பயங்கரமாய் உனைத்தாக்கும்,
அமைதியாக வாழாமல் அலைவாய் மூவாயிரமாண்டு.

மூவாயிரமாண்டு நீயும் மாண்பின்றித் திரிந்திருப்பாய்,
கொன்றாயென்று நினைத்தவன் காளையென்று
வளருவான்,
ஆயுதமென்று வேதமென்று அனைத்திலும் தேருவான்,
சரத்வாதரது மைந்தர்தான் சீர்மிக்க கெளருவாவார்.

குருவாவார் சரத்வாதர் கோவாகும் பிள்ளைக்கு,
தருவார் ஆயுதங்கள் தக்கவிதப் பயிற்சியுடன்,
ஆளுவார் அப்பிள்ளை அரிமாவென இப்புவியை,
மன்னவர் அவரது மண்ணாட்சி அறுபதாண்டு.

அறுபதாண்டு காலம் ஆளும் அப்பிள்ளையின்,
திறங்கண்டு நீயும் திக்கியே வாயடைப்பாய்,
இறந்தானென்று உரைத்தாய் ஈடிலா மாமன்னன்,
பரீக்ஷித்தென்று பெயர்பெற்றுப் பாருலகை ஆளுவான்.

ஆளுவான் அக்குழந்தை அதற்குநான் உறுதுணைவன்,
பிறப்பான் உயிரின்றிப் பிள்ளையான பரீக்ஷித்,
கொடுப்பேன் உயிரைக் குழந்தை பிழைத்தெழும்,

தவத்தின் வலிமையைத் தீயனே காணுவாய்.

காணுவாய் தவபலமெனக் கூறினான் வாசுதேவன்,
அடுத்ததாய் வியாசர் இயம்பினார் கருத்தை,
வேதியனாய்ப் பிறந்தும் வெகுமேன்மை பெற்றிருந்தும்,
கூத்ரியனாய்ப் போர்த்தொழில் செய்துதான் பிழைத்தாய்.

பிழைத்தாய் கொலைத்தொழிலால் பெருக்கினாய்
பாவத்தை,
சபிப்பதாய் தேவகிமகன் சொன்னவை அனைத்தும்,
அவ்விதமாய் நடந்தேறும் அதிலில்லை மாற்றமேதும்,
செய்தாய் பெரும்பாவத்தைச் சீர்கெட்ட வாழ்வுற்றாய்.

வாழ்வுற்றாய் தவற்றிலென விளம்பினார் வியாசர்,
இருகரத்தைக் குவித்து ஏற்றான் அஸ்வத்தாமன்,
உம்முடனாய் வாழுவேன் உன்னதரே வியாசரே,
சொன்னவை அனைத்தும் சொன்னபடி நடக்கட்டும்.

நடக்கட்டும் எனக்கு நவின்ற சாபங்களென,
தகதகக்கும் வைரத்தைத் தந்தான் பாண்டவரிடம்,
சோகமிகும் முகத்துடன் சென்றான் வனத்துக்குள்,
பாண்டவரும் சென்றனர் பெருமுனிவர் நாரதருடன்.

நாரதருடன் வியாசரும் நாரணனாம் கண்ணனும்,
தம்முடன் வருகையில் தகைமைமிக்க பாண்டவர்கள்,
அஸ்வத்தாமனுடன் பிறந்ததான அதிசயக் கல்லுடன்,
திரௌபதியிடம் வந்துத் தெரிவித்தனர் கருத்தை.

கருத்தைத் தெரிவிக்கக் காற்றெனப் பறந்தனர்,
வேகத்தை உடைத்தான வலுமிக்கப் புரவிகளை,
வேங்கை அச்சுதன் விரட்டியே ஓட்டிவந்தான்,
திரௌபதியைக் காணவே தவிப்புடன் வந்தனர்.

வந்தனர் இறங்கினர் அமர்ந்தனர் மாதருகில்,
பாண்டவர் சிம்மம் பலசாலி பீமசேனன்,
துரோணர் மைந்தனிடம் தான்பெற்ற இரத்தினத்தை,

துருபதர் மகளிடம் தந்தான் அன்பாக.

அன்பாக உரைத்தான் அதிதீரன் பீமன்,
உனதாக இக்கல்லை உவந்து அளிக்கிறேன்,
மைந்தராக இருந்தவரை மாளவைத்த வீணனை,
வென்றதாக அறிந்துகொள் வந்துவிட்டது இரத்தினம்.

இரத்தினம் இதனை ஏற்றிடு மாதே,
வருத்தமும் விலக்கி வந்திடு செயல்நிலைக்கு,
ப்ரயாவெனும் நோன்பிருந்துப் பாடுபட்டது போதும்,
க்ஷத்ரியர்தம் மாதரசி சற்றும் வருந்தாதே.

வருந்தாதே மாதே வேண்டாம் இத்துயரம்,
உபப்லவ்யத்திலே வாசுதேவனிடம் உரைத்தாயே
கோபமாக,
கணவர்களே எனக்கில்லைக் குழந்தைகளும் எனக்கில்லை,
சகோதரரே எனக்கில்லை சாரங்கன் நீயுமில்லை.

நீயுமில்லை எனக்கென நிகரிலா கோவிந்தனே,
உயிரில்லை உனக்கென உக்கிரமாய் உரைத்தாயே,
அமைதிநிலை வேண்டுமென அரசர் உரைத்ததற்கு,
ஆத்திரத்தைக் காட்டியே அதிரவே பேசினாயே.

பேசினாயே கோபத்துடன் போர்தனையே விரும்புவதாய்,
நன்மாதே நீயறிவாய் நெறியான க்ஷத்ரியவழி,
வருத்தத்தையே விடுத்து உளத்திட்பமே அடைவாய்,
கேடுகளையே செய்தவன் கீழானவன் மாண்டுவிட்டான்.

மாண்டுவிட்டான் துரியோதனன் மிகப்பெரும்
தடையானவன்,
ஆண்டிடத்தான் தடையானவன் அடாதன பலசெய்தவன்,
இறந்துவிட்டான் ஆதலால் எழுந்திரு மகிழ்வுடன்,
துஃசாசனன் குருதியைத் துப்பினேன் தரைமீது.

தரைமீது கொப்பளித்தேன் தீயவன் இரத்தத்தை,
சொல்லென்று சொன்னதெலாம் செயலென்று முடிவுற்றது,

குறையென்று நம்மீதுக் கூறிடார் எவருமே,
கொல்லாது அஸ்வத்தாமனைக் காட்டிலே திரியவிட்டோம்.

திரியவிட்டோம் அஸ்வத்தாமனை துரோணர்தம்
மகனானதால்,
பிராமணர்தம் உயிரெடுத்தல் பெரும்பாவம் ஆகியதால்,
விட்டுவிட்டோம் உயிருடன் வென்றுவிட்டோம்
அஸ்வத்தாமனை,
எடுத்துவிட்டோம் புகழை ஈனமுற்றான் கேடடைந்தான்.

கேடடைந்தான் வீடிழந்தான் கானகந்தான் ஏகிவிட்டான்,
ஆயுதந்தான் ஏதுமில்லை இரத்தினந்தான் நமதானதென,
ஆறுதல்தான் சொன்னான் அதிதீரன் பீமசேனன்,
பதிலைத்தான் உரைத்தாள் பாஞ்சாலி அமைதியாக.

அமைதியாக உரைக்கிறேன் அதிதீரம் கொண்டவரே,
கெடுதலாகச் செய்ததற்குக் கொடுக்கவேண்டும்
பதிலடியென,
ப்ரயாவாக விரதத்தைப் பற்றினேன் ஆகினும்,
குருவான துரோணர்மகன் குருவைப்போல் மாண்பினனே.

மாண்பினனே யுதிஷ்டிரா மணியான இரத்தினத்தை,
அணிந்துகொள்ளுமே நீவிர் அதுதான் என்னாசையென,
கருத்தையே உரைத்துக் கொடுத்தாள் இரத்தினத்தை,
வாங்கியே சிரத்தில் வைத்தான் யுதிஷ்டிரன்.

யுதிஷ்டிரன் அரிதான இரத்தினத்தை அணிகையில்,
குருநாதரின் பரிசெனக் கருதினான் மனத்தில்,
தெய்வீகத்தின் பேரொளி திரண்டது யுதிஷ்டிரன்மேல்,
பெருமலையின் மீதாக பானுவானது இரத்தினம்.

இரத்தினம் யுதிஷ்டிரனை அழகுடன் மிளிர்வித்தது,
க்ஷத்ரியர்தம் நெறிகளைச் சித்தத்தில் பதித்தவள்,
மைந்தர்தம் மறைவினால் மனவருத்தம் கொண்டாலும்,
மனதிடம் கொண்டவளாய் மீண்டாள் தன்னிலைக்கு.

தன்னிலைக்கு வந்தாள் திரௌபதியாய் நன்மங்கை,
ப்ரயாநோன்பு விலக்கியே பொலிவுற்றாள் சகஜமாக,
யுதிஷ்டிரனுக்கு மனத்திலே ஏதோ பெருங்கலக்கம்,
கண்ணனிடத்து வேண்டினான் கொடுக்கவேண்டும்
விளக்கமென.

(17)சௌப்திக பர்வம், பகுதி 17

விளக்கமென வேண்டினான் வேந்தன் யுதிஷ்டிரன்,
உறக்கமென இருந்தவரை அழித்தனரே மூவரும்,
வெகுபலமான மைந்தர்களை வீழ்த்தியது எங்ஙனம்?
சுமாரான வீரனாவான் சீர்கெட்ட அஸ்வத்தாமன்.

அஸ்வத்தாமன் எவ்விதமாய் அழித்தான் பாஞ்சாலர்களை?
துருபதனாம் வேந்தனின் திடமிக்க மைந்தர்கள்,
ஆயிரமாயிரம் வீரர்களை அழிக்கவல்ல திடத்தார்கள்,
துரோணர்மகன் கரத்திலே தாக்குண்டு இறந்ததேன்?

இறந்ததேன் திருஷ்டத்யும்னன் ஈனான
அஸ்வத்தாமனிடம்,
துரோணராம் மாவீரரும் தாக்கமாட்டார்
திருஷ்டத்யும்னை,
எவ்விதந்தான் அஸ்வத்தாமன் அழித்தான் பலபேரை?
ஒருவனானவன் அஸ்வத்தாமன் வலிமையானவன்
இல்லையே.

இல்லையே அஸ்வத்தாமனிடம் ஆற்றல் என்றதும்,
புனிதனே அளிந்தான் பதிலை யுதிஷ்டிரனுக்கு,
உதவியே கோரினான் அஸ்வத்தாமன் மகாதேவரிடம்,
அதுவே காரணம் அஸ்வத்தாமன் பலத்துக்கு.

பலத்துக்கு உறைவிடமாம் பரமேசர் மகிழ்வுற்றால்,
சாவற்று வாழவைக்கும் சிரஞ்சீவி வரங்கூட,
பெறுதற்கு அறிதில்லை பரமனாம் தயாளரிடம்,
அஸ்வத்தாமனுக்கு வெகுபலம் அளித்தவர் மகாதேவர்.

மகாதேவர் பலமளித்தால் மகவத்தையும் வெல்லலாம்,
ஈசானியர் செயலனைத்தும் மனத்தாலே நானறிவேன்,
எவ்விதமானர் என்பதும் அறிவேன் யுதிஷ்டிரா,
முதலானவர் முடிவானவர் மண்ணுலக உயிர்க்கெலாம்.

உயிர்க்கெலாம் ஆரம்பமாய் ஒடுக்கமாய் இருப்பவர்,
முற்காலம் முதலாக மகாதேவரை நன்கறிவேன்,
படைக்கலாம் என்றெண்ணி பிரமதேவர் முடிவெடுத்தார்,
உருத்திரரிடம் வேண்டினார் உண்டாக்குவீர் உலகையென.

உலகையென உண்டாக்க விருப்பமென பிரமதேவர்,
கருத்தினைக் கூறியதும் கருஞ்செம்மைச் சிகையுடையார்,
சரியெனக் கூறியே சென்றார் நீருக்கடியில்,
தவமென அமர்ந்திருந்தார் தவறேதும் நேராதிருக்க.

நேராதிருக்க வேண்டும் நானிலத்தில் தவறேதுமென,
கடுந்தவமிருந்த உருத்திரர் காலத்தைக் கடத்தினார்,
பொறுமையிலாரான பிதாமகர் பிறப்பித்தார்
வேறொருவரை,
படைப்பாயெனக் கட்டளை பிறப்பித்தார் அத்தேவருக்கு.

அத்தேவருக்கு சந்தேகம் அகத்திலே எழுந்தது,
எந்தனுக்கு முன்னதாக எவரும் பிறக்காவிடில்,
படைப்பதற்கு இசைவேனெனப் பகன்றார் அத்தேவர்,
பதிலுக்குப் பிதாமகர் பகர்ந்தார் இல்லையென.

இல்லையென உரைத்தார் ஈடிலார் பிரமதேவர்,
ஸ்தனுவென இருந்தவர் சென்றுவிட்டார் நீருக்குள்,
அச்சமென இல்லாமல் அனைத்துயிரும் உருவாக்கென,
கட்டளையென இட்டார் கேட்டது அவ்வடிவம்.

அவ்வடிவம் உண்டாக்கியது அகிலத்தின் உயிர்களை,
முதலாகும் தக்ஷனையும் மற்றபல உயிர்களையும்,
பிறப்பாகும் கணத்திலே பசியாகும் தாக்கத்தால்,
படைத்தவர்தம் உடலையே புசித்திட முன்னேறினர்.

முன்னேறினர் அனைவரும் மிகவும் வேகத்துடன்,
அத்தேவர் பிரமரிடம் அடைக்கலமென அருகுற்றார்,
படைத்தவர் என்னையே புசித்திட வந்துவிட்டார்,
அளிப்பீர் அவர்களுக்கு ஏற்றதான உணவை.

உணவை உருவாக்கினார் உன்னதர் பிரமதேவர்,
தாவரத்தை உடல்பலத்தில் தாழ்ந்தவற்றின் உணவாக்கி,
பலமற்றதை பலமிக்கவை புசிக்கவல்ல உணவாக்கி,
அவ்வுயிர்களை அனுப்பினார் அகிலத்திலே பலதிசைக்கு.

பலதிசைக்குச் சென்றப் பாங்கிலா உயிர்த்தொகைகள்,
பெருக்கமுற்று வளர்ந்தபின் பரமேசர் மேலெழுந்தார்,
உயிர்படைத்து அவைகளை வெகுபெருத்து வளர்த்துவிட்ட,
பிரமரது செயல்கண்டுப் பெருங்கோபம் உருத்திரருக்கு.

உருத்திரரது கோபம் வெகுபெருத்து வளர்ந்தது,
படைப்பதற்கு உண்டாக்கிய பெருத்தக் கருவியை,
பூமிக்கு உள்ளே புகச்செய்து மறைத்தார்,
தணிப்பதற்கு பிரமதேவர் தந்தார் கருத்தை.

கருத்தை உரைத்தார் கனிவான பிதாமகர்,
வெகுதவத்தைப் புரிந்ததேன் உட்புகுந்து நீருக்குள்?
பிறப்புறுப்பை மறைத்ததேன் பூமிக்கு உள்ளாக?
ஐயத்தைத் தீருமென இயம்பினார் பிரமதேவர்.

பிரமதேவர் வினவியதும் பகன்றார் மகாதேவர்,
வேறொருவர் உயிர்களை உலகிலே படைத்துவிட்டார்,
பயனற்றதோர் பிறப்புறுப்புப் போகட்டும் என்றுதான்,
பூமியிலோர் ஆழத்தில் பதித்து மறைத்துவிட்டேன்.

மறைத்துவிட்டேன் பிறப்புறுப்பைப் படைத்துவிட்டேன்
நல்லுணவை,
உயிர்த்தொகை பெருகுகையில் உணவுகளும்
பெருகுமென,
பதிலுரை தந்துவிட்டுப் போனார் கோபத்துடன்,

பெருமலலை மேஞ்சவத்தில் புரிந்தார் கடுந்தவம்.

(18)சௌப்திக பர்வம், பகுதி 18

கடுந்தவம் செய்தார் காலகாலர் மகேசர்,
கிருதயுகம் முடிகையில் கனமான வேள்விசெய்ய,
விருப்பம் கொண்டனர் வானத்தின் தேவர்கள்,
திரட்டவும் செய்தனர் தேவையான பொருட்களை.

பொருட்களைத் திரட்டினர் பசுநெய் சமிதுகளுடன்,
செய்வகை முழுவதும் சிறப்பாய்த் திட்டமிட்டு,
எவரெவரை அழைப்பதென எவ்வளவு ஆகுதியென,
பங்குகளைப் பிரித்தனர் பரமனை மறந்தனர்.

மறந்தனர் உருத்திரரின் மதிப்பறியா தேவர்கள்,
ஸ்தனுவானவர் பங்கெனத் தரவில்லை எதையுமே,
மகாதேவர் வேள்வியை முடியுமுன் அழிப்பதற்கு,
உருவாக்கினார் ஒருவில்லை அழிக்கவேண்டும்
வேள்வியையென.

வேள்வியையென உரைத்தால் வகையிலே நான்காகும்,
லோகயாகமென அகிலத்தில் லாபத்துக்கே நடத்துவது,
சிறப்புயாகமென ஒருசிலவாம் காரணத்தால் நடத்துவது,
அகத்திலென அனுதினமும் அக்கினியை வளர்ப்பது.

வளர்ப்பது அக்கினியை வார்ப்பது ஆகுதியை,
இவைகளுக்கு அடுத்ததாக இருக்கும் நான்காவது,
புலன்களுப் பொருத்தமானப் பொருளளித்து சுகிப்பது,
இவ்விதத்து நால்வேள்வியால் இயங்குவது அகிலமே.

அகிலமே உண்டானது அறமிக்க நால்வேள்விகளால்,
வில்லையே உருவாக்க வீரமிக்கார் கபர்தின்,
முதலாவதே ஆகும் மாண்புடைய வேள்வியை,
நான்காவதே ஆவதுடன் நன்கு பிணைத்தார்.

பிணைத்தார் வேள்விகளைப் பிடித்தார் வில்லாக,
நாணேற்றினார் அதுவோ நலமிக்க விசத்தாகும்,
நான்காக்கினார் வேள்விகளை நலமாக்கினார்
பெருவில்லை,
வில்லெடுத்தார் கரத்தில் வந்துவிட்டார் வேள்விசாலை.

வேள்விசாலை வந்தார் வேதநாதர் கபர்தின்,
ஆடைகளை அணிந்திருந்தார் அழகுமிக்க பிரமசாரியென,
கனவில்லைப் பிடித்தபடிக் கபர்தினைக் கண்டதும்,
நடுக்கத்தை அடைந்தாள் நன்மாது பூமிதேவி.

பூமிதேவி விதிர்விதிர்த்தாள் பேரதிர்வு மலைகளிலே,
அசைவின்றிக் காற்றும் ஆடாமல் நின்றது,
ஆகுதிகளை இட்டாலும் அக்கினியிடம் வளர்ச்சியில்லை,
நட்சத்திரங்களைக் கண்டால் நிற்கவில்லை வானத்தில்.

வானத்தில் நில்லாமல் வளைதபடிச் சென்றன,
சூரியனில் ஒளியில்லை சிறுத்து மங்கியது,
நிலவொளியில் அழகில்லை நெடுவானில் தெளிவில்லை,
வானவரில் குழப்பநிலை ஒருவரும் அசையவில்லை.

அசையவில்லை வேள்வித்தீ அடங்கியது குண்டத்தில்,
உருத்திரரைக் கண்டதும் உரமிழந்தார் தேவர்கள்,
வேள்விவடிவை இதயத்தில் அம்பொன்றால் தாக்கினார்,
மான்வடிவை எடுத்து மறைந்தது வேள்வி.

வேள்வி ஓடுகையில் ஓடினார் அக்கினியும்,
தாவிப் பிடிக்கவே துரத்தினார் மகேசர்,
ஓடி மறைந்தது வேள்வியெனக் கண்டதும்,
தெளிவின்றி தேவர்கள் தவித்தனர் தம்முளத்தில்.

தம்முளத்தில் அஞ்சிய தேவர்களின் நடுவிலே,
கரங்கள் உடைந்தன காரிகை சாவித்ரிக்கு,
கண்கள் இழந்தான் கதிரவனாம் பகனும்,
பற்கள் இழந்தான் புஷெனும் தேவன்.

தேவன் மகேசனின் திடத்தையும் கோபத்தையும்,
கண்டபின் தேவர்கள் கண்டபடி ஓடினர்,
ஓட்டத்தின் வேகத்தில் விழுந்தனர் ஒருசிலர்,
அச்சத்தின் நடுவிலே அரண்டனர் தேவர்கள்.

தேவர்கள் அரண்டுத் துடித்தபடி ஓடினர்,
கூறினார்கள் வில்லில் கணையெய்ய உதவிடும்,
நாண்கள் துண்டாகட்டுமென நவின்றனர் அனைவரும்,
கனவில் நிமிர்ந்தது காரணம் நாணறுந்தது.

நாணறுந்தது கண்டு நமக்கில்லை அச்சமென்று,
ஈசரது அருகாமைக்கு எல்லோரும் வந்தனர்,
மகாதேவருக்கு மரியாதைசெய்து மிகபாக்கியம்
பெறுவோமென,
ஈசரிடத்து வணங்கினர் எமக்குவேண்டும் அபயமென.

அபயமென வந்தவர்க்கு அடைக்கலமென வழங்கியபின்.
கோபமென இருந்ததைக் களைதுவிடலாம் கடலிலென,
வெம்மையான நெருப்பை விடுத்தார் கடலிலே,
நீரான வருணனையும் நலிவித்தது வெம்மை.

வெம்மை காரணமாய் வெந்தது மாக்கடலும்,
கரத்தை சாவித்ரிக்குக் கொடுத்தார் மகேசர்,
கண்களை பகனுக்கும் பற்களை புஷனுக்கும்,
கொடுப்பதைச் செய்தார் ககனமே மகிழ்ந்தது.

மகிழ்ந்தது வேள்வியும் மகேசரின் தணிவினால்,
ஏற்றது ஆகுதியை அளித்தது மகேசருக்கு,
ஸ்தனுவுக்குக் கோபமெனில் சகலமும் தடுமாறும்,
மகேசருக்கு மகிழ்வெனில் மனமெண்ணியது
நிறைவேறும்.

நிறைவேறும் ஆசையென நிகரிலா மகாதேவரை,
மனமுழுதும் சிந்தித்தான் மாண்பிலான் அஸ்வத்தாமன்,
அதுவாகும் உபபாண்டவர் அழிந்ததன் காரணம்,
ஸ்தனுவாகும் அஸ்வத்தாமனைச் சாயாது காத்தவர்.

காத்தவர் மகேசரெனில் எதிர்த்தவர் தப்பமாட்டார்,
பலபேர் ஒருவனிடம் பிணமாகி வீழ்ந்ததற்கு,
மகேசர் அஸ்வத்தாமனை மாண்புடன் காத்ததுதான்,
அறிவீர் காரணமென அகத்திலே கவலைவிடும்.

கவலைவிடும் வேந்தனை கனத்ததாம் பேரழிவை,
இரவுமுழுதும் செய்தவர் ஈடிலாதார் மகாதேவர்,
அஸ்வத்தாமன் கருவிமட்டும் ஆகினான் ஈசரிடம்,
அடுத்ததாகும் செயல்முடிப்பீர் அருகுளேன் நாரணனே.

ஸ்ரீ பர்வம்

(1)ஸ்ரீ பர்வம், பகுதி 1:
ஜலப்ரதானிக பர்வம்

நாரணனே சரணமென நரனே சரணமென,
சிரமே தாழ்த்திச் சிரத்தையுடன் வணங்கி,
புருஷரே ஆனவரைப் புந்தியில் துதித்தபின்,
சரஸ்வதியை வணங்கிச் சொல்லவேண்டும் ஜெயமென்று.

ஜெயமென்று துரியோதனனைச் சாய்த்தனர்
பாண்டவரென்றும்,
போரென்று நிகழ்ந்ததில் பெருந்தோல்வி
வாய்த்ததென்றும்,
நிலையறிந்து திருதராஷ்டிரர் நவின்றது என்னவாகும்?
யுதிஷ்டிரனது செயலென்ன இயம்பவேண்டும் முனிவரே.

முனிவரே இரவிலே மாண்புகளே இல்லாமல்,
கொலைகளே செய்தவர் கருத்திலார் மூவரின்,
நிலைகளே என்னானதென நவிலவேண்டும் எனக்கு,
அஸ்வத்தாமனே செய்தவற்றை அறிந்தேன் உம்மிடம்.

உம்மிடம் கேட்கிறேன் உரைப்பீர் விவரமாக,
எதிரியிடம் கோபித்து இருபுறமும் சாபமிட்டு,
அவ்விடம் அகன்றபின்பு ஆனதென்ன வேந்தருக்கு,
பார்வையும் இல்லாதப் பார்வேந்தர் செய்ததென்ன?

செய்ததென்ன என்பதைச் சொல்லுகிறேன் வேந்தேயென,
வைசம்பாயன மாமுனிவர் விவரங்கள் அளித்தார்,
சதமென நூறுமைந்தர் சக்தியுடன் பெற்றவன்,
இறந்தாரெனக் கேட்டதால் அழுதான் புலம்பினான்.

புலம்பினான் துடித்தான் பெருந்துயரில் வாடினான்,
மரமொன்றின் கிளைகள் முறிந்தே விழ்ந்தபின்னர்,
நடுமரத்தின் நிலையுற்று நடுங்கினான் மனத்தில்,
பேசத்தான் வார்த்தையின்றிப் பார்வேந்தன்
அமர்ந்திருந்தான்.

அமர்ந்திருந்தான் திருதராஷ்டிரன் அருகில்வந்தான்
சஞ்சயன்,
வருந்தித்தான் பயனில்லை வேந்தரே ஞானவானே,
ஒருபயனும் நேராது வீணான வருத்தத்தால்,
இறந்துதான் வீழ்ந்தனர் அக்ஷௌஹெளணிகள் பதினெட்டு.

பதினெட்டு அக்ஷௌஹெளணிப் படையினர் இருபுறமும்,
போரிட்டு மாண்டனர் பெருங்களம் வெறுமையானது,
ஆளற்று உலகமே ஆகியது பாலையாக,
பலதேசத்து வேந்தர்கள் போரிட்டனர்
துரியோதனனுக்கென.

துரியோதனனுக்கெனப் போரிட்டத் திடமிக்க வேந்தர்கள்,
சொர்க்கத்துக்கெனச் சென்றனர் சாக்காட்டில் விழுந்தனர்,
இறுதிக்கடனானச் சடங்குகளை இயற்றும் நேரமிது,
மூத்தோரான இளையோரான மைந்தரான
அனைவருக்கும்.

அனைவருக்கும் இறுதிக்கடன் அளிக்கவேண்டும்
போர்க்களத்தில்,

உறவினரும் நண்பர்களும் உறுதிமிக்க குருமார்களும்,
பெருங்களம் வந்துப் பிணமாகி விழுந்தார்கள்,
அவர்களின் இறுதிக்கடனை அளிக்கவேண்டும் முறையாக.

முறையாக இறுதிக்கடன் முடிக்கவேண்டும் என்பதை,
பரிவாக சஞ்சயன் பகர்ந்த கணத்திலே,
திடமாக இருந்தவன் திருதராஷ்டிர வேந்தன்,
மயக்கமாகச் சாய்ந்தான் மரமொன்று வேரற்றதாக.

வேரற்றதாக மரமொன்று வீழ்ந்ததாகச் சரிந்தவன்,
மைந்தராக அமைச்சராக மாண்புடன் காத்தவர்கள்,
ஒருவர்கூட இல்லாமல் வீழ்வுற்றேன் இப்போரில்,
வறிஞனாக திசைகெட்டு உலகிலே சுற்றுவேன்.

சுற்றுவேன் இவ்வுலகைச் சுற்றமேதும் இல்லாதவன்,
பறவையின் சிறகுகள் பறிபோன பின்னதாக,
ஆட்சியின் பீடத்தை இழந்துவிட்டேன் இப்பொழுது,
கண்ணிலேன் உறவிலேன் பீடிலேன் வீழ்வுற்றேன்.

வீழ்வுற்றேன் வானிருந்து வீழும் நட்சத்திரமென,
தாழ்வுற்றேன் இனிமேல் தேய்வுற்று மாளுவேன்,
நண்பரின் நற்சொல்லை நானேற்று நடவாதவன்,
ஜமதக்னியின் மைந்தரும் சொன்னார் நல்லதை.

நல்லதைச் சொன்னார் நாரத மாமுனியும்,
நல்வழியைக் காட்டினார் நிகரிலார் த்வைபாயனரும்,
உகந்ததைச் சொன்னான் வ்ருஷ்ணியரின் கிருஷ்ணனும்,
போர்தனை நிறுத்துவோம் போதும் ஐந்துகிராமமென.

ஐந்துகிராமமென அளித்தாலே அமைதியாய்
வாழ்வோமென,
அச்சுதனான வாசுதேவன் அளித்ததான வாய்ப்பையும்,
கேளாதவனான எனக்குக் கிடைத்தது தண்டனை,
வருத்தமானக் கவலையில் வீழ்வுற்றேன் இப்போது.

இப்போது வருந்துகிறேன் அப்போது தவறிழைத்தேன்,

பீஷ்மரது வார்த்தைக்குப் பதிலேதும் சொல்லவில்லை,
துரியோதனனது மரணத்தால் துவண்டது என்மனது,
அன்னவனது கர்ஜனை ஆழமானது காளைபோல.

காளைபோலச் சீறுபவன் கடுமைமனம் கொண்டவன்,
விலங்கைபோல வீழ்ந்தான் வீரமிக்கான் துஹ்சாசனன்,
வேங்கைபோலக் கர்ணனும் வீழ்ந்தான் களத்திலே,
சூரியன்போல துரோணரும் சாய்ந்தார் உயிரிழந்து.

உயிரிழந்து அனைவரும் வீழ்வுற்று மாண்டபின்பு,
தூளென்று என்னிதயம் தெறித்தே சிதறாதது,
ஏனென்று நானும் அறியவில்லை சஞ்சயா,
பாவமென்று என்செய்தேன் பெருஞ்சோகம் தாக்கியது.

தாக்கியது பெருஞ்சோகம் தெரியாதுக் காரணம்,
முன்வினையது என்னை மாய்க்கவே துடிக்கிறது,
முன்பிறப்பு அனைத்திலும் மிகப்பாவம் செய்திருப்பேன்,
இறைவரது தண்டனை அழிக்கிறது என்னை.

என்னைத் துயரம் அழுத்தும் நிலைவந்து,
உறவினரை உகந்தவரை உற்றவரை நண்பர்களை,
இழக்கவே செய்தேன் இந்த வயோதிகத்தில்,
எவரை உரைப்பேன் என்னிலும் கேடரென?

கேடரென இருப்போரில் கீழோரிலும் கீழானவன்,
நானென அறிந்து நொடிவுற்றேன் சஞ்சயா,
பாண்டவரான வீரர்கள் பார்க்கட்டும் இத்தினத்தில்,
பிரமரான தேவரிடம் போகிறேன் நானென்று.

நானென்று மிகவும் நொடிவுற்ற வேந்தனிடம்,
கோனென்று இருப்பவர்க்குக் கூடாது கடுஞ்சோகம்,
வேதமென்று இருப்பவை வழங்கும் முடிவைத்தான்,
கண்கொண்டுக் கண்டீர் காரணம் வேறில்லை.

வேறில்லை நம்மை வீழ்த்திய காரணம்,
சஞ்சயனை புத்திரசோகம் சாய்க்கவே முயலுகையில்,

ஆறுதலைச் சொன்னார்கள் அருந்தவ முனிவர்கள்,
அவ்வார்த்தை கேட்டீரே அவற்றை நினைவீர்.

நினைவீர் உமதுமகன் நிகழ்த்தியத் தீங்குகளை,
நல்லவர் சொன்னதான நல்வழியைக் கேளாமல்,
இருந்தீர் பேராசையால் இப்புவி உமதேயென,
நினைந்தீர் பாவத்தை நசித்தது அப்பாவமே.

அப்பாவமே வாளாகி அழித்தது உங்களை,
தவறானதே செய்வோர்தம் தயவினை அண்டினீர்,
துஹ்சானனே ராதேயனுடன் துரியோதனனின்
அமைச்சரானார்,
சகுனியே அனைத்துச் சிக்கலுக்கும் காரணம்.

காரணம் மேலும் கூறுகிறேன் வேந்தனே,
துரியோதனன் சகோதரன் தீயவன் சித்ரசேனன்,
தவற்றின் வழிகாட்டத் திடத்துடன் நடந்தான்,
சல்லியனுடன் சேர்ந்து சீர்கெட்டனர் அனைவரும்.

அனைவரும் எதிரிகளென ஆக்கினான் துரியோதனன்,
பீஷ்மர்தம் வார்த்தைகளைப் பீடிலான் ஏற்கவில்லை,
காந்தாரியும் விதுரரும் குருநாதர் துரோணரும்,
கிருபரும் சொன்னவற்றைக் கேட்கவில்லை துரியோதனன்.

துரியோதனன் மதிக்கவில்லை தசர்ஹன் கிருஷ்ணனை,
நாரதரின் சொல்லையும் நினைக்கவில்லை சுயோதனன்,
வியாசரின் சொற்களுக்கும் வழங்கவில்லை மதிப்பேதும்,
முனிவர்களின் சொற்களையும் மதியீனன் மறுத்தான்.

மறுத்தான் நற்சொல்லை மடிந்தான் விதிவசத்தால்,
திடத்தான் ஆகினும் தெளிவில்லை புத்தியில்,
சிந்தைதான் திடமிலான் சீர்கெட்டார் சொல்கேட்டு,
கொண்டுருந்தான் தற்பெருமை கெட்டகுணம் தீயசிந்தை.

தீயசிந்தை கொண்டவன் தெளிவிலா மனத்தினனை,
நல்வழியை நாடவைக்க நன்முயற்சி பலசெய்தும்,

கேட்கவில்லை நம்சொல்லைக் கேடுதான் உண்டாகியது,
ஞானப்பார்வை உடையவர் நீவிரே வேந்தரே.

வேந்தரே உமக்கு உண்டு ஞானப்பார்வை,
ஞானமே உடையவர் நலிந்திடார் சோகத்தில்,
நெறிகளையே மீறியதால் நேரிட்டது இவ்வழிவு,
போரையே எப்போதும் பெருமையெனப் பேசினர்.

பேசினர் போர்தான் பாருலகில் மேன்மையென,
கெட்டவர் நற்சொல்லை கருதாதத் தீயவர்,
அலைபவர் பொருள்தேடி அறநெறி அறியாதவர்,
அன்னவர் குறித்து அகத்துயர் வேண்டாம்.

வேண்டாம் துயரம் வேந்தனே உமக்கு,
நீவிர்தாம் நெறிகளை நன்கு அறிந்தவர்,
உண்மைதான் பேசிடும் உத்தமர் மேலோர்,
அறிவில்தான் மிகவும் ஆற்றல் கொண்டவர்.

கொண்டவர் ஞானத்தைக் கலங்காதீர் நீவிர்,
உலகிலெவர் உமைப்போல உன்னதர் இருந்தாலும்,
வருந்திடார் எச்சூழல் வாய்த்தே வாட்டினாலும்,
இறந்தவர் அனைவரும் எண்ணவில்லை நன்னெறியை.

நன்னெறியை அறியாத நீசர்களின் பேராசை,
அகிலத்தை அழித்தது அதற்குநீர் வருந்தாதீர்,
நடுநிலை கொண்டு நோக்கும் வேந்தரே,
கூறவில்லை உன்மகனின் குறைபாட்டை ஒருபோதும்.

ஒருபோதும் சரியாத உளத்திடம் வாய்த்தவர்,
துரியோதனன் பக்கமாகத் தாழ்த்தினீர் தராசனை,
இத்தினம் புரிகின்ற எச்செயலும் நாளைக்கு,
அழித்திடும் எனக்கண்டால் அதைவிடுதல் சரியாகும்.

சரியாகும் வழியைச் சாராது விலகினீர்,
மகனாகும் சுயோதனன் மனமகிழும் விதமாக,
செயலனைத்தும் செய்ததால் சேர்ந்தது வெகுபாவம்,

அதுவாகும் நீரடைந்த அகத்துயரின் காரணம்.

காரணம் நீர்தான் கருதவில்லை ஆபத்தை,
தேண்டையும் வேகத்தில் தனக்கெதிரில் பள்ளமொன்று,
இருப்பதும் அறியாமல் இடர்பட்டு விழுபவனாய்,
வருந்திடும் நிலைபட்டீர் வாடுகிறீர் இப்பொழுது.

இப்பொழுது வருந்தினால் எப்படி நலங்கிடைக்கும்?
வருந்துவது மேன்மையை வழங்காது வேந்தரே,
விரும்புவது கிடைக்கவேண்டில் வருந்துவது கூடாது,
வருந்துவோனுக்கு மோட்சங்கூட விளையாது வேந்தனே.

வேந்தனே எரியும் வலிமைமிக்கச் செந்தீயை,
மேலாடையைக் கொண்டு மூடிவிட முயலுபவர்,
உடனேயே தீப்பட்டு உயிரிழத்தல் திண்ணமாகும்,
அவ்விதமே நீவிர் அடைந்தீர் பெருந்துயரம்.

பெருந்துயரம் உண்டானது பார்த்தரெனும் அக்கினியை,
மேலாடையின் உதவில்யான் மூடவே முயன்றீர்கள்,
அக்கினியில் நெய்யென அழிவிலே விழுந்தீர்,
பார்த்தர்கள் அக்கினியாய்ப் பொசுக்கினார்
உன்மைந்தரை.

உன்மைந்தரை அழிக்க உண்டான அக்கினியில்,
உன்மந்தரே பாய்ந்தனர் விளக்கிலே விட்டிலென,
தடைகளைச் சொல்லித் தடுக்கும் காலத்தில்,
கயவர்களை ஆதரித்தீர் காலமில்லை வருந்துதற்கு.

வருந்திதற்கு இக்காலம் உகந்ததன்று வேந்தே,
பார்த்தரது அக்கினியில் பொசுங்கியே அழிந்தனர்,
உங்களது விழிநீர் உகுந்தால் அதுவே,
வீழ்ந்தவர்க்கு அக்கினியென வேகவைக்கும் வீழ்ந்தவரை.

வீழ்ந்தவரை மேலும் வதைக்காமல் நிறுதவேனும்,
விழிநீரை உகுக்காமல் வெல்லுவீர் சோகத்தையென,
மனன்வனைத் தேற்றினான் மாண்பினன் சஞ்சயன்,

வேந்தனைத் தேற்றினார் விதுரராம் அறிவாளர்.

(2)ஸ்ரீ பர்வம், பகுதி 2: ஜலப்ரதானிக பர்வம்

அறிவாளர் விதுரர் அமுதமெனப் பேசினார்,
பரிவாளர் அவரே போர்வேந்தர் திருதராஷ்டிரனிடம்,
எழுவீர் மண்ணிலே ஏனிப்படி விழுந்தீரென,
ஆதரவாளர் அன்புடன் எழுப்பினார் வேந்தனை.

வேந்தனை நோக்கி விளம்பினார் மேலும்,
வேதனை தருகின்ற வெம்மைத் தாக்கத்தை,
உம்மனதைக் கொண்டு உரத்துடன் அடக்குவீர்,
இந்நிலை முடிவானது அத்தனை உயிருக்கும்.

உயிருக்கும் மேலானது ஒன்றுமில்லை இவ்வுலகில்,
கூடிநிற்கும் அனைத்தும் கேடுபட்டு அழிவுறும்,
மென்மைமிகும் அனைத்தும் மண்ணிலே வீழ்ந்துவிடும்,
ஒன்றாயிருக்கும் அனைத்தும் உடைவாகிச் சிதறும்.

சிதறும் ஒற்றுமை செத்துவிழும் உயிர்த்தொகை,
அழிக்கும் இறைவர் இழுப்பார் வீரனையும்,
கோழைக்கும் வீரனுக்கும் கொடுத்திடார் வேறுபாடு,
கூத்ரியர்தம் வேங்கையே செத்தழிதல் கூத்ரியகுணம்.

கூத்ரியகுணம் போரிலே செத்தழிதல் என்றாலும்,
விட்டுவிடும் எண்ணம் வாராதே போர்த்தொழிலை,
போரேதும் செய்யாதவர் பாங்குடன் தப்புவதாய்,
நினைக்கலாம் ஆனால் நிலைக்காது உயிர்வாழ்க்கை.

உயிர்வாழ்க்கை முடித்திடும் விதிபலத்தை மிஞ்சியே,
ஒருநொடியைக் கடத்தவும் வாய்ப்பில்லை இவ்வுலகில்,
ஆரம்பத்திலே உயிர்கள் வெளிப்படுதலே இல்லை,
நடுவிலே தோன்றினாலும் முடிவிலே அழிந்துவிடும்.

அழிந்துவிடும் உயிர்வாழ்க்கை அனுதினமும் மாறிவிடும்,
வருந்திவிடும் செயலால் வருவதான நலமென்ன?
இறந்தவருடன் சேரவும் இருக்கவேண்டும் மனதிடம்,
வருத்தப்படும் ஒருவனுக்கு வாய்க்காது மகிழ்வேதும்.

மகிழ்வேதும் இல்லாமல் மனமுழுதும் வருந்தினாலும்,
இறந்துவிடும் வாய்ப்பில்லை இருக்கிறதே உயிர்வாழ்வு,
இந்தவிதம் உலகம் எப்போதும் இயங்குவதால்,
எந்தவிதம் சரியாகும் அகமுற்ற இச்சோகம்?

இச்சோகம் பொருந்தாது அரசனே திடம்பெறுவாய்,
அனைத்துயிரும் தேவரும் அழிவுறுவார் இறப்பினால்,
எவரிடமும் சாவுக்கு அன்புமில்லை வெறுப்புமில்லை,
புல்தலையும் காற்றிடம் பிரிவதுபோல் இந்நிகழ்வு.

இந்நிகழ்வு உலகிலே அனுதினமும் நிகழ்வதுதான்,
பிறப்பெடுத்து வந்தவற்றைப் பிணமாக்கும் சாக்காடு,
ஒரிடத்தை நோக்கியே ஓடும் பிரயாணிகளென,
இறப்பினைக் காணவே அனைவரும் விரைகிறோம்.

விரைகிறோம் ஒருநோக்கில் வீழுவோம் சாக்காட்டில்,
எவராகும் முதலிலே இறப்பினைக் கண்டவரென,
பகுப்பதும் மூடத்தனம் பாகுபாடு இல்லாமல்,
அனைவரையும் மாய்க்கும் அதுதான் சாக்காடு.

சாக்காடு பட்டாலும் சிறப்போடு மாண்டனரே,
போரிட்டு மாண்டவர்கள் போவார்கள் சொர்க்கமென,
வேதத்து நெறிகள் விளம்பினத் தெளிவாக,
மென்மையுற்ற சொர்க்கத்தில் மகிழ்ந்திருப்பார்
அனைவரும்.

அனைவரும் நம்பும் அருமறையும் உண்மையெனில்,
போர்க்களம் சென்றவர்கள் புகுந்திருப்பார் சொர்க்கத்தில்,
விரதங்களும் நோற்றவர் வேள்விகளும் இயற்றியவர்,
எதிரியிடம் போரிட்டபடி இறந்தனர் அரிமாவென.

அரிமாவென மேன்மையாய் இறந்தாரென அறிந்தபின்னும்,
சிறுமையான வருத்தம் சேர்ந்ததேன் உன்மனத்தில்,
மறைவான அவ்விடமிருந்து மாந்தர்களாய்ப் பிறந்தவர்,
மீட்சியென அடைந்து மீண்டுசென்றார் சொர்க்கத்துக்கு.

சொர்க்கத்துக்குச் சென்றவர்கள் சொந்தமில்லை உனக்கு,
அவர்களுக்கு நீயும் உறவில்லை வேந்தனே,
எதற்கு வருத்தம் ஏதேதோ புலம்பல்,
மறைந்து சென்றுவிட்டார் மனத்திலேன் கலக்கம்?

அறிவாளர் விதுரர் அமுதமெனப் பேசினார்,
பரிவாளர் அவரே பார்வேந்தர் திருதராஷ்டிரனிடம்,
எழுவீர் மண்ணிலே ஏனிப்படி விழுந்தீரென,
ஆதரவாளர் அன்புடன் எழுப்பினார் வேந்தனை.

வேந்தனை நோக்கி விளம்பினார் மேலும்,
வேதனை தருகின்ற வெம்மைத் தாக்கத்தை,
உம்மனதைக் கொண்டு உரத்துடன் அடக்குவீர்,
இந்நிலை முடிவானது அத்தனை உயிருக்கும்.

உயிருக்கும் மேலானது ஒன்றுமில்லை இவ்வுலகில்,
கூடிநிற்கும் அனைத்தும் கேடுபட்டு அழிவுறும்,
மேன்மைமிகும் அனைத்தும் மண்ணிலே வீழ்ந்துவிடும்,
ஒன்றாயிருக்கும் அனைத்தும் உடைவாகிச் சிதறும்.

சிதறும் ஒற்றுமை செத்துவிழும் உயிர்த்தொகை,
அழிக்கும் இறைவர் இழுப்பார் வீரனையும்,
கோழைக்கும் வீரனுக்கும் கொடுத்திடார் வேறுபாடு,
கூத்திரியர்தம் வேங்கையே செத்தழிதல் கூத்திரியகுணம்.

கூத்திரியகுணம் போரிலே செத்தழிதல் என்றாலும்,

விட்டுவிடும் எண்ணம் வாராதே போர்த்தொழிலை,
போரேதும் செய்யாதவர் பாங்குடன் தப்புவதாய்,
நினைக்கலாம் ஆனால் நிலைக்காது உயிர்வாழ்க்கை.

உயிர்வாழ்க்கை முடித்திடும் விதிபலத்தை மிஞ்சியே,
ஒருநொடியைக் கடத்தவும் வாய்ப்பில்லை இவ்வுலகில்,
ஆரம்பத்திலே உயிர்கள் வெளிப்படுதலே இல்லை,
நடுவிலே தோன்றினாலும் முடிவிலே அழிந்துவிடும்.

அழிந்துவிடும் உயிர்வாழ்க்கை அனுதினமும் மாறிவிடும்,
வருந்திவிடும் செயலால் வருவதான நலமென்ன?
இறந்தவருடன் சேரவும் இருக்கவேண்டும் மனதிடம்,
வருத்தப்படும் ஒருவனுக்கு வாய்க்காது மகிழ்வேதும்.

மகிழ்வேதும் இல்லாமல் மனமுழுதும் வருந்தினாலும்,
இறந்துவிடும் வாய்ப்பில்லை இருக்கிறதே உயிர்வாழ்வு,
இந்தவிதம் உலகம் எப்போதும் இயங்குவதால்,
எந்தவிதம் சரியாகும் அகமுற்ற இச்சோகம்?

இச்சோகம் பொருந்தாது அரசனே திடம்பெறுவாய்,
அனைத்துயிரும் தேவரும் அழிவுறுவார் இறப்பினால்,
எவரிடமும் சாவுக்கு அன்புமில்லை வெறுப்புமில்லை,
புல்தலையும் காற்றிடம் பிரிவதுபோல் இந்நிகழ்வு.

இந்நிகழ்வு உலகிலே அனுதினமும் நிகழ்வதுதான்,
பிறப்பெடுத்து வந்தவற்றைப் பிணமாக்கும் சாக்காடு,
ஒரிடத்தை நோக்கியே ஓடும் பிரயாணிகளென,
இறப்பினைக் காணவே அனைவரும் விரைகிறோம்.

விரைகிறோம் ஒருநோக்கில் வீழுவோம் சாக்காட்டில்,
எவராகும் முதலிலே இறப்பினைக் கண்டவரென,
பகுப்பதும் மூடத்தனம் பாகுபாடு இல்லாமல்,
அனைவரையும் மாய்க்கும் அதுதான் சாக்காடு.

சாக்காடு பட்டாலும் சிறப்போடு மாண்டனரே,
போரிட்டு மாண்டவர்கள் போவார்கள் சொர்க்கமென,

வேதத்து நெறிகள் விளம்பினத் தெளிவாக,
மென்மையுற்று சொர்க்கத்தில் மகிழ்ந்திருப்பார்
அனைவரும்.

அனைவரும் நம்பும் அருமறையும் உண்மையெனில்,
போர்க்களம் சென்றவர்கள் புகுந்திருப்பார் சொர்க்கத்தில்,
விரதங்களும் நோற்றவர் வேள்விகளும் இயற்றியவர்,
எதிரியிடம் போரிட்டபடி இறந்தனர் அரிமாவென.

அரிமாவென மேன்மையாய் இறந்தாரென அறிந்தபின்னும்,
சிறுமையான வருத்தம் சேர்ந்ததேன் உன்மனத்தில்,
மறைவான அவ்விடமிருந்து மாந்தர்களாய்ப் பிறந்தவர்,
மீட்சியென அடைந்து மீண்டுசென்றார் சொர்க்கத்துக்கு.

சொர்க்கத்துக்குச் சென்றவர்கள் சொந்தமில்லை உனக்கு,
அவர்களுக்கு நீயும் உறவில்லை வேந்தனே,
எதற்கு வருத்தம் ஏதேதோ புலம்பல்,
மறைந்து சென்றுவிட்டார் மனத்திலேன் கலக்கம்?

கலக்கம் வேண்டாம் கலைந்தோடும் சூழலுக்கு,
தெரிந்தும் மறைந்தும் திரும்புவதே உயிர்வாழ்க்கை,
போரிடுக் களத்திலே பீடுடன் விழுந்தால்,
நேரிடும் சொர்க்கவாழ்வு நலமே வென்றாலும்.

வென்றாலும் புகழுண்டு வீழ்ந்தாலும் சொர்க்கமுண்டு,
இருண்டுவிதம் நலந்தரும் இந்த நிகழ்வுக்கு,
வருந்துவதும் கூடாது வாழுபவர் எவரும்,
இந்திரனும் அவர்களுக்கு அளிப்பான் சொர்க்கபோகம்.

சொர்க்கபோகம் அளிப்பான் சீர்மிக்கான் இந்திரன்,
பெருந்தவம் செய்வோரும் போவதில்லை சொர்க்கத்துக்கு,
கற்றோர்க்கும் அறிந்தோர்க்கும் கடினமாகும்
சொர்க்கவாழ்வு,
போர்க்களம் சென்றவர்கள் பெற்றிடுவார் சொர்க்கத்தை.

சொர்க்கத்தை அடையவே செய்யும் போர்தான்,

வெள்வியென்றே நினைக்கவேண்டும் உடல்களே
ஆகுதியாம்,
அம்புகளே நெய்யென அத்தீயை வளர்க்கும்,
கூத்ரியருக்கே போர்க்களந்தான் சிறந்தவழி
சொர்க்கத்துக்கு.

சொர்க்கத்துக்குச் செல்லும் சிறப்பம்சம் உடையோர்கள்,
சபைகளுக்கு மாண்புதரும் சாந்தமிகும் நல்லவர்கள்,
அவர்களுக்குச் சொர்க்கம் அமைவுற்றது வானுலகில்,
வருத்தத்துக்கு இடமில்லை வேந்தே துயர்நீக்கு.

துர்யர்நீக்கு வேந்தனே தகாது உன்னழற்சி,
அகிலத்து முழுதுமாய் அன்னையர் தந்தையர்,
கணக்கிட்டுக் கூறவே கிடையாது எண்ணேதும்,
மனைவியென்று மைந்தரென்று மிகப்பலர் வாழ்கிறார்.

வாழ்கிறார் பல்லாயிரம் வாழுவதால் நமக்கென்ன?
வாழுகிறோம் நாமும் நம்வாழ்வால் அவருக்கென்ன?
அனுதினம் துயர்கொடுக்க ஆயிரம் காரணங்கள்,
அச்சம் அளிக்கவும் எத்தனையோ காரணங்கள்.

காரணங்கள் பலவெனக் கண்டாலும் அவையெலாம்,
மூடர்கள் மனத்தையே மிகவும் பீடிக்கும்,
மேதைகள் மனத்திலே மன்றாது துயரேதும்,
வேண்டுதல் வேண்டாமை வைக்காது காலம்.

காலம் எவரையும் காணாமல் மறக்காது,
நல்லவரும் கெட்டவரும் நலிவடைவார் காலத்தால்,
அனைத்தும் வளரவே ஆகும் ஒருகாரணம்,
காலமெனும் ஒன்றுதான் கிடையாது வேறேதும்.

வேறேதும் இல்லை வையத்தை அழிப்பது,
அனைத்தும் உறங்கினாலும் விழிக்கும் காலமட்டும்,
தடுக்கும் ஏதுமில்லைத் தாக்கும் காலமெனில்,
எதுவும் நிலையில்லை அழிவுதான் நிலையானது.

நிலையானது ஏதுமில்லை நலிவுறுவது அனைத்துமே,
இளமையென்று அழகென்று வாழ்க்கையென்று
வளமையென்று,
உடலுரமென்று நட்பென்று ஒன்றுமே நிலையில்லை,
வேண்டுமென்று எதையுமே விரும்பிடார் அறிஞர்.

அறிஞர் ஆகிய அரசரே நீவிர்தான்,
திசசித்தர் ஆகையால் தேவையில்லை வருத்தம்,
அனைத்துயிர் துய்க்கும் அழிவு பொதுவானதே,
வருந்துபவர் தன்னையே வாட்டி அழிப்பவர்.

அழிப்பவர் தம்மையே அகத்தில் துயருற்றவர்,
வருதுபவர் நொடிவதால் வருத்தம் குறையாது,
பெருந்துயர் வந்தால் பாடுபடக் கூடாது,
திருப்புவீர் மனத்தை திசையாய் வேறொன்றில்.

வேறொன்றில் மனத்தை வைப்பதுதான் எப்போதும்,
துயரத்தில் துடிப்பவர்க்குத் தகுந்த மருந்தாகும்,
நினைவகத்தில் துயர்வந்தால் நகர்த்தவேண்டும்
சிந்தனையை,
தள்ளுவீர் துயரத்தைத் தொலைவிலே விலகிவிடும்.

விலகிவிடும் துயரம் வேதனையை நினையாவிடில்,
மீண்டுமீண்டும் நினைதான் மிகுந்துவரும் வேதனைகள்,
நினைவாகும் துயரம் நமைவாட்டும் இருப்பிடம்,
வேண்டியதாம் ஒருபொருள் விலகினாலும் வருந்தாதீர்.

வருந்தாதீர் ஏனெனில் வருந்துபவர் முழுமூடர்,
வருந்துபவர் அடைந்திடார் வளமையை நெறிவழியை,
மகிழ்விலார் அன்னவரிடம் மன்றுவது வருத்தமே,
இழப்பவர் எப்போதும் அழுவார் துயரத்தில்.

துயரத்தில் விழுந்தவர் துடித்தே வருந்தினால்,
இலாபங்கள் நெறிகள் இன்பங்கள் கிடைக்காது,
வருத்தத்தில் வாடுபவர் வீழுவார் இலக்கின்றி,
வாழ்விலக்கில் தோற்பார் வருந்தும் மாந்தர்.

மாந்தர் போதுமென மனத்தில் எண்ணிடார்,
வேண்டுவார் பெரும்பொருளை உழலுவார் குழப்பத்தில்,
அறிவுடையார் என்றும் ஆசைகளில் உழன்றிடார்,
மனத்துயர் போக்க மருந்தாகும் நல்லறிவு.

நல்லறிவு கொண்டு நசிக்கலாம் வருத்தத்தை,
நன்மருந்து கொண்டு நீக்கலாம் நோய்நொடியை,
அறிவுக்கு ஞானத்துக்கு ஆற்றல் அதிகமுண்டு,
துயருக்கு மருந்தாகும் தூயதாம் நல்லறிவு.

நல்லறிவு இல்லாதவர் நொடிநேரமும் அமைதியுறார்,
முன்பிறப்பு வினைகள் மிகவேகமாய்த் தாக்கவரும்,
நடப்பது படுப்பது நகருவது ஓடுவதென,
ஏதேது செய்தாலும் அருகிருக்கும் முன்வினை.

முன்வினை காரணமாய் மாறிமாறிச் சுகதுக்கம்,
நல்லதைச் செய்தால் நற்பலனை உண்டாக்கி,
தீவினை செய்தால் தீயசெயல் பதிலாக்கி,
செய்ததை நுகரவைக்கும் சக்தியே முன்வினை.

முன்வினை காரணமென மொழிந்தேன் துயருக்கு,
நண்பானாய் வருவதும் நாமேதான் நமக்கு,
எதிரியாய் இருப்பதும் நாமேதான் நமக்கு,
செயல்களைக் காணும் சாட்சியும் நாமேதான்.

நாமேதான் நமது நலந்தீதைக் கொணருபவர்,
புண்ணியந்தான் செய்தால் பிறக்கும் நற்பலன்கள்,
பாவந்தான் செய்தால் பிழைக்கேற்ற தண்டனைகள்,
என்னதான் துயரெனினும் நாமேதான் காரணம்.

காரணம் அறியாமல் கவலையில் வீழுதல்,
மானிடராம் அனைவருக்கும் மிகவும் உகந்தது,
அழிக்கவேண்டும் கவலையை ஆணிவேர் வரையிலே,
தவிர்க்கவேண்டும் நமதுமனம் தள்ளாடும் நினைவுகளை.

(3)ஸ்ரீ பர்வம், பகுதி 3: ஜலப்ரதானிக பர்வம்

நினைவுகளைச் சரிசெய்ய நல்லவழி கூறினாய்,
கவலைகளை நீக்கினேன் கருத்துடைய உன்சொல்லால்,
பேச்சுகளைத் தொடரவேண்டும் பாங்குடைய விதுரனே,
எவ்வழியைக் கடைப்பிடிப்பார் அறிவுளோர் துயர்மாய்க்க.

துயர்மாய்க்க வழியென்னத் தெரிவிப்பாய் எனக்கும்,
தீமையாகச் சூழல்வந்தும் தக்கபொருள் தவறிச்சென்றும்,
ஈனமாக வருந்தும் எந்நிலை வந்தாலும்,
எவ்விதமாக மீளுவார் அறிவுத்திறமிக்க உடையவர்?

உடையவர் அறிவினால் உடைப்பார் துயரத்தை,
அடக்குவார் துயரத்தை அதேபோல் வெகுமகிழ்வை,
மனத்துயர் உண்டாவது மாறுபடும் பொருட்களால்,
எதற்குநீர் ஆசைகொண்டும் அதற்கொரு முடிவுண்டு.

முடிவுண்டு மண்ணிலே மிகச்சிறந்த பொருளுக்கு,
நிலையென்று இல்லாமல் நில்லாது ஓடிவிடும்,
உலகென்று இருப்பது வாழைமரம் போலாகும்,
பலமென்று ஏதுமில்லைப் புயல்வந்து சாய்த்துவிடும்.

சாய்த்துவிடும் காலமே சக்திமிக்க விதியாகும்,
மயானமாகும் அறிவாளியும் மதிகேடரும் உறங்குமிடம்,
வளமானவரும் வறிஞ்சரும் ஒன்றாகுமிடம் மயானம்,
சதையனைத்தும் போனபின்னர் சிதைவாகும்
எலும்புமட்டும்.

எலும்புமட்டும் மிஞ்சிவிடும் இடுகாட்டில் இருப்பவர்க்கு,
அழகனைத்தும் போனதே அருவருக்கும் எலும்புடலில்,
வறியவர்க்கும் வளத்தார்க்கும் வாய்ப்பது சமமுடிவெனில்,
ஏமாற்றுவதும் பறிப்பதும் எதற்காகப் பிறர்பொருளை.

பிறர்பொருளைப் பிறர்நிலையைப் பிடுங்குவதைக்
குறியாக்கி,
பாவங்களைச் செய்வதன் பலனென்ன இறுதியில்,
வீடுதனை ஒத்ததுதான் வாழுகின்ற உடலெலாம்,
காலந்தனை ஒத்துக் கட்டியவை இடிபரும்.

இடிபடும் வீட்டுக்குள் இருப்பவரும் வெளிவந்து,
வேறிடம் செல்வதுபோல் உயிரும் குடிபெயரும்,
ஒருடலும் இளமையில் வயோதிகத்தில் உகுத்தாலும்,
வேறுவடிவம் எடுத்து வந்துவிடும் புதுப்பிறப்பாய்.

புதுப்பிறப்பாய் வந்திடும் பாங்குடைய ஆத்மனே,
நித்தியமாய் இருக்கும் நிரந்தரப் பொருளாகும்,
மென்மையாய்க் கீழ்மையாய் மன்றிடும் நலந்தீது,
தற்செயலாய் நடப்பதில்லைத் தத்தமது செயல்களால்.

செயல்களால் உயிர்கள் செல்லும் சொர்க்கத்துக்கு,
செயல்களால் மகிழ்வும் சோகமும் விளைவாகும்,
மண்பாண்டங்கள் செய்கையில் முழுமை அடையாமலே,
பாதியில் சக்கரத்தில் போயழியும் உடைபட்டு.

உடைபட்டு வேறுசில உதிரும் எடுக்குமுன்னர்,
எடுத்ததற்குப் பிறகும் உதிர்வடையும் மட்பாண்டங்கள்,
ஈரமுற்று இருக்கையிலே உடைவுற்று வீழ்வனவும்,
சூளையிட்டுச் சுடுகையில் சிதறும் பாண்டங்கள்.

பாண்டங்கள் ஒருசிலப் பயன்பாட்டில் உடைந்துவிடும்,
இவ்விதத்தில் உண்டாகும் உயிர்களின் வாழ்க்கையும்,
கருவில் ஒருசிலவும் பிறப்பில் ஒருசிலவும்,
பிறப்பில் தப்பித்துப் பின்னர் ஒருசிலவும்.

ஒருசிலவும் மாளுதல் ஓரிரு தினங்களில்,
அரைமாதம் ஒருமாதம் ஓராண்டு ஈராண்டென,
இளமையிலும் நடுவயதிலும் முதுமையிலும் இறப்பனவாய்,
அழிவுறும் வாழ்வுக்கு ஆட்பட்ட உயிர்த்தொகைகள்.

உயிர்த்தொகைகள் வாழுவது உண்டாகும்
முன்வினையால்,
உலகத்தில் இறப்புகள் ஒருபோதும் நில்லாமல்,
நடப்பதால் அதைப்பொருட்டு நொடிவுறுதல் தவறாகும்,
வருந்துதல் வேண்டாம் விடுவீர் துயரத்தை.

துயரத்தை அடையாதீர் திடமிக்க வேந்தரே,
உயிர்வாழ்க்கை நதியென்று உரைத்தால் அந்நதியில்,
முழுகுதலைச் செய்தும் முழுகாமல் மேலெழுந்தும்,
நீச்சலை அடிப்பவர்தான் நானிலத்தின் உயிரெலாம்.

உயிரெலாம் வெளிப்படையாய் வரலாம் உடலுடன்,
மறையலாம் உள்முகமாய் முழுகியே நீந்துகையில்,
அறிவீனம் கொண்டவர் அரற்றுவார் இவையெலாம்,
நிகழும் காரணம் நமனல்லத் தானேயென.

தானேயென அனைத்துக்கும் தம்மையே காரணமாக்கி,
தவிப்பன அறிவிலாரின் தகைவிலாச் செயலாகும்,
நெறியென இருப்பதை நன்கு அறிந்தவர்கள்,
அழிவான எதற்கும் ஒருபோதும் வருந்திடார்.

வருந்திடார் உயிர்கள் வந்தாலும் போனாலும்,
பெருந்துயர் படாமல் பாங்குடைய மனத்தினர்,
வாழுவார் அதன்பின் வருவார் பிரமத்திடம்,
அடைவார் வாழ்வின் உயர்வான நற்பலனை.

(4)ஸ்ரீ பர்வம், பகுதி 4:
ஜலப்ரதானிக பர்வம்

நற்பலனைக் குறித்து நவின்ற விதுரனிடம்,
பேச்சுத்திறமை கொண்டவனே பேரறிவை உடையவனே,
வெறுமைகளை உடைத்தான உலகத்தை அறிவதற்கு,
உரியயவகை என்னவென உரைக்கவேண்டும் எனக்கு.

எனக்கு உலகத்தை அறியும் வகைசொல்லென,
கேட்டதற்கு விதுரர் கொடுத்தார் பதில்மொழி,
கருவுற்று வருகையில் குருதியில் உயிர்நீரில்,
மூழ்குற்றுக் கிடக்கும் மெதுவாய் வளர்வுறும்.

வளர்வுறும் கருவுக்கு வடிவம்வரும் காலம்,
ஐந்துமாதம் ஆகும் அரசனே அப்பொழுது,
கைகாலும் உடையதாகக் குழந்தை உருவாகும்,
வாழ்விடம் அசுத்தமாக வாழ்ந்திடும் குருதியில்.

குருதியில் சதையில் கிடக்கும் குழந்தை,
வாயுவில் உண்டாகும் வலுமிக்க மாற்றத்தால்,
கால்கள் மேலாகக் கீழ்ப்புறம் தலைவைத்து,
பிறத்தல் பொருட்டுப் போகும் தலகீழாய்.

தலைகீழாய்த் திரும்பியபின் தக்கவிதம் அக்குழந்தை,
கருப்பையை விட்டுக் கீழ்ப்புற வாய்வழியாய்,
வெளிப்புறமாய் வந்துவிழும் வியப்பான நிகழ்வுதான்,
விதிப்படியாய் குழந்தக்கு வாய்க்கும் பிறப்பு.

பிறப்பு எடுப்பது பலமான முன்வினையால்,
அதற்கு மேலாக அநேகப் பாவங்கள்,
குழந்தைக்கு எதிரிகளாய்க் குவியும் இவ்வுலகில்,
கறிக்கு அலையும் கீழான நாய்களென.

நாய்களென முன்வினைகள் நசிக்கவே வந்துவிடும்,
நோய்களெனப் பலவும் நொடிவுகளை உண்டாக்கும்,
முன்வினையென இருப்பதால் மிகப்பல நோய்கள்,
குழந்தையான உயிரைக் கொல்லவே தாக்கும்.

தாக்கும் அதன்பின்னர் தாங்கொணா ஆசைகள்,
புலன்களும் காமமும் பொருளாசையும் பிறத்தேவைகளும்,
தீயதாகும் பழக்கங்களும் தாக்கும் உயிர்களை,
மகிழ்வேதும் கிடையாது மண்ணுலகில் பிறந்தவர்க்கு.

பிறந்தவர்க்கு உண்டாகும் பெரிதான தாக்கங்கள்,
முன்வினைக்கு ஆட்பட்டு மகிழ்வேதும் இல்லாமல்,
உழலுதற்கு இடமாகும் உயிர்களின் வாழ்க்கை,
பலன்களுக்கு இடமில்லைப் புரிந்திடும் சரிதவற்றுக்கு.

சரிதவற்றுக்கு ஏற்றதானச் செயல்விளைவும் நேராமல்,
நினைத்ததற்கு மாறாகவே நடந்தேறும் அனைத்தும்,
விடுதலைக்கு மனந்திருப்பி உளத்திலே உள்நோக்கி,
ஆத்மனுக்கு ஆட்பட்டார் அகலுவார் வினைவிட்டு.

வினைவிட்டு அகன்றிடார் உளக்கட்டு இல்லாதவர்,
புலன்கட்கு ஆட்பட்டுப் பலவிதத்தில் திரிந்திருப்பார்,
புலனீர்ப்பு வழியிலே போகும் புல்லர்கள்,
அறிவதற்கு வாய்ப்பில்லை இறப்பு வாயிலிலென.

வாயிலிலென வந்திருக்கும் வாழ்க்கையின் முடிவினை,
அறியாதோரென புலன்களின் அடிமைகளாய்ச்
சுகித்திருப்பார்,
எமனென இருப்பவன் அனுப்பிடும் தூதரிடம்,
பிணையான நிலைபட்டுப் போவார் அவ்வுலகம்.

அவ்வுலகம் செல்லுவார் அதற்கான காலத்தில்,
இவ்வுலகம் தன்னில் இருக்கும் காலத்தில்,
முன்வினையின் தாக்கத்தால் மிகவும் வதைபட்டு,
தம்மழிவும் வந்தபின்னர் திரும்புவார் எமனிடம்.

எமனிடம் போவதுதான் அனைவரின் முடிவாகும்,
ஏமாற்றும் உலகமிது எல்லாவிதத்திலும் தவறானது,
புரிந்துகொள்ளும் திறம்ற்றுப் பேராசை வயப்பட்டு,
கோபத்திலும் அச்சத்திலும் கழிப்பார் காலத்தை.

காலத்தைக் கழிப்பார் களிப்பான புலன்வழியில்,
தன்னைத் தானறியார் தனக்குள்ளே நோக்கிடார்,
ஆத்மனை அறியாமல் அவரியிலே கிடப்பார்,
பெரும்பிறப்பை அடைந்தேனெனப் பிறரைப் பழிப்பார்.

பழிப்பார் மற்றவரைப் பேசுவார் தற்பெருமை,
அவமதிப்பார் ஏழைகளை அகந்தையால் தான்மட்டும்,
அறிவுற்றவர் என்பார் அடுத்தவர் முட்டாளென்பார்,
அத்தகையோர் தம்மை ஒருபோதும் நோக்கிடார்.

நோக்கிடார் தன்னுடைய நலந்தீது எதனையும்,
செய்வார் தவறுகளைச் சொல்லுவார் காரணங்கள்,
உரைப்பார் தவற்றுக்கு வேறொருவர் காரணமென,
விரும்பிடார் தவற்றுக்கு வந்திடும் தண்டனையை.

தண்டனையை விரும்பாமல் தப்பவே விரும்புவார்,
நல்லவரைப் பொல்லாரை நாடிவரும் நலந்தீது,
பெருமைகளைச் சிறுமைகளைப் பொழிந்திடும்
விதிச்செயல்,
இவற்றை அனுபவித்து இறப்பிலே உறங்குவார்.

உறங்குவார் இறப்பெனும் உறக்கத்தில் நிம்மதியாய்,
இருப்பார் எலும்புகளாய் இருக்காது சதையேதும்,
இணைப்பாய் சிலதசைகள் இருக்கும் காய்ந்ததாக,
இந்நிலையை அடைந்தவரை இயலாதே பிரித்தறிதல்.

பிரித்தறிதல் இயலாவிதம் பீடிழந்து எலும்பாகி,
கிடப்பவர்கள் பிறப்பில் கொண்டதாம் பெருமையெங்கே?
வாழ்நாளில் வாய்த்த வலுவெங்கே அழகெங்கே?
கிடப்பார்கள் ஒரேவிதமாய்க் கிடையாது வேறுபாடு.

வேறுபாடு இல்லாமல் வீழவைக்கும் விதியென்று,
அறியாது பலவிதம் அரற்றியே திரிகிறார்,
எமாற்றுவது தவறிழைப்பது எதற்காக இவ்விலகில்?
அறநூல்களது முடிவிது அறிந்தவர் நெறிபிழறார்.

நெறிபிறழறார் இவ்வுலகின் நிலையிலாப் பாங்கறிந்தோர்,
விலக்குவார் புலன்களின் வேகமான ஈர்ப்புகளை,
அடைவார் வாழ்வின் இறுதியான நன்னிலையை,
அத்தகையோர் ஆத்மனில் அமைதியாய் வாழுவார்.

வாழுவார் நல்லவர் வாழ்வின் நெறிப்படி,
எவரொருவர் இக்கருத்தை ஏற்று மனத்திலே,
அமைதியுறுவார் ஆகினும் அவருக்கு வெற்றியுண்டு,
அறிவார் ஆத்மனை அடைவார் மனவமைதி.

(5)ஸ்ரீ பர்வம், பகுதி 5:
ஜலப்ரதானிக பர்வம்

மனவமைதி குறித்து மொழிந்த விதரரிடம்,
சந்தேகத்தைத் தீர்த்துவை சீர்மிக்க அறிவாளனே,
எவ்வழியைக் கடைப்பிடித்து இவ்வுலகக் கடமைகளின்,
அக்கறையை அடையலாம் இயம்புவாய் விளக்கமாய்.

விளக்கமாய் விளம்பிடென வினவினார் திருதராஷ்டிரர்,
பதிலாய் உரைத்தார் பக்தியுடன் விதுரர்,
உலகை உண்டாக்கிய உன்னதர் பிரமருக்கு,
வணக்கத்தைச் செலுத்தி விளம்புகிறேன் விவரத்தை.

விவரத்தை உரைக்கிறேன் வேந்தரே உமக்கு,
உயிர்வாழ்க்கை குறித்து வலிமைமிக்க முனிவர்கள்,
உரைத்ததை உமக்கு உரைக்கிறேன் வேந்தரே,
உலகத்தை வனமென்று உரைப்பார் முனிவர்கள்.

முனிவர்கள் நடுவிலே மிகவலிமை படைத்தவர்,
வனத்தில் நின்றார் விலங்குகள் சூழ்ந்தன,
சிம்மங்கள் வேழங்கள் சேர்ந்தே ஒலியெழுப்பின.

ஒலியெழுப்பின விலங்குகள் உண்டாக்கின அச்சத்தை,
எமனென இருப்பவனும் அஞ்சுவான் அவ்வனத்தில்,
பயங்கரமான அவ்விடத்தில் பெருமுனிவர் அஞ்சினார்,
குத்திட்டன மயிர்க்கால்கள் கனநடுக்கம் உடல்முழுதும்.

உடல்முழுதும் நடுங்கவே ஓடினார் அங்கிங்காய்,
அப்புறமும் இப்புறமும் அச்சத்துடன் நோக்கினார்,
அடைக்கலம் கிடைக்குமென ஆவலுடன் நோக்கினார்,
கொல்லவரும் விலங்குகளிடம் கொலைபடாமல்
தப்பவேண்டி.

தப்பவேண்டி ஓடினாலும் தெரியவில்லை வழியேதும்,
நடுநடுங்கிக் கண்டார் நலம்பெற வழிவேண்டி,
வனமென்று இருந்ததற்கு வலையென்று எல்லையானது,
அங்கிருந்து ஒருமாது அழைத்தால் கரம்நீட்டி.

கரம்நீட்டி அழைத்தவள் காலனென அச்சமூட்ட,
உள்நோக்கி வந்தால் வெகுபெருத்த அரவங்கள்,
தலைதூக்கி நின்றனத் தலைக்கணக்கு ஐந்தாகும்,
மலபோன்றுப் பெருத்தவை மனிதரை உண்பவை.

உண்பவை அந்த அரவங்கள் மனிதரை,
அவ்விடத்தை ஒட்டியே அமைந்தது ஒருபள்ளம்,
கொடிகளைச் செடிகளைக் கொண்டது அப்பள்ளம்,
அவ்விடத்தை அடைந்தவர் அதற்குள்ளே விழுந்தார்.

விழுந்தார் முனிவர் வலைபோன்றக் கொடிநடுவில்,
கண்டார் பலாப்பழம் கனிந்துத் தொங்குவதை,
கிடந்தார் தலைகீழாய்க் கேடுகள் பலசூழ,
அவ்விடமோர் அரவம் அமைதியாய் வந்தது.

வந்தது அருகிலே வேழமும் பள்ளத்தருகில்,
இருந்தது யானைக்கு ஆறுமுகம் பன்னிருகால்,
இறங்கியது நிதானமாக இறையாவார் முனிவரென,
பறந்து சென்றன பருத்தத் தேனீக்கள்.

தேனீக்கள் தேனுண்டுத் திரிந்தன மகிழ்விலே,
கூட்டுக்குள் இருந்துக் கொட்டியது நற்றேன்,
பள்ளத்தில் விழுந்தவரின் பக்கமாக ஊற்றியதாம்,
தேன்துளிகள் அருந்தினார் தொங்கிய நிலையிலே.

நிலையிலே கீழ்மையாய் நலிவுற்றுக் கிடந்தாலும்,
சிறுவரே விரும்புவதாய் சுவையிலே இனிப்பதாய்,
மலையிலே கிடைப்பதாய் நிறத்திலே சிவந்ததாய்,
வழியவே வந்ததேனை உணவென்றே உண்டார்.

உண்டார் தேனை உண்டாலும் பலனில்லை,
தவித்தார் தாகத்தில் தண்ணீர் கிடைக்கவில்லை,
வேண்டினார் மேன்மேலும் வேண்டும் தேனென்று,
தவித்தார் ஆகினும் தெவிட்டவில்லை வாழ்க்கை.

வாழ்க்கை குறித்து வெறுப்பேதும் இல்லாமல்,
கிணற்றை நோக்கியே கிடந்தார் தலைகீழாய்,
அவ்விடத்தை எலிகள் அண்டியே வந்தன,
மரவேறினை அறுக்கு முயன்றே கடித்தது.

கடித்தது எலிகள் கட்டை மரத்தை,
அடுத்தது விலங்குகள் அழிக்கவே சூழ்ந்தன,
விளிம்பது வந்தால் வஞ்சியொருத்தி கொல்லவந்தாள்,
இருந்தது பேரரவில் அக்கிணற்றின் அடியிலே.

அடியிலே பாம்பும் அறுந்துவிழும் வேர்களும்,
உண்ணவே விலங்குகளும் வீழ்த்தவே மாதொருத்தியும்,
தாக்கவே வேழமும் தன்னை மிரட்டினாலும்,
வாழவே விரும்பினான் வலியிலே துடித்தாலும்.

(6)ஸ்ரீ பர்வம், பகுதி 6:
ஜலப்ரதானிக பர்வம்

துடித்தாலும் வாழ்வைத் தள்ளிடார் மாந்தரென,
கருத்தாழம் மிக்கக் கதையைக் கேட்டதும்,
மிகச்சோகம் பட்டார் மாந்தர் வாழ்விலென,
தன்னுளம் உரைத்தார் திருதராஷ்டிர வேந்தன்.

வேந்தன் வினவினார் வெகுநல்ல உரையாளனே,
கடுமைதான் அவர்வாழ்வு கனத்துயரம் அவருற்றது,
வாழ்வுதான் பெற்றதன் விதத்தைதான் விளம்புவாய்,
மகிழ்வுதான் கிடைத்ததை மொழிவாய் விவரமாக.

விவரமாக விளம்புவாய் விளைவான அந்நிகழ்வு,
எங்காக நிகழ்ந்தனும் எல்லா விவரங்களும்,
நெறியாக வாழ்வதற்கு நேர்மாறாய் அமைந்திருக்கும்,
பகுதியாக இருப்பது புவனத்தில் எங்குளது?

எங்குளது அப்பகுதி இயம்புவாய் விதுரனே,
அன்னவரது கேடுநிலை அகன்றது எவ்வாறு?
அம்மனிதனது விடுதலைக்கு ஆவதென்ன நம்மளவில்,
ஏதாவது இயலுமெனில் இப்போதே செய்யலாம்.

செய்யலாம் உதவியெனச் சொன்னான் வேந்தன்,
மனமெலாம் பதறுதே மிகத்துர நிலைகண்டு,
தப்பவும் இயலாதவிதம் சிக்கவும் செய்தானே,
விளம்பவேண்டும் விவரமென விதுரனிடம் வினவினார்.

வினவினார் வேந்தன் விடைதந்தான் விதுரன்,
எவரெவர் மோட்சத்தை அடையவே விரும்பினாலும்,
விளம்புவர் இக்கதையை உதாரணக் கதையாக,
புரிந்தவர் வானுலகில் பெறுவர் பெருமேன்மை.

பெருமேன்மை உடைத்தான பெருங்கதையில்
உரைப்பதான,
பெருவெளியை வையமென்பார் பெருவனத்தை
வாழ்விடமென்பார்,
விலங்குகள் நம்மை வாட்டும் நோய்களாகும்,
கோரமாதை உரைப்பார் கீழ்மையாம் வயோதிகமென.

வயோதிகமென இருப்பதே வடிவிலா அம்மாது,
பள்ளமென உரைத்தது பந்தமுற்ற உடலாகும்,
ஆழமான பள்ளத்தின் அரவமென உரைத்தது,
காலமென இருந்துக் கணக்கிட்டு அழிப்பது.

அழிப்பது காலமாகும் அனைத்துப் பொருட்களையும்,
மரமெனச் செடியென மனிதன் பிடித்தது,
உயிராசையென உரைப்பார் விவரம் அறிந்தவர்,
ஆறுமுக வேழத்தை ஆண்டென்று உரைப்பார்.

உரைப்பார் வேழத்தின் ஒவ்வொரு முகமுமே,
ஆண்டிலோர் பருவமென ஆறாகும் பிரிவுகளென,
கால்களோர் பனிரண்டெனக் குறிப்பிட்டதும் மாதங்களை,
எலிகள் இரவுபகல் நிறங்கள் கறுப்புவெள்ளை.

கறுப்புவெள்ளை நிறங்கள் குறிப்பிடும் இரவுபகலை,
எலிகளைப் பகலிரவென இயம்புவார் மாந்தர்,
தேனீக்களை ஆசைகளெனத் தெரிவிப்பார் அறிவுடையார்,
தேன்துளிகளை இன்பங்களெனத் தகைவுடையார்
கூறுவார்.

கூறுவார் தேன்துளிகள் களிப்பான சுகங்களென,
வாழுபவர் விருப்பங்கள் வகையாய் நிறைவேறினால்,
காணுவர் வெகுசுகம் களிப்புடையத் தேன்போல,
அறிவாளர் உயிர்வாழ்வை இயம்புதல் இக்கதையால்.

(7)ஸ்ரீ பர்வம், பகுதி 7:
ஜலப்ரதானிக பர்வம்

இக்கதையால் உதாரணமாய் அளித்தது உன்னதமென,
பாராட்டுதல் செய்தார் பார்வேந்தர் திருதராஷ்டிரன்,
உண்மைகள் அனைத்தும் உணர்ந்தவனே விதுரா,
அமுதம்போல் எனக்கு இனிக்கிறது உன்சொற்கள்.

உன்சொற்கள் மேலும் வேண்டும் என்மனதுக்கு,
தொடருதல் செய்வாய்த் தூயதாம் நற்பேச்சையென,
வேண்டுதல் செய்தார் வேந்தர் திருதராஷ்டிரன்,
விளம்புதல் செய்தார் விதுரர் உட்கருத்தை.

உட்கருத்தை உரைக்கிறேன் வேந்தனே கேளாய்,
உலகத்தில் பந்தமுற்றோர் விடுதலையில் மனம்வைத்து,
எவ்விதத்தில் தளையறுப்பார் அவ்விதத்தில்
உரைக்கிறேன்,
உலகத்தில் பலதளைகள் உண்டாக்கும் மாந்தருக்கு.

மாந்தருக்கு பயணத்தால் மிகைக்கும் களைப்பினால்,
ஓய்வெடுத்துப் பயணிக்க ஓரிடத்தில் தங்குவதாய்,
உயிர்களுக்குக் கருவறையில் உண்டாகும் புதுவாழ்வு,
அறிவுளார்க்குப் பிறப்பெடுக்கும் அவசியம் ஏதுமில்லை.

ஏதுமில்லை அறிவாளரை இவ்வுலகில் ஈர்ப்பது,
பயணத்தை ஒத்தெனப் பகருவார் அறிவுடையார்,
வனத்தை ஒத்தென்றும் விளம்புவார் வாழ்க்கையை,
உயிர்த்தொகை அனைத்தும் வந்துவந்து பிறந்திடும்.

பிறந்திடும் இறந்திடும் புவனத்தில் அனைத்தும்,
நகருவதும் நகராததும் நிலைப்பதில்லை எவ்விடத்திலும்,
அறிவுபலம் உள்ளவர்தான் அறுப்பார் பிறப்பிறப்பை,
மனநோய்களும் உடல்நோய்களும் மன்றும் விலங்குகள்.

விலங்குகள் போலவே வந்திடும் நோய்கள்,
மனிதர்கள் வாழ்வை மரணத்தில் தள்ளிவிடும்,
தடைகள் உண்டாக்கித் தாக்கும் நோய்கள்,
அறிவாளிகள் வாழ்விலே அளிக்காது துயரத்தை.

துயரத்தை அடைபவர் தெளிவிலாச் சிறுமதியர்,
நோய்களை வயோதிகத்தை நெருங்கவே விடாதவர்க்கும்,
அழகினை அழிக்கும் அதிசக்தியாம் காலம்,
வருத்தத்தை வழங்கு விலக்கில்லை விதிக்கு.

விதிக்கு ஆட்பட்டு வாழும் மாந்தர்கள்,
ஒலிக்குச் சுவைக்கு நுகர்ச்சிக்கு ஆட்பட்டு,
வாழ்வுற்றுச் சுழற்சியாய் வந்துவந்துப் பிறப்பார்,
புலன்களுக்கு வெளிச்செல்லப் பெரும்பலம் அடையாதவர்.

அடையாதவர் வெகுபலர் அறிவின் முழுமையை,
கிடையாதவர் எவ்விதத்திலும் கடைத்தேறும் மார்க்கம்,
ஆண்டென்பார் பருவமென்பார் மாதமென்பார்
அரைமாதமென்பார்,
நாளென்பார் பகலென்பார் இரவென்பார் காலத்தை.

காலத்தை இவ்விதம் கூறிடும் வாழ்க்கையில்,
அழகை பலத்தை இழப்பார் விரைவிலே,
இறப்பை அடைந்து ஏகுவார் எமனிடம்,
அறிவை உடையவர் அடைந்திடார் வருத்தத்தை.

வருத்தத்தை அடையாத உளத்திடத்தை உடையவர்,
உயிர்வாழ்க்கை நிகழுவது உன்னத இறைவராலென,
கலக்கத்தை விடுத்துக் கருத்திலே தெளிவுறுவார்,
தேரை ஒத்ததெனத் தெரிவிப்பார் இவ்வுடலை.

இவ்வுடலை இயக்கும் உயிர்தான் பாகனாகும்,
புலன்களைத் தேரிழுக்கும் புரவிகளென உரைப்பார்,
செயல்களை அறிவினைச் சொல்லுவார் தடயங்களென,
புரவிகளை அடக்காதவர் பிறப்பிறப்பில் உழலுவார்.

உழலுவார் பிறப்பிறப்பில் உளத்தை அடக்கதவர்,
உழன்றிடார் அறிவினால் உள்ளத்தை அடக்கியவர்,
அறிவாளர் புலன்களை அடக்கியே வழிகாட்டி,
நிறுத்துவார் பிறப்பிறப்பில் நிகழும் சக்கரத்தை.

சக்கரத்தை நிறுத்தவே செய்யவேண்டும் முயற்சிகள்,
அசிரத்தை கொண்டிருந்தால் அனுதினம் பிறந்திறந்து,
பேராசை பெருகிவரப் பெருந்துயரில் வீழுவார்,
புலன்களைக் கட்டியவர் பெறுவார் அமைதியை.

அமைதியை அடைந்திடார் அறிவிலே திடமிலார்,
இவ்விடலை உரைப்பார் எமனின் தேரென்று,
அறிவீனத்தை உடையவர் இவ்வுடலில் மதியிழப்பார்,
அத்தகையர் துயரங்கள் அடைவார் உமைப்போல.

உமைப்போல வருந்துவார் அறிவிலே திடமிலாதார்,
ஆசைபல உடையவர் இழப்பார் அரசாட்சியை,
நன்களைக் குழந்தைகளை நமனுக்கு பலிகொடுப்பார்,
வாட்டம்பல விலக்கவே உள்ளது ஔடதம்.

ஔடதம் உள்ளது அடங்காப் பிணிக்கு,
அடையவும் அரிதான அமுதமாம் ஞானமே,
துயர்களையும் ஔடதம் தரணியின் வேந்தனே,
வேறெதையும் கைக்கொண்டால் விலகாது துயரம்.

துயரம் அகலவே வலிமையும் உதவாது,
பொருளாலும் நட்பாலும் பலமிக்க ஆதரவாலும்,
எதனாலும் இயலாது உளத்துயரை அகற்றிட,
தன்னடக்கம் ஒன்றுதான் தகுந்த வழிமுறை.

வழிமுறை உரைத்தேன் வேந்தனே உணர்ந்துகொள்,
உயிர்களை எல்லாம் உற்றவர் என்றெண்ணி,
பகைமையை மறந்தால் பிறக்கும் மனவமைதி,
பிரமத்தை இழுக்கும் புரவிகள் மூன்றாகும்.

மூன்றாகும் புரவிகள் மனவடக்கம் துறவுமனம்,
வெகுகவனம் என்பதாய் விளம்புவார் மேலோர்,
ஆத்மனெனும் தேரிலே அமர்ந்து பயணிப்பவர்,
உடையவர் இம்மூன்று உரமிக்கப் புரவிகளை.

புரவிகளைப் போலவே பெருந்துணை புரிந்து,
பயணத்தை நடத்தப் பயனாகும் நன்னடத்தை,
அச்சத்தை விடுத்து அதீதமானப் புரவிகளால்,
பயணத்தை நடத்துபவர் பிரமத்தை அடைவார்.

அடைவார் விஷ்ணுவின் அபூர்வ உலகையும்,
எவரொருவர் எவ்வுயிருக்கும் எவ்விதத் தீங்கினையும்,
செய்யாதவர் எண்ணாதவர் சீர்கலங்க வைக்காதவர்,
அன்னவர் செல்லுவார் அரியான விஷ்ணுமண்டலம்.

விஷ்ணுமண்டலம் செல்லவே வலிமைதரும்
அஹிம்சைகுணம்,
எவ்வுயிரும் வருந்தாதவிதம் இவ்வுலகில் வாழ்ந்திருத்தல்,
பல்லாயிரம் வேள்விகளின் பலனையும் மிஞ்சிவிடும்,
உயிராகும் அனைத்தைவிட அருகாகும் நல்லுறவு.

நல்லுறவு ஆவது நம்முடைய உயிர்தான்,
இறப்பது விருப்பமில்லை எந்தவொரு உயிருக்கும்,
தயையது கொள்ளவேண்டும் தரணியின் உயிர்களிடம்,
தவறுவது அவரவரின் தரமிலாச் சிந்தனையால்.

சிந்தனையால் விளைவது சீர்கேடும் நன்னலமும்,
மனத்தால் பேராசை மன்றியத் தீயவரும்,
நலங்கள் மட்டுமே நினைக்கும் நல்லவரும்,
உழலுதல் செய்வார் உலகிலே பிறந்திறந்து.

பிறந்திறந்து சுழன்றிடும் பாருலகின் தளைவிட்டு,
நலமடைந்து வெளிவருவார் ஞானியராம் மேலோர்கள்,
பிரமரென்று இருக்கும் பேரிறைவர் வடிவாகி,
ஞானமென்றப் பார்வையால் நலம்பெறுவார் அறிவாளர்.

(8)ஸ்ரீ பர்வம், பகுதி 8:
ஜலப்ரதானிக பர்வம்

அறிவாளர் செயல்பற்றி அவ்விதமாய்ப் பலமிழிகள்,
விளம்பினார் விதுரர் வேந்தன் திருதராஷ்டிரனோ,
மனதிலோர் தெளிவின்றி மயங்கியே விழுந்தார்,
தரையிலோர் சாலமரம் தனித்தே விழுந்ததாக.

விழுந்தாக திருதராஷ்டிரன் வெறுந்தரையில் சாய்ந்ததும்,
பதட்டமாகச் சூழ்ந்தனர் பரிவான அனைவரும்,
அருகாக சஞ்சயனும் அறிவாளர் விதுரரும்,
முனியான வியாசரும் முனைந்தனர் எழுப்பிட.

எழுப்பிட வனதனர் அருகிருந்த நண்பர்கள்,
காத்திடக் கதவருகில் கிடந்திடும் காவலரும்,
பதறிடச் வந்துப் பனையோலை விசிறிகளால்,
வீசிடச் செய்தனர் வேந்தனைத் தெளிவிக்க.

தெளிவிக்க வந்தவர்கள் தெளித்தனர் நன்னீரை,
அன்புமிக்க வார்த்தைகளால் அழைத்தனர் வேந்தனை,
உலுக்கிவிட முயன்றனர் ஒருசிலர் கரங்களால்,
மயங்கிவிட்ட வேந்தன் மறுமொழி பகரவில்லை.

பகரவில்லை எச்சொல்லும் பார்வேந்தன் திருதராஷ்டிரன்,
மயக்கநிலை தெளிந்தெழ மிகநேரம் கடந்தது,
இயல்புநிலை வந்ததும் அழுதான் நெடுநேரம்,
மைந்தர்களை இழந்ததால் மிகத்துயரில் புலம்பினான்.

புலம்பினான் மனிதவாழ்வு புன்மையென வருந்தி,
விளம்பினான் கேவலமே உயிர்வாழ்வும் உடலுமென,
நெருப்புதான் சுடுவதாயும் நஞ்சுதான் கொல்வதாயும்,
இருப்பதாம் துயரமே இறந்தனர் மைந்தரெனில்.

மைந்தரெனில் ஒருவருக்கு மறுபாதித் தானெனும்,
எண்ணத்தில் வாழுபவன் இழப்பில் சிக்கினால்,
தன்னுயில் பாதியைத் தானிழந்து துடிப்பான்,
பொருளிழப்பில் உண்டாகும் பெரிதான வருத்தம்.

வருத்தம் வந்தது உறவினர்தம் இறப்பினால்,
நண்பர்தம் மரணமும் செனுசத்தில் வேதனையை,
நல்கிதான் எனக்கு நெஞ்சம் பதைக்கிறது,
கைகாலும் எறிகிறதுக் கருத்தும் சிதைந்தது.

சிதைந்தது அமைதியாய்ச் சிந்திக்கும் நல்லறிவு,
சூழ்ந்தது பெருஞ்சோகம் சாவதே மேலாகும்,
நீங்காது இச்சோக்ஃம் நானிறது வீழும்வரை,
தகிக்கிறது என்னைத் தாங்காத பெருந்தீயாய்.

பெருந்தீயாய்ப் பொசுக்கும் பெருஞ்சோகம் என்னை,

வெம்மையாய்த் தாக்கி வெகுவாய் வதைக்கிறது,
இனிமேலாய் வாழுதல் இயலாது எனக்கு,
என்னுயிரை விடுவேன் இத்தினமே இக்கணமே.

இக்கணமே இறப்பேனென இயம்பிய திருதராஷ்டிரன்,
பேச்சேதுமே இல்லாமல் பித்தனெனவே விழித்தான்,
கலக்கமே உற்றவன் கருத்திலே தெளிவிழந்து,
விழுந்ததே கண்டு விளம்பினார் வியாசர்.

வியாசர் உரைத்தார் வேந்தனே கேளாயென,
அறிவிலோர் குறையில்லான் அனைத்தியும் உணர்ந்தவன்,
கடமையிலோர் கருத்துற்றவன் கடலென்று கற்றவன்,
அறியாததோர் விவரமும் இல்லை இவ்வுலகில்.

இவ்வுலகில் ஏதுமே இல்லையே நிலைத்ததென,
உலகங்கள் அனைத்துமே ஓர்நாள் அழிவுறும்,
பிறந்தவைகள் அனைத்துமே போய்விடும் எமனிடம்,
மாறாதவைகள் இவையெனில் மனதிலேன் கலக்கம்.

கலக்கம் வேண்டாம் கௌரவரின் வேந்தனே,
இவ்விதம் அனைத்தும் அழியவேண்டும் என்பது,
உன்மகன் பிறப்பின் உட்கருத்து ஆகும்,
இறைவர்தம் செயலுக்கு இல்லையே மாற்றமேதும்.

மாற்றமேதும் இல்லாமல் மரணம் வருமெனில்,
ஏற்றமேதும் இல்லையே இவ்விதம் வருந்துவதில்,
இறந்தபோதும் அவர்கள் இறந்தவிதம் மிகமேன்மை,
வீரசொர்க்கம் சென்றனர் வருத்தமேதும் பொருந்தாது.

பொருந்தாது உன்வருத்தம் பார்வேந்தே திருதராஷ்டிரா,
நிகழப்போவது அனைத்தையும் நன்கறிவான் விதுரன்,
தடுக்கவென்று விதுரன் தவித்து முயன்றுவந்தான்,
கௌரவரது அழிவினால் கவலைகள் தாக்காதிருக்க.

தாக்காதிருக்கு விதுரன் தன்னளவில் மிகமுயன்றும்,
கேட்காதிருக்கச் செய்தது காலத்தின் கோளாறுதான்,

தப்புவதற்கு இயலாது தாக்கவந்தது விதியென்று,
இறைவரது கருத்துரைக்கையில் அங்கிருந்தேன் நானும்.

நானும் கேட்டவற்றை நவிலுகிறேன் உன்னிடம்,
கேட்டதும் உனக்கும் கிடைக்கும் மனவமைதி,
இந்திரர்தம் சபையில் இருந்தேன் ஒருதினம்,
தேவர்தம் குழுவெலாம் திரண்டிருந்தார் அச்சபையில்.

அச்சபையில் பூமிதேவி அண்டினாள் இந்திரனை,
நோக்கத்தில் வந்தாள் நிலைகுறித்துப் புகார்செய்ய,
தேவரிடத்தில் தெரிவித்தாள் தள்ளாடும் நிலைமையை,
பிரமரிடத்தில் அனைவரும் பகர்ந்தீர் உறுதிமொழி.

உறுதிமொழி கூறினீர் உகந்ததைச் செய்வோமென,
சொன்னபடிச் செய்வீரெனச் சொன்னாள் பணிவுடன்,
சிரித்தபடி விஷ்ணு சபைநடுவே பதிலளித்தார்,
நினைத்தபடி நடக்கும் நடத்துபவன் துரியோதனன்.

துரியோதனன் திருதராஷ்டிரரின் திடமிக்க முதல்மகன்,
நடத்துவான் உனக்கென நாங்கள்சொன்ன வார்த்தையை,
திரட்டுவான் பெரும்படையைத் தன்பொருட்டாய்ப்
போர்செய்ய,
அழிவுதான் நேரிடும் அத்தனை வேந்தருக்கும்.

வேந்தருக்கும் படைகளுக்கும் விளைந்திடும் பேரழிவு,
பெருந்திறம் படைத்தவர்கள் போரிலே அழித்திடுவார்,
ஆயுதம் கொண்டு அழிப்பார் மற்றவரை,
அவர்களும் இறுதியிலே அழிந்துதான் வீழுவார்.

வீழுவார் அனைவரும் வேண்டாம் சந்தேகம்,
பெருந்துயர் படுபவளே பாரங்கள் குறைந்துவிடும்,
செல்லுவீர் உறைவிடம் சக்தியுடன் தாங்குவீர்,
பேரிடர் நீக்கவே போரிடுவான் துரியோதனன்.

துரியோதனன் குறித்துத் தந்தேன் தகவலை,
கலியின் ஒருபகுதி காந்தாரியின் வயிற்றில்,

முதல்மகன் ஆகியே மண்ணுலகில் பிறந்தான்,
அழிக்கதான் வந்தான் அகிலத்தின் மாந்தரை.

மாந்தரை அழிக்கவந்த மதியீனன் துரியோதனன்,
கெட்டசிந்தை உடையவன் கணமும் அமைதியிலான்,
கோபத்தை உடையவன் கொண்டிடான் மனநிறைவை,
தம்பியரை மாற்றினான் தனைப்போல் கேடர்களாய்.

கேடர்களாய் இருந்தோரில் வெகுக்கேடனாய் சகுனியும்,
ஆதரவாய் இருந்தோரில் அதிதீரன் கர்ணனும்,
அரசர்களாய்ப் பலரும் அவனுடன் நின்றனர்,
அழிவுகளை உண்டாக்கவே அனைவரும் பிறந்தனர்.

பிறந்தனர் அனைவரும் பிழைசெய்யும் நெறிகேடராய்,
அரசாளுபவர் எவ்வழியோ அவ்வழியே குடிமக்களும்,
நல்லாரொருவர் அரசாண்டால் நலம்வரும் கேட்டிலும்,
பணிசெய்பவர் எஜமானர்களின் புத்திப்படி மாறுவார்.

மாறுவார் மக்களும் மன்னரின் வழிமுறைக்கு,
தீயவர் அரசராகித் தவறாக ஆண்டதால்,
இறந்தார் உன்மைந்தர் ஒருநூறு வேங்கைகளும்,
நாரதர் இதுகுறித்து நவின்றார் முன்னமே.

முன்னமே நாரதர் மொழிந்திருந்தார் இதுகுறித்து,
குற்றமே செய்தவன் கொற்றவன் நீயேதான்,
தாக்கமே உற்றவர் திடமிக்க உன்மைந்தர்,
இறந்தே விழுந்தபின் எதற்காக வருந்துகிறாய்?

வருந்துகிறாய் ஆனால் வருத்தம் தேவையில்லை,
குற்றமாய் ஏதொன்றுமே கிடையாது பாண்டவரிடம்,
உன்மைந்தராய் இருந்தவர்கள் வெகுகேடராய் வாழ்ந்தனர்,
பேரழிவாய் நிகழ்ந்தது பாங்கிலான் உன்மைந்தரால்.

உன்மைந்தரால் உண்டானது உலகத்தின் பேரழிவு,
யுதிஷ்டிரனிடத்தில் நாரதர் இதுகுறித்து முன்னதாக,
ராஜசூயத்தின் முடிவிலே அறிவித்தார் விவரங்கள்,

பெரும்போர்தான் உண்டாகும் பாண்டவர்க்கும்
கௌரவர்க்குமென.

கௌரவர்க்குமெனப் படைகளும் கிளம்பும் போர்செய்ய,
பாண்டவர்க்கென வருவோருடன் பெருமோதல் நிகழும்,
இருபுறமானப் படைகளும் இல்லாது மாண்டுவிடும்,
தக்கவிதமான நடந்துகொள் தருமபுத்திரனே யுதிஷ்டிரா.

யுதிஷ்டிரா என்றதும் ஐவரும் துயருற்றனர்,
தேவரே அறிந்ததானத் தகவலை உரைத்தேன்,
அழிந்ததா உன்னை ஆட்கொண்டக் கவலை?
கிடைத்ததா மனவமைதி கொண்டாயா உயிராசை?

உயிராசை உனக்கு உண்டானதா மீண்டும்?
பாண்டவரை அன்புடன் பேணுவாய் வேந்தனே,
நிகழ்ந்தவை அனைத்தும் நிகழ்ந்தது தேவர்களால்,
இவற்றை நானறிந்தேன் அழிவுக்கு வெகுமுன்னரே.

வெகுமுன்னரே யுதிஷ்டிரனிடம் விளம்பினேன் இதுகுறித்து,
ராஜசூயத்தையே முடித்தபின்னர் ரகசியத்தையே
அறிவித்தேன்,
அதனாலேயே யுதிஷ்டிரன் இயன்றவரை
முயன்றுபார்த்தான்,
கௌரவருடனே அமைதிவரக் கடுமையாக முயன்றான்.

முயன்றான் ஆனால் முடியவில்லைத் தடுத்தல்,
தேவர்களின் விருப்பம் தடையின்றி நிறைவேறியது,
மனிதனின் முயற்சி மாண்பின்றித் தோற்றது,
காலகாலரின் முடிவுக்குக் கிடையாது மாற்றமேதும்.

மாற்றமேதும் வாராது மண்ணுலகில் எந்நிகழ்விலும்,
நகருவதும் நகராததும் நொடிகூடப் பிசகாமல்,
செயலாக்கும் காலத்தின் சொற்களை நடைமுறையில்,
நெறியனைத்தும் அறிந்தவனே ஞானமும் உனக்குண்டு.

உனக்குண்டு மென்மையான உன்னதப் பேரறிவு,

அனைத்துயிர்க்கு நல்வழியை அடாதவற்றை அறிந்தவனே,
நல்லதுக்கு ஞானத்துக்கு நீயேதான் உறைவிடம்,
யுதிஷ்டிரனுக்குத் தெரிந்தான் உயிர்துறக்க விரும்புவான்.

விரும்புவான் தன்னுயிரை விட்டுவிட வேண்டுமென,
நீவிர்தான் அடிக்கடி நிலைகெட்டு மயங்கிடும்,
நிலைதான் அறிந்தால் நொடியும் வாழ்ந்திடான்,
ஞானவான் நல்லவன் நெஞ்சம் இளகியவன்.

இளகியவன் நெஞ்சத்தில் ஈடிலாத தருமவான்,
பலரிடம் அன்புடையான் பார்வேந்தன் உன்னிடம்,
பிருவுதான் காட்டாமல் பிறிதென்ன செய்வான்?
கட்டளைதான் கொடுக்கிறேன் கொண்டுருப்பாய் உயிரை.

உயிரைத் தாங்கி வாழுவாய் பாண்டவருடன்,
பெரும்புகழை அடைவாய்ப் பேரரசன் நீயேதான்,
கடமைகளை நன்குக் கருத்தூன்றி அறியவும்,
தவமுறை பழகவும் தாங்குவாய் உன்னுயிரை.

உன்னுயிரை வாட்டும் வெகுதுயரை அழித்துவிடு,
அக்கினியைப் போலவே அகத்திலே கொழுந்துவிடும்,
தீக்கங்கை ஞானமெனும் தண்ணீரால் அணைப்பாயென,
கருத்தினை உரைத்தார் கிருஷ்ண த்வைபாயனர்.

த்வைபாயனர் சொன்னவற்றை திருதராஷ்டிரர்
கவனித்தார்,
மனத்திலோர் சிந்தனை மன்றவே அமர்ந்திருந்தார்,
வெகுத்துயர் பட்டவர் விளம்பினார் முனிவரிடம்,
பெருந்துயர் தாக்கியதால் புலன்களின் திடமிழந்தேன்.

திடமிழந்தேன் ஆதலால் தாங்கவே இயலாமல்,
துயரங்களின் அடிமையாகத் தவிக்கிறேன் தனிமரமாய்,
உங்களின் வார்த்தைகளால் உண்டானது மனவமைதி,
எந்தன் மனத்துக்கு இத்துயர் வெகுபெரிது,.

வெகுபெரிது என்னை வாட்டும் இத்துயரம்,

உரைத்து கேட்டேன் உன்னதமிகு இறைவரே,
உயிர்விடுவதுக் குறித்து விளம்பிடேன் இனிமேலுமென,
உரைத்து கேட்டதும் மறைவுற்றார் வியாசர்.

(9)ஸ்ரீ பர்வம், பகுதி 9:
ஜலப்ரதானிக பர்வம்

வியாசர் மறைந்தாரென விளம்பினார் வைசம்பாயனர்,
வேந்தர் ஜெனமேஜெயன் வினவினார் வியாசரிடம்,
மாமுனிவர் மறைந்தபின் மன்னவர் திருதராஷ்டிரன்,
என்செய்தார் என்று இயம்புவீர் தவத்தோரே.

தவதோரே மேலும் தெரிவிப்பீரே விவரம்,
தருமபுத்திரரே அக்கணத்தில் கருத்துடனே செய்ததென்ன?
கிருபரே அஸ்வத்தமனுடன் கிருதவர்மனுடன்
செய்ததென்ன?
அஸ்வத்தாமனே செய்தவற்றை அறிந்தேன்
உம்சொல்லால்.

உம்சொல்லால் அறிந்தேன் வேதனை நிகழ்வுகளை,
வேந்தர்பால் அன்புற்ற உன்னதன் சஞ்சயன்,
ஆறுதல் தரும்விதம் அடுத்தென்ன நவின்றான்?
விவரங்கள் தருவீரென வேண்டினான் ஜனமேஜெயன்.

ஜனமேஜெயன் வினவியதும் சாந்தமுனி வைசம்பாயனர்,
துரியோதனன் மாண்டபின் துணைவர்களும் இறந்தபின்,
ஞானப்பார்வையின் திறமிழந்தான் நல்லவன் சஞ்சயன்,
திருதராஷ்டிரன் அருகாமைக்குத் திரும்பினான் பரிவுடன்.

பரிவுடன் சஞ்சயன் பகன்றான் வேந்தனிடம்,
பலபெரும் தேசங்களின் பலமிக்க வேந்தர்களும்,
அவர்களின் படைகளும் அழிந்தனர் போரிலே,
எமனின் உலகம் ஏகினர் எல்லோரும்.

எல்லோரும் இறந்தனர் இறந்தனர் உன்மைந்தர்களும்,
அமைதிகோரும் விதத்தில் அநேகர் முயன்றாலும்,
பகையாகும் மனநிலையே பெற்றிருந்த உன்மைந்தர்,
அனைவரும் அழிவுற அழைத்தார் போருக்கு.

போருக்கு வந்தவர்கள் போய்விட்டார் எமனிடம்,
நீத்தாருக்கு இறுதிக்கடன் நாம்செய்ய வேண்டுமே,
உன்மைந்தருக்குப் பேரர்களுக்கு உரித்தான
மரியாதையுடன்,
ஈமக்கடனெடுத்துச் செய்யவேண்டும் இதுவே
கடமையாகும்.

கடமையாகும் ஈமக் கிரியைகள் செய்வதென,
உரைத்ததும் வேந்தன் விழுந்தான் தரையிலே,
உயிரேதும் இல்லாததுபோல் உருண்டான் தரையிலே,
அசைவேதும் இல்லாமல் அதிதுயரில் கிடந்தான்.

கிடந்தான் வேந்தன் கனத்த துயரத்தில்,
விதுரன் அருகாகி விளம்பினான் கருத்தை,
எழுந்துதான் அமருவீர் அரசரே இப்பொழுது,
எதற்குதான் இவ்விதம் கிடக்கிறீர் தரையிலே?

தரையிலே விழுந்துத் தாளாத் துயருற்று,
மனதிலே வருந்தும் மன்னவரே கேளீர்,
இஃதாகுமே அனைத்துயிரின் இறுதியான முடிவு,
கானாதுமே இருந்துக் காட்சியாகி அழிவுறும்.

அழிவுறும் அனைத்துயிரும் அதிலில்லை ஒருமாற்றமும்,
மாறாததாம் இவ்விதிக்கு மனத்துயரம் எதற்காக?
எவ்விதம் வருந்தினாலும் எழுந்திடார் இறந்தவர்,
எவ்விதம் துடித்தாலும் இறந்திடார் வருந்துபவர்.

வருந்துபவர் இறக்கவும் வரவேண்டும் காலநேரம்,
வெகுத்துயர் வேண்டாம் வேந்தரே உமக்கு,
சண்டையிடார் ஒருவரெனில் சாகாமல் தப்பலாம்,
ஓடிவிட்டார் களம்விட்டெனில் ஒருவேளை தப்பலாம்.

தப்பலாம் ஆயுதத்திடம் தப்பிடார் காலத்திடம்,
அவரவர்தம் காலம் அவரவரை அழைக்கையில்,
இவ்வுலகம் விட்டு அக்கணமே செல்லுவார்,
காலமாகும் மகாசக்திக் கொன்றிழுக்கும் உயிர்களை.

உயிர்களை எல்லாம் அழிக்கும் காலத்துக்கு,
பிடித்தவரைப் பிடிக்காதவரைப் பிரித்தறியத் தெரியாது,
புற்களைக் கிழித்தெறியும் பெருங்காற்றே காலமாகும்,
அனைத்துயிரைக் கொல்லும் அந்தமே காலமாகும்.

காலமாகும் அனைத்துயிரைக் கொல்லும் எமனாவது,
பயணியர்தம் நிலைதான் பாருலகில் உயிர்க்கெலாம்,
போகுமிடம் ஒன்றுதான் போயடையும் வேகத்தில்,
முன்னதாகும் பின்னதாகும் முரண்பாட்டால் வருத்தமேன்?

வருத்தமேன் வேந்தனே வீழ்வது முன்னதாகில்?
இறந்தவரின் பொருட்டு இவ்வருத்தம் பொருந்தாது,
சொர்க்கத்தின் வாசத்துக்குச் சென்றுவிட்டார் அவர்கள்,
மகிழ்வின் நிலைபெற்றார் மரணத்தால் வருந்தாதே.

வருந்தாதே இவர்களுக்கு வாய்த்த நிலைபற்றி,
வேள்விகளே தானங்களுடன் வெகுபலவாய்ச் செய்தாலும்,
பெருந்தவமே செய்தாலும் பேரறிவே அடைந்தாலும்,
எளிதில்லையே இவ்வீரர் அடைந்ததான சொர்க்கவாழ்வு.

சொர்க்கவாழ்வு பெற்றனர் சீர்மிக்கப் போர்செய்து,
இறந்தோரது அறிவும் ஆற்றலும் அதிகம்,
வேதத்து அங்கத்து விவரங்கள் அறிந்தவர்கள்,
எதிரிக்கு நேர்நின்று இறந்தனர் வீரர்களாய்.

வீரர்களாய் இறந்தார்க்கு வருத்தமாய்ப் புலம்பாதீர்,
அம்புகளை ஆகுதியாய் அளித்தனர் போரிலே,
வேள்வித்தீயை மகிழ்விக்க வழங்கினர் எதிரியுடலை,
தம்முடலை எதிரிகளுக்குத் தந்தனர் ஆகுதியாய்.

ஆகுதியாய் விழுந்தனர் அரிதானப் பெருவேள்வியில்,
க்ஷத்ரியராய் இருப்போர்க்குச் சொர்க்கவாழ்வு கிடைத்திட,
வேறென்னவாய் வழியுண்டு வேந்தனே விளம்புவாய்,
மேன்மைகளை உடையவர் மதிப்புடையார் சபைநடுவே.

சபைநடுவே ஆபரணங்களாய்ச் சொல்லுவார்
கருத்துக்களை,
மிகநலமே பெற்றவர் மாண்புடைய விரதத்தார்,
அவ்விதமே மேலானவர் இறந்தாரென வருந்தாதே,
பெருந்துயரே விலக்கிவிடுப் புதுத்தெம்பைப் பெற்றுவிடு.

(10)ஸ்ரீ பர்வம், பகுதி 10:
ஜலப்ரதானிக பர்வம்

பெற்றுவிடுத் தெம்பெனப் பகர்ந்தார் விதுரர்,
விதுரரதுச் சொல்கேட்டு வேந்தன் திருதராஷ்டிரன்,
பூட்டுவது வேண்டும் பெருந்தேரை எனக்கூறி,
கட்டளையது இட்டான் கொணரவீர் காந்தாரியையென.

காந்தாரியையெனக் குந்தியையெனக் காரிகையர்கள்
அனைவருடன்,
கொணருவீரென திருதராஷ்டிரன் கூறினான் ஏவலரிடம்,
விதுரரான உற்றாரிடம் விளம்பினான் இக்கருத்தை,
நெறியான மனங்கொண்ட நிகரிலான் திருதராஷ்டிரன்.

திருதராஷ்டிரன் மனத்தில் துயரம் குடிகொண்டது,
மைந்தர்களின் சாவினால் மனமுடைந்த காந்தாரியும்,
குந்தியுடன் மற்றபலக் காரிகையருடன் வந்தார்,
வேந்தன் அவர்களின் வரவுக்கெனக் காத்திருந்தான்.

காத்திருந்தான் வேந்தன் காந்தாரி வருகைக்கென,
காந்தாரிதான் வந்ததும் கரைந்தழுதார் இருவரும்,
ஞானவான் விதுரனுக்கும் நிற்கவில்லை அழுகை,
தேற்றினான் அதன்பின் தேர்களில் ஏற்றினான்.

ஏற்றினான் அனைவரும் அங்கிருந்தத் தேர்களிலே,
கிளம்பினான் தேர்களுடன் குருக்ஷேத்திரக் களத்துக்கு,
கௌரவரின் வீடுகளில் கிளம்பியதுப் பேரழுகை,
பெரியவருடன் குழந்தைகள் பெரிதாகக் கதறினர்.

கதறினர் கௌரவரின் காரிகையர் முதியவர்கள்,
கண்டிலர் அம்மாதர் கதிரவனின் கதிர்களை,
தேவதேவர் கண்டதில்லைத் திடமாதர் எவரையும்,
அத்தகையோர் கணவர்களை இழந்ததால் வெளிவந்தனர்.

வெளிவந்தனர் அரசமாதர் வேறெவரும் கண்டிலாதார்,
கொண்டிருந்தனர் தலைகள் கலைந்து அழுக்காக,
அணிந்திருந்தனர் ஓராடை ஆபரணம் ஏதுமில்லை,
சென்றனர் துயரத்துடன் சிந்தனை கலக்கத்துடன்.

கலக்கத்துடன் வீடுகளைக் கடந்து வெளிவந்தனர்,
மலையொன்றின் குகைவிட்டு மான்கூட்டம் வருவதாக,
மாதர்களின் கூட்டம் மிகத்துயரில் புறப்பட்டது,
துயரத்தின் வாட்டத்தால் துடித்தபடி நடந்தது.

நடந்தது அக்கூட்டம் நேர்க்கோட்டில் செல்லாமல்,
துடிதுடித்து வாட்டமுற்றுத் திடமற்றுத் தள்ளாடி,
அங்கிங்குச் சென்றபடி அனைவரும் நடந்தனர்,
ஒருவரதுக் கரம்பிடித்து வந்தனர் மற்றவர்.

மற்றவர் காணாத மாதர்குலத் திலகங்கள்,
உற்றவர் இறந்தாரென உளத்துயர் தாளாமல்,
பெற்றவர் மாண்டாரெனப் பெருந்துயர் வாட்டிட,
பிள்ளைகள் வீழ்ந்தாரெனப் பதறியே சென்றனர்.

சென்றனர் அக்காட்சிச் சோகத்தின் விளக்கமாகும்,

அன்னவர் சென்றது யுகாந்தத்தை ஒத்ததாகும்,
அழிந்தனர் உற்றவரென அரற்றினர் அனைவரும்,
கரைந்தனர் திரிந்தனர் இழந்தனர் புலனுணர்வை.

புலனுணர்வை இழந்துப் பேதைமையின் பிடிபட்டு,
செய்வகை அறியாமல் சென்றனர் வருத்தத்தில்,
மாதரைக் காணவே மிகவும் அஞ்சியவர்,
மேலாடைக் கலைந்தவராய் மிகத்துயரில் சென்றனர்.

சென்றனர் துயரத்தில் சீர்மிக்க மாதர்கள்,
இன்னவர் இதுவரையில் எத்துயரும் அடைந்திலார்,
ஒருவர் வருந்தினால் உடனேயே தேற்றுவார்,
வருந்துகிறார் ஆதலால் வரவில்லை வார்த்தைகள்.

வார்த்தைகள் இல்லாமல் வெகுத்துயரில் புலம்பினர்,
அவர்கள் உடன்வர அரசன் வெளிவந்தான்,
நகரில் இருந்தவர்கள் நகரினைக் கடந்தனர்,
களத்தில் நிகழ்ந்தவற்றைக் காணவே சென்றனர்.

சென்றனர் வைசியர்கள் சீர்மிக்கப் பொறியாளர்,
வணிகர் சீர்செய்பவர் வரிசையாய்ச் சென்றனர்,
கௌரவர் மாதர்கள் கவலையில் சென்றனர்,
அழுதனர் ஆதலால் எழுந்ததுப் பேரோசை.

பேரோசை உண்டாகிப் பாருலகை உலுக்கியது,
அவ்வொலியைக் கேட்டதும் அழிவானது இவ்வுலகென,
அச்சத்தை அடைந்தன அனைத்து உயிர்களும்,
சம்வர்த்தகத்தைக் கண்டதாகச் சோகமுற்றார்
அனைவரும்.

அனைவரும் ஹஸ்தினாபுரத்தை அகன்று வெளிவந்தனர்,
கௌரவர்தம் நிலைக்குக் கலங்கியவர் அனைவரும்,
ஆளுவோர்தம் அழிவினால் அகத்தில் வருத்தமுற்று,
வந்தார்கள் மக்களும் வெகுத்துயரில் புலம்பியபடி.

(11)ஸ்ரீ பர்வம், பகுதி 11: ஜலப்ரதானிக பர்வம்

புலம்பியபடி அனைவரும் போனார்கள் குருக்ஷேத்திரம்,
அழுதபடி திருதராஷ்டிரர் அங்கிருந்து இரண்டுமைல்,
கடக்கும்படி ஆகுமுன் கண்டார் மூன்றுபேரை,
கிருபரொடு அஸ்வத்தாமனும் கிருதவர்மனும் அம்மூவர்.

அம்மூவர் வேந்தனை அண்டினர் அழுகையுடன்,
விளம்பினர் வேந்தனே வணக்கம் உமக்கென்று,
உன்மைந்தர் செயலாக்கினார் எவருக்கும் இயலாததை,
சென்றுவிட்டார் இந்திரரின் சொர்க்கத்தில் வாழ்ந்திருக்க.

வாழ்ந்திருக்க வாய்ப்புற்று வந்தோம் மூவர்மட்டும்,
துரியோதனரதுப் படைகள் தாக்குண்டு அழிந்தனர்,
உயிர்பெற்றுக் களம்விட்டு வந்தோம் மூவரென,
உரைத்துவிட்டு விம்மினர் உரமிக்க வேந்தனிடம்.

வேந்தனிடம் பேசியபின் வலுமிக்கார் கிருபர்,
காந்தாரியிடம் தெரிவித்தார் கனிவான மனத்துடன்,
நூறுமைந்தரும் இறந்தனர் நிகரிலாப் பெருவீரர்,
பெருவீரம் காட்டியபின் போனார்கள் எமனிடம்.

எமனிடம் போனாலும் இவர்களுக்கு வருத்தமில்லை,
சொர்க்கத்தில் நிலைபெற்றுச் சுகித்திருப்பார்
அனைவரும்,
போர்க்களதில் அஞ்சிப் புறமுதுகு காட்டாதவர்,
வானுலகில் தேவரென வாழுவார் ஒளிபெற்று.

ஒளிபெற்று வாழுவார் உரமிக்க மாவீரர்,
நொடிவுற்று ஒருவர்கூட பின்னுற்று ஓடவில்லை,
எதிரிகட்கு நேரெதிரில் ஆத்திரமாய் மோதுகையில்,
அடிபட்டு விழுந்ததால் அடைந்தனர் வீரசொர்க்கம்.

வீரசொர்க்கம் அடைவதே வீரர்களின் சிறப்பென்று,

பெரியோரும் சொன்னதாலே பெருவருத்தம் வேண்டாமே,
பாண்டவரும் சமமாகப் பேரழிவில் சிக்கினர்,
அவரிடமும் எவரும் மிஞ்சவில்லை அப்போரில்.

அப்போரில் இறக்காதவரை அஸ்வத்தாமன்
கொன்றுவிட்டான்,
துரியோதனனிடத்தில் மோதியத் தீயவன் பீமசேனன்,
நெறிகள் மீறியே நொறுக்கினோன் தொடையையென,
அறிந்ததால் வெகுண்டான் அஸ்வத்தாமன்
பெரும்பலத்தான்.

பெரும்பலத்தான் அஸ்வத்தாமன் பாண்டவரின்
கூடாரத்தில்,
உட்புகுந்தான் இரவிலே அனைவரும் உறங்குகையில்,
கொன்றுவிட்டான் துருபதனின் குழந்தைகள்
அனைவரையும்,
திரௌபதியின் மைந்தர்களும் தாக்குதலில் மாண்டனர்.

மாண்டனர் அனைவரும் மிகக்கோரச் சூழலில்,
மாவீரர் பாண்டவரை மாண்பின்றி அழித்தபின்னர்,
எம்முயிர் பிழைக்கவே இவ்விதம் ஓடுகிறோம்,
ஐவர் கூடிவந்தால் எங்களுக்கு அழிவுதான்.

அழிவுதான் எங்களுக்கு ஐவரிடம் சிக்கினால்,
அம்பின் பயன்பாட்டை அறிந்தவர் ஐவரும்,
எங்களின் உயிர்களை எடுக்காமல் ஓயமாட்டார்,
மைந்தர்களின் சாவுக்கென மோதுவார் எங்களுடன்.

எங்களுடன் மோதினால் எங்களை அழிப்பார்,
பழிவாங்கதான் வருவார் பாண்டவர்கள் கோபத்துடன்,
எங்களைதான் தொடருவார் எங்களை அழித்துவிட,
உறங்கியோரின் கொலைக்குப்பின் உரமிழந்தோம்
நாங்கள்.

நாங்கள் செல்கிறோம் நல்குவீர் அனுமதியை,
வருத்தங்கள் வேண்டாம் வஞ்சியரில் மேலோரே,

எங்கள் பயணத்தில் எங்கேனும் செல்லுகிறோம்,
அனுமதிகள் வேண்டும் அரசரே உம்மிடமும்.

உம்மிடமும் வேண்டினோம் உன்னதராம் வேந்தனே,
கூத்ரியர்தம் கடைமைகளைச் செய்வீர் தளர்வின்றி,
வணக்கம் எனக்கூறி வலம்வந்து விடைபெற்று,
கிருபரும் கிருதவர்மனும் கிளம்பினர் அஸ்வத்தாமனுடன்.

அஸ்வத்தாமனுடன் கிளம்பினர் அரசனை நோக்கியபடி,
வேந்தனிடம் கண்ணை வைத்தபடிச் சென்றனர்,
மரியாதையுடன் பின்சென்று மிகவேகம் புறப்பட்டனர்,
கங்கையின் கரைநோக்கி கனவேகம் சென்றனர்.

சென்றனர் மூவரும் சிறுதூரம் ஒன்றாக,
பிரந்தனர் அதன்பின் போவோம் தனித்தென,
கிருபர் ஹஸ்தினாபுரம் திரும்பினார் வேகத்துடன்,
ஹ்ரிதிகைமைந்தர் போஜதேசம் ஏகினார் ஆட்சிசெய்ய.

ஆட்சிசெய்யக் கிருதவர்மன் அகன்றான் அவ்விடம்விட்டு,
தீங்குசெய்ய மனமுற்றவன் துரோணரின் மைந்தன்,
வியாசருடைய ஆசிரமம் வந்தான் அமைதியாக,
பாண்டவருடைய மனம்வருத்திப் போனார்கள்
தம்போக்கில்.

தம்போக்கில் பிரிந்தனர் திடமிக்க மூவரும்,
அச்சத்தில் அம்மூவரும் எவரையும் நோக்கவில்லை,
பார்த்தார்கள் வேந்தனைப் பிறிந்தார்கள் தனித்தனியாய்,
அவ்விடத்தில் பாண்டவர்கள் அஸ்வத்தாமனைக்
கண்டார்கள்.

கண்டார்கள் பாண்டவர்கள் கேடன் அஸ்வத்தாமனை,
அதற்குமேல் நடந்தவைகள் அனைவரும் அறிந்தவைகள்,
வென்றார்கள் அஸ்வத்தாமனை வாங்கினார்
சூடாமணியை,
சென்றார்கள் திரௌபதியிடம் சொல்லவேண்டும்
நிகழ்வையென.

(12)ஸ்ரீ பர்வம், பகுதி 12:
ஜலப்ரதானிக பர்வம்

நிகழ்வையென இவ்விதம் நவின்றார் வைசம்பாயனர்,
பாஞ்சாலரான வீரர்கள் படுகொலையால் மாண்டபின்னர்,
யுதிஷ்டிரனான வேந்தன் அறிந்தான் திருதராஷ்டிரர்,
யானையெனப் பெயருடைய அழகுநகர் கடந்தாரென.

கடந்தாரென அறிந்தான் குருக்ஷேத்திரம் வருவதற்கு,
மைந்தரென இருந்தவர்கள் மாண்டாரென வருந்தியபடி,
யுதிஷ்டிரனான வேந்தன் அருகிலே தம்பியருடன்,
வேந்தரான திருதராஷ்டிரரை வரவேற்க வந்தான்.

வந்தான் சோகத்துடன் உடலுளத்தில் அயர்வுடன்,
வேந்தன் நூறுமைந்தர் மாண்டதன் விளைவாக,
வருந்திதான் வருவதால் வரவேற்று அழைத்துவர,
வந்தான் யுதிஷ்டிரன் வாசுதேவன் துணையுடன்.

துணையுடன் வந்தான் தருமரின் மைந்தன்,
தசர்ஹரின் கண்ணனும் திடமிக்கான் யுயுதானனும்,
யுயுத்சுவும் வந்தனர் யுதிஷ்டிரன் அருகிலே,
திரௌபதியும் வந்தாள் துயரத்தில் வதைந்தவளாய்.

வதைந்தவளாய் திரௌபதியும் வந்தாள் அவளுடன்,
மாதர்களாய்ப் பாஞ்சாலரின் மனைவியரும் வந்தார்கள்,
கங்கைக்கரை மீதாகக் கண்டான் கௌரவரை,
மாதர்களை மன்னவரை மன்னவன் கண்டான்.

கண்டான் மாதர்களைக் கனத்த மனத்துடன்,
யுதிஷ்டிரன் அருகாகி அனைவரும் சூழ்ந்தனர்,
கூவிதான் கத்தினர் கருத்துக்கள் பலவிதமாய்,
போற்றியும் தூற்றியும் பேசினர் இருவிதமும்.

இருவிதமும் பேசினர் அங்குவந்த மாதர்கள்,
அறநெறியும் பிறழாத அரசனின் அறமெங்கே?
படுகொலையும் செய்தானே பாராளும் வேட்கையில்,
சகோதரரையும் பெரியோரையும் சாய்த்தானே களத்திலே.

களத்திலே மைந்தர்களும் கொலையுண்டு வீழ்ந்தனரே,
நண்பரே மாண்டு நமனிடம் சென்றனர்,
குருவையே கருத்தின்றிக் கொன்று முடித்தானே,
அமைதியே எவ்விதம் அண்டும் உன்மனதை?

உன்மனதை அமைதி வந்தேக வாய்ப்புண்டோ?
துரோணரை பீஷ்மரைத் தாக்கியே கொன்றபின்,
ஜெயத்ரதனைக் களத்திலே சாகடித்து முடித்தபின்,
அமைதியை அடைந்தாயா அரசனே யுதிஷ்டிரா?

யுதிஷ்டிரா உனக்கு ஆட்சிதானா முக்கியம்?
சகோதரா என்றே சகாவாக அழைத்தவரை,
எதிரிகளாய் எண்ணி அழித்தாயே அதன்பின்னர்,
ஆட்சியா உனது ஆசைக்கு உகந்தது?

உகந்தது செய்தவராம் உன்னதப் பெரியோர்களை,
கொன்றது நீதானே கொடூரனே யுதிஷ்டிரா,
அபிமன்யுவொடு உபபாண்டவரும் இறந்தபின்பு எதற்காக,
ஆட்சியென்று யுதிஷ்டிரனை ஆத்திரமாய் வினவினர்.

வினவினர் அவர்களுக்கு விடையேதும் பகராமல்,
வேந்தனார் அருகிலே வந்தான் யுதிஷ்டிரன்,
திருதராஷ்டிரர் பாதத்தில் தலைசாய்த்துப் பணிந்தான்,
பாண்டவர் ஒவ்வொருவராய்ப் பார்த்தனர்
திருதராஷ்டிரரை.

திருதராஷ்டிரரைக் காணவே திரண்டுவந்தப் பாண்டவரை,
சோகத்தை அடைந்திருந்தச் செம்பியன் திருதராஷ்டிரன்,
அரைகுறை மனத்துடன் அழைத்தான் அருகாக,
யுதிஷ்டிரனைத் தழுவினான் விருப்பமேதும் இல்லாமல்.

இல்லாமல் அனைவரும் அழிவதற்குக் காரணமாய்,
அவ்விடத்தில் நின்றவன் யுதிஷ்டிரன் என்றெண்ணி,
மனதில் துயரத்துடன் மன்னவன் அணைத்தான்,
ஆறுதல் வார்த்தைகள் இயம்பினான் யுதிஷ்டிரன்.

யுதிஷ்டிரன் சென்றபின் ஈனகுணத்தான் திருதராஷ்டிரன்,
அழைத்தான் பீமனை அருகிலே வரவேண்டி,
கோபத்தின் குறிகளைக் காட்டினான் திருதராஷ்டிரன்,
வருத்தத்தின் விளைவாக வெகுக்கோபம் அடைந்தான்.

அடைந்தான் கோபத்தை அரசன் எனக்கண்டு,
கிருஷ்ணன் அவ்விடம் கொணர்ந்தான் பொம்மையை,
இழுத்தான் பீமனை அப்புறம் செல்லென்று,
இரும்பில்தான் செய்ததான அச்சிலையை முன்வைத்தான்.

முன்வைத்தான் இரும்பிலே மிகபலத்தச் சிலையை,
திருதராஷ்டிரன் மனத்தைத் தெரிந்துகொண்டக்
கண்ணன்,
வைத்திருந்தான் இரும்புச்சிலையை வேந்தனிடம் தப்பிக்க,
அதைத்தான் இப்போது அளித்தான் வேந்தனுக்கு.

வேந்தனுக்கு அருகாக வந்தது பீமனென்று,
அழுத்தியது திருதராஷ்டிரனின் யானைபலக்
கரமிரண்டும்,
வயோதிகத்தை அடைந்தாலும் வலிமையில்
குறையாதவன்,
இரும்பிற்கு மேலாக அடைந்திருந்தான் பெரும்பலம்.

பெரும்பலம் கொண்டவன் பார்வேந்தன் திருதராஷ்டிரன்,
பிடித்தான் பொம்மையை பீமன் அதுவேயென,
இறுக்கினான் இருகரத்தை இரும்பும் நொறுங்கியது,
பத்தாயிரம் யானைபலம் பெற்றவன் திருதராஷ்டிரன்.

திருதராஷ்டிரன் கரத்திலே தூளானது இரும்புச்சிலை,
வேந்தன் மார்பிலே வெகுவாகக் கிழித்ததால்,
காயந்தான் பட்டிருந்தான் கௌரவரின் மன்னவன்,

வாந்தியெடுத்தான் வாயிலே வழிந்தது செங்குருதி.

செங்குருதி வழிந்துவரச் சாய்ந்தான் தரையிலே,
எழுப்பி அமர்த்தினான் அறிவாளன் சஞ்சயன்,
ஞானத்தை உடையவன் நலமிக்கத் தேர்ப்பாகன்,
வேந்தனை நிமிர்த்து விளம்பினா செய்யாதீரென.

செய்யாதீரெனச் சொன்னான் செயத்தகாத் தவற்றினை,
கோபமான மனநிலை கடந்ததான நிலைவந்து,
இயல்பான நிலைவந்த அரசன் திருதராஷ்டிரன்,
அழுகையானக் குரலிலே அழைத்தான் பீமனை.

பீமனை அழைத்தான் பார்வேந்தன் திருதராஷ்டிரன்,
நானுனைக் கொன்றேனே நீசன் நானேயென,
குரலை உயர்த்திக் கூறினான் சோகத்துடன்,
சூழலைக் கண்டுச் சொன்னான் வாசுதேவன்.

வாசுதேவன் திருதாஷ்டிரன் வாய்த்த நிலைகண்டு,
உளத்தின் உள்ளான வேகம் அகன்றதென்று,
திருதராஷ்டிரன் அருகாகித் தணிவுடன் கூறினான்,
வருந்ததான் வேண்டாம் வேந்தரே நீவிர்.

நீவிர் பீமனை நொறுக்கிக் கொல்லவில்லை,
உடைத்தீர் இரும்பினால் உண்டாக்கியச் சிலையை,
கொதித்தீர் கோபத்திலெனக் கண்டதும் நானேதான்,
அழிப்பீர் பீமனையென அகற்றினேன் வ்ருகோதரனை.

வ்ருகோதரனை இழுத்து வேறிடத்தில் நிறுத்திவிட்டு,
இரும்புச்சிலை ஒன்றை அவ்விடத்தில் வைத்தேன்,
உமதுபலத்தைத் தாங்குபவர் உலகத்திலே எவருமில்லை,
அழுத்தத்தைக் கொடுத்தால் அழிவார் சிக்கியவர்.

சிக்கியவர் அழிவார் சீர்மிக்கார் உம்மிடம்,
எமனார் தாக்கினால் எவ்விதம் அழிவரோ,
நீவிர் தாக்கினாலும் நொடிவுறுவார் அவ்விதமே,
இவ்வுலகோர் எவரும் உம்மிடத்தில் தப்பிடார்.

தப்பிடார் எவருமெனத் தெரியும் எனக்கு,
வெகுதிடத்தோர் உம்முடைய வலிமையில் தப்பிக்க,
வழிதந்ததோர் இரும்புச்சிலை வைத்திருந்தவன்
உன்மைந்தன்,
பாண்டவர் இரண்டாமவனைப் பகைவனாக அடித்திட.

அடித்திட ஏதுவாக அமைத்திருந்த இரும்புச்சிலையில்,
பயின்றிடச் செய்தான் பெருங்கதையால் மோதுவதை,
எடுத்துவரச் செய்தேன் அந்தச் சிலையை,
உடைத்துவிடச் செய்தீர் உரமிக்கார் நீவிர்.

நீவிர் பீமனை நமனிடம் அனுப்பவே,
எண்ணினீர் என்று அறிந்தேன் ஆதலால்,
பாண்டவர் இரண்டாமவன் பொம்மையை வைத்தேன்,
நலமடையீர் பீமனை நமனிடம் அனுப்பினாலும்.

அனுப்பினாலும் பலனென்ன அதிதீரனை எமனிடம்?
இறந்தவரும் அதனால் எழுந்து வருவாரோ?
மனத்துயரம் விலக்குவீர் மன்னவரே ஏனெனில்,
நடந்தேதும் மாறாது நடப்பதை நலமாக்கும்.

<h1 align="center">(13)ஸ்ரீ பர்வம், பகுதி 13:
ஜலப்ரதானிக பர்வம்</h1>

நலமாக்கும் அனைத்தையுமென நவின்றான் கண்ணன்,
வேலையாட்களும் வந்தனர் வேந்தனுடலைக் கழுவிவிட,
மாதவனும் அப்போது மொழிந்தான் கருத்தை,
வேதமுழுதும் கற்றவரே வேண்டாம் வருத்தம்.

வருத்தம் வேண்டாம் வேதநெறி கற்றவரே,
புராணங்களும் வரலாறுகளும் பாருலகின் கடமைகளும்,
நெறிகளும் அறிந்தவரே ஞானத்தில் நிலைத்தவரே,

ஏற்றத்தாழ்வும் உம்மை எப்போதும் தாக்காதே.

தாக்காதே உம்மைத் துயரமும் வேதனையும்,
அறிவாற்றலே கொண்டவரே அதிதீரரே ஞானவானே,
உம்தவற்றிலே உண்டாகியது வெகுவானப் பேரழிவு,
போர்துவக்கவே வேண்டாமெனப் பகர்ந்தேன் அப்போதே.

அப்போதே சொன்னேன் இழப்பாகும் போரென்று,
பீஷ்மருடனே துரோணரும் பகர்ந்தனர் நல்வழியை,
விதுரருடனே சஞ்சயனும் விளம்பினர் உகந்ததை,
எதையுமே கேட்காமல் இருந்தீர் செயலின்றி.

செயலின்றி இருத்தல் சீர்கெட்ட நிலையென்று,
நலமென்று உமக்கு நவின்றேன் உகந்ததை,
சமமின்றிப் பாண்டவருடன் செய்யாதீர் போரென்றேன்,
வேங்கையென்று அழிப்பார் வீழ்வாகும் உமக்கென்றேன்.

உமக்கென்றேன் அமைதியை உண்டாக்கும் நல்வழியை,
காலதேசத்தின் நிகழ்வுகளைக் கணிக்கும் வேந்தனுக்கு,
நடப்பவற்றின் நலந்தீது நன்றாகப் புலப்படும்,
வளமைகளில் வெற்றியில் ஒருபோதும் குறைவில்லை.

குறைவில்லை நல்லதைக் கருத்திலே ஏற்பவர்க்கு,
நற்சொல்லைக் கேளாமல் நல்லவரை மதியாமல்,
தவறுகளைச் செய்பவரைத் தீமைகளே பீடிக்கும்,
வருத்தத்தை வேதனையை வரவழைப்பது நம்தவறே.

நம்தவறே நம்மை நசித்தழிக்க வல்லதென,
உண்மையையே கண்டு உளத்திலே அமைதிபெற்று,
மனத்தையே கட்டி மதிப்புடனே வாழுவீர்,
இதுவரையிலே நீவிர் அடக்கவில்லை மனத்தை.

மனத்தை அலையயவிட்டீர் மகனின் சொற்படியே,
தவற்றைச் செய்ததாலே தனயனை இழந்துவிட்டீர்,
பீமனைக் கொல்வதாலே பெறத்தக்கது எதுவாகும்?

தற்பெருமை கொண்டவன் திரௌபதியை
இழுத்துவந்தான்.

இழுத்துவந்தான் அவைக்கு அவமதித்தான் திரௌபதியை,
அதற்குதான் அவனின்று அழிவிலே வீழ்வுற்றான்,
பீமசேன் சூளுரையால் பகர்ந்ததையே செய்துவிட்டான்,
உங்களின் தவறுகளை உணருவீர் வேந்தரே.

வேந்தரே நீவிரே விளைத்தீர் பலதவற்றை,
உன்மகனே செய்ததான வேதனைச் செயல்களின்,
தாக்கத்தையே நினைவீர் திருதராஷ்டிர வேந்தரே,
பாண்டவரிடத்திலே தவறில்லைப் பாங்குடையார்
பாண்டவர்கள்.

பாண்டவர்கள் உம்மிடம் பட்டனர் பெருந்துயரம்,
விளைத்தீர்கள் அவர்களை வதைக்கும் நிகழ்வுகளை,
நினைப்பீர்கள் அவற்றையென நவின்றான் கேசவன்,
பதிலளித்தல் செய்தார் பார்வேந்தர் திருதராஷ்டிரர்.

திருரதராஷ்டிரர் சொன்னார் தூயவனே அச்சுதா,
உரைத்தீர் உண்மையை ஒப்புக்கொண்டேன் நானும்,
மைந்தர் பொருட்டாக மதியிலாப் பாசமுற்று,
தந்தையார் நானும் தகாதன செய்துவிட்டேன்.

செய்துவிட்டேன் தவற்றைச் செய்வித்தது புத்திரபாசம்,
நல்லதைதான் செய்தீர் நீவிர் எனக்கு,
பீமனைத்தான் கொன்றிருந்தால் பெரும்பாவம் எனதாகும்,
என்னைத்தான் காத்தீர் அச்சுதனே நன்றிகள்.

நன்றிகள் உமக்கு நவின்றேன் அச்சுதரே,
மனத்தில் கோபம் மறைந்தது எனக்கு,
அருகில் வரச்சொல்லும் அதிதீரன் பீமனை,
அணைத்தல் வேண்டும் இரண்டாமவன் வ்ருகோதரனை.

வ்ருகோதரனை வரச்சொல்லும் வாஞ்சையாய்
அணைக்கிறேன்,

இனியென்னைக் காத்திட என்மைந்தர் எவருமில்லை,
பாண்டவரை அண்டிதான் பெறவேண்டும் நலங்களை,
என்மகிழ்வை என்வளத்தை அளிப்பவர் பாண்டவர்தான்.

பாண்டவர்தான் அருகில்வரப் பார்வேந்தன் அழைத்தான்,
பீமசேன் அர்ஜுனன் பெருவீரர் இரட்டையர்,
வேந்தனின் அருகிலே வந்து அணைத்தனர்,
அழுதான் வேந்தன் அளித்தான் ஆசிகளை.

(14)ஸ்ரீ பர்வம், பகுதி 14:
ஜலப்ரதானிக பர்வம்

ஆசிகளை வழங்கினான் அரசன் திருதராஷ்டிரன்,
கேசவனைத் துணைவனாக்கிக் கனவீரர் ஐவரும்,
காந்தாரியை நோக்கிக் கனிவுடன் வந்தனர்,
வருத்தத்தை அடைந்திருந்தாள் வெகுத்தவத்தால்
காந்தாரி.

காந்தாரி மைந்தர்கள் கணக்கிலே நூறுபேரை,
இழந்ததில் வருத்தம் அதிகரித்த நன்மாது,
யுதிஷ்டிரன்மேல் கோபமுற்று ஆத்திரத்தில் சபித்துவிட,
தன்மனதில் எண்ணினாள் தோன்றினார் வியாசர்.

வியாசர் சத்யவதியின் வலுமிகுந்தப் புதல்வர்,
சபிப்பவர் எவரது சாபத்தையும் தடுத்திட,
முனைந்தார் ஆதலால் மூழ்கியே கங்கையில்,
குளித்தார் எழுந்தார் கனத்திலே தோன்றினார்.

தோன்றினார் வியாசர் தன்னுளத்தின் வேகத்திலே,
செல்லுபவர் வியாசர் செல்லவேண்டி நினைத்தபடி,
காணுவார் மற்றவர் கருத்திலே நினைப்பதையும்,
வந்தார் அம்முனிவர் விரும்பினார் நல்லதை.

நல்லதை நினைக்கும் நிகரிலா மாமுனிவர்,

மருமகளை நோக்கி மொழிந்தார் இவ்விதத்தில்,
தருணத்தைச் சாதகமாக்கித் தராதே சாபமேதும்,
மன்னிப்பை வழங்கி மதிப்பை உயர்த்திக்கொள்.

உயர்த்திக்கொள் உந்தன் உன்னதத் தவபலத்தை,
நிறுத்திக்கொள் உன்னுளத்தில் நெருப்பாகும் கோபத்தை,
அமைதியில் வாழ்ந்துகொள் அகத்தை அடக்கிவை,
வார்த்தை உதட்டில் வருகிறதுத் தடுத்துவிடு.

தடுத்துவிடு உன்னுளத்தில் தெரித்துவரும் சாபத்தை,
சொல்லுவதுக் கேட்டுச் சொன்னபடி நடந்துகொள்,
உனது மைந்தன் வெகுபோரின் பதினெட்டுதினமும்,
வேண்டினான் ஆசிகளை வைரிகளை வெல்லவே.

வெல்லவே ஆசிகள் வேண்டியே நின்றவனை,
வாழ்த்தவே செய்தாய் வெற்றிகிட்டும் தருமத்துக்கென,
அவ்விதமே நடந்தது உத்தமியே காந்தாரி,
இதுகாறுமே பொய்யேதும் நவின்றதில்லை நீதான்.

நீதான் உரைத்தவை நடந்தேறி முடிந்தன,
எவ்விதந்தான் துரியோதனன் அன்னையான
உன்னிடத்தில்,
வேண்டிதான் கேட்டபின்னும் வெற்றிவரம்
அளிக்கவில்லை,
அனைவரின் நலம்பேணும் அன்னையாவாய் நீயே.

நீயே காண்கிறாய் நிகரிலாப் பாண்டவர்கள்,
போரிலே வென்றதற்கு தருமமே காரணம்,
மன்னிப்பதே உனது மனதுக்கு உகந்தது,
இப்பொழுதேன் சபிக்க எழுகிறது உன்மனம்?

உன்மனம் கொதிக்கும் வேகத்தை அடக்கிவிடு,
நெறிகெடும் விதமான நீசத்தனம் விலக்கிவிடு,
நலமனைத்தும் அறிந்தவளே நவிலுகிறேன் மீண்டும்,
தருமமிருக்கும் இடத்திலே தங்கும் வெற்றியும்.

வெற்றியும் தருமமும் வெவ்வேறு ஆனதல்ல,
கோபத்தின் வேகத்தைக் குறைத்துக்கொள் மாதரசி,
உன்சொல்லின் பொருளையே உளத்தில் நினைந்தபடி,
உன்மனத்தின் வேகத்தை அடக்கிக்கொள் காந்தாரி.

காந்தாரி நீயேதும் கடுமையாய்ச் சபிக்காதே,
மனம்மாறிப் பாண்டவரை மன்னித்து ஏற்பாயென,
உரைத்தவரை நோக்கி விளம்பினாள் காந்தாரி,
பாண்டவரை வெறுக்கவில்லைப் பேதமில்லை
அவர்பொருட்டு.

அவர்பொருட்டு என்மனதில் ஏதும் வெறுப்பில்லை,
மகன்களுக்கு ஏற்பட்ட மாண்பிலாச் சாவினால்,
கோபமுற்று மனத்திலே கொதித்தேன் ஆதலால்,
சாபமளித்து விடவே சிந்தனை சென்றது.

சென்றது செல்லட்டும் சிந்தனையை மாற்றுகிறேன்,
பாண்டவரது நலத்தைப் பேணவேண்டும் அன்னையென,
குந்திபோன்று நானும் காப்பவள்தான் பாண்டவரை,
தந்தையென்று திருதராஷ்டிரரும் தரவேண்டும் ஆதரவை.

ஆதரவை அளிக்கவேண்டும் அரசர் திருதராஷ்டிரரும்,
துரியோதனனை சகுனியை துஹ்சாசனனைக் கர்ணனை,
கௌரவரைக் கொல்லவந்தக் கேடரெனக் காண்கிறேன்,
விபத்சுவை வ்ருகோதரனை வெறுக்கவில்லை ஒருதுளியும்.

ஒருதுளியும் வெறுப்பில்லை இரட்டையரின்
செயல்களிலும்,
யுதிஷ்டிரனும் செய்தவை எவ்விதமும் தவறில்லை,
பெருமிதம் கொண்டுதான் பொசுங்கினர் என்மைந்தர்,
அதற்கும் வருந்தவில்லை அவரவர் விதியது.

விதியது என்மைந்தரை வீழ்த்தியதை அறிவேன்,
என்மனது கலங்கிட இருக்கிறதுக் காரணம்,
துரியோதனனதுத் தொடையுடைத்தான் திடமிக்கான்
பீமன்,

என்மகனது மேன்மையை அறிந்ததால் தவறிழைத்தான்.

தவறிழைத்தான் வ்ருகோதரன் தாக்கினான்
தொப்புளின்கீழ்,
அதனால்தான் என்மனதில் எழுகிறது கடுங்கோபம்,
எதனால்தான் வீரர்கள் அழிகிறார்கள் இவ்விதத்தில்,
கடமைதான் தவறியே கயவரென நடக்கிறார்.

(15)ஸ்ரீ பர்வம், பகுதி 15: ஜலப்ரஸ்தானிக பர்வம்

நடக்கிறார் என்று நவின்றார் காந்தாரி,
கொதிக்கிறார் காந்தாரியெனக் கண்டான் பீமசேனன்,
உடலிலோர் நடுக்கத்துடன் உரைதான் காந்தாரியிடம்,
அன்னையார் மனதில் ஆத்திரம் தணிவிக்க.

தணிவிக்க வேண்டும் தங்களின் மனத்தை,
எனக்கிருந்த பயத்தில் அவ்விதம் செய்துவிட்டேன்,
எனைக்காக்க எனக்கு எவ்வழியும் தோன்றவில்லை,
தவறென்றுச் சரியென்றுத் தெரியாமல்தான் செய்தேன்.

செய்தேன் அச்செயலைச் சாவிலிருந்துக் காத்துக்கொள்ள,
அச்சத்தின் உச்சத்தில் அச்செயலைச் செய்துவிட்டேன்,
எந்தன் தவற்றை அன்னையார் மன்னிப்பீர்,
உன்மைந்தன் திறத்துக்கு ஈடில்லை என்பலம்.

என்பலம் உன்மகனிடம் எடுபடாமல் போனது,
பெருந்திறம் கொண்டவன் பார்போற்றும் துரியோதனனை,
கொன்றிடும் திறத்தார் கிடையாது அகிலத்திலே,
நெறிகளும் மீறாவிடில் நானேதான் மாண்டிருப்பேன்.

மாண்டிருப்பேன் துரியோதனன் மாத்திறத்தின்
தாக்குதலில்,
என்னுயிரின் பொருட்டான அச்சத்தின் காரணமாய்,

நெறிகளின் வழிவிட்டு நிகழ்த்தினேன் தாக்குதலை,
போர்முறையின் வழிநின்றால் போயிருப்பேன் எமனிடம்.

எமனிடம் போகாமல் எனக்காக்கும் நோக்கில்தான்,
முறைமீறும் விதத்திலே மாய்த்தேன் துரியோதனனிடம்,
முறையேதும் இல்லாமல்தான் மன்னவன் யுதிஷ்டிரனை,
தோற்கவும் செய்தான் துரியோதனன் இதற்குமுன்.

இதற்குமுன் பலமுறை ஏமாற்றினான் துரியோதனன்,
அதற்குதான் நானும் அவ்விதம் முறைகெட்டு,
தாக்கதான் நேரிட்டதுத் தாயே மன்னிப்பீர்,
துரியோதனன் ஒருவன்மட்டும் தனிவீரன் அவன்படையில்.

அவன்படையில் துரியோதனனே ஒருவனென
மிகுந்திருதான்,
நெறிகள் மீறாவிடில் நானே தோற்றிருப்பேன்,
பாண்டவர்கள் மீண்டும் போயிருப்பார் வனத்துக்கு,
ஆதலால் அவ்விதம் அடித்தேன் தவறாக.

தவறாக உன்மைந்தன் திரௌபதியிடம் சொன்னதையும்,
நினைவாகக் கொணருவீர் நன்னெறி விலகாதவரே,
ஆடையாக ஒருதுணியை அணிந்திருத திரௌபதியை,
அவமானமான நிலையிலே இடர்பட வைத்தான்.

வைத்தான் எங்களை வாடியே வனம்புக,
வாழ்ந்திருந்தான் என்றால் வென்றாலும் எங்களை,
விட்டிடான் நிம்மதியாய் உலகத்தை ஆட்சிசெய்ய,
செய்துவிட்டான் எங்களுக்குச் செயத்தகாத் தவறுகளை.

தவறுகளைச் செய்தவன் துரியோதனன் வென்றிருந்தால்,
வனவாழ்வை அடைந்து வாடியே தவித்திருப்போம்,
ஒராடை அணிதவளாய் விடாய்க்காலம் கண்டிருந்த,
பாஞ்சாலியை இழுத்துவந்துப் பேசினான் தவறாக.

தவறாகப் பேசியவனின் தரமிலாச் சொற்களை,
நன்றாக அறிவீர் நீவிரே அன்னையே,

திமிராக இடத்தொடையை திரௌபதியிடம் காட்டினான்,
அதற்காக அவனை அன்றே கொன்றிருப்பேன்.

கொன்றிருப்பேன் ஆனால் அடங்கிவிட்டேன் யுதிஷ்டிரரால்,
அதற்குப்பின் யுதிஷ்டிரருடன் ஏற்படுத்திய ஒப்பந்தம்,
பாண்டவரின் குழாத்தைப் போகவைத்தது வனத்துக்கு,
எங்களுடன் துரியோதனன் எதிர்ப்பை வளர்த்தான்.

வளர்த்தான் மகைமையை வாழ்ந்தோம் வனத்திலே,
அதைத்தான் மனத்திலே எண்ணினேன் ஆதலால்,
கொலைதான் செய்தேன் கனவீரன் சுயோதனனை,
போரில்தான் கொன்றேன் பெருவீரன் துரியோதனனை.

துரியோதனனைக் கொன்றதால்தான் தோல்வியிலே
தப்பினோம்,
சண்டைதனை முடிக்கவும் சந்தர்ப்பம் உண்டானது,
யுதிஷ்டிரனை அரசனாக்க இயன்றதும் அச்செயலால்,
மனகொதிப்பை அகற்றினோம் மரணமுற்றான்
சுயோதனனென.

சுயோதனனென இருந்தவனைச் சாய்த்தபின் பீமசேனன்,
சொன்னதான மொழிகேட்டுச் சொன்னாள் காந்தாரி,
பெருமையான வார்த்தைகளைப் பகர்ந்தாய் பீமசேனா,
துரியோதனான மாவீரனைத் தோற்கடித்தல்
முடியாதென்று.

முடியாதென்று உரைத்தாயே மாவீரனைத் தோற்கடிக்க,
பொருந்தாதென்று உரைக்கிறேன் பெருவீரனை
நீயழித்தது,
முறையிலாதது நீயவனை அடிகொடுத்துத் தாக்கியது,
தவறானது பலசெய்தான் துரியோதனனென ஒப்பினேன்.

ஒப்பினேன் உன்சொல்லில் உரைத்தவை அனைத்தையும்,
ஒப்பிடேன் துஹ்சாசனன் உதிரத்தைக் குடித்ததை,
வ்ருஷசேன் நகுலனின் புரவிகளின் உயிர்நீக்கி,
வெல்லதான் விழைகையில் வந்தாய் முரடனாக.

முரடனாக வந்தநீ மனிதனாக இல்லாமல்,
அரக்கனாக என்மகனின் உதிரத்தைக் குடித்தாயே,
தவறாக உள்ளதெனத் தக்கவர்கள் மறுப்பதான,
கேடானச் செயலாகும் குருதியைக் குடித்தது.

குடித்தது தவறாகும் குருதியை ஒருமனிதன்,
குற்றமென்று உரைப்பார் கற்றறிந்த நல்லவர்,
மதிப்பென்று இல்லாதவரே மனிதரது உதிரத்தை,
குடிப்பது செய்வாரெனக் கூறுகிறேன் கருத்தை.

கருத்தை உரைக்கிறேன் கேளாய் வுருகோதரா,
தவற்றைச் செய்துவிட்டாய் தரந்தாழ்ந்து போனயென,
இடித்துரை செய்தார் அன்னை காந்தாரி,
பதிலுரை கொடுத்தான் பீமசேனன் காந்தாரிக்கு.

காந்தாரிக்கு வணக்கத்துடன் கருத்தைத் தெரிவித்தான்,
தெரியாதவரது குருதியையும் தானுண்ணார் நல்லவர்,
நானெனது குருதியையே நலமின்றிக் குடிப்பேனோ?
சகோதரனென்று இருப்பவன் சிறிதளவும் வேறில்லை.

வேறில்லைச் சகோதரன் ஒருவனின் உடலுயிர்தான்,
குடிக்கவில்லைக் குருதியைக் கேளீர் என்னன்னையே,
கரத்தினைப் பிசைந்துக் குருதியைப் பூசினேன்,
உதட்டைத் தாண்டவில்லை ஒருதுளி உதிரமும்.

உதிரமும் என்வாயின் உட்புறம் செல்லவில்லை,
பல்லிலும் படவில்லைப் பருகவில்லை உதிரத்தை,
என்கரம் கொண்டு எடுத்தேன் பூசினேன்,
அனைத்தையும் அறிவான் அதிரதன் கர்ணன்.

கர்ணன் கண்டான் குருதியைக் குடிக்காததை,
நகுலன் நிலைகண்டு நானொருத் திட்டமிட்டு,
நடுங்கவேண்டும் கௌரவரென நடத்தினேன் அச்செயலை,
சபையோர்தம் நடுவிலே சொன்னேன் சூளுரையை.

சூளுரையை உரைத்தேன் சபையோர்கள் கேட்கவே,
அச்சொல்லை மறக்கவில்லை ஆகினும் என்மனத்தில்,
இடமில்லை அவ்விதம் உதிரத்தைக் குடிப்பதற்கு,
குடிக்கவில்லை ஆனாலும் குடித்ததுபோல் செய்தேன்.

செய்தேன் அதனைச் செய்து முடித்ததுபோல்,
சொன்னேன் அதனைச் செய்யாததாய் விடுத்தால்,
கூத்ரியரின் தருமத்தில் சரிந்தவனாய் இருந்திருப்பேன்,,
மைந்தர்களின் போக்கினை மறிக்கவில்லை நீவீர்.

நீவிர் உன்மைந்தரை நல்வழிக்குத் திருப்பாமல்,
கோபிக்கிறேன் என்மீதுக் குற்றமில்லை என்னிடத்தில்,
அன்னையீர் எனக்கு அளிப்பீர் மன்னிப்பென,
பாண்டவர் வேங்கை பகர்ந்தான் காந்தாரியிடம்.

காந்தாரியிடம் பணிவாகக் கூறினான் கருத்தை,
நூறுமைந்தரும் கொலையுண்டார் நல்லவனே கேளாய்,
நாங்களிருவரும் வயோதிகர் நாடவோர் ஆதரவிலார்,
ஒருமகனேனும் பிழைக்கட்டுமென விட்டுருந்தால்
மகிழ்ந்திருப்பேன்.

மகிழ்ந்திருப்பேன் இந்த மகன்கள் நூறுபேரில்,
எவனொருவன் குற்றம் அதிகமாக இல்லையோ,
அவ்வொருவன் பிழைத்திருக்க அனுமதியைக்
கொடுத்திருந்தால்,
எம்மிருவரின் ஆதாரத்தை எதற்கு நீக்கினாய்?

நீக்கினாய் எங்களின் நூறுமைந்தர் உயிர்களை,,
வயோதிகராய் இருப்பவர்கள் ஊன்றிகொள்ளக்
கைத்தடியாய்,
உருவனை விட்டிருந்தால் வெகுமகிழ்வில்
திளைத்திருப்பேன்,
நூறுபேரைக் கொன்றபின்னும் நீயிருக்கிறாய் பலத்துடன்.

பலத்துடன் இருக்கும் பீமனே நீதான்,
பிழைக்கட்டும் ஒருவனெனப் பரிவுடன் விட்டிருந்தால்,

துடித்திடும் நிலையின்றித் தவிப்பின்றி இருந்திருப்பேன்,
இதுவாகும் எனக்கு இருக்கும் வருத்தமென்றார்.

வருத்தமென்றார் காந்தாரி உளத்திலே நொடிவுற்று,
அழைத்தார் யுதிஷ்டிரனை அருகிலே வருவாயென,
நடுங்கினார் யுதிஷ்டிரர் நிகரிலார் காந்தாரி,
சபிப்பார் தன்னையென்றுச் சிந்தித்தார் யுதிஷ்டிரன்.

யுதிஷ்டிரன் கரங்குவித்து இயம்பினான் காந்தாரியிடம்,
தவத்திலும் விரதத்திலும் தகைமைகள் கொண்டவரே,
மைந்தரின் கொலைகாரன் மன்னவன் யுதிஷ்டிரன்,
இங்குதான் இருக்கிறேன் அளிப்பீர் சாபத்தை.

சாபத்தை அளிப்பீர் சாகடித்தேன் வையத்தையே,
ஆட்சியை வாழ்க்கையை எதனையும் விரும்பிடேன்,
பொன்பொருளை போகத்தைப் பெற்றுதான் என்னபலன்?
நட்புறவைக் கொன்றபின்னர் நாடென்ன ஆட்சியென்ன?

ஆட்சியென்ன எனக்கு ஆசையென்ன வாழ்வென,
அச்சமான மனத்துடன் யுதிஷ்டிரன் பேசினான்,
பதிலான மொழியொன்றும் பகரவில்லை காந்தாரி,
நெடிதான மூச்சிழுத்து நின்றாள் மௌனமாக.

மௌனமாக காந்தாரி அமைதியாக நின்றிருந்தாள்,
கட்டுவதாகக் கண்ணிலே கொண்டிருந்தத் துணியை,
வேகமாக நீக்கிவிட்டு வேந்தனின் பாதத்தை,
கூர்மையாக நோக்கினாள் கால்களின் விரல்களை.

விரல்களை காந்தாரி ஒருகணம் நோக்கியதும்,
நல்லநிலை கொண்டிருந்த நற்பவள நகங்களில்,
ஒருசொத்தை நகந்தான் உண்டானது உடனடியாய்,
இக்காட்சியைக் கண்டு அர்ஜுனன் பின்வாங்கினான்.

பின்வாங்கினான் அர்ஜுனன் போனான அச்சுதன்பின்,
பாண்டவரின் மற்றவரும் பதறியே நின்றனர்,
கோபத்தின் சிந்தனைகள் கணத்திலே விலகியதால்,

அன்னையின் பரிவுடன் அளித்தாள் ஆறுதல்கள்.

ஆறுதல்கள் அளித்து அன்புடன் பேசியபின்,
பாண்டவர்கள் குந்தியிடம் போனார்கள் வேகத்துடன்,
மைந்தர்கள் வந்ததும் முகத்தை மூடியபடி,
அழுதாள் குந்திதேவி அணைத்தாள் மைந்தர்களை.

மைந்தர்களை அணைத்து மிகப்பெருத்தக் காயங்களில்,
குருதியைக் கண்டுக் குந்திதேவி பதறினாள்,
மைந்தர்களைத் தட்டினாள் மகிழ்வான மனத்துடன்,
குந்தியைக் கண்டதும் கதறினாள் திரௌபதி.

திரௌபதி கிடந்தாள் தரையின் மீதாக,
பேரர்களைக் காணவில்லை பார்த்தீரோ மாதரசி?
அபிமன்யுவை உபபாண்டவரை எங்குமே காணவில்லை,
உங்களைக் காண ஒருவரும் வரவில்லை.

வரவில்லை மைந்தர்கள் வந்தது அரசாட்சி,
இந்நாட்டை ஆண்டு எனக்கென்ன மகிழ்வென,
உளக்குறை கூறி உருக்கமாய் அழுதாள்,
பாஞ்சாலியைத் தேற்றினாள் ப்ரீதாவான குந்திதேவி.

குந்திதேவி அதன்பின் கிருஷ்ணையுடன் பாண்டவருடன்,
காந்தாரி அருகிலே கவலையுடன் சென்றாள்,
மாதரசி குந்தியையும் மங்கை திரௌபதியையும்,
தேற்றி காந்தாரி தெரிவித்தாள் ஆறுதல்.

ஆறுதல் கூறினாள் அன்புடன் காந்தாரி,
வருந்துதல் வேண்டாம் வாஞ்சைமிகுப் பாஞ்சாலியே,
உனைப்போல் நானும் இழப்பில் நிற்கிறேன்,
காலத்தால் நிகழ்ந்ததுக் கேடான இவ்வழிவு.

இவ்வழிவு உண்டானதுக்கு எவரொருவரும் காரணமில்லை,
விதுரரது மொழிப்படி விளைவானது அனைத்தும்,
கரங்குவித்து வேண்டினார் களம்புகுதல் வேண்டாமென,
கண்ணனதுத் தூதுக்குப்பின் கூறினார் அவ்வழிவை.

இவ்வழிவை முன்னதாக இயம்பினார் விதுரர்,
தவித்தலே இயலாதத் தரணியின் பேரழிவை,
நிறுத்தவே பலமில்லை நம்மிலே எவருக்கும்,
போரிலே வீழ்ந்தார்பொருட்டுப் பொருந்தாது வருந்துதல்.

வருந்துதல் பொருந்தாதே வீரர்கள் மாண்டதற்கு,
உன்போல் எனக்கும் ஒருமகனும் மிஞ்சவில்லை,
என்னால் இக்குலம் ஈனமாய் அழிந்ததென,
சொன்னாள் காந்தாரி சோகமானக் குரலில்.

(16)ஸ்ரீ பர்வம், பகுதி 16:
ஸ்ரீ விலாப பர்வம்

குரலில் சோகத்துடன் கூறினாள் கருத்தை,
தூரத்தில் இருந்தாலும் தூயவள் கண்களில்,
களத்தில் இருந்தவற்றைக் கண்டாள் அம்மாது,
கண்கள் புறத்திலும் காட்சி அகத்திலும்.

அகத்திலும் தூயவள் அன்னை காந்தாரி,
களத்திலும் நிகழ்ந்தவற்றைக் கண்டாள் காட்சிகளாய்,
பதியாகும் திருதராஷ்டிரரைப் பரிவுடன் வணங்கியதால்,
அதியோகம் பயின்றவள் அன்னை காந்தாரி.

காந்தாரி தவத்தில் கடலென ஓங்கியவள்,
உண்மை மட்டுமே உரைப்பவள் உத்தமி,
வியாசரை வணங்கி வழிபட்ட காரணத்தால்,
ஞானப்பார்வை பெற்றிருந்தாள் நிகரிலா மாதரசி.

மாதரசி கண்பார்வை மிகக்கூர்மை ஆனது,
கலத்தில் இருந்தவற்றைக் கண்டாள் வெகுதொலைவில்,
தரையில் கிடந்தவரைத் தனித்தனியாய் அறிந்தாள்,
எலும்புகள் முடிகள் இரத்தம் அவ்விடத்தில்.

அவ்விடத்தில் தலைகள் உடல்கள் கிடந்தன,
யானைகள் குதிரைகளின் இரத்தத்தில் நனைந்து,
உடல்கள் தலையற்றும் தலைகள் உடலற்றும்,
தனிப்பொருட்கள் ஆகினத் தலைகளும் உடல்களும்.

உடல்களும் கிடந்ததை ஓலமிட்டுக் கண்டபடி,
மனிதரும் அவ்விடத்தில் மன்றியே இருந்தனர்,
காகங்களும் நரிகளும் கொக்குகளும் வல்லூறுகளும்,
அண்டங்காக்கைகளும் அவ்விடத்தில் உண்டன
உடல்களை.

உடல்களை உண்ணவே அரக்கர்கள் வந்தனர்,
மீன்கொத்தியை வல்லூற்றை மிகையாகக் காணலாம்,
ஊளையை எழுப்பின உண்டுவிட்ட உழநரிகள்,
திருதராஷ்டிரனை அண்டினார் த்வைபாயனர் வியாசர்.

வியாசர் வெந்தனிடம் விளம்பினார் கருத்தை,
யுதிஷ்டிரர் வாசுதேவர் உம்முடன் அழைத்து,
ஏகுவீர் களத்திலென இயம்பினார் வியாசர்,
மாதர் உற்றாருடன் மிகப்பெரும் குழுவாக.

குழுவாக அனைவரும் களத்தினைக் கண்டனர்,
தந்தையாக மைந்தராகத் தமக்குற்றக் கணவராக,
உறவாக இருந்தவர்கள் வீழ்வாகக் கிடந்ததை,
வருத்தமாக நோக்கினர் வந்திருந்த மாதர்கள்.

மாதர்கள் வருகையில் மனிதர்கள் உடல்களை,
நாய்நரிகள் உண்டபின் மீதிகள் இருந்தன,
பைசாசர்கள் அரக்கர்கள் பிணங்களைத் தின்றார்கள்,
அவ்விடத்தில் கண்டது உருத்திரரின் களமாகும்.

களமாகும் அவ்விடத்தைக் கண்டதும் மாதர்கள்,
பெரிதாகும் குரலிலே பொருமியபடி அழுதனர்,
வெகுவேகம் இறங்கியே வந்தனர் தேர்விட்டு,
அழிவாகும் நிலைகண்டு இழந்தனர் புலனுணர்வை.

புலனுணர்வை இழந்துப் பார்த்தனர் கொடூரத்தை,
பேரழுகை ஒலிகள் பெருகினக் களமுழுதும்,
கேசவனை நோக்கிக் கேட்டார் காந்தாரி,
மருமகள்களைக் காணுவாய் மாதவனே கேசவா.

கேசவா என்மைந்தர் காலனிடம் சென்றனர்,
துயராக மருமகள்கள் துடித்து அழுகிறார்கள்,
நினைவாக இருப்பவற்றை நவிலுகிறார் உடல்களிடம்,
பிணமாகக் கிடப்பவர்தான் பதியானவர் இவர்களுக்கு.

இவர்களுக்குக் கணவர்கள் இல்லையே இப்பொழுது,
களத்துக்கு வந்துக் கிடக்கிறார்கள் பெருவீரர்,
பீஷ்மரென்று கர்ணனென்றுப் பெருவீரன்
அபிமன்யுவென்று,
துரோணரென்று துருபதனென்றுத் திடமிக்கான்
சல்லியனென்று.

சல்லியனென்று மாவீரனும் சரிவுற்று விழுந்தான்,
அங்கதமென்று இருப்பவற்றில் அம்புகளே தைத்துள்ளன,
மாலையென்றுக் கேயுரமென்று மிஞ்சவில்லை
வேறெதுவும்,
கத்தியென்று வில்லென்றுக் காண்கிறேன் ஆயுதங்களை.

ஆயுதங்களைக் கொண்டு அழித்தனர் எதிரிகளை,
மிருகங்கள் அவரருகில் மகிழ்வுடன் திரிகின்றன,
நின்றவைகள் நடப்பவைகள் கிடப்பவைகள்
அவைபோக்கில்,
தின்றவைகள் போகத்தான் தென்படும் உடல்கள்.

உடல்கள் இருபுறமும் வளர்கின்றன மலைபோல,
பேரழிவில் கௌரவரும் பாஞ்சாலரும் சிக்கினர்,

பஞ்சபூதங்கள் ஒன்றையின்றுப் பிரிந்ததால் இவ்விதத்தில்,
அழிவுகள் நேர்ந்ததென ஐயம் என்மனதில்.

என்மனதில் வருத்தம் எழுகிறது ஏனெனில்,
வல்லூறுகள் மற்றபல வலுமிக்கப் பறவைகள்,
ஆயிரக்கணக்கில் உடல்களின் அருகிலே சூழ்ந்துகொண்டு,
குருதியில் தோய்ந்தவரைக் கொத்தியே இழுக்கின்றன.

இழுக்கின்றன பறவைகள் இறந்தவர் உடல்களை,
ஜெயத்ரதனெனக் கர்ணனெனச் சீர்மிக்கார் துரோணரென,
பீஷ்மரென அபிமன்யுவென பூமியில் வீழ்வுற்றதை,
நம்பெனச் சொன்னால் நம்பவில்லை என்மனம்.

என்மனம் நினைக்கிறது இவரெலாம் இறப்பிலார்,
இருந்தாலும் அவர்கள் இறந்து வீழ்ந்துவிட்டார்,
இவ்விதம் காகங்களும் ஈனமான மீன்கொத்திகளும்,
வல்லூறுகளும் நாய்நரிகளும் உண்கின்றன உடல்களை.

உடல்களைக் காண்கிறேன் உன்னதர் அவரெலாம்,
துரியோதனனை ஆதரித்துத் திரண்டுவந்த வீரரெலாம்,
அக்கினியை அணைத்ததாக அழிவுற்று விழுந்தனர்,
மெத்தைகளை உடையவர் மண்புழுதியில் கிடக்கிறார்.

கிடக்கிறார் இவர்கள் காலையில் எழுந்திருக்க,
பாடுவார் பாணர்கள் புகழூாரப் பாடல்கள்,
நாடுவார் பாவலர்கள் நல்லபலப் பாக்களுடன்,
அத்தகையோர் காதிலே அலைமோதும் ஊளையொலி.

ஊளையொலி கேட்கிறது உன்னதர்கள் அருகிலே,
அழகுகளை உடைத்தான அனங்குகள் போலவே,
அருகாமை அடைந்தன உழநரியும் வல்லூறுகளும்,
காகங்களை அண்டங்காக்கையைக் காணுதல் அருவறுப்பு.

அருவறுப்பு கொடுக்கும் அத்தனை விலங்குகளும்,
வீரருக்கு அருகாகி வேகத்துடன் இழுத்து,
மகிழ்வுற்று உண்கின்றன மாமன்னர் உடல்களை,

அருகுற்று கிடக்கின்றன அம்புகளும் கத்திகளும்.

கத்திகளும் விற்களும் கிடப்பதைக் கண்டால்,
இன்னமும் சாகாமல் இருக்கிறார் உயிரோடென,
எண்ணிடும் விதமான எண்ணம் தோன்றுதே,
கதைகளும் கொண்டவரின் களையேதும் குன்றவில்லை.

குன்றவில்லை உயிர்க்களை கொண்டமாலை
வாடவில்லை,
ஆயுதங்களை ஏந்தியே அதிதீரர் வீழ்ந்துவிட்டார்,
உயிர்க்களை குன்றாததால் விலங்குகளும் பறவைகளும்,
அவர்களை அண்டாமல் அஞ்சியே விலகின.

விலகின விலங்குகள் ஒருசிலர் உடல்விட்டு,
இரையென இழுக்கின்றன இன்னும்சிலர் உடல்களை,
தங்கமெனக் கழுத்தில் தகதகக்கும் மாலைகள்,
அங்கிங்கெனச் சிதறியே எங்கெங்கோ விழுந்தன.

விழுந்தன வீரர்களின் வலுமிக்க உடல்கள்,
பாடகரென இருப்பவர்கள் பாங்குடன் இசைத்திட,
வேந்தரென அமர்வோரின் வாஞ்சியான மனைவியர்,
ஓலமான இசையொலியை உகுக்கிறார் நீத்தாருக்கென.

நீத்தாருக்கென அழுதபின் நிறுத்திவிட்டார் அழுகையை,
கௌரவரின் மாதர்கள் கனத்துயரில் சிக்கியதால்,
அழுகையென இருந்ததும் அகன்றது அவர்மனதில்,
வெறுமையான மனத்துடன் ஓடுகிறார் இங்கங்காய்.

இங்கங்காய் ஓடும் இத்தனை மாதர்கள்,
அழுகையாய்க் கோபமாய் எழுப்பும் ஓசையுடன்,
சிவப்பாய் முகமும் சேர்ந்ததால் இவ்விடத்தில்,
தங்கமாய்ச் சூரியன் தகதகப்பதாய்க் காண்கிறேன்.

காண்கிறேன் இவர்களின் கருத்தற்றச் செயல்களை,
புலம்பிதான் அனைவரும் பலவிதம் பிறற்றுகிறார்,
பொருள்தான் தெரியாதப் பலவார்த்தை பேசுகிறார்,

அறியதான் இயவில்லை அருகிருப்போர் சொற்பொருளை.

சொற்பொருளை அறியாவிதம்ம் சொன்னார்கள் ஏதேதோ,
புலம்புதலை நிறுத்தாமல் பலவிதம் பேசியபடி,
உயிர்மூச்சை உகுக்கிறார் ஒருசில மாதர்கள்,
அழுகையை நேஉத்துதல் இயலவில்லை அவர்களுக்கு.

அவர்களுக்கு வேண்டியவர் அழிவுற்று விழுந்ததால்,
அடித்துக்கொண்டு அழுகிறார் அவரவரின் தலைகளில்,
தனித்தனியென்று கைகால்கள் தலைகள் கிடக்கின்றன,
குவியலென்றுக் கிடப்பவற்றைக் காண்கிறார் பதட்டத்தில்.

பதட்டத்தில் காண்கிறார் பிரிந்துவிட்டத் தலைகளை,
தனித்தனிகள் ஆனத் தலைகளைக் கொணர்ந்து,
அவரவர்கள் உடலுடன் இணைத்தே பார்க்கிறார்,
இவைகள் என்னரது இல்லையென்றும் கூறுகிறார்.

கூறுகிறார் தலை கிடைக்கவில்லை தனக்கென்று,
கேவுகிறார் அழுகிறார் கண்ணீர் உகுக்கிறார்,
சேர்க்கிறார் கைகாலைச் சேர்த்தபின் உருவமாக்கி,
காண்கிறார் அழுகிறார் கணவரின் உடலென்று.

உடலென்று முழுவடிவம் உண்டான பிறகாக,
தணலென்றுக் கொதித்துத் தாளாமல் அழுகிறார்,
உணவென்று விலங்குகள் உண்டுவிட்ட மீதத்தை,
இணைப்பது கடினமாக இருந்தது மாதருக்கு.

மாதருக்கு சிலசமயம் மிஞ்சியது குழப்பந்தான்,
சேர்த்துவிட்டு உருவத்தைச் சேரவில்லை எனக்கூறி,
மாற்றிவிட்டு வருவதாக மீண்டுமீண்டும் சென்றனர்,
சேர்த்துவிட்டச் சிலரோ சீரிழந்துக் கதறுகிறார்.

கதறுகிறார் உறுப்புகள் கிடைத்தபின் சேர்த்தவர்,
இணைக்கிறார் கைகால்களை அழுகிறார் அதன்பின்னர்,
செல்லுகிறார் குருதியால் சகதியானத் தரையிலே,
காணுகிறார் கத்திகள் கிடக்கின்றனத் தரையிலென.

தரையிலெனத் தலைகள் சிதறியெனக் கிடந்தன,
காதணியென அணிந்தவைக் கதிரவனின் ஒளிபட்டு,
மின்னின ஆகினும் மண்ணிலே கிடந்தன,
தந்தையெனத் தமயனெனத் தனயனெனக் கண்டனர்.

கண்டனர் தமதுக் கணவனார் இவரென்று,
உறவினர் இறந்ததால் உருகியே அழுகிறார்,
ஒருதுயர் பட்டிலார் உன்னத மங்கையர்,
திருதராஷ்டிரர் மருமகள்கள் துவளுகிறார் சோகத்தில்.

சோகத்தில் கதறுபவர் சுகத்திலே வாழ்ந்தவர்,
இளமையில் துள்ளியே ஆடும் குதிரைகளென,
வளமையில் வாழ்ந்தவர் வருத்தத்தில் துடிக்கிறார்,
இவ்விதத்தில் காணுவதில் என்மனத்தில் கடுந்துயரம்.

கடுந்துயரம் என்மனதைக் கலங்கவே வைக்கிறது,
மைந்தரும் பேரர்களும் மாண்டனர் சகோதரருடன்,
என்றவிதம் காந்தாரி அழுதவிதம் புலம்பினாள்,
மகனிடம் கண்போனது மாதா காந்தாரிக்கு.

(17)ஸ்ரீ பர்வம், பகுதி 17:
ஸ்ரீ விலாப பர்வம்

காந்தாரிக்கு எதிரில் கண்டாள் துரியோதனனை,
மயக்கமுற்று விழுந்தாள் மாதா காந்தாரி,
வாழையென்றுத் துவண்டாள் வாட்டமுற்ற நன்மாது,
ஓலமிட்டு அழுதாள் வெறுந்தரையில் கிடந்தாள்.

கிடந்தாள் புழுதியில் காந்தாரியாம் மாதரசி,
புலன்கள் அதிரவே புத்தியும் குழம்பவே,
புலம்பினாள் மகனேயெனப் பேசினாள் சோகத்துடன்,
சிந்தினாள் கண்ணீரை செல்லமகன் உடல்மீது.

உடல்மீது மாலைகள் உகுந்து கிடந்தன,
அருகிருந்த ரிஷிகேசனிடம் அம்மாது கூறினாள்,
என்னிடத்து என்மைந்தன் அன்புடன் வேண்டினான்,
வெற்றியென்று வாழ்த்தென்று வெகுவாகக் கெஞ்சினான்.

கெஞ்சினான் ஆனால் கொடுக்கவில்லை வெற்றிவரம்,
மிஞ்சிதான் பேரழிவு மண்ணுலகைத் தாக்குமென,
எண்ணினான் உரைத்தேன் எவருக்கு வெற்றியென,
தருமத்தின் இருப்பிடத்தில் தங்கும் வெற்றியென்றேன்.

வெற்றியென்றேன் தருமம் விலகாத நல்லார்க்கு,
பெற்றெடுத்தேன் மகனே பேச்சைநீ கேட்கவில்லை,
ஆயுதத்தின் உதவியால் அடையத்தகும் சொர்க்கத்தில்,
வானவரின் திறத்துடன் வாழுவாய் களிப்புடன்.

களிப்புடன் சொர்க்கவாழ்வு கிடைத்திடும் எனக்கூறி,
என்மகன் என்றே ஏதும் பிசகாமல்,
நெறிகளின் வழியே நவின்றேன் ஆசிகளை,
எனக்குதான் வருத்தம் இல்லையே எள்ளளவும்.

எள்ளளவும் வருத்தம் எனக்கில்லை இந்நிகழ்வால்,
இவையாவும் நிகழுமென அறிந்திருந்தேன் முன்னரே,
என்வருத்தம் இப்பொழுது அரசர் திருதராஷ்டிரருக்கே,
நூறுபேரும் இறந்தால் நலிவுறுவார் வேந்தர்.

வேந்தர் வருந்துவாரென வருந்தினேன் நானும்,
பலபேர் தோற்கவே பராக்கிரமம் காட்டியவன்,
பரதர் குலத்தின் பெருவீரன் சுயோதனன்,
எதிர்ப்பவர் தலைமேல் நடப்பவன் வீழ்ந்தானே.

வீழ்ந்தானே மாவீரன் வெல்லுபவர் இல்லாதவன்,
இதற்குமுன்னே இவனுக்கு அருகிருந்து மகிழ்விக்க,
சுற்றுவாரே மாதர்கள் சுயோதன வேந்தனை,
வல்லூறுகளே சுற்றிவர விழுந்தானே நிலத்திலே.

நிலத்திலே கிடக்கிறான் நிகரிலாப் பெருவேந்தன்,

அருகிலே மாதர்கள் அன்பாய் விசிறிவிட,
உறங்கவே செய்தவன் உறங்குகிறான் தரையில்,
விசிறவே வந்தன வெகுப்பல பறவைகள்.

பறவைகள் விசிறிவிடப் பூமிமேல் கிடக்கிறான்,
பீமனிடத்தில் அடிபட்டுப் பீடிழந்து வீழ்வுற்றான்,
சிம்மத்தால் தாக்குண்டு சாகும் வேழமென,
கதையால் தாக்குண்டவன் கிடக்கிறான் உயிரிழந்து.

உயிரிழந்து கிடக்கிறான் வெகுபலத்தை படையுடையான்,
அக்ஷௌஹெளணியென்று பதினொன்று அவன்படையின்
கணக்கு,
வேங்கையொன்று சிம்மத்திடம் வீழ்வுற்றது போலவே,
தரைமீது கிடக்கிறான் தனக்கு நிகரிலாதான்.

நிகரிலாதான் தானென நினைத்தான் தனக்குத்தானே,
விதுரரின் நல்லுரையை வாங்கவில்லைக் கருத்திலே,
காப்பிலான் முழுமூடன் கெட்டவன் தன்செயலால்,
இறந்துவிட்டான் காரணம் எவரையும் மதிக்கவில்லை.

மதிக்கவில்லைப் பெரியோரை மன்னவனெனத் திரிந்தான்,
இவ்வுலகைப் பதின்மூன்றாண்டு ஆண்டான் குறைவின்றி,
ஆட்சிமுறை அறிந்தவன் அனைவருக்கும் வழங்குபவன்,
வெறுந்தரை மீதுதான் உறங்குகிறான் இப்போது.

இப்போது காண்கிறேன் இவ்வுலகில் வளமில்லை,
அப்போது என்மகன் ஆளும் காலத்தில்,
பசுகன்றுக் குதிரைகள் பெருத்துக் கிடந்தன,
வாழ்வது இனிமேல் வேதனையே தரக்கூடும்.

தரக்கூடும் பெருவேதனையை துரியோதனன் மரணம்,
அதைவிடவும் வருத்தத்தை அவ்விடத்தில் காணுவாய்,
லக்ஷ்மணனாம் வீரனின் அன்னையாம் மாதரசி,
கணவனிடம் வந்துக் கதறியே அழுவதை.

அழுவதைக் காணுவாய் அழகுடைய மங்கை,

கணவனை அணைத்துக் களிப்புகளை அடைந்தவள்,
பிணத்தைக் கண்டுப் பிதற்றியே அழுகிறாள்,
சுக்குநூறாய் இதயம் சிதறாமல் இருக்கிறதே.

இருக்கிறதே என்னிதயம் இன்னுமே உடைபடாமல்,
லக்ஷ்மணனே ஒருபுறத்தில் கணவனே மறுபுறத்தில்,
அன்புடனே கணவனுடலை அழுதபடி நீவுகிறாள்,
மகனுக்கென்றே அழுதபின் மணாளனுக்கும் அழுகிறாள்.

அழுகிறாள் அதன்பின் அடிக்கிறாள் தலையை,
தாமரைபோல் அழகுடையாள் தளிர்மேனி தளராமல்,
வேந்தனருகில் அழுகிறாள் வாசுதேவனே காணுவாய்,
கணவனருகில் மகனும் கிடக்கிறான் இறந்தென.

இறந்தென விழுந்தாலும் அளிக்கிறேன் கருத்தை,
வேதமென மறையென உள்ளது உண்மையெனில்,
சொர்க்கமென இருக்குமிடம் சென்றிருப்பான் சுயோதனன்,
ஆயுதமெனக் கரங்கொண்டப் போராளியென இறந்தான்.

(18)ஸ்ரீ பர்வம், பகுதி 18:
ஸ்ரீ விலாப பர்வம்

இறந்தான் என்மகன் ஈடிலாதான் துரியோதனன்,
அயர்வுதான் அறியாதவர் என்மைந்தர் நூறுபேரும்,
பீமசேனன் ஒருவனிடம் பாடுபட்டு இறந்தனர்,
கதைதான் கொண்டவன் காலனெனக் கொன்றான்.

கொன்றான் மைந்தர்களைக் கொலையுண்டவர்
பொருட்டன்றி,
அவர்களின் மனைவியர் அழுவதைக் காண்பதால்,
எந்தன் மனத்தில் ஆத்திரம் எழுகிறது,
நிலைதான் திரிந்து நடுங்குகிறார் மாதர்கள்.

மாதர்கள் களத்திலே மதிகெட்டுத் திரிகிறார்,

மாளிகையில் அரசியரென மதிப்புடன் வாழ்ந்தவர்கள்,
இதயத்தில் சோகத்துடன் இறந்தோரிடையில் அலைகிறார்,
துரத்துதல் செய்கிறார் தின்னவரும் விலங்குகளை.

விலங்குகளைப் பறவைகளை விரட்டிவிட்டு இம்மாதர்,
கொடுமைகளைக் கண்டுக் கணவர்களைத் தேடியபடி,
சோகத்தை அடைந்துச் சரிகிறார் வெறுந்தரையில்,
லக்ஷ்மணனைப் பெற்றவளின் நிலைதனைக் காணுவாய்.

காணுவாய் லக்ஷ்மணனின் கனிவான அன்னையை,
சகோதராய்க் கணவராய் சத்புத்திரராய் இருந்தவர்கள்,
வெறுந்தரை மீது வீழ்ந்துவிட்ட நிலைகண்டு,
மயக்கத்தை அடைந்து மாதர்கள் வீழுகிறார்.

வீழுகிறார் மாதர்கள் விடுக்கிறார் அழுகையொலி,
வயோதிகராய் மாதர்களும் வயதிலே நடுத்தரத்தாரும்,
அழுகிறார் தமக்கு ஆதரவு இல்லையென,
நிற்கிறார் தேர்களின் தட்டுகளைப் பிடித்தபடி.

பிடித்தபடி நிற்கிறார் பாவையர்கள் அனைவரும்,
துயர்தாக்கி மதிமயங்கித் தமதுநிலை கீழ்மையாகி,
ஏந்தியபடி அங்கொருத்தி அழுகிறாள் சிரத்துடன்,
பாவத்தைச் செய்துவிட்டோம் பாவையர் நாங்கள்.

நாங்கள் ஏதேதோ நெடும்பாவம் செய்துவிட்டோம்,
முற்பிறப்பில் செய்ததற்கு இப்பிறப்பில் வருந்துகிறோம்,
உறவினர்கள் நண்பர்கள் வீழ்ந்தார்கள் யுதிஷ்டிரனால்,
செயல்கள் விளைவுகளில் செலுத்தின எங்களை.

எங்களை அழுத்தும் இத்துயரைக் காணுவாய்,
நற்பிறப்பை உடைய நாரிகளாம் இம்மாதர்,
கருவிழியை உடையவர் கார்குழல் முடியுடையார்,
அன்னத்தைப் போலவே அமுதக் குரலுடையார்.

குரலுடையார் அன்னமெனக் குழலுடையார் கருமையாக,
அழுகிறார் இப்போது அனைத்தையும் இழந்தவராய்,

புலம்புகிறார் வாத்துகளெனப் பெருங்குரல் எழுப்பியே,
முகமுடையார் தாமரைபோல் மிகக்கேடு
அடைந்துவிட்டார்.

அடைந்துவிட்டார் உலகிலே ஈனமானக் கேடுகளை,
வேழமொத்தார் என்மைந்தர் வலிமையிலும் திறமையிலும்,
வீழ்வுற்றார் என்றே வருந்துகிறார் மனைவியர்கள்,
வெளியுலகோர் நோக்காதவர் வந்துவிட்டார் களத்துக்கு.

களத்துக்கு வந்தக் காரிகையர் அனைவரையும்,
மதிப்பற்று நொடிவுற்ற மிகக்கேட்டில் காண்கிறேன்,
கொடிபெற்றுக் கேடயமுற்றுக் கவசமணிந்துப்
போரிட்டவர்,
நிலைகெட்டுத் தரையிலே நெடுமரமாய்க் கிடக்கிறார்.

கிடக்கிறார் தரையிலே கனவீரர் நூறுபேர்,
ஒளிருவார் அக்கினியென உரமுடையார் மகவத்தென,
வீழ்ந்துவிட்டார் நெய்யது வேள்வியிலே வீழ்வதுபோல்,
அங்குபார் துஷ்சாசனன் அடிபட்டுக் கிடப்பதை.

கிடப்பதைப் பாராய் கீழ்மையிலே துஷ்சாசனன்,
இரத்தைத்தை உறிஞ்சியபின் ஏதுமிலா உடலாகி,
வெறுந்தரை மீதாக வீழ்ந்துவிட்டான் துஷ்சாசனன்,
படுகொலை செய்துவிட்டான் பீமசேனன் என்மகனை.

என்மகனை அழிக்கவே கிருஷ்ணை அறிவுறுத்தினாள்,
பகடையை ஒட்டியப் பாங்கிலா நிகழ்வுகளை,
நினைவிலே கொணர்ந்து நானும் வருந்துகிறேன்,
சபைநடுவே துஷ்சாசனன் சொன்னான் சுடுசொற்கள்.

சுடுசொற்கள் சொன்னான் சுயோதனனுக்கெனக்
கர்ணனுக்கென,
அடிமைகள் மனைவியே அடிமையாகிப் பணிபுரிவாய்,
சகோதரர்கள் நகுலனுடன் சகாதேவனுடன் அர்ஜுனனுடன்,
வேலைகள் செய்யவே வீட்டுக்கொள் சென்றுவிடு.

சென்றுவிடு என்றுச் சொன்னான் துஹ்சாசனன்,
துரியோதனனதுக் கெடுமதிக்குத் தெரிவித்தேன்
நல்வழியை,
விட்டுவிடு சகுனியை வேண்டாம் சூதென்றேன்,
கேடுகெட்டுப் போனவன் கீழானவன் சகுனியென்றேன்.

சகுனியென்றேன் நம்மைச் சதிசெய்து அழிப்பவன்,
கேடுகெட்டவன் எப்போதும் கருத்துடையான்
சண்டையிலே,
பாண்டவருடன் சமாதானமாய்ப் போகவேண்டும்
மைந்தனே,
சகுனியுடன் சேராதே செல்லச்சொல் இங்கிருந்து.

இங்கிருந்து செல்லட்டும் ஈனமிக்கான் சகுனி,
பீமனது கோபத்தைப் பார்த்ததில்லை நீதான்,
வார்த்தையென்று அம்பெடுத்து வீசுகிறாய் பீமன்மேல்,
வேழமென்று உனைச்சாய்க்க வருவான் பீமசேனன்.

பீமசேனன் உன்னைப் பேரழிவில் வைப்பானென,
அன்றுசொன்னேன் சுயோதனனிடம் அடங்கவில்லை
என்மகன்,
வீசினான் வார்த்தைகளை வெம்மைமிகும் கணைகளாக,
ஆலந்தான் அவன்வார்த்தை அழிவடைந்தான்
தன்செயலால்.

தன்செயலால் துஹ்சாசனனும் தாக்கினான் பாண்டவரை,
அடிபட்டதில் நெருப்பை அள்ளியே வீசுவதாய்,
பலவேலைகள் செய்தான் பீடிலாதான் துஹ்சாசனன்,
பதிலடிகள் கிடைத்ததால் பூமியில் சாய்ந்துவிட்டான்.

சாய்ந்துவிட்டான் துஹ்சாசனன் சக்திமிக்கான் பீமனிடம்,
மாண்புவிட்டான் தீங்கிழைத்தான் மதிகெட்டுச்
செயல்புரிந்தான்,
குடித்துவிட்டான் பீமசேனன் கொடியவனின் குருதியை,
முடித்துவிட்டான் வ்ருகோதரன் மொழிந்த சூளுரையை.

(19)ஸ்ரீ பர்வம், பகுதி 19:
ஸ்ரீ விலாப பர்வம்

சூளுரையை நிறைவேற்றச் சாகடித்தான் நூறுபேரை,
விகர்ணனைக் காணுவாய் வாசுதேவா அவ்விடத்தில்,
ஞானத்தை உடையவன் நல்லவர்க்கு நட்பானவனை,
வெறுந்தரை மீது வீழ்த்தினான் பீமசேனன்.

பீமசேனன் தாக்குதலால் பூமிமீதுச் சாய்ந்தவன்,
வேழங்களின் நடுவிலே வெண்மதியெனக் கிடக்கிறான்,
நீலநிறத்தின் மேகங்களென நிறைந்தன யானைகள்,
கையுறைகள் அணிந்தவனைக் கடித்தனவே வல்லூறுகள்.

வல்லூறுகள் விகர்ணனின் வெகுபலத்தக் கைகளை,
கொத்துதல் செய்துக் கடினத்துடன் உண்கின்றன,
வில்லில் நாணிழுத்து விடுத்தக் கரங்களில்,
இரும்பில் இருப்பதுபோல் இருக்கிறது வலிமை.

வலிமை கொண்டவன் விகர்ணனின் மனைவியோ,
குழந்தை போலவே கதறி அழுகிறாள்,
வல்லூறுகளை விரட்டுகிறாள் வருகின்றன மீண்டுமீண்டும்,
உடல்தனை உண்ணவே வருகின்றன வல்லூறுகள்.

வல்லூறுகள் உண்கின்றன விகர்ணன் உடலை,
பெருமைகள் உடையவன் பார்போற்றும் ஞானவான்,
வளமையில் வாழவே வேந்தனாய்ப் பிறந்தவன்,
வெறுந்தரையில் வீழ்ந்தானே வேதனை மிகைக்கிறதே.

மிகைக்கிறதே வேதனை மனத்திற்கு உள்ளாக,
அம்புகள் நலிகங்கள் தாடிபோல் கூர்முனைகள்,
உடலில் குத்தினாலும் உன்னதர்கள் அழகுடன்,
மிளிர்வுகள் கொண்டவராய் மடிந்தாலும் பொலிகிறார்.

பொலிகிறார் பரதர்கள் பூமியில் விழுந்தாலும்,
எதிரிகள் உயிரெடுக்கும் ஈடிலான் துர்முகன்,

தரைமேல் கிடக்கிறான் தாக்குண்டான் பீமனிடம்,
விலங்குள் தின்றபின்னும் உடலழகில் குறைவில்லை.

குறைவில்லை துர்முகன் களையான முகத்திலே,
முழுமதியை ஒத்தவனாய் மிளிர்கிறான் இறந்தாலும்,
என்மக்களை எவ்விதத்தில் அழித்தார்கள் எதிரிகள்?
வெற்றிகளை உடையவன் வீரமகன் துர்முகன்.

துர்முகன் போலவே தரைவீழ்ந்தான் சித்ரசேனன்,
தரையின் மீதாகத் தானுறங்கும் அவ்வீரன்,
வில்லின் நுணுக்கங்கள் வெகுவாய் அறிந்தவன்,
அவ்வீரன் அருகிலே அழுகிறார் மாதர்கள்.

மாதர்கள் சூழ்ந்துவிட்டார் மாவீரன் உடலை,
விலங்குகள் வந்து உண்ணவே காத்திருக்க,
மாலைகள் அணிவித்து மணாளனை வணங்குகிறார்,
பேதைகள் அழுகின்றப் பெருங்குரல் கேளாயோ?

கேளாயோ அழுகையொலி கனத்து எழுவதை,
அழகுடையோர் நடுவிலே அதீதப் பேரழகன்,
ப்ணியாளர் மாதர்கள் ப்ரிவுடன் காத்திருக்க,
இந்திரர் போலிருப்பான் என்மகன் விவின்சதி.

விவின்சதி அங்கே வீழ்ந்து கிடக்கிறான்,
புழுதிப் படலத்தில் புல்லனென உறங்குகிறான்,
துளையிட்டுக் கவசத்தில் தாக்கிய அம்பொன்று,
கொன்றது வீரனைக் கிடக்கிறான் உயிரிழந்து.

உயிரிழந்து போனவனின் உடலுக்கு அருகிலே,
வருகிறது வல்லூறு உணவாவது இவ்வுடலென,
பாண்டவரதுப் படையுடன் போரிட்ட விவின்சதி,
க்ஷத்ரியரது நெறிப்படிச் செத்துவிட்டான் போரிலே.

போரிலே இறந்தவன் பூமியிலே கிடக்கிறான்,
முகத்திலே புன்னகை மாறவில்லை இதுவரையில்,
அருகிலே மாதர்கள் அன்புடன் சூழ்ந்திருந்த,

மகனையே இப்பொழுது மிருகங்கள் சூழ்ந்தனவே.

சூழ்ந்தனவே மிருகங்கள் செல்லமகன் துஷ்சகனை,
வெகுண்டே எழுந்தானெனில் ஓடுவார் எதிரிகள்,
சபையிலே பேசுவான் சாமர்த்திய வார்த்தைகளை,
அம்புகளே துளைத்திட அசமெனக் கிடக்கிறான்.

கிடக்கிறான் மலைபோல்க் காகங்கள் சூழ்ந்திட,
அணிந்துளான் தங்கத்தில் அழகுமிக்க மாலையொன்று,
தரித்துளான் பலமிக்கத் திடமிக்கப் போராயுதங்கள்,
நெருப்புதான் நீர்த்ததென நலிந்துதான் வீழ்வுற்றான்.

(20)ஸ்ரீ பர்வம், பகுதி 20:
ஸ்ரீ விலாப பர்வம்

வீழ்வுற்றான் மாவீரன் வெகுபலத்தான் ஈடிலாதான்,
உன்னைத்தன் மிஞ்சியன்வன் ஒன்றரை மடங்கென,
பெயரெடுத்தவன் தந்தையையே பலமடங்கு மிஞ்சியவன்,
சிம்மத்தின் வடிவானவன் சக்திமிக்க அதிதீரன்.

அதிதீரன் என்மகனின் அணிகளின் உள்ளாக,
தனியொருவன் நுழைந்துத் தாக்கி அழித்தவன்,
எதிப்பவரின் எமனென இருந்தவன் இளங்காளை,
இறந்துவிட்டான் கிடக்கிறான் இவ்விடத்தில் காணாயோ?

காணாயோ காளையெனக் களத்தில் போரிட்டவனை,
அர்ஜுனனையே தந்தையென அடைந்தவன் அதிதீரன்,
அழகுடனே கிடக்கிறான் அபிமன்யுவாம் மாவீரன்,
இறந்தபின்னே கூட இன்முகம் மிளிர்கிறது.

மிளிர்கிறது அபிமன்யுவின் முகத்திலே பேரொளி,
அவ்வீரனது அருகிலே அழுவது விராடன்மகள்,
காண்டிபனது மருமகள் கண்ணீரொடு புலம்புகிறாள்,
கட்டியணைத்து உச்சிமோந்துக் கரங்களால் நீவுகிறாள்.

நீவுகிறாள் வீழ்வுற்ற நாதனின் சிகைமுடியை,
முன்னாளில் தேன்மதுவால் மனவேகம் மிகைத்திட,
கட்டியணைத்து வெட்கம்விட்டுக் களித்திருந்த அம்மாது,
முகத்துக்கு இப்போது முத்தம் அளிக்கிறாள்.

அளிக்கிறாள் முத்தத்தை அழகுமிகும் முகத்துக்கு,
சங்குகள் போலவே சக்தியுடன் அமைந்திருக்கும்,
கழுத்தில் காணலாம் கோடுகள் மூன்றினை,
இக்கணத்தில் அம்மாது அழுகிறாள் உடல்மீது.

உடல்மீது இருக்கம் உறுதிமிக்கக் கவசத்தை,
எடுத்து வீசிவிட்டு அவன்மார்பை நோக்குகிறாள்,
நனைந்து குருதியாலே நெருப்பெனச் சிவந்தவனை,
நோக்கிவிட்டு உன்னிடம் நவிலுகிறாள் கருத்தை.

கருத்தைக் கேளாய்க் கமலமெனக் கண்ணுடையாய்,
கண்களை உனைப்போலக் கமலமெனக் கொண்டவன்,
பலத்தை ஆற்றலைப் பெற்றவன் உனக்கிணையாய்,
உன்னை நிகர்த்தவன் உடல்திடத்தில் அழ்கில்.

அழ்கில் மிகைத்தவன் தரையில் கிடக்கிறானே,
எதிரிகள் கொன்றனரே அச்சுதா காணாயென,
உன்னிடத்தில் புலம்பிவிட்டு உரைக்கிறாள்
கணவனிடத்தில்,
வளத்தில் வளர்ந்தீர் மஞ்சத்தில் உறங்கினீர்.

உறங்கினீர் மிகவும் உன்னத மஞ்சத்தில்,
உறங்குகிறீர் வெறுந்தரையில் உறுத்துமே கற்கள்,
அணிந்துளீர் கரத்தில் அங்கங்கள் தங்கத்தில்,
பெற்றுளீர் இருகரங்கள் பெருவேழத் துதிக்கரமாய்.

துரிக்கரமாய்ப் பருத்தத் திடக்கரங்கள் உடையவரே,
இருகரமாய் இருப்பவைகள் இரும்பென உறுதிபெற்று,
தழும்புகளாய் இருக்கின்றனத் தனுசிழுத்த வேகத்தால்,

பயிற்சிகளைச் செய்தவர்போல் பேருறக்கம்
கொண்டுவிட்டீர்.

கொண்டுவிட்டீர் பேருறக்கம் களைத்துவிட்டீர்
பயிற்சிகளால்,
கண்டிருப்பீர் என்னிடம் குறையேதும் கிடையாதென,
மகிழ்ந்திருப்பீர் என்னுடன் மொழிந்திலேன் சுடுசொற்கள்,
பேசமாட்டீர் என்றால் பதைக்குதே என்மனம்.

என்மனம் பதைக்குதே எனக்கினிய நாதரே,
வெகுதூரம் தள்ளியே வந்தாலும் என்னை,
அன்புடன் அழைக்கும் அய்யனே இப்போது,
இவ்விதம் சென்றீரே என்னிடம் சொல்லாமல்.

சொல்லாமல் இவ்விதம் செல்லலாமோ நீவிர்,
ஒருசொல் சொன்னாலே வருவேன் உங்களுடன்,
அழுகிறாள் உம்மன்னை அழகுமிக்க சுபத்திரை,
தவிக்கிறார்கள் உங்களின் திடமிக்கத் தந்தையர்கள்.

தந்தையர்கள் தவிக்கவும் தாய்மார்கள் புலம்பவும்,
சென்றதில் என்னதான் சிறப்புண்டு கூறுமென,
கரத்தில் முடிதனைக் கோதியே பேசுகிறாள்,
உண்மையில் வாழ்கிறானென வேகத்தில் பேசுகிறாள்.

பேசுகிறாள் பலவிதப் புலம்பல் வார்த்தைகளை,
எடுக்கிறாள் தலையை வைக்கிறாள் மடிமீது,
கேட்கிறாள் கணவனிடம் கடுப்பான கோபத்தில்,
தேர்களில் வந்தவர்கள் தாக்கியது எவ்விதம்?

எவ்விதம் தாக்கினர் அநேகர் ஒருவரையே?
வாசுதேவனாம் கண்ணனின் வாஞ்சை மைத்துனனே,
காண்டீபனாம் வில்லாளனின் கனவீரப் புத்திரனே,
கேடுதாம் செய்தார் கிருபரும் கர்ணனும்.

கர்ணனும் துரோணரும் கடுமையாய்த் தாக்கினர்,
ஜெயத்ரதனும் வழிமறித்துச் செய்தான் இடர்களை,

அனைவரும் சேர்ந்துதான் அழித்தனர் ஒருவனை,
பெருமிதம் கொண்டவர்கள் போர்நெறியை மீறினர்.

மீறினர் விதிகளை மோதினர் உன்னுடன்,
இளையவர் ஒருவரை எல்லாப் பெருவீரரும்,
வேட்டையர் போலவே வீழ்த்தினர் நெறிகெட்டு,
வெகுதுயர் விளைத்தனர் வஞ்சியென் மனத்தில்.

மனத்தில் துடிக்கிறேன் மணாளனே இதுகுறித்து,
அருகில் பாண்டவரும் அத்தனைப் பாஞ்சாலரும்,
இருந்ததில் என்னபயன் இழந்தாயே உன்னுயிரை,
எவ்விதத்தில் உன்தந்தை இருக்கிறார் உயிருடன்?

உயிருடன் இருந்தென்ன உலகத்தை ஆண்டென்ன?
எதிரிகள் வீழ்ந்தென்ன வளமைகள் வாய்த்தென்ன?
அருகினில் நீயில்லை அதுதானே பேரிழப்பு,
தவத்தில் தன்னடக்கத்தில் திறத்தில் உயர்ந்தவனே.

உயர்ந்தவனே உன்னுடன் வருவேனே வெகுவிரைவில்,
மகிழ்வுடனே சொர்க்கத்தில் மணாளனுடனே இருப்பேனே,
கனவீரனே என்னைக் காக்கவேண்டும் நீயேதான்,
உனைத்தேடியே சொர்க்கத்தின் உட்புகுந்து வருகையில்.

வருகையில் சாவுதான் வீழ்த்தும் மாந்தரை,
வருத்தத்தில் இறப்பு வரவில்லை எனக்கும்,
என்னெதிரில் நீதான் இறந்து கிடக்கிறாய்,
எவ்விதத்தில் நானும் இன்னும் வாழுகிறேன்?

வாழுகிறேன் தனியளாக வாஞ்சைமிகும் கணவனே,
பித்ருக்களின் உலகத்தில் புகுந்தபின்னர் நீயெவளை,
வாஞ்சையின் வார்த்தைகளால் வாவென்று அழைகிறாய்?
அப்ஸரசின் உள்ளங்களும் ஏங்குமே உனக்கென்று.

உனக்கென்று உள்ளதான உறுதியும் நற்சொல்லும்,
தேவரது மாதரையும் தளைக்குமே அன்பினால்,
அப்சரசென்று இருப்பவர்கள் அருகிலே வருவார்கள்,

உத்தமனென்று உன்னுடன் உறவாடி மகிழ்வார்கள்.

மகிழ்வார்கள் உன்னழகில் நெகிழ்வார்கள் உறவாடலில்,
அம்மாதரகள் உன்னை அன்புடன் தழுவுகையில்,
என்னிடத்தில் இணைகையில் எவ்விதத்தில் நடந்தேனென,
உன்மனத்தில் நினைந்துகொள் உன்னதனே பெருவீரா.

பெருவீரா உன்னுடன் பாருலகில் சுகித்தது,
உடனேயா முடியவேண்டும் ஆறுமாதக் காலத்தில்?
ஏனென்றால் நீதான் இறந்தாயே ஏழாவதிலென,
புலம்பினாள் அக்களத்தில் பூம்பாவை உத்தரை.

உத்தரை அருகிலே வந்துநிற்கும் மாதர்கள்,
மத்ஸ்யத்தைச் சேர்ந்தவர்கள் மங்கையின் நிலைகண்டு,
சோகத்தை அடைந்தவளைச் சாந்தமாய் ஆக்கிட,
அவ்விடத்தை விட்டு இழுக்கிறார் சென்றுவிட.

சென்றுவிட இழுப்பவர்கள் சோகத்திலே துடிக்கிறார்,
நின்றுவிட மனத்திலே நெடும்பலம் இல்லையென,
அகன்றுவிட நினைத்தவர்கள் அரசன் விராடனையும்,
கண்டுவிடச் செய்ததால் கனத்துயரில் அழுகிறார்.

அழுகிறார் துரோணரிடம் அடிபட்ட விராடனிடம்,
காண்கிறார் உடல்முழுதும் கணைகள் துளைத்தவனை,
அவ்வீரர் அருகிலே அண்டின வல்லூறுகள்,
காண்கிறார் நாய்நரிகள் கிழித்துத் தின்பதை.

தின்பதைக் காண்கிறார் திடமிக்கான் உடலை,
வெறுந்தரை மீதாக விழுந்தான் முன்புறமாய்,
மத்ஸ்யரை ஆண்ட மன்னவனைக் கண்டபின்னர்,
மாதர்களை வெகுத்துயரம் மன்றியே அழுத்துகிறது.

அழுத்துகிறது வெகுதுயரம் அணங்குகளது மனங்களை,
புரட்டுகிறது வேதனைப் பெருகிவந்த விலங்கினங்கள்,
விரட்டுவது இயலவில்லை வெகுசோகம் கொண்டார்க்கு,
வெளுத்தது முகங்கள் வேந்தனின் நிலைகண்டு.

நிலைகண்டு நோக்குவாய் நிகரிலா அச்சுதனே,
காம்ப்பொஜத்து சுதக்ஷிணன் கிடக்கிறான் தரைமீது,
அழகுற்ற லக்ஷ்மணன் அங்கேயே கிடக்கிறான்,
வீழ்வுற்று மாண்டனர் வெகுதீரர் பெருவீரர்.

(21)ஸ்ரீ பர்வம், பகுதி 21:
ஸ்ரீ விலாப பர்வம்

பெருவீரர் பலரும் போரிட்டு மாண்டனர்,
அங்குபார் கர்ணன் அரிமாவெனக் கிடக்கிறான்,
வில்லாளர் நடுவிலே வெகுத்திறம் கொண்டவன்,
அக்கினியோர் சாம்பலென ஆனதாய்க் கிடக்கிறான்.

கிடக்கிறான் அர்ஜுனனின் காண்டீபத்தில் அடிபட்டு,
விகர்தனன் மைந்தன் வீழ்த்தினான் பலவீரரை,
கொதிப்பவன் கோபத்தில் கொல்லுபவன் எதிரிகளை,
விதிப்பயன் தாக்கியதால் வீழ்வுற்றான் தரையிலே.

தரையிலே கிடக்கிறான் தேரேறி வருபவன்,
காண்டீபனே கர்ணனைக் கொன்றுவிட்டான் களத்தில்,
தரையிலே கிடக்கிறான் திடமிக்கான் கர்ணன்,
பாண்டவர்க்கே அஞ்சிடான் பாருலகில் பெருவீரன்.

பெருவீரன் கர்ணனைப் பெருந்துணையாய்க்
கொண்டுதான்,
பாண்டவரின் ஆற்றலைப் போரிலே எதிர்த்திட,
துரியோதனன் கர்ணனைத் தலைமையில் நிறுத்தினான்,
வேழமொன்றின் எதிரிலே வேழத்தை நிறுத்துவதாய்.

நிறுத்துவதாய் வைத்தான் நிகரிலானைத் தலைவனாக,
சவ்யசசியை எதிர்க்கச் சரியான வீரனென,

கர்ணனை நிறுத்தினான் கௌரவரின் வேந்தன்,
உயிர்தனை இழந்து விழுந்தானே கர்ணன்.

கர்ணன் மனைவியர் கதறுகிறார் அவனருகில்,
இவ்வீரன் ஒருவன் இருப்பதை எண்ணிதான்,
பார்வேந்தன் யுதிஷ்டிரன் பதின்மூன்று ஆண்டுகள்,
உறங்கதான் இயலாமல் உழன்றான் அச்சத்தில்.

அச்சத்தில் கர்ணனிடம் அடங்குவான் மகவத்தும்,
யுகாந்தத்தில் எழும்பும் அக்கினியாம் சம்வத்தகமென,
எதிரிகள் குழுக்களை அழிப்பவன் கர்ணன்,
இமயம்போல் அசையாதவன் இரும்பனைய
உடலுடையான்.

உடலுடையான் இரும்பென உள்ளமுடையான் மலரென,
கோபமுடையான் துரியோதனின் களிப்புடைய
நண்பனவன்,
அத்தகையான் இக்களத்தில் அழிவுற்று வீழ்ந்தானே,
காற்றில்தான் ஒருமரம் கிளைகளுடன் விழுந்ததாக.

விழுந்ததாகத் தரையிலே உறங்கும் மாவீரனிடம்,
அழுகையாகக் கதறியே அரற்றுகிறார் மனைவியர்,
சோகமாக அழுபவர்கள் சோர்வாகி மயங்குகிறார்,
குருவாக இருந்தவர் கொடுத்தசாபம் பலித்ததென.

பலித்ததெனக் கூறினர் பரசுராமர் சாபம்,
கொடுமையாகக் கொன்றான் கொடூரன் தனஞ்செயன்,
சக்கரமாக இருப்பதுச் சிக்கியதான நிலையிலே,
வக்கிரமாகக் கழுத்தறுத்தான் வீரனா தனஞ்செயன்?

தனஞ்செயன் கோழையெனத் தழுதழுத்த குரலிலே,
கடுஞ்சோகம் தாக்கியவர் கூறுகிறார் கோபத்தில்,
சுஷேணனாம் மாவீரனின் சீர்மிக்க அன்னையோ,
நிற்கவும் இயலாமல் நிலத்திலே வீழ்கிறாள்.

வீழுகிறாள் வீரமங்கை விகர்தனன் நிலைகண்டு,

தங்கத்தில் கச்சையைத் தரித்தவன் கர்ணன்,
தரைமேல் கிடப்பதைத் தாளவில்லை அம்மங்கை,
நாய்நரிகள் உண்டபின் நாம்காணுதல் கொஞ்சமே.

கொஞ்சமே காண்கிறேன் கர்ணனின் உடலிலே,
மிச்சமே இல்லாமல் மிருகங்கள் தின்றன,
காணவே முடியாமல் கரைகிறது என்மனம்,
இதுவே நிலவுக்கு இருளில் பதிலாந்தினம்.

பதிலாந்தினம் ஆனதால் பால்நிலவு தோன்றவில்லை,
இருளாக இருக்கிறது எல்லாத் திசையிலும்,
சோகமாகத் தரையிலே சரிந்து விழுகிறாள்,
வேகமாக எழுகிறாள் வலுவில்லை மங்கையிடம்.

மங்கையிடம் துன்பம் பன்றியதைக் காணாய்,
மணாளனும் இறந்துவிட்டான் மைந்தனும்
மாண்டுவிட்டான்,
இருபுறமும் இழப்பிலே வெகுதுய்யரம் அடைந்தவளை,
பார்த்ததும் மனத்தில் பதட்டம் மிகைக்குதே.

(22)ஸ்ரீ பர்வம், பகுதி 22:
ஸ்ரீ விலாப பர்வம்

மிகைக்குதே வருத்தமென மொழிந்தாள் காந்தாரி,
பீமசேனனே கொன்றான் பீடுடையான் அவந்தியனை,
வல்லூறுகளே நரிகளுடன் உண்கின்றன வேந்தனை,
நண்பர்களே பலரிருந்தும் நிலம்வீழ்ந்தான் அவந்தியன்.

அவந்தியன் கொன்றது அநேக வீரர்களை,
அவ்வீரன் தரையிலே அழிவுற்று வீழ்ந்தானே,
உடலெலாம் குருதியே வழிந்திடக் கிடக்கிறான்,
அருகெலாம் நரிகளும் அண்டங்காகைக் கூட்டம்.

கூட்டம் திரண்டே கிழிக்கின்றன உடலை,

இழுத்தும் செல்லவே ஏனைய முயல்கின்றன,
அழிக்கும் காலத்தில் அடாதன நிகழுவதை,
உருக்கம் கொண்டு உளம்நொந்து நோக்குகிறேன்.

நோக்குகிறேன் மாதவனே நொடிவுற்றது என்மனது,
அழித்தான் அவந்தியன் ஆற்றலுடன் பலபேரை,
அன்னவன் மனைவியர் அவனருகில் அழுகிறார்,
ப்ரதீபன்மகன் பாஹ்லிகன் புலிபோன்றவன் வீழ்ந்தானே.

வீழ்ந்தானே பாஹ்லிகன் ஒருகணையில் உயிரிழந்து,
ஒளிதானே முழுமதி வந்ததாகத் தெரிகிறது,
முக்ந்தானே வாடவில்லை மாவீரன் பாஹ்லிகனுக்கு,
கொன்றானே அர்ஜுனன் கனவீரன் ஜெயத்ரதனை.

ஜெயத்ரதனை வ்ருதக்ஷூத்ரன் செல்லமகனை அர்ஜுனன்,
தன்மகனைக் கொன்றானெனத் தாக்கி அழித்தானே,
அவ்விடத்திலே கிடக்கிறான் அதிதீரன் ஜெயத்ரதன்,
சபதத்தாலே பார்த்தன் சாய்த்தான் ஜெயத்ரதனை.

ஜெயத்ரதனைக் கொன்றான் சவ்யசசின் எமன்போல,
சீந்துசௌவீரரை ஆளுபவன் சிந்தனையில்
பெருமிதத்தான்,
வெறுந்தரை மீதாக விழுந்துக் கிடக்கிறான்,
இவனுடலை விலங்குகள் இழுத்துக் கடிக்கின்றன.

கடிக்கின்றன விலங்குகள் இழுக்கின்றன வனத்துக்குள்,
காம்போஜரென யவனரெனக் கனவீர வேந்தர்களின்,
மனைவியரென இருந்தவர்கள் மனம்வருந்தி அழுகிறார்,
திரௌபதியான நன்மாதைத் திருடியவன் ஜெயத்ரதன்.

ஜெயத்ரதன் செய்ததானச் செய்யொணாத் தவற்றுக்கு,
பாஞ்சாலத்தின் மங்கையைப் பாங்கின்றிக் கடத்தினான்,
பாண்டவர்தான் கொன்றாலும் பழியேதும் வந்திராது,
துஹ்சலையின் பொருட்டாகத் தப்பவிட்டார் பாண்டவர்.

பாண்டவர் இப்பொழுதும் பாங்குடைய துஹ்சலையை,

எண்ணினர் என்றால் இம்மன்னன் வாழ்ந்திருப்பான்,
அழுபவர் நடுவிலே அரற்றுகிறாள் என்மகள்,
பாண்டவர் தவறுகளைப் பகருகிறாள் அடுக்காக.

அடுக்காகக் குறைகூறி அடியாகத் தன்னுடலில்,
சொடுக்காகக் கரங்களாள் சாற்றியே அடிக்கிறாள்,
இளமையாக இருப்பவள் இழந்தாளே கணவனை,
மருமகள்களாக இருப்போரும் மிகநொடிந்து அழுகிறார்.

அழுகிறார் அனைவரும் ஆனால் துஷ்சலையோ,
ஓடுகிறாள் இங்கங்காய் வேந்தன் ஜெயத்ரதனின்,
தலையோர் இடத்திலே தனித்துக் கிடக்குமென,
கண்ணிலோர் கூர்மையுடன் குனிந்தபடித் தேடுகிறாள்.

தேடுகிறாள் துஷ்சலை தலைவீழ்ந்தது எங்கென்று,
பாண்டவர்கள் அபிமன்யுவைப் பாதுகாக்க வருகையில்,
வழிமறித்தல் செய்த வெகுதீரன் ஜெயத்ரதன்,
இறப்பினில் வீழ்ந்தானென அழுகிறார் மனைவியர்.

மனைவியர் கதறுகிறார் மன்னவர் நிலைகண்டு,
வேழத்திலோர் மதங்கொண்ட வேழமென இருந்தவன்,
காலத்திலோர் மாற்றத்தால் கீழானாக விழுந்தான்,
மனையானவர் அனைவரும் மிகத்துயரில் அழுகிறார்.

(23)ஸ்ரீ பர்வம், பகுதி 23:
ஸ்ரீ விலாப பர்வம்

அழுகிறார் மாதர்கள் ஆர்த்யாயனி சல்லியனிடம்,
மாமனாவார் சல்லியன் மாவீரன் நகுலனுக்கு,
மாண்டுவிட்டார் யுதிஷ்டிரஜனுடன் மோதியே தோல்வியுற்று,
பகருவார் தானே பராக்கிரமர் உமைபோலென.

உமைப்போலெனத் தன்னை உயர்வாக்கிச் சமமாக்கி,
வ்ருஷ்ணியனான உன்னை விளம்புவார் சமத்தானென,

அத்தகையான மாவீரர் ஆர்த்யாயனி இப்பொழுது,
புழுதியானத் தரையிலே பேருறக்கம் கொண்டுவிட்டார்.

கொண்டுவிட்டார் மீளாத்துயில் கனவீரர் அதிதீரர்,
பெருந்திறத்தார் தேரோட்டிப் பெருவீரன் கர்ணனுக்கு,
பாகனானார் ஆனால் பாகனாய் அமருகையில்,
பேசினார் கடுஞ்சொற்கள் பாண்டவரைப் புகழ்ந்து.

புகழ்ந்து பாண்டவரைப் பெரிதாகப் பேசி,
இகழ்ந்து கர்ணனை ஈனனென உரைத்து,
நிகழ்த போரிலே நிகரிலான் கர்ணனின்,
ஆற்றலுக்குக் குறைவு உண்டாக்கினார் சல்லியர்.

சல்லியர் முகத்தில் சாந்தம் தவழுகிறது,
நிலவிலோர் முகமென நிகரிலா ஒளியுடன்,
கண்ணிலோர் காந்தியுடன் கமலத்தின் அழகுடைன்,
வீழ்வுற்றார் அவர்கண்ணை உண்டுவிட்டன காகங்கள்.

காகங்கள் வல்லூறுகள் கொத்துகின்றன நாவினை,
வாய்க்குள் இல்லாமல் வெளியில் நீண்டுவந்து,
தரைமேல் கிடக்கும் திடமிக்கான் நாவினை,
பறவைகள் கொத்திப் புசிப்பதைப் பாராய்.

பாராய் மாதவா பார்வேந்தன் சல்லியனை,
மத்ரனைச் சுற்றியே மன்றினர் மாதர்கள்,
வேதனை மிகைத்ததால் வாடியே அழுகிறர்,
வேந்தனைச் சுற்றி வட்டமாய் அமர்ந்தனர்.

அமர்ந்தனர் மாதர்கள் அழுகிறார் வருத்தத்தில்,
காப்பவர் பிறரையெனக் கொண்டவர் பெரும்பெயர்,
வீழ்ந்தார் மண்ணிலே வேரற்ற மரம்போல,
இறந்தார் உடல்முழுதும் அம்புகள் துளைத்தன.

துளைத்தன அம்புகள் திடமிக்கார் சல்லியரை,
அடுத்தென அவ்விடத்தில் கிடப்பவர் பகதத்தன்,
வேழமென இருபப்தை வலிமையாய் அடக்கும்,

அங்குசமென இருப்பதும் ஆயுதமே பகதத்தனுக்கு.

பகதத்தனுக்குச் சிரத்திலே பளபளக்கும் தங்கமாலை,
ஒளிகொடுத்து இன்னும் இருக்கிறது தலையிலே,
சூழ்ந்துவந்து மிருகங்கள் சுவைக்கின்றன உடலை,
வீழ்ந்தபின்பு கூட வேந்தனிடம் பொலிவுண்டு.

பொலிவுண்டு பகதத்தனின் பாங்குடைய முகத்தில்,
பார்த்தனொடு பகதத்தன் புரிந்ததான பெருமோதல்,
மயிர்க்கூச்சு உண்டாக்கும் மாபெரும் மோதலாகும்,
இந்திரனுக்கு விருத்திரனுடன் ஏற்பட்டதெனும்
பெருமோதல்.

மெருமோதல் புரிந்தார் பார்த்தனுடன் பகதத்தன்,
இறுதியில் ஆயுதங்கள் எல்லாம் இழந்தபின்,
அவரருகில் காணுவாய் அதிதீரர் பீஷ்மரை,
இவ்வுலகில் எவருமே இணையில்லை பீஷ்மருக்கு.

பீஷ்மருக்கு நிகரானவர் புவனத்தில் எவருமில்லை,
சந்தனுவுக்கு மகனாகச் சூரியனென உதித்தவர்,
யுகாந்தத்து வேளையில் இற்றுவிழும் சூரியனென,
எதிரிக்கு எமனானவர் இக்களத்தில் கிடக்கிறார்.

கிடக்கிறார் எதிரிகளைக் கதிரவனென எரித்தவர்,
சூரியனார் மறைந்ததுபோல் சந்தனுவின் மைந்தரும்,
அறிவாளர் இவரை இணையென்பார் தேவபிக்கு,
கிடக்கிறார் தரையில் காலத்தின் தாக்குதலால்.

தாக்குதலால் விழுந்தவர் தரையிலே கிடக்கிறார்,
ஸ்கந்தனென்பார் பீஷ்மரின் சக்திக்கு உதாரணம்,
தலைவைத்தார் மூன்றபுத் தலையணையின் மீதாக,
படுத்தார் அம்புகளால் பின்னலிட்டப் படுக்கையில்.

படுக்கையில் கிடக்கிறார் பரதகுல வேங்கை,
இவ்வுலகில் அவ்வுலகில் இருவுலகில் இருப்பவற்றை,
அறிதல் செய்தவர் ஆற்றலில் மிக்கவர்,

மனிதர்போல் பிறந்தவர் மாறினார் அமரர்போல்.

அமரர்போல் இறவாது இருக்கிறார் உயிருடன்,
வேங்கைபோல் இருந்தவர் வீழ்வுகள் அடைந்ததால்,
வையத்தில் எவருக்குமே வலிமையில்லையென
நினைக்கிறேன்,
ஞானத்தில் மிக்கவரும் நானிலத்தில் மிஞ்சவில்லை.

மிஞ்சவில்லை வையத்தில் மிகபலம் படைத்தவர்,
போர்க்களத்தை அண்டினால் பொசுக்குவார் எதிரிகளை,
உண்மையைக் கடைப்பிடிக்கும் உத்தமர் மாவீரர்,
பாண்டவரை வாழ்விக்கப் பகர்ந்தார் இறப்புவழி.

இறப்புவழி குறித்து இயம்பினார் தனைக்கொல்ல,
பிறப்புவழிக் கேடாகி பரதகுலம் அழிகையில்,
பிழைக்கவழி கொடுத்தார் பலமிக்க கௌரவர்க்கு,
சொர்க்கவழி சென்றார் சீர்மிக்க கௌரவருடன்.

கௌரவருடன் வானுலகம் கிளம்பினார் பீஷ்மரும்,
அறத்திலும் கடமையிலும் ஏதேனும் சந்தேகம்,
வரக்கூடும் வந்தால் எவரிம் கேட்பார்கள்?
இறைவராம் பீஷ்மரே இறந்தபின் எவருளார்?

எவருளார் நமக்கு ஆதரவு நல்குபவர்?
தேவவிரதர் பீஷ்மரே திடமிக்கார் பலமிக்கார்,
போய்விட்டார் நமைவிட்டுப் பிதாமகர் பீஷ்மரும்,
இறந்துவிட்டார் துரோணராம் ஈடிலா குருவும்.

குருவும் ஆனவர் காண்டீப வில்லாளனுக்கு,
சாத்யகியும் கௌரவரும் சீடர்களே துரோணருக்கு,
ஆற்றலும் உடையவர் அனைத்தும் அறிந்தவர்,
இந்திரனும் போலவே ஆளுவார் ஆயுதங்கள்.

ஆயுதங்கள் கையாளும் அதிதீரர் அவரே,
பிருகுகுலத்தில் பிறந்தப் பீடுடைய சுக்கிரர்போல்,
நுணுக்கங்கள் பலவும் நன்கு அறிந்தவர்,

அவரிடத்தில் கற்றதால் அர்ஜுனன் மேன்மையுற்றான்.

மேன்மையுற்றான் அர்ஜுனன் முடித்துவிட்டான்
பெருஞ்செயல்கள்,
வீழ்வுற்றுதான் துரோணர் வெறுந்தரையில் கிடக்கிறார்,
சாவுற்றுதான் வீழுமுன் சக்திமிக்க ஆயுதங்கள்,
அவருக்குதான் வராமல் அகன்றே விலகின.

விலகின ஆயுதன்கள் வீரர் துரோணரைவிட்டு,
துணையென துரோணரைத் தளபதியாய் அமர்த்தி,
பாண்டவரான வீரருடன் போர்செய்தார் கௌரவர்கள்,
ஆயுதமென இருப்பவை அனைத்தையும் அறிந்தவர்.

அறிந்தவர் ஆயுதக்கலை அத்தனையும் குறைவின்றி,
அழிந்தார் ஆயுதத்தால் இழந்தார் தம்முயிரை,
இருந்தார் குறைவிலா அக்கினிப் பிழம்புபோல்,
ஆகினார் அக்கினி அணைந்தபின் சாம்பலென.

சாம்பலெனக் கிடக்கிறார் சுடுநெருப்பு அணைந்ததென,
வில்லென இருந்ததை விடவில்லை அவர்கரம்,
விரலென இருப்பவற்றில் உள்ளனத் தோலுறைகள்,
இறந்தாரென உரைத்தாலும் இருக்கிறார் பொலிவுடன்.

பொலிவுடன் இவருடல் பாங்குடன் மிளிர்கிறது,
வேதங்களும் ஆயுதங்களும் விலகிடாது உத்தமரை,
பிரஜாபதியுடம் எவ்விதம் பொருந்துமோ வேதங்கள்,
துரோணரிடமும் அவ்விதமே தங்கும் சாத்திரங்கள்.

சாத்திரங்கள் அறிந்தவர் சீடர்கள் பலருடையார்,
பாடகர்கள் துரோணரைப் புகழ்ந்து பண்ணிசைப்பார்,
நரிகள் இவருடலை நிலத்தில் இழுக்கின்றன,
அருகில் கிருபியும் அழுதுப் புலம்புகிறாள்.

புலம்புகிறாள் கதறுகிறாள் பரிவுடன் கவனிக்கிறாள்,
பாஞ்சாலர்கள் இளவரசன் பெருவீரன் திருஷ்டத்யும்னன்,
களத்தில் துரோணரைக் கொன்றான் வேகத்துடன்,

தரையில் விழுந்துத் தவிக்கிறாள் கிருபி.

கிருபி துரோணரைக் கருத்துடன் கவனித்து,
இறுதி நிலையிலும் இறந்தாலும் அன்புற்று,
வருடி விட்டபடி வாஞ்சையாய் கவனிக்கிறாள்,
அருகில் வேதியர்கள் உடலை கவனிக்கிறார்.

கவனிக்கிறார் உடலைக் காண்கிறார் காயங்களை,
கிருபியானவர் கணவருக்குக் கனிவுடன் இறுதிக்கடனை,
செய்கிறார் அவ்விடத்தில் சோகமிக்க முகத்துடன்,
எரிக்கிறார் அவ்வுடலை இசைக்கிறார் சாமகானம்.

சாமகானம் இசைக்கிறார் சந்தமாக மூன்றுமந்திரம்,
எரிக்கிறார் துரோணரை அடுக்கிய தேர்க்கூடுகளில்,
வைக்கிறார் வில்லம்பை விறகுக்கு பதிலாக,
பெருவீரர் துரோணரைப் பொசுக்குகிறார் ஆயுதங்களால்.

ஆயுதங்களால் மாட்சிமை அடைந்தவர் துரோணரை,
ஆயுதங்களால் அடுக்கியே உண்டாக்கிய சிதைமீது,
பொசுக்குதல் செய்கிறார் பாடுகிறார் சாமகானம்,
இறுதிக்கடனில் இசைக்கவல்ல ஈடிலா மூன்றுசாமம்.

மூன்றுசாமம் இசைக்கிறார் மாண்புமிக்க வேதியர்கள்,
கங்கையோரம் செல்லுகிறார் குருநாதரின் சீடர்கள்,
எரியும் சிதைக்கு இடப்புறத்தில் செல்லுகிறார்,
அவர்களுடன் கி ருபியும் ஏகுகிறார் கங்கைக்கு.

(24)ஸ்ரீ பர்வம், பகுதி 24

கங்கைக்குச் செல்கிறாள் கவலையுடன் கிருபி,
யுயுதானனது அம்பினால் அடிபட்டு மாண்டவன்,
சோமதத்தனது உடலைச் சற்று நோக்குவாய்,
பறவைகட்கு உணவானது பெருவேந்தன் உடலானது.

உடலானது கிடப்பதான் உருகுகிறாள் அன்னை,

பூரிஸ்ரவனது மரணத்துக்கு பெருஞ்சோகம் கொண்டவள்,
யுயுதானனது திறங்குறித்து உடைக்கிறாள் குறைகளை,
சோமதத்தனது மனைவி சொல்லுகிறாள் கருத்தை.

கருத்தை உரைக்கிறாள் காலம் நலமானதுதான்,
இவ்வழிவைக் காணாமல் இறந்தாயே வேந்தனே,
யுகாந்தத்தை ஒத்ததான அழிவினைக் கண்டிருந்தால்,
உன்மனதை வேதனை உருத்தியே கொன்றிருக்கும்.

கொன்றிருக்கும் யுயுதானனின் கொடுமைக்கு சாட்சியாக,
ப்ரயாவெனும் நோன்பிருந்தப் பெருவீரன் பூரிஸ்ரவசை,
கழுத்தறுக்கும் செயல்புரிந்தான் கயவன் யுயுதானன்,
கொடியிலும் வேள்விக்கால் கொண்டவன் பூரிஸ்ரவஸ்.

பூரிஸ்ரவஸ் புண்ணியவான் புரிந்தவன் பலவேள்வி,
நல்லவர் நடுவிலே மிகநல்லான் பூரிஸ்ரவஸ்,
ஈனர் கரம்பட்டு இறந்த சோகத்தை,
நீவிர் அடையாமல் நமனுலகம் சென்றுவீட்டீர்.

சென்றுவிட்டீர் எமனிடம் சொல்லுகிறேன் நல்லதென்று,
ஒருவேளைநீர் பிழைத்திருந்தால் வேதனைதரும்
நிகழ்வாக,
கண்டிருப்பீர் மருமகள்கள் கதறுவதைப் புலம்புவதை,
காண்டீபன் அம்பினால் கரமிழந்தான் பூரிஸ்ரவஸ்.

பூரிஸ்ரவஸ் உடலைப் புசிக்கின்றன விலங்குகள்,
நல்லவர் நீங்கள் நீத்ததே நலமாகும்,
உம்மைந்தர் உடலருகில் உருகியே அழுதிடும்,
மருமக்களார் நிலைகண்டு மனமே உடைந்திருப்பீர்.

உடைந்திருப்பீர் மனதளவில் வெகுண்டிருப்பீர் கோபத்தில்,
கொடியிலோர் வேள்விக்கால் கொண்டவன் பூரிஸ்ரவசின்,
கொடியோர் சீர்கெட்டுக் கிழிந்து நைந்ததாகி,
தேர்த்தட்டிலே வீழ்ந்ததைத் தாங்கிடீர் நீவிர்.

நீவிர் நல்லவர் நமனிடம் சென்றுவிட்டீர்,

இருந்தீர் என்றால் இடர்படும் இம்மாதர்,
தரையிலோர் புழுவெனத் தாளாத் துயரத்தில்,
துடிக்கிறார் அதுகண்டுத் திகைத்திருப்பீர் வாடிநிற்பீர்.

வாடிநிற்பீர் நீவிரென வதைந்தே பேசுகிறார்,
போர்நெறியோர் சிறிதளவும் பிசகாதவன் சவ்யசசின்,
நானிலத்தோர் தூற்றும் நீசச்செயல் செய்ததேன்,
வேறிடத்திலோர் போர்செய்தான் வீரன் பூரிஸ்ரவஸ்.

பூரிஸ்ரவஸ் வேறிடத்தில் போர்புரிந்து நிற்கையில்,
காணாததோர் வீரனைக் காண்டீபன் தாக்கலாமோ?
கூத்ரியர் தருமத்தில் சரிவுற்றான் இச்செலயால்,
சாத்யகியோர் கொடூரன் செய்துவிட்டான் படுகொலை.

படுகொலை செய்தான் ப்ரயாவின் நோன்பிலே,
தன்னுயிரை அடக்கியத் தருமவான் பூரிஸ்ரவசை,
உன்னுயிரை விட்டாயே உன்னதனே பூரிஸ்ரவஸ்,
நெறிகளை மீறியவர் நிகத்தியக் கொடுமையால்.

கொடுமையால் பூரிஸ்ரவசைக் கொன்றனர்
பாண்டவரென,
களத்தில் பேசியே காரிகையர் அழுகிறார்,,
மடியில் வைக்கிறார் மணாளன் கரத்தை,
அம்பினால் தனஞ்செயன் அறுத்தான் உடல்விட்டு.

உடல்விட்டு உகுது வீழ்வுற்றக் கரத்தை,
மடிவைத்து அழுகிறார் மங்கையர் பலரும்,
மாதரது மார்பிலே மத்தியிலே இடுப்பிலே,
தொப்புளது நடுவிலே தான்சென்றக் கரமது.

கரமதுத் தம்மாடைக் கழற்றியது என்றெண்ணி,
ஆற்றாமையது பொங்கவே அழுதபடித் தவிக்கிறார்,
போர்செய்துப் பலரைப் போகவைத்தது எமனிடம்,
புலம்புவது செய்கிறார் பூரிஸ்ரவசது கொலைபற்றி.

கொலைபற்றி உரைக்கிறார் காண்டீபன் கொடூரெனன,

அருகுற்று அச்சுதன் இருந்தாலும் நெறிகெட்டு,
வேறொவனொடு மோதியே வென்றவனின் கரத்தை,
வெட்டியது தவறாகும் வீரமில்லை நெறியில்லை.

நெறியில்லை இச்செயலென நவிலுகிறார் மாதர்கள்,
அவர்சொல்லைக் கேட்டபின் அச்சுதா பதிலுண்டோ?
சபைகளை அண்டி சவ்யசசின் இதுகுறித்து,
பெருமைகளைச் சொல்வானோ பகருவாய் கேசவா.

கேசவா அர்ஜுனன் கூறுவானோ இதுகுறித்து?
சபையுளோர் பாராட்டுவாரோ சவ்யசசினின்
இச்செயலை?
இவ்விதமோர் கோர்வையாக இயம்புகிறார்
வார்த்தைகளை,
சோகமுற்றோர் இவ்விதம் சொல்லியே சோர்ந்துவிட்டார்.

சோர்ந்துவிட்டார் மாதர்கள் சொற்கள் வரவில்லை,
வீழ்ந்ததைப்பார் சகுனியெனும் வீரர்களின் திலகம்,
காந்தாரத்தார் மாவீரன் களத்திலே தோல்வியிலான்,
மாண்டுவிட்டார் சகாதேவனெனும் மருமகன் அம்புகளால்.

அம்புகளால் வீழ்வுற்ற அதிதீரன் சகுனிக்கு,
இருபுறத்தில் விசிறிகள் இருக்கும் தங்கப்பிடியுடன்,
போர்க்களத்தில் வீழ்ந்தவனைப் பறவைகள் உண்ணவந்து,
விசிறிகள் போலவே வீசுதல் சிறகுகளை.

சிறகுகளை அடித்துச் சுற்றிவரும் பறவைகள்,
மாயவித்தை கற்றவன் மதியூகி சகுனியோ,
வடிவங்களைப் பல்லாயிரமாய் விரைவிலே
மாற்றவல்லான்,
கேடுகளைச் செய்வதற்கே கொண்டிருந்தான் மாயத்திறம்.

மாயத்திறம் கொண்டவன் மாண்பிலான் நீசன்,
கேடனைத்தும் செய்தவன் காலனிடம் சென்றுவிட்டான்,
பாண்டுவின் மைந்தன் பொசுக்கினான் சகுனியை,
ஏமாற்றுதல் செய்தான் யுதிஷ்டிரனைப் பகடையில்.

பகடையில் யுதிஷ்டிரனைப் பொய்மையால் வென்றவன்,
பாண்டவர்கள் நாட்டைப் பிடுங்கினான் சூதினால்,
இக்களத்தில் பாண்டுமைந்தன் ஏற்றமான வீரத்தினால்,
கயமைகள் இல்லாமல் கண்டான் பெருவெற்றி.

பெருவெற்றி உயிர்மூச்செனப் பெற்றான் அம்மூச்சை,
சகுனிக்கு முடிவளித்தான் சகாதேவனாம் மாவீரன்,
பகடைக்குக் பெயர்போனப் புல்லனது உடலை,
பறவைகட்கு உணவாக்கினான் பாண்டவன் சகாதேவன்.

சகாதேவன் இச்செயலைச் செய்ததுதான் நலமாகும்,
என்மகன் மனத்திலே ஈனமானச் சிந்தனையை,
விதைத்தவன் இந்த வீணன் சகுனிதான்,
பாண்டவருடன் பகைகொள்ளப் பகர்ந்தான்
கெடுசொல்லை.

கெடுசொல்லைப் பேசினான் கீழன் சகுனியே,
பெருந்தொல்லை தந்தான் பாண்டவராம் நல்லவர்க்கு,
என்மகனை அழித்தவன் ஈனானச் சகுனிதான்,
தன்னழிவை இந்தத் தீயவனே உண்டாக்கினான்.

உண்டாக்கினான் தீமைகளை அழிந்துவிட்டான்
இப்பொழுது,
இவனுடன் சேர்ந்தவர்கள் அனைவரும் அழிவுற்றார்,
வீரத்தின் வாயிலாக வல்லவன் துரியோதனன்,
சென்றுவிட்டான் சொர்க்கம் சகுனியும் அங்குசென்றான்.

அங்குசென்றான் சகுனியும் அமரர்களின் சொர்க்கத்துக்கு,
எனக்குதான் அச்சம் எழும்புதே அச்சுதா,
எங்குதான் சென்றபின்னும் அடாதனப் பலபேசி,
மைந்தர்களின் நடுவிலே மிகக்கலகம் விளைப்பானோ?

(25)ஸ்ரீ பர்வம், பகுதி 25:
ஸ்ரீ விலாப பர்வம்,

விளைப்பானோ சொர்க்கத்திலும் விஷமமென
எண்ணித்தான்,
என்மனமோ பதற்றத்தில் உழலுதே அச்சுதா,
அவ்விடமோ கிடாக்கிறார் அழகுமிக்க காம்போஜன்,
அவனுக்கோ பொருந்தும் இடர்தரும் இப்படுக்கை?

இப்படுக்கைப் புழுதியில் இருக்கிறதே அச்சுதா,
காம்போஜத்தைச் சேர்ந்தக் கம்பளிகள் மீதாக,
உறக்கத்தை அடைபவன் வீழ்ந்தானே வெறுந்தரையில்,
அழுகைப் புலம்பலுடன் அரற்றுகிறாள் அவன்மனைவி.

அவன்மனைவி புலம்புகிறாள் ஆற்றாமை தாளாமல்,
வெகுபலத்தை உடையதான வேழத்தின் துதிக்கரங்களென,
பருத்தவை உங்களின் பாங்குடையப் பெருங்கரங்கள்,
அணைத்தவை என்னை அச்சுகம் விலகவில்லை.

விலகவில்லை எனைவிட்டு வீரவேந்தன் நினைவுகள்,
தனிமையை எனக்களித்துத் தாங்கள்மட்டும்
சென்றுவிட்டீர்,
எனதுநிலை குறித்து எண்ணாமல் விட்டீரென,
புலம்பல்களை எழுப்புகிறாள் பூம்பாவை குழந்தைபோல.

குழந்தைபோல அவ்விடத்தில் கதறியே அழுகின்ற,
கூட்டமான மாதர்களைக் காணுவாய் யுதிஷ்டிரா,
வாட்டமான நிலைபட்டும் வருத்தத்தில் நொடிவுற்றும்,
ஏற்றமான அவரழகு எள்ளளவும் குறையவில்லை.

குறையவில்லப் பொலிவுகள் காரிகையர் சோகத்திலும்,
தேவர்களை அலங்கரிக்கத் தரித்திருக்கும் மாலைகள்,
வெப்பத்தை அடைந்தாலும் வாடாமல் இருப்பதுபோல்,
சோகத்தை அடைந்தாலும் சீரழகுக் குன்றவில்லை.

குன்றவில்லை அவ்விடத்தில் கலிங்கவேந்த காந்தியும்,
அங்கதங்களை அணிந்தவன் அவ்விடத்தில் கிடக்கிறான்,
ஜெயத்சேனைச் சுற்றிவந்துச் சீர்மிக்க மகதமாதர்,
புலம்பலைச் செய்துப் பேசுகிறார் வருத்தத்தில்.

வருத்தத்தில் அம்மாதர் விளம்பும் வார்த்தைகள்,
என்மனதில் கலக்கத்தை ஏற்படுத்துதே கண்ணா,
ஆபரணங்கள் இடம்பிறழ்ந்து அலங்கோல நிலைபட்டு,
சோகத்தில் வெறுந்தரையில் சாய்ந்தபடி அழுகிறார்.

அழுகிறார் கணவன் இறந்தார் என்பதாலே,
கோசலர் வேந்தன் கனவீரன் ப்ரிஹத்பலன்,
இறந்தார் என்பதால் அவனருகில் மாதர்கள்,
திரண்டார் அழுகிறார் துடிக்கிறார் கதறுகிறார்.

கதறுகிறார் மனைவியர் கோசலன் அருகிலே,
எடுக்கிறார் அவனுடலில் இருக்கும் அம்புகளை,
ப்ரிஹத்பலர் விழுந்தது பெருவீரன் அபிமன்யுவிடம்,
மயங்குகிறார் மாதர்கள் மன்னவன் உடல்மீது.

உடல்மீது கிடக்கும் வஞ்சியர் அழகுமிக்கார்,
திருஷ்டத்யும்னனது மைந்தர்கள் திடத்திலே மிக்கவர்கள்,
இளவயது கொண்டவர்கள் அடிபட்டார் துரோணரிடம்,
உயிரிழந்து கிடக்கிறார் அச்சுதா காணுவாய்.

காணுவாய் அவ்விடத்தில் கிடக்கும் குழந்தைகளை,
விளக்கினை நோக்கிவரும் விட்டில்களெனக் குழந்தைகள்,
அழிவினை அடைந்தார் அதிதீரர் துரோணரிடம்,
அக்கினியை ஒத்தவர் அழித்தார் எதிரிகளை.

எதிரிகளை அழிப்பதில் ஈடிலார் கேகயர்கள்,
ஒற்றுமை கொண்ட உன்னதச் சகோதரர்கள்,
அங்கதங்களை அணிந்து ஆயுதங்களை ஏந்தி,
இறப்பினை அடைந்து இவ்விடத்தில் கிடக்கிறார்.

கிடக்கிறார் கேகயர்கள் கீழானப் புழுதியில்,

அடிபட்டார் துரோணரிடம் இழந்துவிட்டார் தம்முயிரை,
அணிந்திருந்தார் கவசங்கள் அழகுமிக்கப் பொன்னிலே,
அழிந்துவிட்டார் துரோணரெனும் அக்கினியில் தாக்குண்டு.

தாக்குண்டு இறந்தார் துருபதராம் மாவீரரும்,
வேழமென்று திடமுடையார் வீரமிக்கப் பெருவேந்தர்,
சிம்மமென்று வாழ்ந்தவர் சீரிழந்து வீழ்ந்துவிட்டார்,
மதியென்று அவரருகில் மண்வீழ்ந்ததுப் பெருங்குடை.

பெருங்குடை தரையிலே பீடின்றிக் கிடக்கிறது,
வேந்தனைக் குறித்து வேதனை மிகைத்தவராய்,
அழுகை அரற்றலுடன் உழலுகிறார் மனைவியர்,
அவருடலைச் சிதையிலே எரித்துவிட்டுக் கிளம்புகிறார்.

கிளம்புகிறார் சிதையின் கனலை வலம்வந்து,
செல்லுகிறார் வலப்புறத்தில் சிதையை எரியவிட்டு,
சேதிமாதர் திருஷ்டகேதுவிடம் சென்றே கதறுகிறார்,
துரோணர் கொன்றார் திடமிக்கான் திருஷ்டகேதுவை.

திருஷ்டகேதுவைக் கொல்லவே துரோணர் முயன்றாலும்,
அம்புகளைத் தடுத்தான் அதிதீரன் திருஷ்டகேது,
இறுதிநிலை வந்து இறந்த வீழ்வுற்றான்,
பெருமரத்தை ஒத்தவனாய் பூமியிலே கிடக்கிறான்.

கிடக்கிறான் பல்லாயிரம்பேரைக் கொன்றவனாம்
மாவீரன்,
இறந்துவிட்டான் துரோணரெனும் ஈடிலா வீரரிடம்,
சேதிவேந்தன் மனைவியர் சோகத்திலே கதறுகிறார்,
உடலைத்தான் விலங்குகள் இழுத்துக் கிழித்தன.

கிழித்தனச் சேதிவேந்தன் கனத்தப் பேருடலை,
வேந்தனான திருஷ்டகேதுவை வாஞ்சையுடன்
அணைத்தபடி,
மடிமீதென வைத்து மாதர்கள் புலம்புகிறார்,
தசர்ஹரான குலம்வந்தத் திடமிக்கான் திருஷ்டகேது.

திருஷ்டகேது அருகிலே திடமிக்க மைந்தனும்,
துரோணரது அம்புபட்டுத் தரைவீழ்ந்து மாண்டான்,
தந்தையது அருகாமையிலே தானும் போரிட்டவன்,
பிரியாதுத் தந்தையுடனே போய்விட்டான் சொர்க்கத்துக்கு.

சொர்க்கத்துக்குச் சென்றுவிட்டான் சீர்மிக்கான்
லக்ஷ்மணனும்,
தந்தைக்கு உகந்தத் தனயனாக வாழ்ந்தவன்,
உயிரற்று வீழ்ந்தாலும் உதவுவேன் தந்தைக்கென,
சொர்க்கத்து வாழ்வுக்கும் சென்றான் துணைவனாக.

துணைவனாக விந்தனுக்குத் தம்பியான அனுவிந்தன்,
பிரியாத மாவீரர் பேரரசர் அவந்திக்கு,
பிணமாக விழுந்தார் பெருமரங்கள் சாலமென,
புயலாகத் தாக்கியவர் பூமியிலே சரிந்தனர்.

சரிந்தனர் அவந்தியர் சிறப்புடையப் பெருவீரர்,
பாண்டவர் ஐவருடன் பெருவீரன் நீயும்,
இறப்பிலார் என்பேன் ஏனெனில் நீவிர்,
துரோணர் பீஷ்மரிடமும் தப்பினீர் உயிருடன்.

உயிருடன் வாழ்கிறீர் வீழவில்லைக் கர்ணனிடமும்,
கிருபரின் துரியோதனனின் கணைகளிலும் தப்பினீர்,
துரோணர்மகன் அஸ்வத்தாமனும் திடமிக்கான்
ஜெயத்ரதனும்,
சோமதத்தனுடன் விகர்ணனும் செய்தனர் தாக்குதலை.

தாக்குதலைச் செய்தத் திடமிக்கான் கிருதவர்மனும்,
உங்களைக் கொல்லவில்லை உன்னதம் இதுவாகும்,
எதிரிகளை அழிக்கவல்ல அதிதீரர் அனைவரும்,
உங்களைத் தாக்கினாலும் உயிருடன் மீண்டுவிட்டீர்.

மீண்டுவிட்டீர் நீவிரெலாம் மிகப்பெரும் அழிவினின்று,
காண்டுவிட்டீர் இக்களத்தில் காலத்தின் பெருந்திறத்தை,
எத்தைகையோர் ஆகினும் அழித்துவிடும் காலம்,
இதைக்குறித்தோர் முன்னறிவிப்பு எனக்கு நேர்ந்தது.

நேர்ந்தது என்மனத்தில் நடக்கவிருக்கும் நிகழ்வுகள்,
தோல்வியுற்று நீதான் திரும்பினாயே உபப்லவ்யம்,
அக்கணத்தில் என்மனம் அறிந்தது இம்முடிவை,
மைந்தரென்ற நூறுபேரை மரணமே தீண்டுமென்று.

தீண்டுமென்று அறிந்தேன் தீவினைகள் என்மைந்தரை,
சந்தனுவது மைந்தரும் சீர்மிக்கார் விதுரரும்,
அன்றெனக்கு உரைத்தனர் அம்மையே உன்மைந்தருக்கு,
அன்பறுத்து மனத்தை அமைதியிலே வையென்று.

வையென்று உரைத்தனர் வருவதில் கருத்தினை,
அவர்களது வார்த்தைகள் ஒருபோதும் பொய்க்காது,
மைந்தரது உயிர்களை மரணம் தீண்டியது,
சாம்பலென்று விழுந்தனர் சீர்கெட்டு மாண்டனர்.

மாண்டனர் மைந்தரென மாதரசி காந்தாரி,
தரையிலோர் வாழையெனத் தவித்து விழுந்தாள்,
மனதிலோர் உரமின்றி மிகத்துயரில் வாடியவள்,
கோபத்திலோர் கொதிப்புற்றுக் கேசவனைக்
குறைசொன்னாள்.

குறைசொன்னாள் கேசவனிடம் கௌரவரின் பேரரசி,
பாண்டவர்கள் கௌரவர்கள் பொசுங்கியே மாண்டார்கள்,
உறவினர்கள் உற்றவர்கள் அன்பினர்கள் அழிகையில்,
எவ்விதத்தில் பார்த்திருந்தாய் இச்செயலைத் தடுக்காமல்.

தடுக்காமல் இருந்தாயே தசர்ஹனே கண்ணா,
உன்மனதில் நினைத்திருந்தால் அழிவுகள் நின்றிருக்கும்,
ஆற்றல்கள் உடையவன் அன்பாய்ப் பேசுபவன்,
இருபுறத்தில் அழிவுகளை எதற்காகத் தடுக்கவில்லை?

தடுக்கவில்லைப் பாண்டவரைத் தடுக்கவில்லை
கௌரவரை,
படுகொலைச் செய்தபடிப் பொசுங்கினார் இருபுறமும்,
உறவினரைக் கொன்றவனென உன்னையே சொல்லுவேன்,

சாபத்தை அளிக்கிறேன் சாவார்கள் வ்ருஷ்ணியர்.

வ்ருஷ்ணியர் அந்தகர் உறவினர் நண்பருடன்,
சாவுறுவார் இன்றிலிருந்துச் சரியாய் முப்பத்தாறாண்டில்,
வீழ்வுறுவார் மிகவும் வேதனைதரும் சூழலில்,
அழுதுவருவார் உந்தன் அகமிருக்கும் மாதர்கள்.

மாதர்கள் உன்னகத்தில் மிகவும் கதறுவார்,
இவ்விடத்தில் மாதர்கள் எவ்விதம் கதறினரோ,
அவ்விதத்தில் உன்னகத்தில் அனைவரும் அழுவாரென,
சாபங்கள் கொடுத்தாள் சிரித்தான் அச்சுதன்.

அச்சுதன் முறுவலுடன் அன்னையாம் காந்தாரியை,
வணங்கிதான் உரைத்தான் வ்ருஷ்ணியரை அழிப்பதற்கு,
இவ்வுலகின் வீரன் எவனுக்கும் இயலாது,
நானொருவன் மட்டுமே நசிக்கவல்லேன் வ்ருஷ்ணியரை.

வ்ருஷ்ணியரை அழிப்பதற்கும் வழிவகையைச் சிந்தித்து,
செயலினை முடிக்கவே செய்கிறேன் முயற்சிகள்,
சாபத்தை அளித்ததாகச் சொன்னாயே அன்னையே,
வரத்தை எனக்களித்தாய் வேண்டாம் வருத்தம்.

வருத்தம் வேண்டாம் வெகுத்தவ அன்னையே,
வ்ருஷ்ணியரதம் அழிவிற்கு வேளைதான் வருகிறது,
அச்செயலும் நடந்தேற அநேகம் முயன்றுவந்தேன்,
இச்சாபம் எனக்கொரு இனிதான வரமாகும்.

வரமாகும் சாபத்தை வழங்கினாய் அன்னையே,
தேவர்களும் தானவரும் தோற்றிடுவார் வ்ருஷ்ணியரிடம்,
அவர்களும் தங்களுக்குள் அடித்துக்கொண்டு மாளுவார்,
இச்சாபம் வரமேயென இயம்பினான் கண்ணன்.

கண்ணன் சொன்னதைக் கேட்டதும் பாண்டவர்கள்,
மனதின் உள்ளே மன்றியது பெருந்துயரம்,
சாபத்தின் தாக்கத்தைச் சிந்தித்து வருந்தினர்,
அச்சுதன் சொல்கேட்டும் அகத்தில் துடித்தனர்.

துடித்தனர் தசர்ஹரைத் தாக்கிய சாபத்தால்,
நினைத்தனர் தம்வெற்றி நலியையே கொடுத்ததென,
களைத்தனர் உடலளவில் கலங்கினர் மனத்தளவில்,
எண்ணினர் தமக்கு அழிவு நிச்சயமென.

(26)ஸ்ரீ பர்வம், பகுதி 26:
ஸ்ரீ விலாப பர்வம்

நிச்சயமென நினைத்தனர் நசிவுறும் கேடுகள்,
அச்சுதனானக் கண்ணன் அன்னையாம் காந்தாரியிடம்,
வேண்டாமெனச் சொன்னான் வருத்தமும் வேதனையும்,
பேரழிவான அனைத்தும் பிறந்தது உம்மால்தான்.

உம்மால்தான் நடந்தது உலகத்தின் பேரழிவு,
உன்மைந்தன் துரியோதனன் வெகுகேடு உடையவன்,
பொறாமையின் வடிவானவன் பெருந்திமிரில் மிதப்பவன்,
அன்னவன் செயல்களை அனுமதித்தீர் மகிழ்வுடன்.

மகிழ்வுடன் நீவிர் மகன்செயலைப் பாராட்டினீர்,
கொடூரத்தின் வடிவானவன் கேடன் மதியீனன்,
ஈனனின் செயல்களை ஏற்றமென விளம்பினீர்,
கேடுதான் கொண்டவன் கலகங்கள் செய்பவன்.

செய்பவன் கலத்தைச் சீர்மைகள் அற்றவன்,
பெரியவரின் சொல்கேட்கும் பொறுமையும் கிடையாது,
உங்களின் தவறுகளை உரைத்தீர் எனதென்று,
வருந்துவரில் பயனில்லை விடுவீர் போனதை.

போனதை நினைத்தால் பெருஞ்சோகம் வளரும்,
துயரத்தை விலக்காவிடில் துளிர்க்கும் இருமடங்காய்,
வேதியரைப் பெற்றெடுத்தல் வெகுத்தவம் நோற்பதற்கு,
பசுகன்றை ஈனுதல் பொதியைச் சுமப்பதற்கு.

சுமப்பதற்குக் காளையைப் பிறக்கவைக்கும் பசுபோல,
வேகத்தொடு செல்லவே வந்திடும் புரவிக்குட்டி,
பணிசெய்வதற்குக் குழந்தைகளைப் பெறுகிறார்
பணியாளர்,
வணிகத்துக்குப் பசுகன்றுக்கென வைசியர்
பெற்றெடுக்கிறார்.

பெற்றெடுக்கிறார் இளவரசிகள் பிள்ளைகளை
இழப்பதற்கே,
கொலைக்களத்திலோர் பலியிடவே கொற்றவரின்
குழந்தைகள்,
பிறக்கிறார் என்றுப் பகர்ந்தான் கண்ணன்,
வாசுதேவர் சொல்கேட்டு ஊமையானாள் காந்தாரி.

காந்தாரி தனக்குக் கசக்கும் மொழிகேட்டு,
அமைதி காத்தபின் அழைத்தாள் யுதிஷ்டிரனை,
மகனே நீயெனக்கு மொழிவாய்க் அறிந்திருந்தால்,
போரில் இறந்தவர் பிழைத்தவர் எத்தனைபேர்?

எத்தனைபேர் என்றதும் யுதிஷ்டிரன் பதிலளித்தான்,
களம்வீழ்ந்தார் நூற்றறுபது கோடியுடன் இருபதாயிரம்,
பிழைத்தவர் இரண்டுலட்சத்துடன் பத்தாயிரம்
நான்களவும்,
நூறுபேர் உடனாகாக அறுபத்தைந்து வீரர்கள்.

வீரர்கள் கணக்கினை விளம்பினான் யுதிஷ்டிரன்,
எவரெவர்கள் எவ்விடம் எகினார்கள் வானிலென,
உரைத்தல் வேண்டுனார் அரசர் திருதராஷ்டிரர்,
இந்திரர்போல் நல்லுகில் இருக்கிறார் பலபேர்.

பலபேர் சண்டையில் பின்வாங்க மனமின்றி,
போதினர் வேகத்துடன் மடிந்தனர் போர்க்களத்தில்,
சென்றனர் இந்தரனுக்குச் சமமான மேலுலகம்,
இறப்பில் மாற்றில்லையென இறன்வரோ கந்தர்வரானார்.

கந்தர்வரானார் போரிலே கலங்காது மடிந்தவர்,

குஷ்யகரானார் ஓடுகையில் கோழைபோல் இறந்தவர்,
உயிருக்கோர் அபயமென உளம்தறிக் கெஞ்சியே,
உய்ரிவிட்டோர் அனைவரும் வடிவெடுத்தார் குஷ்யராக.

குஷ்யராக மாறினர் கோழைகளாய் மாண்டவர்,
வீரராக இறுதிவரையில் வேகத்துடன் போரிட்டு,
கூத்ரியராக உய்ரிவிடுத்தோர் சென்றுவிட்டார்
பிரமலோகம்,
வேறுவிதமாகக் களவீழ்ந்தோர் உத்தரகுருவாய்ப்
பிறந்தனர்.

பிறந்தனர் என்றுப் பக்ரந்தான் யுதிஷ்டிரன்,
திருதராஷ்டிரர் யுதிஷ்டிரனிடம் தெரிவித்தார் ஐத்தை,
அவரவர் இறந்தபின் அமரருலகி சென்றவிதம்,
அறிவதோர் சிரமமே அறிந்துளாயே எவ்விதம்?

எவ்விதம் அறிந்தாயென இயம்புதல் இயலுமெனில்,
என்னிடம் உரைப்பாய் ஈடிலா இவ்வறிவை,
எவ்விதம் அடைந்தாயெனும் காரணம் விவரமென்று,
அன்புடன் கேட்டார் அரசர் திருதராஷ்டிரர்.

திருதராஷ்டிரர் வேண்டியதும் தெரிவித்தான் யுதிஷ்டிரன்,
நீவிர் அனுப்பியபடி நானிருந்தேன் வனவாசத்தில்,
அவ்விடத்தில் லோமசரெனும் அமரமுனி வந்திருந்தார்,
அவரிட்டத்தில் பெற்றேன் அரிதான ஞானப்பார்வை.

ஞானப்பார்வை கிடைத்தது நிகரிலார் லோமசரால்,
இரண்டாம்பார்வை கொண்டு அறிந்தேன்
அனைத்தையுமென,
பதிலுரை தந்தான் பார்வேந்தன் யுதிஷ்டிரன்,
அடுத்ததாய் செய்வதை அறிவித்தான் திருதராஷ்டிரன்.

திருதராஷ்டிரன் உரைத்தான் தன்னுளக் கருத்தினை,
இங்குதான் வீழ்ந்தவர் அனைவருக்கும் ஈமக்கடன்,
செய்துதான் முடிக்கவேண்டும் செய்வார் உறவினர்கள்,
ஒருசிலரின் ஈமத்துக்கென ஒருவரும் இல்லை.

இல்லை உருலர்க்கு ஆதரவாய் எவருமே,
கடமை பலவுண்டுக் களத்திலே முடிப்பதற்கு,
எவர்களை எரித்து ஈமக்கடன் செய்வதென,
முடிவினை எடுப்பாய் மன்னவனே யுதிஷ்டிரா.

யுதிஷ்டிரா இவ்விடத்தில் கிடக்கிறார் பலவீரர்,
அன்னவர் உடல்களை உண்டன விலங்குகள்,
பறவைகளோ உடலைப் பலவிதம் கிழித்தன,
இத்தகையோர் இறந்தபின் ஏகுவரோ சொர்க்கலோகம்?

சொர்க்கலோகம் அனுப்பவே செய்வோம் ஈமக்கடனென,
யுதிஷ்டிரனாம் வேந்தன் இயம்பினான் கட்டளையை,
கௌரவர்தம் ராஜகுரு கருத்துடைய சுதர்மரையும்,
பாண்டவர்தம் குருவுடன் போமென்றான் கிரியைசெய்ய.

கிரியசெய்ய அனுப்பினான் குருவானவர் தௌம்யரையும்,
உதவிசெய்ய சஞ்சயனும் விதுரரும் யுயுத்சுவும்,
தன்னுடையப் பணியாளன் திறமிக்க இந்த்ரசேனையையும்,
கிரியைசெய்ய அனுப்பினான் களம்வீழ்ந்தோர் நலம்பெற.

நலம்பெற வேண்டும் நிலத்திலே வீழ்ந்தவர்,
கிரியைசெய்ய எவரும் கிடையாதென மிகுந்தவரை,
முறையுடைய வழிகளிலே மேலுலகை அடையவக்க,
ஈமக்கடனை முடிப்பீரென இயம்பினான் யுதிஷ்டிரன்.

யுதிஷ்டிரன் சொன்னதும் அந்தவிதம் செய்தனர்,
விதுரரும் சஞ்சயனும் இந்திரசேனும் சுதர்மரும்,
தௌமியரும் அங்கே தருவித்தனர் சந்தனக்கட்டையை,
கத்தாழையும் நெய்யும் கொணர்ந்தனர் கிரியைக்கென.

கிரியைக்கெனப் பட்டும் கந்தமிக்கப் பொருட்களும்,
எரிக்கவென விறகுகளும் எடுத்துவந்தார் பெருமளவில்,
எண்ணையென இருந்ததுண்ட எடுத்துவந்தார்
தேர்களையும்,
விறகெனத் தேர்களையே உடைத்து வைத்தனர்.

வைத்தனர் சிதைகளில் வெந்தணல் நெருப்பினை,
அடுக்கினர் உடல்களை அக்கினி துளிர்த்தது,
இறந்தவர் அனைவரையும் எரித்தனர் முறைப்படி,
ஊற்றினர் நெய்யை வளர்த்தனர் பெருந்தீயை.

பெருந்தீயை வளர்த்துப் பொசுக்கினர் உடல்களை,
துரியோதனனை அவனதுத் தம்பியருடன் எரித்தனர்,
சல்லியனை பூரிஸ்ரவசை ஜெயத்ரதனை அபிமன்யுவை,
லக்ஷ்மணனை துஹ்சாசனனின் திடமகனை எரரித்தனர்.

எரித்தனர் திரிஷ்டகேதுவை வ்ருகந்தனை சோமதத்தனை,
ஸ்ரிஞ்சயர் பலருடன் க்ஷேமதன்வனை விராடனை,
துருபதர் சிகண்டியுடன் திருஷ்டத்யும்னனை
யுதாமன்யுவை,
உபபாண்டவர் ஐவருடன் உத்தமௌஜாவைக்
கோசலவேந்தனை.

கோசலவேந்தனைச் சகுனியைக் அசலனை வ்ரிஷகனை,
கர்ணனை பகதத்தனைக் கர்ணனின் புதல்வர்களை,
கேகயரைத் திரிகர்த்தரை கடோத்கஜனை அலம்புஷனை,
ஜலசந்தனை வாகனின் சக்திமிக்கத் தம்பியை.

தம்பியை அண்ணனையெனத் தனித்தனியே
சொல்லொணாத,
பல்லாயிரம்பேரை எரித்துப் புரிந்தனர் பித்ரிமேதம்,
சாமகானத்தை இசைத்தனர் சிலபேர் அவ்விடத்தில்,
வார்த்தைகளைப் பேசியும் வாழ்த்தினர் ஒருசிலர்.

ஒருசிலர் ரிக்குகளை ஓதினர் அவ்விடத்தில்,
ஓதினர் சாமத்தை உரைத்தனர் வாழ்த்துக்களை,
கத்தினர் கதறினர் காலத்தின் மாற்றத்தால்,
அனைத்துயிர் அஞ்சும்விதம் அவ்வொலி எழும்பியது.

எழும்பியது பெருந்தீ எள்ளளவும் புகையின்றி,
வானத்து அளவுக்கு வந்தது மேலெழுந்து,

ஆதரவற்று இருந்தவரும் அக்கினியில் காரியமுற்று,
சொர்க்கத்துக்குச் செல்லவே சொன்னார்கள் மந்திரத்தை.

மந்திரத்தை ஓதி மிக்கபெரும் தீமூட்டி,
இறந்தவரை எரித்தனர் யுதிஷ்டிரனும் விதுரரும்,
இச்செயலைச் செய்திடும் ஆற்றல்மிக்க வேலையாட்கள்,
கருத்தினை செலுத்துக் காரியத்தைச் செய்தனர்.

செய்தனர் நீத்தார்க்குச் செயத்தக்கக் கடமைகளை,
வேந்தனார் திருதராஷ்டிரருடன் வந்தான் யுதிஷ்டிரன்,
சென்றனர் அனைவரும் சீர்மிக்க கங்கைக்கு,
நின்றனர் கரைமீது நரியிலே குளிப்பதற்கு.

(27)ஸ்ரீ பர்வ, பகுதி 27:
ஸ்ரீ விலாப பர்வம்

குளிப்பதற்கு வந்தனர் கங்கையின் கரையோரம்,
கழற்றிவைத்துச் சென்றனர் கனகமணி மாலைகளை,
அழகுமுக்க கங்கையின் அதிவேக ஓட்டத்தில்,
தேங்கிநிற்கும் ஏரியிலும் தண்ணீரில் இறங்கினர்.

இறங்கினர் நீரிலே அள்ளினர் நன்னீரை,
விடுத்தனர் நீரினை வீழ்ந்தவர்க்கு நலம்பயக்க,
ஆணானவர் பெண்ணானவர் இருபாலரும் நீத்தாருக்கு,
வழங்கினர் இறுதியாய் வழங்கும் நீரினை.

நீரினை எடுத்து நியதிபப்டி விடுத்து,
கிரியையைச் செய்யவே காரிகையர் செல்லுகையில்,
வழிகளை அழக்காக்கி வருவதற்கு எளிதாக,
பாதையைக் கண்டனர் பாங்குடன் அகலமாக.

அகலமாக இருந்ததான அவ்விடத்தின் பாதையோ,
நதியாக இருந்தாலும் நீப்பெருக்கில் கடல்போல,
பெரிதாக இருந்தது பாகீரதியாம் கங்கைநதி,

சோகமாக இருந்ததுச் சீரிலாத அச்சூழல்.

அச்சூழல் தாக்கத்தால் அழுதாள் குந்தி,
மனத்துயரில் வார்த்தைகள் மிகவேகமாய்ப் பீறிட்டன,
மைந்தர்கள் கேட்கவே மொழிந்தாள் குந்திதேவி,
கேளுங்கள் மைந்தர்களே கூறுகின்ற வார்த்தைகளை.

வார்த்தைகளை உரைக்கிறேன் வில்வீரன்
போர்த்தலைவன்,
தேர்ப்படையை நடத்தும் திறமிக்க மாவீரன்,
வீரர்களை வழிநடத்தும் வீராதி வீரன்,
வீரத்தைக் குறிக்கும் வார்த்தைகளின் பொருளானவன்.

பொருளானவன் போற்றலுக்குப் பெருவீரன் அதிதீரன்,
அர்ஜுனனின் அம்புகளால் அழிவுற்று இறந்தவன்,
சூதபுத்திரன் ராதேயன் சூரியனென மிளிர்ந்தவன்,
உங்களுடன் படையோருடன் வீரமாய்ப் போரிட்டவன்.

போரிட்டவன் மிடுக்குடன் பெரும்படையின் தலைவன்,
துரியோதனன் படையின் தளபதியாய் இருந்தவன்,
சமமெவனும் இல்லாதச் சக்திமிக்க மாவீரன்,
ஆற்றலுடையவன் உயிரையும் இழந்தவன் நட்புக்கென.

நட்புக்கெனத் தன்னுயிரை நல்கியவன் மாவீரன்,
புறமுதுகெனக் காட்டாதப் பெருவீரன் அதிதீரன்,
சோர்வெனக் கூறிடான் சற்றும் ஓய்ந்திடான்,
உண்மையென இருப்பதில் ஒருபோதும் பிறழ்ந்திடான்.

பிறழ்ந்திடான் நெறிவிட்டுப் பலமிக்கான் உன்னதன்,
அவ்வீரன் உங்களுக்கு அண்ணனாவான் பாண்டவரே,
கர்ணன் எனக்குக் கதிரவன் தந்தமகன்,
பிறந்தான் கவசத்துடன் பீடுடையக் குண்டலங்களுடன்.

குண்டலங்களுடன் எனக்குக் கதிரவன் கொடுத்தமகன்,
உங்களண்ணன் அவனுக்கென வழங்குவீர் ஈமக்கிரியை,
சூரியனின் மைந்தன் சூரியனை ஒத்தவனென,

கருந்தை உரைத்தாள் குந்திதேவி வேதனையுடன்.

வேதனையுடன் அன்னையார் விளம்பியதைக் கேட்டதும்,
பாண்டவரின் மனதிலே பரிதவிப்பு மேலிட்டது,
கர்ணனின் நிலைகுறித்துக் கதறினர் புலம்பினர்,
மேன்மேலும் வருத்தம் மன்றியது பாண்டவரிடம்.

பாண்டவரிடம் ஐயமும் பதட்டமும் மேலிட்டது,
கோபத்துடன் அரவமெனக் கனமான மூச்சிழுத்து,
யுதிஷ்டிரன் தாயாரிடம் இயம்பவே வேண்டினான்,
பெருங்கடல்தான் கர்ணன் பாய்கணைதான் பேரலை.

பேரலை அம்புகள் பெருஞ்சுழல் கொடிமரம்,
கரங்களைக் கூறலாம் கொடூர முதலைகளென,
பெருந்தேரை ஏரியென்றும் பகரலாம் அவ்வீரனுக்கு,
கரங்களைத் தட்டினால் கிளம்பிவிடும் பேரிடிகள்.

பேரிடிகள் போன்றதானப் பெருவீரன் கணைகளை,
நம்மவரில் தனஞ்செயனே நேரிலே எதிர்கொள்வான்,
சிம்மம்போல் வாழ்ந்தவன் சீர்மிக்க மாவீரனை,
இவ்வுலகில் வரவழைத்தவள் அன்னையே நீதானா?

நீதானா கர்ணனெனும் நிகரிலானின் அன்னை?
வானவனே இவனென விளம்பிடும் விதமாக,
அகிலமே வியக்கும்படி அதிதீரம் காட்டியவன்,
பிறந்தானா உனக்குப் பிள்ளையாக முந்நாளில்.

முந்நாளில் உனக்கு மகனாகப் பிறந்தவனா?
எவ்விதத்தில் அக்கினியை அடக்கிவைத்தாய் உனக்குள்?
ஆடைக்குள் மறைத்திடல் இயலுமோ பெருநெருப்பை?
திருதராஷ்டிரர்கள் எப்போதும் தொழுதனரே கர்ணனை.

கர்ணனை திருதராஷ்டிரர் கடவுளெனத் தொழுதனர்,
பார்த்தனை எவ்விதம் பாண்டவர்கள் தொழுதோமோ,
விகர்தனை அவ்விதமே வணங்கினர் கௌரவர்,
இவ்வீரனை எங்ஙனம் ஈன்றெடுத்தாய் அன்னையே?

அன்னையே எவ்விதம் அவனை ஈன்றெடுத்தாய்?
பெருவீரரே பலபேர் பாங்குடனே திரண்டிருக்க,
களத்திலே அனைவரையும் கொன்றானே அவ்வீரன்,
அவ்வீரனா எங்களுக்கு அண்ணாகப் பிறந்தவன்?

பிறந்தவன் உன்வயொற்றில் பெருவீரன் கர்ணனெனில்,
எவ்விதந்தான் பெற்றெடுத்தாய் அதிதீரன் கர்ணனை?
எதற்குதான் எங்களிடம் இத்தகவலை மறைத்தாய்?
இதுதான் எங்களுக்கு இரட்டை அழிவாகும்.

அழிவாகும் இச்செய்தி இதுவரையில் தெரியாததால்,
சகோதரரும் நண்பர்களும் சீரின்மை அடைந்தோமே,
அபிமன்யுவாம் இளங்காளை இறந்தபோது
அடைந்ததைப்போல்,
நூறுமடங்குக்கும் அதிகம் நானடையும் சோகம்.

சோகம் என்னைச் சுழற்றித் தாக்குதே,
மைந்தராம் உபபாண்டவர் மடிந்ததையும் மிஞ்சியே,
என்மனம் இப்போது ஆற்றாமையில் துடிக்குதே,
கர்ணனாம் மாவீரன் அண்ணனா எங்களுக்கு?

எங்களுக்கு எதிரியென எண்ணியே அழித்தவன்,
இறந்ததற்கு என்மனம் இப்போது வாடுதே,
கௌரவர்க்குப் பேரழிவைக் கொடுத்ததான இப்போரும்,
நிகழுதற்கு வாய்ப்பின்றி நேர்ந்திருக்கும் பெருநலம்.

பெருநலம் நேர்ந்திருக்குமெனப் பார்வேந்தன் யுதிஷ்டிரன்,
மனநலம் குன்றியே மிகவும் புலம்பினான்,
அண்ணனாகும் கர்ணனுக்கு அளித்தான் ஈமக்கடனை,
மாதர்களும் கதறினர் மிகப்பெரும் சோகத்தில்.

சோகத்தில் யுதிஷ்டிரன் சொன்னான் ஏவலரிடம்,
அவ்விடத்தில் கொணருவீர் அதிரதனின்
மனைவியரையென,
மனைவியர்கள் கர்ணனுக்கு மாண்புடன் கிரியைசெய்ய,

தம்பியர்கள் வரிசையில் தருமனும் கிரியைசெய்தான்.

கிரியைசெய்தான் கங்கையில் கர்ணனுக்கு
இறுதிக்கடனாய்,
சடங்குகள் முடித்தபின்னர் சோகத்தில் எழுந்தான்,
கங்கையில் குளித்தபின்னர் கரையிலே ஏறினான்,
மனத்தில் சோகத்துடன் மன்னவன் துடித்தான்.

துடித்தான் யுதிஷ்டிரன் திடமிழந்தான் புலம்பினான்,
நினைக்கதான் இயலாத நடலையில் சிக்கியவன்,
கலங்கிதான் துடித்தான் காலத்தின் செயல்கண்டு,
வருந்தினான் புலம்பினான் வாசுதேவன் நாரணனிடம்.

பகுதி 12: சாந்தி பர்வம்

(1)சாந்தி பர்வம், பகுதி 1:
ராஜதர்மானுசாசன பர்வம்

நாரனனிடம் வணங்கி நரனிடம் பணிந்து,
புருசரெனும் மேன்மைகள் பெற்றவர் இருவரையும்,
சரஸ்வதியாம் அன்னையையும் சிந்தித்து வணங்கி,
சொல்லவேண்டும் ஜெயமெனும் சொல்லை பக்தியுடன்.

பக்தியுடன் கங்கையில் புரிந்தனர் கிரியைகளை,
நீத்தவரின் நலனுக்கென நீரினால் பூசித்து,
பாண்டவருடன் விதுரரும் பார்வேந்தன் திருதராஷ்டிரனும்,
மாதருடன் தங்கினர் மனத்துயரம் அழுத்தவே.

அழுத்தவே செய்த அகச்சோகம் நீங்கும்வரை,
கங்கைக்கரையிலே இருக்கக் கருத்துற்றனர்
பாண்டுமைந்தர்,
காலமே ஒருமாதம் கடுந்துயரில் கழிந்தது,

நகரிலே இல்லாமல் நகர்ப்புறத்தில் தங்கினர்.

தங்கினர் கங்கைக்கரையில் தாழுற்ற சோகத்தால்,
வந்தனர் ரிஷிகள் வேதமுனிகள் தவசீலர்,
வழங்கினர் ஆசிகளை வேந்தன் யுதிஷ்டிரனுக்கு,
நாரதர் வியாசர் தேவலர் வந்தனர்.

வந்தனர் கண்வரும் வேதமுனி தேவஸ்தனரும்,
சீடரானவர் புடைசூழச் சாந்தமிக்க முனிவர்கள்,
வரவாகினர் யுதிஷ்டிரன் வாழ்ந்திருந்த இடத்துக்கு,
வேதமுனிவர் ஞானமிக்கவர் வழங்கினர் ஆசிகளை.

ஆசிகளை வழங்கினர் யோகநிலை வாய்த்தவர்கள்,
குடும்பநிலை கொண்டபலக் கனத்தவ முனிவர்களும்,
ஸ்நதகநிலை கொண்டச் சாந்தமிக்க யோகிகளும்,
வேந்தனைக் காணவே வந்தனர் கங்கைக்கு.

கங்கைக்கு வந்தக் கனத்தவ முனிவர்களை,
பக்தியொடு யுதிஷ்டிரன் போற்றி வணங்கினான்,
வேந்தனொடு தரைவிரிப்பில் வந்தமர்ந்தார் முனிவர்கள்,
வருத்தத்தொடு இருந்தவன் வணங்கினான் முனிவர்களை.

முனிவர்களை வணங்கினான் மன்னவன் யுதிஷ்டிரன்,
நிகழ்ந்தவைகளை நினையாமல் நிகழுவதைக்
காணென்று,
ஆறுதலை வழங்கினர் அமைதிமிக்க முனிவர்கள்,
வேதனை கொண்டிருந்தான் வேந்தனின் மனத்திலே.

மனத்திலே வருத்தம் மன்றியே கிடந்தவனை,
நலத்திலே வைத்திட நாரதர் பேசினார்,
பலத்திலே மிக்கவன் பரந்தாமன் கண்ணனின்,
துணையாலே உனக்குத் தரணியே கிடைத்தது.

கிடைத்தது அரசாட்சி கொண்டாய் பெருவெற்றி,
வெற்றியது வாய்த்ததும் உத்தம நல்வழியில்,
உயிரொடுத் தப்பியே வந்தது நல்லநேரம்,

அழிவானது ஆபத்தானது அவ்விடத்தின் பெரும்போர்.

பெரும்போர் நிகழ்ந்துப் பலபேர் இறந்தனர்,
கூத்திரியர் நெறிப்படிச் செய்தாய் இப்போரை,
எதிர்த்தவர் அனைவரும் இறந்து வீழ்ந்துவிட்டார்,
நட்பானவர் அனைவருக்கும் நல்குவாய் மகிழ்வுகளை.

மகிழ்வினை வழங்கிடவே மனத்தை மகிழ்வாக்கு,
மனத்துயரை மாற்றிவிடு மன்னவனே இப்போதென,
கருத்தினை உரைத்தார் கனத்தவர் நாரதர்,
பதிலினை உரைத்தான் பார்வேந்தன் யுதிஷ்டிரன்.

யுதிஷ்டிரன் உரைத்தான் உண்மைதான் மாமுனியே,
கண்ணனின் கருணையால் கிடைத்தது அரசாட்சி,
உலகத்தின் பகுதிகளை அடைந்தேன் அரசாள,
முனிவரின் ஆசிகளும் மிகபலம் அளித்தன.

அளித்தன வெற்றியை அதிதீரர் செயல்களும்,
பீமனான அர்ஜுனனானப் பெருவீரர் இருவரும்,
போரினை வெல்லவே பெருந்துணை செய்தனர்,
வருத்தத்தை அடைந்தேன் விளம்புகிறேன் காரணத்தை.

காரணத்தை உரைக்கிறேன் கேளீர் மாமுனியே,
சிம்மத்தை ஒத்தவன் சுபத்திரையின் மைந்தன்,
அபிமன்யுவை இழந்தேன் அதுதான் போதாதென,
உபபாண்டவரை இழந்து உழலுகிறேன் கடுந்துயரில்.

கடுந்துயரில் உழலுகிறேன் காரணம் என்னாசையால்,
நண்பர்கள் உறவினர்கள் நமனுலகம் சென்றனர்,
மகன்கள் அனைவரும் மாண்டபின் கிடைத்ததான்,
வெற்றியில் எனக்கு வருத்தமே மிஞ்சியது.

மிஞ்சியது வருத்தமே மாபெரும் வெற்றியிலே,
தோல்வியென்று நினைக்கிறேன் தரணியை வென்றதும்,
வ்ருஷ்ணியரது சுபத்திரைக்கு வழங்குவேனோ பதிலேதும்?
திரௌபதியது வாட்டத்துக்குத் தருவேனோ ஆறுதல்?

ஆறுதல் கூறுதல் இயலாதே வ்ருஷ்ணியருக்கு,
த்வாரகையில் இருக்கும் தசர்ஹருக்கு பதிலாக,
என்னபதில் சொல்லுவான் அச்சுதன் கண்ணன்?
துயரத்தில் துடிக்கிறாள் திரௌபதியும் மைந்தருக்கென.

மைந்தருக்கென எந்தன் மனது துடிக்கிறது,
உறவினரென நண்பரென ஒருவருமே மிஞ்சாமல்,
பேரழிவான நிலைபட்டாள் பாஞ்சாலியாம் திரௌபதி,
எங்களுக்கென வாழ்பவள் இன்னலுற்றதால் தவிக்கிறேன்.

தவிக்கிறேன் மனத்தில் தாக்கம் மிகைத்ததால்,
தேவரின் மாமுனியே தவத்தாரே நாரதரே,
காரணம் வேறொன்றும் கூறுகிறேன் உமக்கு,
குந்தியின் ரகசியமும் கொல்கிறது என்னை.

என்னைக் கொல்கிறது என்னன்னை கூறியது,
தன்னைத் தவிர்த்துத் தரணியில் வேறெவரும்,
அறியாவகை செய்து அகத்திலே மறைத்திருந்த,
தகவலைக் கேட்டுத் துடிக்கிறேன் மேன்மேலும்.

மேன்மேலும் துன்பம் மன்றுதே மனத்தில்,
பத்தாயிரம் யானைகளின் பலத்தினன் கர்ணன்,
சமரெவரும் இல்லாச் சிறப்புடைய மாவீரன்,
சிம்மமெனும் பிடரியன் செய்பவன் தானங்கள்.

தானங்கள் தவங்களைத் தினந்தோறும் புரிபவன்,
மரியாதைகள் குறித்து மிககவனம் கொள்ளுபவன்,
தடுத்தல் இயலாவிதம் தாக்கும் அதிசூரன்,
தாக்குதல் பெற்றால் தாக்குவான் பதிலுக்கு.

பதிலுக்குத் தாக்குவான் பெருங்கோபம் கொண்டவன்,
எம்மிடத்து மோதி எல்லோரையும் வென்றவன்,
ஆயுதத்து வேகத்தில் அவனுக்கிணை எவருமில்லை,
பலவிதத்துப் போர்முறையும் பழக்கமும் அறிந்தவன்.

அறிந்தவன் கர்ணனே அனைத்து சாத்திரமும்,
அதிரதன் மைந்தனென எண்ணியே இருந்தவன்,
குந்தியின் மைந்தனெனக் கேட்டேன் புதுத்தகவல்,
சகோதரன் எங்களுக்கெனச் சொன்னார் அன்னை.

அன்னை வழியிலே அவனும் சகோதரனென,
தகவலைத் தந்தார் தாயான குந்தி,
கங்கை நதியிலே கிரியைகள் செய்கையில்,
இதனைக் கூறினாள் அழுகையுடன் குந்திதேவி.

குந்திதேவி கூறினாள் கர்ணன் பிறப்பினை,
இளவயதில் இரகசியமாய் இரவியின் உறவுற்று,
தன்வயிற்றில் பிறந்தவன் திடமிக்கான் கர்ணனென்று,
உண்மையில் ராதேயனில்லை வலுமிக்கக் கௌந்தேயன்.

கௌந்தேயன் ஆனவன் கர்ணன் என்றாள்,
ராதேயன் சூதபுத்திரன் அநாதைதான் அவனென்று,
சொன்னவன் இப்பொழுதுச் சொந்த அண்ணனென்று,
கேட்டதன் பின்னர்க் கலங்கினேன் என்மனதில்.

என்மனதில் பெருஞ்சோகம் ஏற்பட்டது மாமுனியே,
ஆட்சியில் பேராசை அடைந்ததால் நானேதான்,
சகோதரரில் மூத்தவனைச் சாகடித்தேன் தவறுதலாய்,
என்னுடல் எரிகிறது அக்கினியில் விழுந்ததாக.

விழுந்ததாக நெருப்பில் வாடுகிறது என்னுடல்,
அழிந்ததாக நினைத்தேன் எதிரியான கர்ணன்,
கொல்வதாகக் காண்டீபன் கணைகளை எய்தபோது,
அண்ணனாக இருப்பானென அறியவில்லை அர்ஜுனன்.

அர்ஜுனன் பீமனும் யுதிஷ்டிரன் நானும்,
இரட்டையரும் அறியவில்லை அதிதீரன் கர்ணன்,
எங்களின் அண்ணனெனும் இந்த ரகசியத்தை,
அறிந்திருந்தான் கர்ணன் ஐவரும் சகோதரரென.

சகோதரரென எங்களைச் சீர்மிக்கான் அறிந்திருந்தான்,

ப்ரீதாவான என்னண்ணைப் பெருவீரன் கர்ணனை,
பார்த்தாளென ஒருமுறைப் பகரக் கேட்டிருந்தேன்,
மைந்தாவெனக் கர்ணனை மொழிந்தாளென
அறிந்திருந்தேன்.

அறிந்திருந்தேன் குந்திதேவி அதிதீரன் கர்ணனிடம்,
எங்களின் நலங்குறித்து ஏதோ வேண்டியதாக,
கேட்டிருந்தேன் கர்ணன் கூறிய பதிலையும்,
விட்டிடேன் துரியோதனனை வந்திடேன் வேறெங்கும்.

வேறெங்கும் நானொருவன் விலகியே சென்றால்,
பெருந்துரோகம் அச்செயல் புரிந்திடேன் அச்செயலை,
கொடூரமாகும் நன்றிகெட்டக் கேடனாக விலகுதல்,
உம்செல்லும் கேட்டிடேன் யுதிஷ்டிரனுடன் வரமாட்டேன்.

வரமாட்டேன் பாண்டவரிடம் விளம்புகிறேன் காரணத்தை,
வெண்புரவியின் அர்ஜுனனின் வீரத்துக்கு அஞ்சிதான்,
ஓடிவிட்டேன் அங்கென உலகமே தூற்றுமே,
அர்ஜுனன் கேசவனுடன் அழிவான் என்கரத்தில்.

என்கரத்தில் அர்ஜுனன் அழிந்தபின்னர் ஒருவேளை,
தருமபுத்திரன் யுதிஷ்டிரனிடம் வரக்கூடும்
போர்நிறுத்தமென,
என்னிடந்தான் சொன்னார்கள் இதைத்தான் நானறிவேன்,
அதன்பின் ப்ரீதா இறைஞ்சியதை நானறிவேன்.

நானறிவேன் கர்ணனிடம் நயமாக என்னன்னை,
பல்குனனுடன் போர்செய்வாய்ப் பிறருடன் மோதாதே,
இதுதான் உன்னிடம் இறைஞ்சும் வரமென்று,
கேட்டதன் பதிலாகக் கர்ணன் கூறியதும்.

கூறியதும் கேட்டேன் கர்ணன் கரங்குவித்து,
நால்வருடன் போரிட்டு நானே வென்றாலும்,
அவர்களின் உயிருக்கு ஆபத்து விளைத்திடேன்,
ஐவர்தான் உனக்கு இருக்கும் மைந்தர்.

மைந்தர் ஐவர்தான் மடிவது நானென்றால்,
வெல்லுபவர் நானென்றால் விபத்சுவின் இடத்திலே,
ஐந்தாமவர் நானாவேன் ஆதலால் உன்மைந்தர்,
ஐவராவார் எப்போதும் அதற்கு ஒப்பினேன்.

ஒப்பினேன் நானென்று உரைத்தவன் கர்ணனிடம்,
இத்துடன் உன்போக்கில் ஏகுவாய் கௌரவரிடம்,
சகோதரன் என்றுனைச் சொல்லும் அவர்களுடன்,
சேர்ந்துதான் அவர்களுக்குச் செய்வாய் உகந்ததை.

உகந்ததைச் செய்யவே அனுப்பினாள் கௌரவரிடம்,
என்னனை அதன்பின் அடைந்தாள் அவளகத்தை,
பெருவீரனை அண்ணனெனப் புரிந்திடாத நாங்கள்,
பார்த்தனைக் கொண்டுப் போரிட்டு வீழ்த்தினோம்.

வீழ்த்தினோம் அந்த வீராதி வீரனை,
கர்ணனும் குந்தியும் கூறவில்லை ரகசியத்தை,
அறியாதுதான் கொன்றோம் அதிதீரன் கர்ணனை,
சகோதரன் கர்ணனெனச் சொன்னார் அதன்பின்.

அதன்பின் அறிந்தேன் அன்னையின் வார்த்தையால்,
ப்ரீதாவின் முதல்மகனாய்ப் பிறந்தவன் கர்ணனென்று,
அர்ஜுனன் கர்ணன் இருவரின் துணையிருந்தால்,
அச்சுதன் கூட அழிந்திருப்பான் என்னிடம்.

என்னிடம் சூதாடி ஏதேதோ பழிபேசி,
கோபம் மிகைத்தக் கடுமைச் சூழலில்,
கர்ணனாம் வீரனைக் கண்டதும் என்மனதில்,
ஆத்திரம் குறைந்து அமைதி உண்டானது.

உண்டானது அமைதி உனந்தனைக் கண்டதுமே,
வார்த்தையானது அம்பாக வதைக்கும்படிச் சொன்னாலும்,
துரியோதனனுக்கு உகந்தவிதம் தவறாகப் பேசினாலும்,
கர்ணனது பாதத்தைக் கண்டதும் அமைதியுற்றேன்.

அமைதியுற்றேன் ஏனெனில் அதிரதனின் பாதங்கள்,

குந்தியின் பாதங்களெனக் கண்டேன் அக்கனத்தில்,
நினைந்தேன் அதுகுறித்து நெடுநேரம் ஆகினும்,
அறிந்திலேன் அதுகுறித்த ஆதாரம் எதனையும்.

எதனையும் அறியாமல் இப்போது புலம்புகிறேன்,
பூமிதேவிதான் சக்கரத்தைப் புதைந்திட இழுத்தேன்,
எதுவாகும் சாபத்தை அடைந்த காரணம்,
தரவேண்டும் விவரமெனத் தருமபுத்திரன் வேண்டினான்.

வேண்டினான் நாரதரிடம் விவரங்கள் தரவேண்டி,
விளம்பினான் நீவிரே உலகத்தில் இருக்கும்,
ரகசியம் அனைத்தையும் அறிந்திடும் ஒருநபர்,
ஆதலின் எனக்கு அளிப்பீர் விவரமென.

(2)சாந்தி பர்வம், பகுதி 2: ராஜதர்மானுசாசன பர்வம்

விவரமென உரைத்தார் வெகுத்தவரான நாரதர்,
பேசவெனத் துவங்கினால் பகருவார் திறத்துடன்,
கேள்வியென வந்ததற்குக் கொடுத்தார் பதிலை,
சூதபுத்திரனானக் கர்ணனுக்கு சாபம்வந்து நேரிட்டதை.

நேரிட்டதை உரைக்கிறேன் நிகரிலானே யுதிஷ்டிரா,
பெரும்பலத்தை உடையவன் பலமிக்கான் கர்ணனை,
தடுப்பதே இயலாதுத் தரணியில் எவருக்கும்,
அர்ஜுனனை நிகர்த்தவன் ஆற்றலிலும் திறத்திலும்.

திறத்திலும் மறத்திலும் தனக்கொரு ஈடிலாதான்,
நானுறைக்கும் விவரங்கள் நெடிதான ரகசியம்,
எவருக்கும் தெரியாத அவ்விவரம் உரைக்கிறேன்,
தேவருக்கும் இவ்விவரம் தெரியாது யுதிஷ்டிரா.

யுதிஷ்டிரா கூத்ரியர் ஆயுதம் ஏந்தியே,
எவ்விதமாய் வாழ்ந்து ஏகவேண்டும் சொர்க்கமென,

ஐயமாய் இருந்ததை அகற்றுவதைக் கருத்தாக்கி,
கன்னியாய்க் குந்திதேவிக் கருவுற்றாள் சூரியனால்.

சூரியனால் தரப்பட்டச் சீர்மிக்க மாவீரன்,
கலகங்கள் செய்யவல்லான் கனவீரன் அதிதீரன்,
ஆற்றலில் மிகைத்தவன் அவனை ஈன்றபின்னர்,
ஆற்றினில் விடுத்ததால் அவனாகினான் சூதனென.

சூதனென ஆனாலும் சக்திமிக்க மாவீரன்,
துரோணரான குருவிடம் தனுர்வேதம் பயின்றான்,
ஆங்கிரசான ரிஷியின் அருமைக் குலத்தினர்,
கர்ணனான வீரனுக்கும் கற்பித்தார் தனுர்வேதம்.

தனுர்வேதம் கற்றவன் திடத்திலே மிக்கவன்,
பீமசேனன் பலத்தையும் பார்த்தனின் வேகத்தையும்,
உந்தன் அறிவாற்றலையும் இரட்டையரின் பணிவையும்,
கண்டுதான் மனத்திலே கொண்டான் பொறாமை.

பொறாமை மிகைத்தவன் போனான் துரியோதனனிடம்,
விபத்தை ஒட்டி உண்டான நட்பது,
ஒற்றுமை கொண்டனர் உளத்தின் பொறாமையில்,
வெறுப்பை வைத்தனர் உங்கள் ஐவர்மேல்.

ஐவர்மேல் பொறாமை அடைந்தவன் கர்ணனுக்கு,
அர்ஜுனன்மேல் மட்டும் அதிகரித்தது பகைமை,
திறத்தில் அர்ஜுனன் தன்னிலும் மிக்கானென,
பொறாமையில் கொதித்தவன் போனான் துரோணரிடம்.

துரோணரிடம் சென்றான் தனிமையான நேரத்தில்,
குருவிடம் உரைத்தான் கருத்தை விநயமாக,
பிரமாஸ்திரம் எய்வதான பெரிதான வித்தையை,
தரவேண்டும் எனக்குத் தகுந்த மந்திரங்களுடன்.

மந்திரங்களுடன் பிரமாஸ்திரத்தை மீட்கும்
உபாயத்தையும்,
என்னிடம் உரைக்கவேண்டும் ஈடிலா குருநாதரே,

அர்ஜுனனிடம் மோதவே அகத்தில் விருப்பமுற்றேன்,
அவனிடம் நீர்கொண்ட அன்பை நானறிவேன்.

நானறிவேன் அர்ஜுனனிடம் நீர்கொண்ட வாஞ்சையை,
மகனிடம் உள்ளதைப்போல் சீடரிடமும் அன்புடையீர்,
சமமாகும் பார்வையுடன் சீடர்களை நோக்குகிறீர்,
பிரமாஸ்திரம் தந்தால் பெரிதும் மகிழுவேன்.

மகிழுவேன் எந்தன் மனத்திலே வெகுவாக,
தனுர்வேதத்தின் முழுமைநிலை தருவீர் எனக்கு,
வீரர்களின் நடுவிலே வில்லின் விஞ்ஞானத்தில்,
நிகரிலாதான் நானென்ற நிலைதருவீர் குருவே.

குருவே என்றதும் கொஞ்சம் சிந்தித்து,
பல்குனனே தனக்குப் பிடித்தமான சீடனென்றும்,
கர்ணனோ மிகவும் கயமை குணத்தானென்றும்,
எண்ணியே துரோணர் இயம்பினார் பதிலை.

பதிலை உரைத்தார் பொறுமையுடன் குருநாதர்,
பிரமாஸ்திரத்தை அறியவல்லான் பிராமணன் மட்டுமே,
தவத்தினைச் செய்தபின்னர் தரலாம் க்ஷத்ரியனுக்கும்,
வேறெவரை அண்டியும் வாராது பிரமாஸ்திரம்.

பிரமாஸ்திரம் கிடைக்காதெனப் பகர்ந்த குருநாதரை,
பக்தியுடன் வணங்கியபின் புறப்பட்டான் கர்ணன்,
சென்றான் மகேந்திரமலைக்குச் சந்தித்தான் பரசுராமரை,
வணங்கினார் ராமரிடம் விளம்பினான் பொய்யுரை.

பொய்யுரை பகர்ந்தான் பிருகுகுலத்து பிராமணனென,
மரியாதை செய்து மாண்புடன் சீடனாக்கி,
வரவேற்பை அளித்தார் வலிமைமிக்க பரசுராமர்,
மகிழ்வை அடைந்தான் மாவீரன் கர்ணன்.

கர்ணன் ராமரிடம் கற்றான் தனுர்வேதம்,
சொர்க்கந்தான் மகேந்திரமெனச் சிந்தித்தான் மனத்திலே,
தேவருடன் கந்தர்வருடன் திடமிக்க யக்ஷருடன்,

தங்கினான் பயின்றான் தனுர்வேதம் அறிந்தான்.

அறிந்தான் தனுர்வேதம் அடைந்தான் பேராற்றல்,
பெற்றான் தேவரிடம் பெரிதான வரவேற்பை,
கந்தர்வரும் ராட்சதரும் களிப்புற்றனர் கர்ணனால்,
கடலோரம் ஒருதினம் காலாற நடந்தான்.

நடந்தான் தனிமையில் நிகரிலா வில்லுடன்,
வைத்திருந்தான் போர்வாளும் வெகுபலத்தக் கரத்திலே,
அறியாதுதான் கொன்றான் அங்கிருந்தப் பசுவொன்றை,
ஹோமத்துக்குதான் அதனை வைத்திருந்தார் வேதியர்.

வேதியர் வைத்திருந்த வலுமிக்கப் பசுவை,
கொன்றதோர் தவறென்றுக் கர்ணன் வருந்தியே,
பிராமணர் அருகாகிப் பகர்ந்தான் நடந்ததை,
மன்னிப்பீர் என்னையென மன்றாடினான் கர்ணன்.

கர்ணன் மிகவும் கனிந்து வேண்டினான்,
விபத்துதான் நிகழ்ந்தது வேண்டுமெனச் செய்யவில்லை,
மன்னிக்கதான் வேண்டுமென மிகவும் வேண்டினான்,
கோபத்துடன் வேதியரோ கொடுத்தார் சாபத்தை.

சாபத்தைக் கொடுத்தார் சக்திமிக்க வேதியர்,
அக்னிஹோத்திரத்தை நிறுத்தாமல் அனுதினம் செய்பவர்,
தவற்றினைச் செய்தவனே தீயவனே உன்னை,
கொல்வதை தண்டனையாய்க் கொடுத்தாலும்
பொருந்தும்.

பொருந்தும் விதத்திலே பகருகிறேன் சாபத்தை,
எவனிடம் மோதவேண்டி இவ்விடம் வந்தாயோ,
அவனிடம் மோதுகையில் அழுந்தும் தேர்சக்கரம்,
அக்கணம் உன்சிரத்தை அறுப்பான் உன்னெதிரி.

உன்னெதிரி உன்னை வீழ்த்தும் தருணத்தில்,
அறிவாற்றலை இழப்பாய் அடாதவனே ஈனனே,
பசுவை எவ்விதம் பாராமலே கொன்றாயோ,

உன்னை அவ்விதம் வெல்லுவான் எதிரி.

எதிரி நீதான் அறியாத விதமாக,
வேறொரு திசையில் வெகுகவனம் செலுத்துகையில்,
வெட்டி வீழ்த்துவான் உந்தன் சிரத்தையென,
சாபத்தை அளித்தார் சக்திமிக்க வேதியர்.

வேதியர் சாபத்தை வழங்கியதும் பதட்டமாகி,
பெறுவீர் பசுகன்றுப் பொன்பொருள் மிகுதியாக,
மாற்றுவீர் சாபத்தையென மன்றாடி வேண்டினான்,
மறுத்தார் வேதியர் மாற்றமில்லை சாபத்திலென.

சாபத்திலென மாற்றம் சிறிதும் வாராது,
எவ்விதமான வார்த்தைகள் இயம்பிட முயன்றாலும்,
சொல்லியன் அனைத்தும் செயலாகி முடியுமென,
கருத்தினை உரைத்தார் கோபமிக்க வேதியர்.

வேதியர் உரைத்ததை உளத்திலே நினைத்தபடி,
மனதிலோர் பாரத்துடன் முகத்தைத் தொங்கவிட்டு,
பரசுராமர் குடிலுக்குப் போனான் கர்ணன்,
அகத்திலோர் பதட்டம் அவனை வாட்டியது.

(3)சாந்தி பர்வம், பகுதி 3:
ராஜதர்மானுசாசன பர்வம்

வாட்டியது பெருஞ்சோகம் வீரமிக்கான் கர்ணனை,
பிருகுகுலத்து வேங்கை பரசுராமர் கருத்தில்,
கர்ணனிடத்து இருந்தக் கனபலம் சிறப்பென்று,
மனதுக்குப் பிடித்த மாணாக்கனென்று ஆகினான்.

ஆகினான் கர்ணன் அன்புக்குரிய சீடனாக,
புரிந்தான் குருசேவை பிரியம் மிகக்காட்டி,

அமர்ந்தான் தவத்தில் அடக்கினான் மனத்தை,
தகுதியானான் பிரமாஸ்திரத்தால் தாக்கவும் மீட்கவும்.

மீட்கவும் தாக்கவும் மந்திரம் உரைத்து,
மிகவும் நலத்துடன் மாண்புடன் கருத்துடன்,
அறியவும் செய்தான் அதீத பிரமாஸ்திரத்தை,
காலம் சென்றது களிப்புடன் மகிழ்வுடன்.

மகிழ்வுடன் காலம் மிகவேகம் கடந்தது,
பலவிதம் ஆயுதங்கள் பாய்ச்சவும் மீட்கவும்,
கருத்துடன் கற்றான் கர்ணன் அவ்விடத்தில்,
ஒருதினம் கர்ணன் குருவுடன் சென்றிருந்தான்.

சென்றிருந்தான் ஆசிரமத்தின் சுற்றுப்புற இடங்களுக்கு,
விரதங்களின் விளைவாக வலிமை குன்றியதால்,
பிருகுகுலத்தின் வேங்கை பெரிதும் தளர்ந்தார்,
சத்சீடனின் மடியில் சிரம்வைத்து உறங்கினார்.

உறங்கினார் தமக்கு உகந்தவன் கர்ணனென்று,
குருவுக்கோர் சத்சீடன் குறைவேதும் இல்லாதவன்,
தகைமைக்கோர் இடமானவர் தன்மடியில் தலைசாய்க்க,
சிலையைப்போல் அமர்ந்தான் சீர்மிக்கார் உறங்குதற்கு.

உறங்குதற்கு உகந்தபடி அமர்ந்திருந்தான் கர்ணன்,
கொடுக்குபெற்று வலிதரக் கடிக்கும் பூச்சியொன்று,
உணவென்று சீழினை உதிரத்தை உண்ணுவது,
கர்ணனுக்கு அருகாகிக் கடித்தது தொடையை.

தொடையைக் கடித்துத் துளையிட்டு உட்புகுந்து,
உதிரத்தைக் குடித்தபடி வெகுவேகம் சென்றது,
கர்ணனுக்கு பூச்சியைக் கொல்ல இயலவில்லை,
அசைவுற்று நகர்ந்தால் எழுந்திடுவார் குருவென்று.

குருவென்று இருந்தக் கனத்தவ மாமுனிவர்,
உறக்கமுற்று இருந்ததால் எழுப்பிட அஞ்சியவன்,
அமைதியுற்று அமர்ந்திருதான் அத்தனை வலியிலும்,

துளையிட்டு அவ்வண்டுத் தன்போக்கில் சென்றது.

சென்றது தொடைக்குள் உண்டானது பெருவலி,
தாங்குவது வெகுகடினம் தாங்கினான் கர்ணன்,
அசையாது அமர்ந்திருந்தான் ஆசான் உறங்கிட,
பெருகியது குருதி பட்டது குருமீது.

குருமீது உதிரம் கொஞ்சம் பட்டதும்,
திடுக்கிட்டு எழுந்தார் திடமிக்கப் பரசுராமர்,
அச்சமுற்று குருநாதர் அரண்டபடிப் பேசினார்,
என்னசெய்து இவ்விடத்தில் இக்குருதி வரவழைத்தாய்?

வரவழைத்தாய் குருதியை விளம்பிடுக் காரணத்தை,
அச்சத்தை அடையாதே இயம்பிடு உண்மையை,
காரணத்தைக் கூறெனக் கேட்டார் பரசுராமர்,
பூச்சியைக் குறித்துப் பகர்ந்தான் கர்ணன்.

கர்ணன் சொன்னதும் கனத்தவர் பரசுராமர்,
பூச்சியை நோக்கினார் பெரிதான வண்டுக்கு,
கூர்மைப் பல்லுண்டுக் கால்கள் எட்டுண்டு,
உடலை மறைக்க வலுமிக்க முடியுண்டு.

முடியுண்டு ஊசிபோல் மிகவும் தடித்ததாக,
அலர்கமென்றுப் பெயர்கொண்ட அரியவகை பூச்சியது,
வெகுதவத்து முனிவரின் ஒருபார்வை நோக்கியதும்,
அச்சமுற்று உடல்சுருங்கி உதிரத்திலேயே மாண்டது.

மாண்டதுத் தன்னால் மண்வீழ்ந்தக் குருதியிலே,
காண்பது அரிதானக் காட்சியாகும் அந்நிகழ்வு,
வானத்து வழியிலே வந்தான் ஓரசுரன்,
உடல்பருத்துச் செங்கழுத்து உடையவன் கரியவன்.

கரியவன் உடல்திடம் கணத்திலே உறுமாறுபவன்,
மேகத்தின் மீதாக மாயையால் உலவுபவன்,
வணங்கினான் பரசுராமரை விளம்பினான் கருத்தை,
உங்களின் தவபலத்தால் உற்றேன் சாபநிவர்த்தி.

சாபநிவர்த்தி அளித்தீர் சக்திமிக்க முனிவரே,
நரகத்தை மிஞ்சும் நடலையில் நானிருந்தேன்,
உன்னுருவை மீட்கவே அருளினீர் நீவிர்,
நலத்தைச் செய்தீர் நன்றிகள் ஆயிரமென.

ஆயிரமென நன்றிகள் இயம்பிய அரக்கனிடம்,
நீயாரென வினவினார் நிகரிலார் பரசுராமர்,
நரகமான நிலைபட்டதை நவிலுவாய் அனைத்துமென,
முழுதான விவரத்தை மாமுனிவர் வினவினார்.

வினவினார் முனிவர் விளம்பினான் அரக்கன்,
அசுரர் குலத்தவன் அதிதீரன் தன்சனாவேன்,
பிருகுவின் வயதினன் பிறந்தேன் கிருதயுகத்தில்,
அவரின் மனைவியை ஆசையால் கடத்தினேன்.

கடத்தினேன் மனைவியையெனக் கண்டார் பிருகு,
சாபந்தான் அடைந்தேன் சீர்மிக்கார் பிருகுவிடம்,
சிறுநீற்றின் சீழின் சீரிலா இடங்களின்,
புச்சித்தான் அவாயெனப் பிருகுமுனி சபித்தார்.

சபித்தார் என்னைச் சக்திமிக்க மாமுனிவர்,
அம்முனிவர் கோபத்தை அகற்றியதும் வேண்டினேன்,
விளம்புவீர் எனக்கு விமோசனம் எப்போதென,
விளம்பினார் ராமனென வருவான் என்குலத்தானென.

என்குலத்தானென ராமன் அளிப்பான் நிவர்த்தியென,
தன்மனைவியான மாதைத் தகாதவிதம் கடத்தியதால்,
வெகுகடுப்பான சாபத்தை வழங்கினார் பிருகுமுனிவர்,
விமோசனமென எனக்கு வழங்கினீர் விடுதலை.

விடுதலை பெற்றேன் வெகுதவ முனிவரே,
பாவத்தைச் செய்ததால் பெற்றேன் பெருஞ்சாபம்,
என்னை விடுவித்தீர் ஈடிலா மாமுனியே,
உம்மை வனங்கினேன் உளத்திலே மகிழ்வுடன்.

மகிழ்வுடன் வணங்கினான் மாமுனிவர் பரசுராமரை,
அவ்விடம் விட்டு அகன்று சென்றுவிட்டான்,
அதன்பின் பரசுராமர் ஆத்திரமாய் வினவினார்,
பிராமணன் பெருவலியைப் பொறுத்திடல் இயலாது.

இயலாது இச்செயல் எந்த பிராமணனுக்கும்,
க்ஷத்ரியரது சக்தியாகும் காயங்களைத் தாங்குவது,
அச்சத்துக்கு ஆட்படாமல் இயம்புவாய் உண்மையை,
உனைக்குறித்து உரைக்கவேண்டும் உண்மையில்
நீயாரென.

நீயாரென வினவினார் நிகரிலார் ராமர்,
பிராமணரென க்ஷத்ரியரெனப் பிறப்பிலே இரண்டினமும்,
கலப்பான சூதனெனக் கூறினேன் என்குலத்தை,
ராதேயனெனக் கர்ணனென அழைப்பாரென உரைத்தான்.

உரைத்தான் தனுர்வேதம் அறியும் ஆர்வத்தை,
பெறத்தான் இயலாதப் போர்முறை நுணுக்கத்தை,
அறியதான் விரும்பியே இயம்பினேன் பொய்யென்று,
உம்மைதான் குருவென வரித்தேன் மனத்தில்.

மனத்தில் உம்மையே மதித்துத் துதித்தேன்,
தந்தைபோல் குருவெனத் தகைவாளர் உரைப்பாரே,
ஆதலால் உங்களின் ஏற்றமிகுக் குலத்தானென,
மகன்போல் உரைத்தேன் மறைத்தேன் உண்மையை.

உண்மையை மறைத்தேனென விழுந்தான் கால்களில்,
கரங்களைக் குவித்தபடிக் கெஞ்சினான் குருவிடத்தில்,
கோபத்தில் கூடக் கொஞ்சம் நகைத்தபடி,
பேராசையால் பொய்சொன்னாய் பிரமாஸ்திரம்
மறந்துபோகும்.

மறந்துபோகும் பிரமாஸ்திரம் மாவீரா உன்மனதில்,
இறுதிநேரம் சமமான எதிரியுடன் மோதுகையில்,
உன்னிடம் பிரமாஸ்திரம் விலகிவிடும் கர்ணா,
தவறுரைக்கும் ஒருவனுக்குத் தங்குமிடம் இங்கில்லை.

இங்கில்லை உனக்கு இருப்பிடம் இனிமேல்,
வந்தவழி சென்றுவிடு வீரனே மேலும்,
வரத்தை உரைக்கிறேன் வையத்தின் கூத்ரியரில்,
உன்னை நிகர்த்தவன் ஒருவனும் இருக்கமாட்டான்.

இருக்கமாட்டான் சமத்தானென இயம்பினார் பரசுராமர்,
குருநாதரின் கால்களைக் கும்பிட்டு விடைபெற்று,
மீண்டுவந்தான் துரியோதன மன்னனின் சபைக்கு,
கூறிநின்றான் தனுவேதம் கற்றேன் முழுதாகவென.

(4)சாந்தி பர்வம், பகுதி 4: ராஜதர்மானுசாசன பர்வம்

முழுதாகவென தனுர்வேதம் மிகநுட்பம் அனைத்தையும்,
கற்றதாகக் கர்ணன் கூறினான் துரியோதனனிடம்,
மகிழ்வாக துரியோதனனுடன் மிகநட்பு கொண்டிருந்தான்,
நிகழ்வாக சுயம்வரம் நடந்தது கலிங்கத்தில்.

கலிங்கத்தில் சித்ராங்கதத்தின் தலைநகரில் நிகழ்வான,
சுயம்வரத்தில் பங்கேற்கச் சென்றனர் பலவேந்தர்,
வளத்தில் மிகைத்த வெகுபெருத்த நகரினை,
அழைத்தல் ராஜபுரமென அந்நகரில் மாண்புண்டு.

மாண்புண்டு அந்நகரின் மிகச்சிறந்த இளவரசிக்கு,
அரசரென்று பலபேர் அவ்விடம் சென்றதாக,
அறிந்துகொண்டு துரியோதனன் அங்குசென்றான்
பெருந்தேரில்,
அருகுற்றுக் கர்ணனும் அரசனுடன் இருந்தான்.

இருந்தான் சுசுபாலனும் ஈடிலான் ஜராசந்தனும்,
பீஷ்மகன் கபோதரோமன் விக்ரன் நீலனும்,
திடமிக்கான் ருக்மியும் திரண்டிருந்தார் அவ்விடத்தில்,
மகளிர்நாட்டின் மன்னவன் மிகதீரன் ஸ்ரிங்கனும்.

ஸ்ரிங்கனும் அசோகனும் சததன்வனும் போஜவேந்தனும்,
தெற்கிலிருந்தும் வந்திருந்தார் திடமிக்க வேந்தர்கள்,
மிலேசர்களின் மன்னர்களும் மன்றியே திரண்டிருந்தார்,
கிழக்கிருந்தும் வடக்கிருந்தும் கோவானோர் வந்திருந்தார்.

வந்திருந்தார் வேந்தர்கள் அணிந்திருந்தார் அங்கதங்கள்,
தரித்திருந்தார் தங்கத்தில் தகதகக்கும் ஆபரணங்கள்,
அணிந்திருந்தார் பளபளக்கும் ஆடைகள் அணிகலங்கள்,
அமர்ந்திருந்தார் அனைவரும் அணங்கு வருகையில்.

வருகையில் வேந்தர்கள் வரிசையில் நின்றனர்,
அவர்கள் பெயர்களை அரசாட்சியை அறிவித்ததும்,
நடத்தல் செய்தாள் நங்கை அங்கிருந்து,
கௌரவர்கள் துரியோதனனைக் கடந்தாள் அவ்விதமே.

அவ்விதமே துரியோதனனை அகன்று நடந்ததால்,
நில்லென்றே கர்ஜித்தான் நீசமிக்கான் துரியோதனன்,
பெருமையுற்றே தன்னுடன் பீஷ்மரும் துரோணரும்,
துணைவரென்றே இருந்ததால் தூக்கினான் கடத்தினான்.

கடத்தினான் துரியோதனன் காரிகையை அங்கிருந்து,
தேரேறினான் வேகமுற்றான் தன்னகம் அடைந்திடவே,
விகர்தனன் மைந்தன் வந்தான் பின்புறத்தில்,
துரத்திதான் போர்செய்யத் திரண்டனர் வேந்தர்கள்.

வேந்தர்கள் தேர்களில் வந்தார்கள் கோபத்துடன்,
கர்ணன்மேல் துரியோதனன்மேல் கணைகளை
விடுத்தார்கள்,
மழைபோல் அம்புகளை மிகவேகம் பொழிந்தனர்,
அவர்கள் வில்லம்புகளை உடைத்தார் கர்ணன்.

கர்ணன் அம்புகளால் கனமாய்த் தாக்குண்டு,
வில்லும் இழந்தவரும் வில்லுடன் இருந்தவரும்,
அம்பும் விடுப்பவரும் அவ்விருவரைத் துரத்தினர்,
கதையும் கணைகளும் கனவேகம் பறந்தன.

பறந்தனப் பல்லாயுதங்கள் பெருவேகமாய்த் தாக்கிட,
வந்தன அனைத்தையும் வீழ்த்தினான் கர்ணன்,
பாகரென இருந்தவரைப் பூமியிலே சாய்த்தான்,
வேந்தரென இருந்தவரே வந்தனர் பாகரென்றும்.

பாகரென்றும் தேர்செலுத்திப் பார்செய்தும் தாக்குதல்,
இயலாதென்றும் சிலபேர் அங்கிருந்துத் திரும்பினர்,
செல்வோமென்று சொன்னபடிச் சென்றனர் அங்கிருந்து,
கர்ணனதுக் கரத்திறத்தால் கலைந்தோடினர் எதிரிகள்.

எதிரிகள் தாக்குதலால் ஏதொருத் தாக்கமின்றி,
வேகத்தில் துரியோதனன் வந்தான் வஞ்சியுடன்,
அவனருகில் இளவரசியும் அமர்ந்திருந்தாள் மகிழ்வாக,
வந்தார்கள் பெயரிலே வேழமுடைய நகருக்கு.

(5)சாந்தி பர்வம், பகுதி 5:
ராஜதர்மானுசாசன பர்வம்

நகருக்கு வந்தாரென நவின்றார் நாரதர்,
கர்ணனுக்கு உண்டான கனவலிமை நோக்கியவர்,
வீரனிடத்து மோதுதற்கு வைத்தனர் பேரார்வம்,
மகதத்து ஜராசந்தன் மொழிந்தான் விருப்பத்தை.

விருப்பத்தைத் தெரிவித்தான் வெகுதீரன் ஜராசந்தன்,
வ்ருஷ்ணியரை அந்தகரை வெகுத்துயரில் ஆழ்த்தியவன்,
பெரும்பலத்தை உடையவன் பார்போற்றும் மாவீரன்,
தேவாஸ்திரங்களை அறிந்தவன் தாக்கினான் கர்ணனை.

கர்ணனைத் தாக்கினான் கனவீரன் ஜராசந்தன்,
பலவகை ஆயுதத்தால் போர்தனைச் செய்தனர்,
அம்புகளை முழுவதும் இழந்தனர் இருவரும்,

கத்திகளை உடைத்தனர் கனவில்லும் உடைந்தது.

உடைந்தது பெருந்தேர்கள் உருண்டனர் தரையிலே,
வெறுங்கரத்து மோதல் விளைந்தது அவ்விடத்தில்,
கர்ணனது திறத்தினால் கனமான ஜராசந்தனை,
பிய்த்தெடுத்து இருதுண்டாய்ப் பிரிக்கவே முயன்றான்.

முயன்றான் கிழித்தெடுக்க முழுமையான ஒருடலை,
ஜராவின் கரத்தால் சேர்ந்ததானத் துண்டுகளை,
கிழித்துதான் எடுக்கையில் கனவீரன் ஜராசந்தன்,
துடித்துதான் நவின்றான் திடமிக்கக் கர்ணனிம்.

கர்ணனிடம் ஜராசந்தன் கூறினான் பெருவலியில்,
இதுபோதும் கர்ணா என்மனம் நிறைந்தது,
நட்போவோம் நாமென்று நவின்றான் கர்ணனிடம்,
மாலினியாம் நகரத்தை மனமுவந்து வழங்கினான்.

வழங்கினான் நகரத்தை வலுமிக்கான் கர்ணனுக்கு,
இதுவரைதான் தோல்வியே அடையாதவன் ஜராசந்தன்,
அங்கத்தின் வேந்தன்மட்டும் ஆகியவன் கர்ணனை,
சம்பத்தின் வேந்தனென்றும் சொன்னான் ஜராசந்தன்.

ஜராசந்தன் சொன்னதால் சிந்தைகுளிர்ந்தான்
துரியோதனன்,
உயிர்நண்பன் கர்ணனின் உரத்தையும் திடத்தையும்,
கண்டதும் துரியோதனன் களிப்பிலே மிதந்தான்,
அகிலமுழுதும் வென்றவனையே அடக்கினான் கர்ணன்.

கர்ணன் பெற்றான் கனப்புகழை அத்தினத்தில்,
இந்திரன் அஞ்சினான் உனக்குதான் ஆபத்தென,
இறைஞ்சினான் கவசத்துடன் உயிர்காக்கும் குண்டலத்தை,
தேவரின் மாயையால் தந்துவிட்டான் கர்ணனும்.

கர்ணனும் சாவதற்குக் காரணம் இதுவாகும்,
குண்டலமும் கவசமும் காக்கவே இல்லாததால்,
கண்ணனும் காண்டீபனும் கொன்றிட முடிந்தது,

பிராமணரின் சாபமும் பற்றியது கர்ணனை.

கர்ணனை ராமரும் கடுப்புடன் சபித்திருந்தார்,
ரகசியத்தை உரைத்து அவனாற்றலைக் குறைத்து,
பாண்டவரைக் காத்திருந்தாள் ப்ரீதாவாம் குந்தியும்,
அவனைத் தாக்கியது இந்திரனின் மாயையும்.

மாயையும் தாக்கி மனதைக் கலக்கியதும்,
மாவீரனாம் கர்ணனை மாண்பிலா அரைரதனென,
தூற்றவும் செய்தததான துவேஷமிக்க துரோணரும்,
ஆற்றலைக் குறைத்த ஆர்த்யாயனி சல்லியனும்.

சல்லியனும் கூறியச் சுடுசொற்கள் தாக்கியதால்,
தன்மனம் நொடிந்தான் திடமிக்க மாவீரன்,
ஆகினும் அவ்வீரனை அறவழியில் கொன்றிட,
அர்ஜுனனும் முயன்றும் அவனிடம் பலமில்லை.

பலமில்லை அர்ஜுனனுக்குப் பெருவீரனிடம் மோதிவிட,
முயற்சிகளைச் செய்து முறைப்படிப் போரிட்டு,
தளர்ச்சிகளை அடைந்தான் தனஞ்செயன் அக்களத்தில்,
பெருஞ்சிக்கலை அடைந்துப் பார்த்தன் நொடிந்தான்.

நொடிந்தான் பார்த்தனென நிகரிலான் கண்ணன்,
அளித்தான் கர்ணனை அழிக்கும் வழிமுறையை,
உருத்திரன் இந்திரன் எமன் வருணனுடன்,
குபேரன் துரோணரின் கணைகளால் வென்றான்.

வென்றான் கிருபர் வழங்கிய கணைகளாலும்,
சூரியன் போலிருந்தச் சீற்றமிக்கக் கர்ணனை,
கொன்றான் அர்ஜுனன் கண்ணன் உதவியதால்,
இவ்விதந்தான் உன்னண்ணன் விழுந்தான் உயிரிழந்து.

உயிரிழந்து வீழவைக்க வெகுபேரதுப் பங்குண்டு,
சாபமென்று மாயையென்றுச் சாய்த்தனர் பலபேரும்,
ஏச்சென்று பேச்சென்று ஆர்த்யாயனியும் பீஷ்மரும்,
கர்ணனுக்கு அழிவினைக் கொடுத்தனர் குழுவாக.

குழுவாகப் பலபேர் கொன்றனர் கர்ணனை,
வீரமாகப் போரிட்டு வீழ்வுற்ற மாவீரனுக்கு,
வருத்தமாகச் சோகத்தில் வாடாதே கர்ணா,
சிம்மமாக வாழ்ந்தவன் சென்றுவிட்டான் சொர்க்கத்துக்கு.

(6)சாந்தி பர்வம், பகுதி 6:
ராஜதர்மானுசாசன பர்வம்

சொர்க்கத்துக்குச் சென்றுவிட்டான் சீர்மிக்கான் கர்ணன்,
வருத்தத்துக்கு இடமில்லை விட்டுவிடு சோகத்தையென,
கூறிவிட்டு நாரதர் கனிவுடன் முடித்தார்,
ராஜவம்சத்து ரிஷியானவன் யுதிஷ்டிரன் தியானித்தான்.

தியானித்தான் மனத்தைத் தாக்கும் சோகத்துடன்,
சோகத்தின் தாக்குதலால் சிந்தினான் கண்ணீரை,
வருத்தத்தின் காரணமாய் உளத்திடம் அகன்றிட,
புலன்களின் செயலிழந்துப் பேதையானான் பெருஞானி.

பெருஞானி யுதிஷ்டிரன் பெற்றிருந்த சோகத்தில்,
பெருவேதனை அடைந்ததால் ப்ரீதாவம் குந்திதேவி,
இனிதான வார்த்தைகளை இயம்பினாள் யுதிஷ்டிரனுக்கு,
பலமானக் கரத்தானே பகருவதைக் கேளாய்.

கேளாய் என்சொல்லைக் குருவேந்தே யுதிஷ்டிரா,
வீணாய் வருந்தாதே வேதனையில் வாடாதே,
வருத்தமாய் இருப்பதை முடிப்பதாய் முடிவெடு,
கர்ணனைப் பலமுறைக் கெஞ்சினேன் உன்பொருட்டு.

உன்பொருட்டு அவனை வந்துவிடுப் பாண்டவரோடென,
அறிவுறுத்திப் பலமுறை அன்பாகப் பேசினேன்,
மனிதனுக்குச் சூரியனும் மொழிந்தார் அக்கருத்தையே,
பக்தனுக்கு நண்பனுக்குப் பிள்ளைக்கு அறிவுறுத்தினார்.

அறிவுறுத்தினார் பலவிதமாய் இக்கருத்தைப் பரிதியும்,
நாங்களிருவர் பலவிதம் நவின்றாலும் கர்ணனிடத்தில்,
அணுவளவோர் மாற்றமும் ஏற்படுத்த இயலவில்லை,
கௌரவர் துணைவனானான் காலத்தின் உந்துதலால்.

உந்துதலால் கர்ணன் உன்னிடம் மோதவந்தான்,
பாண்டவர்கள் அழிவையே புத்தியிலே வைத்திருந்தான்,
ஆதலால் அதற்குமேல் அவனிடம் பேசவில்லை,
காலத்தில் நிகழ்வதற்குக் கிடையாது மாற்றம்.

மாற்றம் இல்லையென மொழிந்தார் குந்திதேவி,
அழுகையும் ஆத்திரமும் ஆற்றாமையும் சேர்ந்துவிட,
கோபம் மிகைத்தவனாய்க் கூறினான் யுதிஷ்டிரன்,
ரகசியம் காத்ததால் அழிந்தவன் நானாவேன்.

நானாவேன் உன்னால் நசிவுற்று வீழ்ந்தவன்,
மாதர்களின் ரகசியம் மனத்திலே தங்காமல்,
வெளிப்படும் என்பதை விடுக்கிறேன் சாபமாக,
ரகசியம் மாதரிடம் அரைநொடியும் தங்காது.

தங்காது ரகசியமெனத் தந்தான் சாபத்தை,
நண்பரது உறவினரது நிலைகண்டு மனம்புழுங்கி,
ஞானத்து ஒளியான நல்லவன் யுதிஷ்டிரன்,
நீருபூத்த நெருப்பென்று நெஞ்சத்தில் குமுறினான்.

(7)சாந்தி பர்வம், பகுதி 7:
ராஜதர்மானுசாசன பர்வம்

குமுறினான் நெஞ்சத்திலெனக் கூறினார் வைசம்பாயனர்,
மனதுதான் நெருப்பென மிகவும் வாட்டவே,
புலம்பினான் சோகத்திலே பெருவீரன் கர்ணனுக்கென,
விளம்பினான் விபத்சுவிடம் வீணழிவு நேரிட்டதாய்.

நேரிட்டதாய் உரைத்தான் நலமிலாப் பெரும்போர்,

தவசீலராய் நாமெலாம் தசர்ஹருடன் வ்ருஷ்ணியருடன்,
அந்தகராய் இருந்தோருடன் இருந்திருந்தால் இவ்விதத்தில்,
பேரழிவாய் ஏதுமே பாருலகில் வந்திராது.

வந்திராது இத்தனை வேதனைதரும் பேரழிவு,
உறவினரது நண்பரது உயிர்களும் போயிராது,
தோற்றவராய் கௌவர்கள் தெரிந்தாலும் அவர்கள்,
வென்றவராய்ப் புண்ணியத்தில் வாழுகிறார்
சொர்க்கத்தில்.

சொர்க்கத்தில் வாழுகிறார் செத்தழிந்து வீழ்ந்தவரும்,
வெற்றிகள் பெற்றாலும் வீழ்வுற்றோம் நாமெலாம்,
சாகடித்தல் செய்தோம் செத்தவர்கள் நம்மவரே,
கூத்ரியர்கள் தருமத்தில் சிறிதும் நலமில்லை.

நலமில்லை உடல்பலத்தில் நிகரிலாப் போர்த்திறத்தில்,
நலமில்லைக் கோபத்தில் நலமில்லை வேகத்தில்,
படுகொலை செய்திடும் பாதகத்தில் தள்ளினவே,
இவைகளை கடைப்பிடித்து ஈனராக வீழ்வுற்றோம்.

வீழ்வுற்றோம் நமது வலிமையினால் நாமேதான்,
தன்னடக்கம் மன்னிப்புத் தூயகுணம் துறவறம்,
பணிவுடன் புலனின்பம் புகாத நன்மனம்,
அஹிம்சையுடன் உண்மை அளிக்கும் மேன்மையை.

மேன்மைகள் அளிக்குமென மிகப்பெரும் போர்செய்தோம்,
பெருமைகள் திமிர்குணம் பேராசைகள் தீயகுணம்,
ஆட்சியில் ஆசைகளென அடைந்திருந்தோம்
கீழ்மைகுணம்,
அவைகள் நம்மை அழுத்தியே வீழ்த்தின.

வீழ்த்தின நம்மை வீணான ஆசைகள்,
உலகத்தினை ஆளவே உளங்கொண்ட உறவினரை,
ஆயுதத்தினைக் கொண்டு அழித்தோம் வீழ்த்தினோம்,
மூவுலகினைப் பெற்றாலும் முடிவில்லை சோகத்துக்கு.

சோகத்துக்கு ஆட்பட்டேன் சிந்தனை கலங்கினேன்,
பூமிக்கு ஆசைப்பட்டுப் பெருவேந்தர் அனைவரையும்,
அழித்துத் தள்ளிவிட்டு அடைந்தேன் அரசாட்சியை,
உயிர்பெற்று இருந்தாலும் அழுத்துகிறது பெருஞ்சோகம்.

பெருஞ்சோகம் என்மனதில் பெருகியே வந்தது,
இறைச்சியாகும் உணவுக்கு எண்ணற்ற நாய்கள்,
போட்டியிடும் விதத்திலே போட்டியிட்டேன் நானும்,
வென்றதும் அவ்விறைச்சி வழங்கவில்லை மகிழ்வை.

மகிழ்வை அடையவில்லை மனத்துயரை அடைந்தேன்,
இறைச்சியைப் பெற்றாலும் அதனை விரும்பாமல்,
இறந்தவரைக் குறித்து எண்ணுகிறேன் மனத்தில்,
இப்புவியைக் குறித்து எதற்காகக் கொன்றேன்?

கொன்றேன் ஆனால் கிடையாது நலமேதும்,
பூமியின் யானைகளின் புரவிகளின் பசுக்களின்,
பொன்பொருளின் பொருட்டாகவும் பொருந்தாதே
அக்கொலைகள்,
பேராசையின் பொருட்டாகப் போகவிட்டேன் எமனிடம்.

எமனிடம் சென்றுவிட்டார் ஈதேதும் இல்லாதவர்,
தவமும் பிரமசரியமும் தன்னடக்கமும் உண்மையும்,
நோற்றுதான் தந்தையர் நாடுகிறார் குழந்தைபெற,
விரதமுடன் பூசைகளால் உண்டாகிறார் மாதர்கள்.

மாதர்கள் கருவுறுதல் மிகபலத்த நோன்புகளால்,
மாதங்கள் பத்தாகும் மாதாவிடம் கருவளர்ச்சி,
சோகங்கள் பலதாக்கிச் சிந்தனை குழம்பி,
பிறத்தல் எளிதாகுமா பிள்ளைக்கென வருந்துவார்.

வருந்துவார் அன்னையர் வாழுமா இக்குழந்தையென,
எண்ணுவார் இக்குழந்தை எவ்விதம் வளருமென்று,
எண்ணுவார் இக்குழந்தை இவ்வுலகில் அவ்வுலகில்,
மேலானவர் ஆவாரா மாண்புடன் வாழ்வாராவென.

வாழ்வாரென மைந்தர்பெற்றி விளம்புவார் அன்னையர்,
வீழ்ந்தாரென இக்களத்தில் வெகுபலக் குழந்தைகள்,
இளமையான வயதிலே எச்சுகமும் நுகராமல்,
போற்றோரான உன்னதருக்குப் பயனின்றி மாண்டனர்.

மாண்டனர் வேள்விகளால் மிகநன்மை அடையாமல்,
சென்றனர் எமனிடம் செத்தனர் போர்க்களத்தில்,
இறந்தனர் பெற்றவர் இவர்களால் பலன்பெறுமுன்,
இருந்தனர் பொருளாசையுடன் ஆத்திரத்துடன்
பொறாமையுடன்.

பொறாமையுடன் கோபத்தில் பொங்கும் மனநிலையும்,
நலமேதும் பெற்றால் நெகிழும் வெகுமகிழ்வும்,
உடையதாம் மனத்தாராய் உள்ளவர் வெற்றிபெற்றும்,
சுகமேதும் அடைந்திடார் சுகமிழந்தேன் நானும்.

நானும் உரைக்கிறேன் நமனுலகம் சென்றுவிட்ட,
கௌரவரும் பாஞ்சாலரும் கொலையுண்டு வீழ்ந்துவிட்டார்,
சொர்க்கம் சேர்ந்துவிட்டார் சிறிதும் வருத்தமில்லை,
வென்றும் தோற்றேன் வேதனையே எனதுநிலை.

எனதுநிலை இவ்விதம் ஈனமாய் ஆனதற்கு,
காரணத்தை உரைத்தால் கூறுவேன் கௌரவரென,
பாண்டவரை அழிக்கவே பகைமனம் கொண்டவனாய்,
கேடுகளைச் செய்தான் குருவேந்தன் துரியோதனன்.

துரியோதனன் எப்போதும் தீதான சிந்தைகொண்டான்,
வெறுப்புடன் ஏமாற்றினான் ஒருதவறும் செய்யாதோரை,
ஏமாற்றும் குணத்தினன் ஏமாற்றினான் நம்மையும்,
நாமும் அவர்களும் நலமேதும் அடையவில்லை.

அடையவில்லை வெற்றியை இருபுறமும் இப்போரில்,
புவியினை ஆளவே பேராசை படைத்திருந்தோம்,
இறப்பினை அடைந்ததால் இனிமேல் திருதராஷ்டிரர்கள்,
இசைகளை மாதர்களை அனுபவிக்க வாய்ப்பில்லை.

வாய்ப்பில்லை கௌரவர்கள் வெல்லுவது எப்போதுமே,
நற்சொல்லை நவின்றாரை நயமின்றி விலக்கிவிட்டு,
கெட்டதைச் சொன்னவரையே கொண்டனர் துணைவராய்,
பெரும்பொருளை வைத்திருந்தும் பலனில்லை
மாண்டதால்.

மாண்டதால் கௌரவர்கள் மண்ணையும் ஆண்டிடார்,
பாண்டவர்பால் கொண்டிருந்தப் பொறாமைப்
பெருந்தீயால்,
வாழுங்கால் அவர்களுக்கு வரவில்லை மகிழ்வேதும்,
பாண்டவர்கள் வளங்கண்டுப் பொறாமை சுயோதனனுக்கு.

சுயோதனனுக்குப் பொறாமை சிந்தையில் வந்ததென்று,
வெளிறிவிட்ட முகங்கண்டு உருகிவிட்ட உடல்கண்டு,
வேந்தனிடத்து சகுனி விளம்பினான் கருத்தை,
மைந்தனது பாசத்தால் மன்னவனும் துணையாகினான்.

துணையாகினான் வேந்தன் துரியோதனன் திட்டத்துக்கு,
விதுரானவரின் நன்மொழியை விடுத்தான் கேளாமல்,
பீஷ்மரின் சொற்களும் பெறவில்லை மரியாதை,
ஆசைகளின் வழியிலே அரசனும் சென்றுவிட்டான்.

சென்றுவிட்டான் சுயோதனன் சொன்னதானப்
பாதையிலே,
பெருவேந்தன் திருதராஷ்டிரனுக்கும் பெருவேதனை
எனைப்போல,
உறவினன் என்றொருவன் விளம்பத்தகாச் சொற்களை,
விளம்பினான் சுயோதனன் வீழ்வுற்றான் தன்சொல்லால்.

தன்சொல்லால் விளைந்தத் தகாத நிகழ்வுகளால்,
பெருமோதல் விளைத்தான் பீடிலாதான் துரியோதனன்,
தீயவைகள் திரண்டுவந்தத் தாக்கின கொடுநட்சத்திரமாய்,
குலத்தார்கள் அழிந்தது கேடன் துரியோதனனால்.

துரியோதனனால் அன்றோ துயரங்கள் விளைந்தன,
கௌரவர்கள் குலத்தையே கேடுற்று விழவைத்தான்,

பலபேர்கல் சுயோதனனால் போரிட்டு வீழ்ந்ததற்கு,
ஆட்சியில் திருதராஷ்டிரர் அமர்த்தியதே காரணம்.

காரணம் சுயோதனனே கேடுகள் நேர்ந்ததற்கு,
நாமெலாம் வருந்தவே நிகழ்ந்தனக் கேடுகள்,
எதிரிகளும் மாண்டனர் என்றாலும் நாம்செய்தது,
பாவமாகும் என்பதையே பகருகிறேன் முடிவாக.

முடிவாக அவனது மணிமகுடம் அரசாட்சி,
வளமாக இருந்தவை விட்டுதான் அகன்றன,
அழிவாக வீழ்ந்தனர் அத்தனை எதிரிகளும்,
அமைதியாக மனமும் இப்போது சிந்திக்கிறது.

சிந்திக்கிறது பகைமையின்றிச் சிந்தையோ குழம்புகிறது,
தனஞ்செயனிடத்து யுதிஷ்டிரன் தெரிவித்தான் கருத்தை,
பாவஞ்செய்து வீழ்ந்தவர் பாவத்தை நீக்கிட,
நலஞ்செய்து பாவத்தை நவின்றிடல் வேண்டும்.

வேண்டும் செய்ததை விளம்பரமாய் உரைத்தல்,
விரதமும் காத்து வேள்விகளும் செய்து,
தீர்த்தங்களும் தரிசித்துத் தானங்களும் செய்தபின்பு,
மனமுழுதும் நல்லவற்றை மாண்புடன் நிறைக்கவேண்டும்.

நிறைக்கவேண்டும் மனத்தில் நன்னெறியின்
கருத்துக்களை,
அதற்குமேலும் துறவறம் ஏற்பதாகும் இன்னொருவழி,
இவையனைத்தும் வழிகளாக இருந்தபோதும் இவற்றிலே,
துறவறம் மட்டுமே தரணியில் மிகமேன்மை.

மிகமேன்மை தருவது மனமுவந்தத் துறவறமே,
துறவறத்தை மேற்கொண்டால் தொடராது புதுப்பாவம்,
முன்வினையை அனைத்தும் முழுதாக அழித்தபின்பு,
பிறப்பிறப்பைக் கடக்கலாம் பீடுடையத் துறவறத்தால்.

துறவறத்தால் பிரமத்தை தரிசிப்பார் மாந்தர்,
ஆதலினால் நானும் அண்டுவேன் வனத்தை,

விடைதருதல் வேண்டும் விஜயனே எனக்கு,
இருமைகள் கடந்து அடைவேன் ஞானத்தை.

ஞானத்தை அடைவேன் நானேதும் பேசிடேன்,
என்கண்ணைக் கொண்டுநான் அறிந்தேன் உண்மையை,
வேதநெறியைக் கற்றதாலும் விளங்கியது இக்கருத்தே,
பொருளாசையைக் கொண்டவர் பெற்றிடார் ஞானமென.

ஞானமென அடையவே நன்மனம் கொண்டேன்,
பூமியென இருப்பதன் பேரரசினை அடைவதற்கு,
போரெனச் செய்தேன் பெரும்பாவம் அடைந்தேன்,
பிறப்பிறப்பென இருப்பவை பொருளாசையால் நேரிடும்.

நேரிடும் பாவங்கள் நீங்கிடும் விதமாக,
நாடும் ஆட்சியும் நகரமும் சுகங்களும்,
உலகம் அனைத்தின் ஓட்டும் உறவும்,
விலக்கிடும் நோக்கத்தில் வனத்தினுள் ஏகுவேன்.

ஏகுவேன் வனத்தில் அறுப்பேன் பந்தத்தை,
விரும்பிடேன் வெறுத்திடேன் வைப்பேன் நடுநிலை,
அர்ஜுனன் நீயே ஆளுவாய் இவ்வுலகை,
எதிரிகளின் கூட்டம் இல்லாமல் நீங்கியது.

நீங்கியதுப் பகைமைகள் நிறைந்தது நன்னலம்,
கௌரவரது அரசாட்சியைக் கருத்துடன் நடத்திடு,
ஆட்சிக்கு சுகத்துக்கு அகத்திலே விருப்பமில்லை,
வனத்துக்கு செல்வேன் வாழுவேன் முனிவனாக.

முனிவனாக வாழவே மனதிலே விரும்பியதை,
கருத்தாக உரைத்தவன் கௌரவன் யுதிஷ்டிரன்,
அமைதியாக அமர்ந்தான் அர்ஜுனன் அண்ணனிடம்,
பதிலாகப் பகர்ந்தான் பாங்குடன் பணிவுடன்.

(8)சாந்தி பர்வம், பகுதி 8: ராஜதர்மானுசாசனப் பர்வம்

பணிவுடன் அர்ஜுனன் பேசத் துவங்கினாலும்,
அவன்முகம் கோபத்தில் அக்கினியாய்த் தெரிந்தது,
வாயின் இருபுறமும் வழித்தான் நாவினால்,
வேந்தன் யுதிஷ்டிரனிடம் விளம்பினான் கருத்தை.

கருத்தை உரைத்தான் கருத்திலே வெகுகனம்,
சிரிப்பை உதிர்ப்பதாகச் சீரமைத்த முகத்துடன்,
வேதனை விளைக்கும் வார்த்தை விளம்பினீர்,
எத்தனை வருத்தம் இத்தகைய வார்த்தையில்.

வார்த்தையில் இவ்விதம் விளம்பும் விதமாக,
உள்ளத்தில் அதிர்வுகள் உண்டானதே உமக்கு,
ஆதலால் நானும் அடைகிறேன் வேதனையை,
வெற்றியைப் பெற்றீர் வானுலக தேவரென.

தேவரென நீவிர் தாக்கினீர் வென்றீர்,
எதிரியென இருந்தவர் எல்லோரையும் கொன்றீர்,
க்ஷத்ரியரென இருப்பவர் செயத்தக்கதான செயல்செய்து,
வெற்றியென அடைந்தீர் வந்ததேன் கீழ்மைகுணம்.

கீழ்மைகுணம் வந்ததால் கருத்தின்றிப் பேசுகிறீர்,
ஆண்மைகுணம் இல்லாதவன் அரசனாவது கிடையாதே,
காலநேரம் கருதிக் கனச்செயல் செய்யாதவரும்,
அரசாளும் வாய்ப்பில்லை விளைத்ததேன் பெரும்போரை?

பெரும்போரைச் செய்துப் பலபேரைக் கொன்று,
க்ஷத்ரியரை மகிழ்விக்கும் செயல்செய்தீர் வேந்தரே,
துறவறத்தை ஏற்றால் தரணியிலே சுகமில்லை,
பொன்பொருளை விடுத்தவர்க்குப் பொருந்தாது எச்சுகமும்.

எச்சுகமும் இல்லை இருப்பவரும் விலகுவார்,

மனைவியையும் மைந்தரையும் மண்ணையும் பசுக்களையும்,
நாட்டையும் விட்டுவிட்டால் நலமேதும் விளையாதே,
சந்நியாசம் பெற்றீரெனில் சாருமே பழிச்சொல்.

பழிச்சொல் உண்டாக்கும் பாதக வழியாக,
துறவறத்தில் மனத்தைத் திருப்பியது எதற்காக?
க்ஷத்ரியர்கள் குலத்தில் சக்தியுடன் பிறந்தீர்,
பெரும்போரில் வீரத்துடன் புவனத்தை வென்றீர்.

வென்றீர் இவ்வுலகை வென்றபின் இவ்விதம்,
செல்லுவீர் வனமெனச் சொல்லுவது எதற்காக?
சென்றீர் வனமென்றால் சாருமோ தவபலமும்?
இழப்பீர் காமார்த்தம் இல்லையே நலமேதும்.

நலமேதும் இல்லாது நீவிர் வனமேகினால்,
காவலேதும் இல்லாமல் கதறுவார் உலகமாந்தர்,
வேள்விகளும் அழிவுறும் வளமைகளும் குன்றிவிடும்,
அதில்வரும் பாவமும் அண்டுவது உமைத்தான்.

உமைத்தான் சாரும் உலகத்தோர் பாவங்கள்,
ஆளத்தான் மனமின்றி அழிவீரென விட்டால்,
பெறத்தான் செய்வீர் பெரிதான பாவத்தை,
நகுஷன் இவ்விதமே நலிந்தான் பாவத்தில்.

பாவத்தில் வீழ்ந்தான் பேரரசன் நகுஷன்,
பொருளில் பற்றின்றிப் பீடிலா நிலைபட்டு,
உலகில் துடிதுடித்து உரைத்தான் கருத்தை,
வறுமையில் நலமில்லை வேதனைதான் வறுமையால்.

வறுமையால் நலமேதும் விளையாது இவ்வுலகில்,
முனிவர்கள் பொருளின்றி மிகத்தவம் புரியலாம்,
அடுத்தநாளில் வேண்டியதை இத்தினத்தில் சேர்க்காத,
கேடுவழிகள் ரிஷிகளுக்குக் கானகத்தில் பொருந்தும்.

பொருந்தும் கேடுகளே பொருளிலா ஈனரிடம்,

ராஜதர்மம் கடைப்பிடிக்க இருக்கவேண்டும் பொருளுடன்,
எவனிடம் பொருளை எடுத்தே கவர்ந்தாலும்,
அவனிடம் வேதநெறியும் அகன்றே விலகும்.

விலகும் வேதவழி வேள்விகள் தவநெறி,
நமக்கும் பலவித நசுவுகள் கேடுகளை,
விளைத்தும் கேடுசெய்தும் வெகுத்துயரம் செய்தவரை,
மன்னிக்கும் செயலை மனிதர்கள் செய்திடார்.

செய்திடார் வறியவர் சீர்மிக்க நற்செயலை,
அருகுளார் வறியரெனில் அவர்மீதுப் பழிபேசி,
பொய்கூறுவார் உலகத்தில் பொருள்பலம் மிக்கவர்,
வறியவர் வாழ்விலே வெகுபாவம் நேரிடும்.

நேரிடும் பலவித நீசங்கள் வறுமையால்,
துறவறம் பெரிதெனத் தெரிவித்தீர் வேந்தரே,
அவ்விதம் புகழ்ந்ததில் ஏதும் கருத்தில்லை,
தோல்வியும் வறுமையும் துன்பம் விளைக்கும்.

விளைக்கும் தோல்வியும் வறுமையும் ஒருமுடிவை,
தோற்றாலும் வருத்தம் துரத்தியே வந்திடும்,
வறுமையிலும் அவ்விதமே வாட்டம் மேம்படும்,
மலையாகும் பொருளிருந்தால் மன்றும் நலங்கள்.

நலங்கள் நேருதல் நலமானப் பொருள்பலத்தால்,
வேள்விகள் மகிழ்வுகள் விளைவதும் பொருள்பலத்தால்,
சொர்க்கத்தில் வாழ்வும் சேரும் பொருள்பலத்தால்,
மகிழ்வுகள் அனைத்தும் மன்றுதல் பொருள்பலத்தால்.

பொருள்பலத்தால் அன்றிப் பாருலகில் மகிழ்வில்லை,
உணவுகள் அடுத்தவேளை வேண்டுமென நினைத்தாலும்,
மற்றவர்கள் கால்களில் மண்டியிட்டுக் கிடக்கவேண்டும்,
அறிவீனத்தில் வீழ்ந்தவரே அழிப்பார் தன்பொருளை.

தன்பொருளை அறிவீனர் துறப்பார் அழிப்பார்,
வெம்மைத் தாக்கத்தால் வடிந்து காய்ந்துவிடும்,

சிறுநதியைப் போலவே சீலமிலார் பொருளிழப்பார்,
பொருளைப் பெற்றார்க்குப் பாருலகே நட்பாகும்.

நட்பாகும் உறவாகும் நல்லவைகள் சேர்ந்துவரும்,
பொருள்பலம் பெற்றவரைப் பேரறிவைப் பெற்றவரென,
புகழும் பாருலகே பெருந்தவற்றையும் மன்னிக்கும்,
பொருளேதும் இல்லாதவர் பெறுவது தோல்வியே.

தோல்வியே கிட்டும் துவங்கிடும் வேலைகளில்,
பொருளையே அண்டிதான் பாருலகே நடைபெறும்,
ஒருபொருளே பலபொருளை இழுத்துவரும்
பொருளுளார்க்கு,
ஒருயானையே பலவற்றை வரவழைத்துப் பழக்குவதாய்.

பழக்குவதாய் மனமும் பாங்குறும் பொருளிருந்தால்,
வேதநெறியாய் வெகுமகிழ்வாய் உளத்திட்பமாய்
வீரதீரமாய்,
வேட்கையாய் அறிவாற்றலாய் வளமையாய்
தன்மதிப்பாய்,
எதுவாய் இருந்தாலும் ஏற்படுதல் பொருள்பலத்தால்.

பொருள்பலத்தால் உண்டாகும் பெருங்குடியின்
மேன்மைகள்,
பொருள்வந்தால் வேதநெறியும் புண்ணியமும் உடன்வரும்,
மலையிருந்தால் நதியும் நதிவந்தால் சோலையுமென,
ஒன்றுவந்தால் மற்றதும் ஒன்றியே வந்துவிடும்.

வந்துவிடும் நலமெலாம் வளமைகள் கிடைத்துவிட்டால்,
இளைத்துவிடும் தோற்றமட்டும் இளைத்ததாய் ஆகாது,
பசுக்களும் குதிரைகளும் பணியாளர்களும் விருந்தினரும்,
எவரிடம் இல்லையோ அவர்தாம் இளைத்தவர்.

இளைத்தவர் ஆகாதீர் இந்திரரென வென்றவரே,
எண்ணுவீர் தேவர்களும் அசுரர்களும் நடப்பதை,
தேவர்களும் அசுரர்களும் தம்பியரும் அண்ணன்களுமென,
இருந்தாலும் எப்போதும் அழிக்கிறார் மற்றவரை.

மற்றவரை அழிப்பது மிகப்பொருளைப் பெற்றிடவே,
பிறர்பொருளை நாடுதல் பிழையென நினைத்துவிட்டால்,
நாடுகளை ஆளுவதும் நெறிகளைக் கடைப்பிடிப்பதும்,
கூத்ரியர்களை விட்டகலும் சந்தேகம் ஏதுண்டு?

ஏதுண்டு மாற்றாக ஏதேனும் கருத்து,
வேதமறிந்து உணர்ந்தவர்கள் விளம்பியது இக்கருத்து,
நாடாண்டு வாழுபவர் நிதமும் மூன்றுவேதம்,
ஓதுவது வேண்டுமென்று உரைத்தார் கடமையை.

கடமையை மேலும் கூறினார் மேலோர்,
எதிரியை அழிப்பதும் அவர்பொருளை எடுப்பதும்,
வேள்விகளை நிகழ்த்துவதும் வேந்தருக்குக் கடமைகளே,
சொர்க்கத்தை தேவர்கள் சொந்தமாக்கியது
சண்டையால்தான்.

சண்டையால்தான் வென்றனர் சூரர்களை தேவர்கள்,
ஆகையால்தான் பேரிலே ஏதுமில்லைத் தவறென்று,
வேதங்கள் இதனையே விளம்புகின்றனப் பாடல்களாய்,
கற்றல் கற்பித்தல் வேள்விசெய்தல் கடமைகள்.

கடமைகள் செய்யவே கயவர்போல் பிறர்பொருளை,
போர்கள் செய்துப் பெறுபவர் கூத்ரியர்,
வளங்கள் மேம்படுத்தும் வழியாகும் போர்முறையை,
தள்ளுதல் ஒருபோதும் தகாது வேந்தருக்கு.

வேந்தருக்கு மட்டுமல்ல வாழ்ந்திருக்கும் அனைவருக்கும்,
பொருளுக்கு ஆசைவந்தால் பாவமின்றிப் பொருளில்லை,
அவ்விதத்துப் பொருளை எங்கிருந்து ஈட்டினாலும்,
அதிலுண்டு சிறுபாவம் அகற்றுவது இயலாது.

இயலாது பாவமின்றி எப்பொருளும் ஈட்டுவது,
உலகத்து வேந்தரெலாம் வாழுவதும் இப்படித்தான்,
எதிரியதுப் பொருளை எப்பாடு பட்டேனும்,
வெல்லுவது செய்தபின் விளம்புவார் தமதென்று.

தமதென்று உரைப்பார் தந்தைசொத்தைத் தனயனென,
வேந்தரது கடமையென்று வேங்கையான ராஜரிஷிகள்,
விளம்பியது இக்கருத்தே வேண்டாமே சந்தேகம்,
நீர்நிலையது நீர்தரலாய்க் கருவூலமது பொருள்தரும்.

பொருள்தரும் கருவூலத்தைப் போர்செய்து
நிறைத்தால்தான்,
மீண்டும் அப்பொருள் மக்களிடம் சென்றுசேரும்,
கருவூலம் பெருத்தக் கடலெனக் கொண்டான்,
நாட்டுநலம் பேணவே நிகழ்த்தலாம் செலவுகளை.

செலவுகளைச் செய்யவே சேர்க்கவேண்டும்
பெரும்பொருளை,
இவ்வுலகம் ஆண்டவர் இதற்குமுன் பலவேந்தர்,
திலீபனும் நஹுஷனும் அம்வர்ஷனும் மண்டத்ரியும்,
ஆண்டதாகும் இவ்வுலகம் ஆனது உமதாக.

உமதாக ஆகியது உலகத்தின் அரசாட்சி,
பெரிதாக ஒருவேள்வி புரிவீர் வேந்தரே,
தானமாகப் பலபொருள் தருவீர் அனைவருக்கும்,
வளமாக இருப்பதெலாம் வழங்குவீர் தானமாக.

தானமாக அளித்துத் தூயதான வேள்விசெய்து,
பாவமாகச் சேர்ந்ததைப் போக்கவேண்டும் வேந்தனே,
செய்யாது விடுத்தால் சேரும் பெரும்பாவம்,
நாடாக இருப்பதில் நிறைந்திருக்கும் வெகுபாவம்.

வெகுபாவம் தீரும் வெகுநலம் உண்டாகும்,
மக்களிடம் நல்வளம் மிகுந்து மேன்மைவரும்,
எவரெலாம் அஸ்வமேத யாகத்தின் ஆகுதிகளை,
கண்டாலும் அவர்பாவம் கரைந்தோடி நன்மைவரும்.

நன்மைவரும் யாகத்தின் மேன்மைதனை நவிலுகிறேன்,
மகாதேவராம் பேரிறைவர் மிகப்பெரும் வேள்விசெய்து,
அகிலமுழுதும் இருக்கும் அத்தனை உயிர்களையும்,

தம்மையும் ஆகுதியாய்த் தந்தார் வேள்விக்கு.

வேள்விக்கு மனங்கொண்டு வலிமையாய் ஆளுவாய்,
நல்லதுக்கு மனங்கொண்டால் நடப்பவை நல்லதாகும்,
நாடாண்டு வேள்விசெய்து நலம்பல விளைத்தலே,
தசரதமென்ற தருமமெனத் தெரிவிப்பார் கற்றறிந்தோர்.

(9)சாந்தி பர்வம், பகுதி 9: ராஜதர்மானுசாசன பர்வம்

கற்றறிந்தோர் கருத்தினைக் காண்டீபன் கூறியதும்,
ஞானத்திலோர் சுடரான நிகரிலான் யுதிஷ்டிரன்,
தம்பியிடத்திலோர் வாஞ்சையுடன் தெரிவித்தான்
கருத்தை,
உள்ளானதோர் உயிரினை ஒருகணமே நோக்கிடு.

நோக்கிடு அர்ஜுனா நெஞ்சத்தின் உள்ளாக,
தேக்கிடு மனத்தின் திரளான எண்ணத்தை,
கேட்டிடு உன்னுயிர் கூறிடும் கருத்தை,
அப்போது என்சொல்லை அறிவாய் உண்மையென.

உண்மையென உன்னுளம் உரைக்கும் என்சொல்லையே,
உலகென இருப்பதில் ஒருபொருளும் தேடாமல்,
நல்லாரென இருந்தவர் நடந்ததான நல்வழியில்,
பயணமெனச் செல்லுவேன் பாவத்தை வெல்லுவேன்.

வெல்லுவேன் பொருளாசை விளைக்கும் பாவங்களை,
செல்லுவேன் தனிவழியில் சொல்லுவேன் உனக்கும்,
பாவத்தின் நிழலும் படாத நல்வழி,

ஞானத்தின் பாதையாகும் நிகரிலாத் தவவழி.

தவவழி மேலானதெனத் தெரிவிக்கிறேன் அர்ஜுனா,
நீயெனை வினவினால் நவிலுவேன் பதிலினை,
நீயெனைக் கேளாதும் நானளிப்பேன் இக்கருத்தை,
தவத்தினைச் செய்தலே தீங்கிலா நல்வழி.

நல்வழி ஏகவே நானழிப்பேன் ஆசைகளை,
வனத்தை அண்டியே வாழுவேன் தவசியாக,
விலங்குகளை நட்பாக்கி வேர்தழைய உணவாக்கி,
வனத்தினை அகமாக்கி வாழுவேன் தவவழியில்.

தவவழியில் அக்கினியைத் தக்கவிதம் வளர்த்து,
ஆகுதிகள் அளித்து அனுதினம் பூசித்து,
காலையில் மாலையில் கடவுளைத் தொழுது,
உணவுகள் சுருக்கி உடலளவில் இளைப்பேன்.

இளைப்பேன் உடலளவில் அடைவேன் ஆன்மபலம்,
அணிவேன் தோலாடை சுமப்பேன் பெருஞ்சடை,
தாங்குவேன் குளிர்வெம்மைத் தாக்கும் பெருவளியை,
ஏற்பேன் பசிதாகம் எனக்கு இனிமையென.

இனிமையென வேலைகள் ஏதேதோ செய்வேன்,
வேதமென இருப்பதில் விளம்புவன அனைத்தின்,
வழியினைக் கடைப்பிடித்து உடலை இளைக்கவைத்து,
முக்திநிலை காணுவேன் மனத்துயர் அகற்றுவேன்.

அகற்றுவேன் மனத்துயரை அனுதினம் நோன்பிருந்து,
பறவைகளின் ஒலிகேட்டுப் பெருமுனிகளின் சொல்கேட்டு,
மனதின் கவலைகளை மாய்த்து மகிழுவேன்,
பூக்களின் கந்தத்தால் பெருவேன் பெருமகிழ்வு.

பெருமகிழ்வு கிடைக்கும் புல்பூண்டை நோக்கினாலும்,
மரத்தொடு பின்னியே மேலேறும் கொடிகளும்,
வனத்துக்கு நடுவிலே விளையும் பயிர்களும்,
காண்பதற்கு இனிமைதான் காணுவேன் மகிழ்வாக.

மகிழ்வாகக் காணுவேன் முனிவர்கள் பலபேரை,
எவ்வுயிராக இருந்தாலும் எத்துயரும் விளைக்காமல்,
நட்பாக அவற்றுடன் நயந்து வாழுவேன்,
மனிதராக நாடுநகரம் மன்றுவோர் நட்பாவார்.

நட்பாவார் அனைவரும் நானிருப்பேன் தனியனாக,
பேரிறைவர் நினைவையே புந்தியில் பொருத்துவேன்,
வேறோர் நினைவின்றி வெகுத்தவம் புரிவேன்,
முன்னோர் தேவர்களை மகிழ்விப்பேன் காய்கனியால்.

காய்கனியால் நன்னீரால் கானத்தால் தொழுவேன்,
இவ்விதத்தில் காலத்தை இனிதாக ஓட்டுவேன்,
காலத்தில் தேய்வுற்றுக் காலனிடம் இவ்வுயிர்,
போவதில் விருப்பமுற்றுப் போக்குவேன் நாட்களை.

நாட்களைக் கடத்தவும் நான்சொல்வேன் வேறுவழி,
தலையை மழித்துத் தண்டத்தைக் கரமெடுத்து,
உஞ்சத்தை உண்டு ஓரிடத்திலே ஒருநாளென,
பயணத்தை மேற்கொண்டுப் போவேன் தலங்களுக்கு.

தலங்களுக்குச் செல்லவே தாங்குவேன் இவ்வுடலை,
நலங்களுக்கு வித்தான நல்வெண்மை நீற்றினை,
உடல்முழுதும் பூசிவிட்டு ஒதுக்குப்புறம் தங்குவேன்,
ஆளெவரும் இல்லாவிடில் அவ்வீட்டில் தங்குவேன்.

தங்குவேன் மரத்தடியில் தங்கிடேன் பலநாட்கள்,
எங்குதான் சென்றாலும் அங்குதான் ஒரேதினத்தில்,
அகன்றுதான் செல்லுவேன் அடுத்ததோர் இடத்துக்கு,
விலக்குவேன் விருப்புடன் வெறுப்பான இருமைகளை.

இருமைகளைக் கடக்க ஏற்பேன் எச்சொல்லையும்,
பெருமைகளைக் கொடுத்தாலும் பேயனென ஒறுத்தாலும்,
நம்பிக்கை வந்தாலும் நலமின்மை நேர்ந்தாலும்,
அவைகளை ஒன்றென அகத்தினைக் கட்டுவேன்.

கட்டுவேன் மனத்தைக் கொள்ளுவேன் தவத்தை,
விட்டிடுவேன் உலகத்தால் விளையும் நலந்தீதை,
பேசிடேன் எவரிடமும் பித்தன்போல் நானிருப்பேன்,
காண்பவரின் கண்களுக்குக் குருடனாவேன்
ஊமையாவேன்.

ஊமையாவேன் ஏதும் விளம்பாது கிடத்தலால்,
ஆத்மனானதன் இனிமையை அகத்திலே பெற்றதால்,
நகருவதன் நகராததன் நட்பினன் நானாவேன்,
எக்குணம் உடையாரையும் ஏற்பேன் சமமாக.

சமமாகக் கருதுவேன் சாந்தரை கோபிப்பவரை,
புலனாக இருப்பதைப் பாங்குடன் அடக்கியோரை,
புலனோடு தாமோடும் புன்மைமிக உடையாரை,
ஒன்றாக எண்ணும் உள்ளம் நானடைவேன்.

நானடைவேன் மனவடக்கம் நகைத்திருப்பேன் எப்போதும்,
ஆத்மனின் மகிழ்விலே அமிழ்ந்து கிடப்பதால்,
கால்களில் போக்கிலே கடப்பேன் வழிகளை,
நாடுகளின் நகரங்களின் நிலைகளைக் கண்டிடேன்.

கண்டிடேன் அழகுகளைக் கண்டிடேன் நாடுகளை,
கண்டிடேன் வளமைகளைக் கண்டிடேன் நகரங்களை,
செல்லுவேன் எந்தன் சித்தம் சொன்னபடி,
திரும்பிடேன் வந்தவழியில் தன்போக்கில் செல்லுவேன்.

செல்லுவேன் மனது சொல்லும் வழியிலே,
உள்ளுணர்வின் வழியிலே உவந்து நடப்பேன்,
வெளிப்பொருளின் மகிழ்வுகளை ஒருபோதும்
வேண்டிடேன்,
கொண்டிடேன் பெருமிதம் கொள்ளுவேன் மனவடக்கம்.

மனவடக்கம் கொண்டார்க்கு மிகவும் சிரமமின்றி,
உணவுகளும் நீரும் வந்தே சேரும்,
இருமையாய் இருக்கும் இவ்வுலகின் பொருட்களை,
ஒருபோதும் நினைந்திடேன் உள்ளத்தில் தெளிவுறுவேன்.

தெளிவுறுவேன் மனத்தில் திரிந்துவருவேன் உஞ்சமேற்க,
முதல்வீட்டின் உணவினை மனமுவந்து ஏற்பேன்,
எவ்வுணவும் இல்லாவிடில் அடுத்தவீடு செல்லுவேன்,
அடுத்தவீடும் உணவிடாவிடில் ஏழுவீடு செல்லுவேன்.

செல்லுவேன் உணவேற்கச் சரியான தருணத்திலே,
உலக்கையின் ஓசை ஓய்ந்தபின் சென்றிடேன்,
அடுப்பின் புகைகள் அடங்கியபின் சென்றிடேன்,
வீட்டின் உறுப்பினர்கள் உண்டபின்னும் சென்றிடேன்.

சென்றிடேன் வீட்டில் சாப்பாடு இல்லாதநேரம்,
செல்லுவேன் ஒருவீடு சிலநேரம் இருவீடு,
மூன்றுடன் ஐந்துவீடும் அண்டுவேன் சிலநேரம்,
கொள்ளுவேன் நடுநிலைமை கணக்கிடேன்
வெற்றிதோல்வி.

வெற்றிதோல்வி குறித்து உளத்தினுள் எண்ணாமல்,
சுற்றிவந்துத் தவமிருந்துச் சேர்ப்பேன் தவபலத்தை,
உயிர்வாழ்வு விரும்பிடேன் வெறுத்திடேன் வாழ்வினை,
இறப்புக்கும் இருப்புக்கும் எனக்கில்லை விருப்புவெறுப்பு.

விருப்புவெறுப்பு இல்லாமல் உளத்திலே சமசிந்தையை,
நிலையாக்குவேன் அதன்பின் நிகழ்வதைக் கருதிடேன்,
வாளெடுத்து ஒருவன் ஒருகரத்தை வெட்டினாலும்,
சந்தனமெண்டு மறுகரத்தில் சாற்றினாலும் சமமென்பேன்.

சமமென்பேன் இருசெயலும் சொல்லிடேன் நலந்தீதை,
கோபித்திடேன் வெட்டியவனிடம் கனிந்திடேன்
பணிந்தவனிடம்,
பொருட்களின் தேவைகளின் பெருக்கியே ஓடமாட்டேன்,
கண்திறப்பேன் கண்மூடுவேன் கொள்ளுவேன் சிற்றுண்டி.

சிற்றுண்டி உண்டுச் சிறிதுநீர் அருந்தி,
உயிர்கொண்டு வாழவே உண்ணுவேன் சிறிதளவு,
புலன்களுக்கு ஆட்பட்டுப் போகமாட்டேன் ஆசைவழியில்,

உயிருற்றக் களங்கங்கள் ஒவ்வொன்றையும் அழிப்பேன்.

அழிப்பேன் தளைகளை அடைவேன் விடுதலை,
இருப்பேன் சுதந்தரமாய் அடிக்கும் காற்றென,
விரும்பிடேன் வெறுத்திடேன் வாழுவேன் மனநிறைவில்,
மண்ணாசையின் விளைவால் மாபெரும் தவறிழைத்தேன்.

தவறிழைத்தேன் எந்தன் தீராதப் பேராசையால்,
கண்டுகொண்டேன் இதனால் கேடுதான் நேருமென,
ஒருசிலரின் அருகிலே உறவினரும் பல்பொருளும்,
கொண்டுதான் வாழுவார் கலப்பார் நலந்தீதை.

நலந்தீதைக் கலந்து நல்கிடும் இவ்வுலகில்,
பாவத்தைச் சேர்த்தபின் பீற்று வீழுவார்,
சுற்றத்தை அண்டாதுச் செய்தப் பாவங்கள்,
செய்தவரை மட்டுமே சென்றுத் தாக்கும்.

தாக்கும் பாவங்கள் தம்மைச் செய்தவரையே,
அவருடன் உண்டவர்க்கு அப்பாவம் சேராது,
பாவமும் புண்ணியமும் பற்றிடும் சக்கரத்தில்,
உருளும் நிலைபட்டு வந்திடும் உயிர்வாழ்வு.

உயிர்வாழ்வு சுழலுவது வலுமிக்கத் தேர்ச்சக்கரமென,
மண்வாழ்வு பெற்றபின் மற்றவரைக் காண்கிறார்கள்,
உலகவாழ்வு என்பது உண்மையிலா வெறுங்கனவு,
நெடிதானது போலவே நிகழ்ந்தாலும் பொய்யானது.

பொய்யானது இவ்வாழ்வுப் பீற்றது இதன்மாற்றம்,
பிறப்பு இறப்புப் பலவித நோய்களென,
வலியுற்று உழலுதல் வாழ்வின் போக்காகும்,
மகிழ்வுற்று வாழ்ந்திட முடியாது இவ்வுலகில்.

இவ்வுலகில் இதுபோல ஈனங்கள் இருந்தாலும்,
மேலுலகில் மட்டும் மிகமகிழ்வு கிட்டுமென,
வெறுங்கனவில் வாழ்கிறோம் வீழுவார் தேவர்களும்,
முனிவர்கள் ரிஷிகளும் மாண்பிழந்து வீழுவார்.

வீழுவார் வானத்தில் வாழ்வுற்ற தேவர்களும்,
மண்ணுளார் நிலைமை மொழியவும் கடினமே,
எங்குளார் நிம்மதியாய் இருப்பவர் இவ்வுலகில்?
வானவர் நிலையும் வந்திடும் முடிவுக்கு.

முடிவுக்கு வந்திடும் மண்ணுலகின் ஆட்சியும்,
சிறப்புக்கு இடமில்லைச் செய்யும் ஆட்சியிலும்,
மாண்புக்கு இடமிலா மிகச்சிறிய வேந்தர்கள்,
அடுத்தவரது நாட்டுக்கென அழிப்பார் மற்றவரை.

மற்றவரை அழிக்க முயலும் இவ்வுலகின்,
நிகழ்வுகளை எண்ணியதும் நெஞ்சத்தில் தோன்றியது,
ஞானத்தில் மட்டுமே நிலைப்பது மகிழ்வென்று,
மாற்றங்கள் இல்லாத முழுநிலை ஏகுவேன்.

ஏகுவேன் ஞானத்தின் ஈடிலா மேன்மைக்கு,
செல்லுவேன் ஞானத்தில் சேரும் முழுமைக்கு,
பிறப்பிறப்பின் சுழற்சிகளைப் போக்கியே அழிப்பேன்,
நோய்வலியின் தாக்கமும் நெருங்காது என்னை.

(10)சாந்தி பர்வம், பகுதி 10: ராஜதர்மானுசாசன பர்வம்

என்னைப் பிறப்பிறப்பு அண்டாது எனக்கூறி,
வாதத்தை வைத்தான் வேந்தன் யுதிஷ்டிரன்,
மறுப்பை உரைத்தான் மாவீரன் பீமசேனன்,
மனநிலை பிறழ்ந்தீர் மன்னவரே நீவிர்.

நீவிர் புரியாமல் நலந்தீது பேசினீர்,
பெற்றிலீர் உண்மையைப் புரிந்துகொள்ளும்
நுண்ணறிவை,
பேசினீர் வேதத்தைப் பொருளற்று ஓதுவதாய்,
அறிந்திலீர் உட்பொருளை ஆயிரமுறை ஓதினாலும்.

ஓதினாலும் உமக்கு விளங்கவில்லை வேதப்பொருள்,
தவறாகும் அரசாட்சியெனத் தெரிவித்தீர் வேந்தனே,
செயலாகும் அரசாட்சியைச் செய்யாது விட்டுவிட்டு,
பரதேசம் போவதைப் பெருமையெனக் கூறினீர்.

கூறினீர் செயலற்றுக் கிடப்பதே சிறப்பென்று,
விளம்பினீர் அரசாட்சி விளைக்கும் பாவமென்று,
புகழ்ந்தீர் சோம்பிப் பிச்சையேற்றல் மேன்மையென்று,
திருதராஷ்டிரர் கூட்டத்தைத் தாக்கியதேன் அழித்ததேன்?

அழித்ததேன் இத்தனை உறவினரை இப்போரில்?
க்ஷத்ரியரின் நடுவிலும் சாந்தகுணம் உடையவரை,
அஹிம்சையின் நெறியாளரை அன்புமனம் கொண்டவரை,
புலனின்பம் துய்க்காதவரைப் பார்த்ததே இல்லையோ?

இல்லையோ தருமமேதும் ஆட்சிசெய்யும் க்ஷத்ரியரிடம்,
அஹிம்சையே நல்வழியென அப்போதே உரைத்திருந்தால்,
ஆயுதமோ போர்களோ அற்றதோர் வழியிலே,
ஒருயிருக்குமே தீங்கின்றி வாழ்ந்திருப்போம் தவசிகளாய்.

தவசிகளாய் நாங்களும் திரிந்து மடிந்திருப்போம்,
பேரழிவாய் நேர்ந்ததானப் பெரும்போரைத்
தவிர்த்திருப்போம்,
அறிவாளராய் இருந்தவர்கள் உரைத்துளார் முன்னரே,
பலசாலியாய் இருப்பவர்க்குப் பார்ப்பதெலாம்
உணவென்று.

உணவென்று உரைத்தார் உலகங்கள் முழுவதையும்,
ஆட்சிகொண்டு அமருதற்கு இடையூறென்று இருப்பவரை,
வீழ்த்திவிட்டு ஆட்சியை வெல்லுபவர் க்ஷத்ரியரென,
தடையென்று இருந்தவரைத் தாக்கினோம் அழித்தோம்.

அழித்தோம் அதுதான் அரசர்களின் தருமமாகும்,
கொன்றதும் போதும் கண்டுவிட்டோம் வெற்றியை,
மக்களும் மகிழவேண்டும் மன்னவனே ஆட்சிசெய்,

முழுக்கிணறும் தோண்டியபின் முடிக்காமல் வருவதேன்?

வருவதேன் வென்றவர்க்கு வரத்தகாத பெருவருத்தம்?
தேனெடுத்தவன் குடிக்குமுன் தவறிவீழ்ந்து இறந்ததுபோல்,
நெடும்பயணத்தின் முடிவிலே நில்லாமல் திரும்பியதாய்,
அனைவரையும் கொன்றவன் தன்னையும் கொல்லுவதாய்.

கொல்லுவதாய்ப் பலரைக் கொன்றவனின்
தற்கொலைபோல்,
பசியாய் உணவுதேடிப் புசிக்காமல் மறுத்ததுபோல்,
ஆசையாய் ஒருமாதை அடைந்தபின் புணராததாய்,
கேவலமாய் நிலைகெட்டோம் காரணம் நீவிர்தான்.

நீவிர்தான் மனத்தில் நெகிழ்வு மிகவுடையீர்,
அறிவில்தான் பொஉரியுந்திறன் அற்றவராய் இருக்கிறீர்,
பெரியவர்தான் ஆகியதால் பெறுகிறீர் முன்னிலையை,
நாங்கள்தான் உம்மால் நலிவுற்று வீழ்கிறோம்.

வீழ்கிறோம் நாங்கள் வீரர்களாய் இருந்தாலும்,
அறிவிலும் ஆற்றலிலும் ஆயுதத் திறத்திலும்,
நிகரிலோம் ஆகினும் நொடிவுற்றோம் உம்மால்,
திறனேதும் இல்லாதவர் தருகிறீர் கட்டளைகள்.

கட்டளைகள் இடுகிறீர் கிடையாது ஆண்மையேதும்,
வேறுவழிகள் இல்லாமல் உங்களுடன் வாழுகிறோம்,
உதவிகள் வேண்டினால் வழங்கும் வல்லவர்கள்,
உலகோர்கள் கண்முன்னர் உழலுகிறோம் பலவீனர்போல்.

பலவீனர்போல் உழலுகிறோம் பாங்கில்லை எம்வாழ்வில்,
கெடுசூழல்கள் வருகையில் கானகத்தில் துறவியாகலாம்,
வயோதிகத்தில் ஆட்சிவிட்டு வனம்புகுந்து தவசியாகலாம்,
எதிரிகள் தோற்கடித்தால் அடவியில் முனியாகலாம்.

முனியாகலாம் ஏதும் முடியாத சூழலில்,
கூத்ரியகுலம் வாழ்வதற்குச் செய்ததான நெறிப்படி,
ஆளவேண்டும் என்பதுதான் அறிஞர்களின் கருத்தாகும்,

துறவுபூண்டு ஓடினால் துரத்திவரும் பாவமென்பார்.

பாவமென்பார் அரசன் பாராள மறுப்பது,
ஆட்சிசெய்வோர் குலத்தில் அரசர்களாய்ப் பிறந்து,
முழுமூடர் போலவே மொழிவதோ பாவமென்று?
ஆளுவதோர் குற்றமெனில் இறைவரும் குற்றவாளி.

குற்றவாளி என்றுக் கூறலாமோ இறைவரை?
மிகவாடிப் பொருளற்றோர் முனிவராகி வாழலாம்,
நம்பாது நெறிவிட்டோர் நாடலாம் சோம்பல்வழியை,
வேந்தராகி வாழுபவர் வெல்லவேண்டும் ஆளவேண்டும்.

ஆளவேண்டும் பூமியை அளிக்கவேண்டும் நல்வாழ்வை,
வலிமையுடன் தன்வாழ்வை வளமையுடன் நடத்தவல்லான்,
சோம்பலுடன் துறவறத்தைச் சாருவது பெரும்பாவம்,
பொருள்விலக்கம் துறவறமெனப் போய்விட்டால்
வெளிப்பகட்டு.

வெளிப்பகட்டு மட்டுமே வனத்திலே தனித்திருப்பது,
குடும்பத்துக்கு முனிவருக்குக் குழந்தைகட்குப்
பேரன்களுக்கு,
தேவர்களுக்குப் பித்ருக்களுக்குத் தரவேண்டிய
பங்குகளை,
தருவதற்கு இயலாதவர் அடைவதுதான் வனவாசம்.

வனவாசம் போனாலும் வாய்க்காது திடஞானம்,
அவ்விதம் சிந்தித்தால் அடவியிலே மான்களும்,
கரடிகளும் சிம்மங்களும் கடுப்பான் புலிகளும்,
சொர்க்கலோம் செல்லவேண்டும் சாதுக்களாய்
வாழவேண்டும்.

வாழவேண்டும் வனத்திலென வேந்தர்களும் வந்துவிட்டால்,
சோம்பலாகும் வழியிலே சீர்கெட்டு நின்றுவிட்டால்,
கிடைத்துவிடும் ஞானமென்றுக் கூறுவது வெறுங்கனவு,
புண்ணியம் கிடைத்திடப் பலவிதம் மார்க்கமுண்டு.

மார்க்கமுண்டு இவ்வுலகில் மாண்புடன் புண்ணியமுற,
துறவுபூண்டு நின்றால் துய்க்கலாம் ஞானமெனில்,
மரத்துக்கு மலைக்குதான் முதலிலே ஞானம்வரும்,
பிறருக்குத் தீங்கேதும் புரியாதன இவ்விரண்டும்.

இவ்விரண்டும் ஆசையின்றி இருக்கின்றனத்
தனியர்களாய்,
பிரமசரியம் கடைப்பிடிக்கும் பெருமையும் கொண்டவை,
வாழ்வும் புண்ணியமும் விளைவது செயல்பலத்தால்,
கூத்ரியராம் நீவிர் செயல்செய்து ஞானியாவீர்.

ஞானியாவீர் வெல்லுவீர் நானிலத்தில் மேலோராவீர்,
செயல்படுவீர் உமக்கான கூத்ரிய நெறிப்படி,
செயலற்றவர் காரியங்கள் செல்லாது வெற்றிக்கு,
அரைவயிற்றுக்கோர் உணவிட்டால் அடைவரோ
ஞானத்தை?

ஞானத்தை அடைந்திட நல்லவழி தம்போக்கில்,
பொருள்களை ஈட்டாமல் பருகுதல் உண்டலெனில்,
கடலை வாழ்விடமாய்க் கொண்டவை அனைத்தும்,
முனிவரகளை மிஞ்சும் முழுஞானம் அடைந்திருக்கும்.

அடைந்திருக்கும் ஞானத்தை ஆழியிலே வாழுபவை,
அவைகளுக்கும் பிறருக்கு உணவளிக்கும் கடமையில்லை,
தாம்மட்டும் உண்டுத் தம்போக்கில் செல்லும்,
திசையேதும் இல்லாமலே திரிந்திருக்கும் இலக்கின்றி.

இலக்கின்றிச் சோம்பிடும் எவரும் நல்லாரில்லை,
தனக்கென்றுப் பெரும்பாரம் தாங்கும் பூமியும்,
சுற்றுவந்துக் காலத்தைச் சீருடன் அமைக்கிறது,
செயல்செய்து வாழுதல் சிறப்பாகும் மாந்தருக்கு.

மாந்தருக்கு நல்லதை மொழிந்தேன் வேந்தனே,
துறவறமென்றுச் சொல்லிவிட்டு தூங்கியே கிடப்பார்க்கு,
ஞானமென்று வெற்றியென்று நற்பலனென்றுப்
புண்ணியமென்று,

ஏதொன்றும் கிடையாது ஆளுவீர் இவ்வுலகை.

(11)சாந்தி பர்வம், பகுதி 11:
ராஜதர்மானுசாசன பர்வம்

இவ்வுலகை ஆளுவீர் அதுதான் சரியென்று,
தன்னுரையை முடித்தான் திடமிக்கான் பீமசேனன்,
ஒருகதை இதுகுறித்து உள்ளதென அர்ஜுனன்,
இந்திரசபை உரையாடலை இயம்பினான் கருத்தாக.

கருத்தாக உரைத்தான் காண்டீபன் நிகழ்வை,
மகவத்தாக இருக்கும் மகேந்திரனின் சபையில்,
வேதவித்தாக இருக்கும் வல்லமை முனிவர்கள்,
உரைத்தான வரலாற்றை விளம்பினான் யுதிஷ்டிரனுக்கு.

யுதிஷ்டிரனுக்கு விளம்பினான் அமரலோகத்துப்
பேச்சினை,
பிராமணரது குலத்திலே பிறந்தபல் இளைஞர்கள்,
இளவயது காலத்தில் அகம்விட்டு ஓடினர்,
வனத்துக்கு உள்ளேகி வெகுத்தவம் செய்தனர்.

செய்தனர் வனவாசம் செய்திலர் குடும்பவாசம்,
நினைத்தனர் அவர்செயலே நிகரிலா மேன்மையென,
வாழ்ந்தனர் பிரமசரிகளாய் விடுத்தனர் பெற்றவரை,
உறவினர் நண்பரென ஒருவருடனும் வாழவில்லை.

வாழவில்லை சமுதாயத்தில் வாழ்ந்தனர் தவவழியில்,
தங்களை மேலோரெனத் தாங்களே நினைந்தனர்,
அவர்களை அண்டி இந்திரன் வந்தான்,
பொற்பறவை வடிவத்தில் பறந்துவந்தான் அருகாக.

அருகாக வந்தவன் கருத்தாக இயம்பினான்,
வேள்வியாகச் செய்தபின்னர் உணவாக மிகுந்ததை,
உண்பதான மேன்மைதான் உலகிலே மிகப்பெரிது,
சிறப்பாக வாழ்வதற்குச் சான்றாகும் அவர்வாழ்வு.

அவர்வாழ்வு மேன்மையுறும் ஆகுதியாய் மிகுந்ததையே,
உணவாக உண்டால் உன்னதம் அதுவேயென,
நல்வாழ்வு பெற்றவர் நிகரிலார் அனன்வரென,
ரிஷிகளுக்கு எதிராக இயம்பியது அப்பறவை.

அப்பறவை பேசியது அவர்களின் புகழையென,
வீடுகளை விடுத்து வனம்வந்த ரிஷிகள்,
கருத்தினை உரைத்தனர் கேளீர் இப்பேச்சை,
யாகமிகுதியை உண்டவரை ஏத்துகிறது இப்பறவை.

இப்பறவை நம்மையே ஏத்திப் புகழுகிறது,
வேள்வியைச் செய்தபின்னர் உண்கிறோம் நாமென்று,
நம்மைப் புகழ்ச்சியாய் நவில்கிறது பறவையெனக,
கருத்தைச் சொன்னதும் மறுத்தது பொற்பறவை.

பொற்பறவை உரைத்ததுப் புகழ்ச்சிகள்
உமக்கில்லையென,
சகதியை அடைந்துச் சீர்கெட்டு வாழுகிறீர்,
கறிகளை உண்டுக் கேடராய்த் திரிகிறீர்,
ஆகுதிகளை அளித்தபின் உண்ணுபவர் நீவிரல்ல.

நீவிரல்ல என்று நவின்றது அப்பறவை,
வெகுநல்ல வழியிலே வாழ்வதாய் நினைக்கிறோம்,
புரியவில்லை என்செய்தால் பெருநலம் கிட்டுமென,
செயல்வகை என்னவெனச் சொல்லவேண்டும் எங்களுக்கு.

எங்களுக்கு வழிகாட்டென இறைஞ்சினர் முனிவர்கள்,
உங்களது கருத்துக்கு எதிர்மாறாய்க் கருத்தினை,
உரைப்பது செய்தாலும் ஒப்புவோம் எனக்கூறி,
உறுதிசெய்து நின்றால் உரைக்கிறேன் நல்வழியை.

நல்வழியை உரைப்பாய் நிகரிலாப் பறவையே,
பலநெறியை அறிந்துளாய்ப் புத்திகூர்மை படைத்துளாய்,
உன்சொல்லை ஏற்கிறோம் உரைத்தபடி நடக்கிறோம்,
எங்களை உய்விக்க இயம்புவாய் வழிமுறையை.

வழிமுறையை உரத்திட ஒப்பியது அப்பறவை,
கால்நடையைக் கருதினால் கறவைப்பசு மிகமேன்மை,
உலோகங்களைக் கருதினால் உன்னதம் பொன்னாகும்,
வார்த்தைகளைக் கருதினால் வேதமந்திரம் உயர்வு.

உயர்வு மானிடரில் வேதமறிந்த முனிவர்கள்,
வேதியரது பிறப்பிலும் வாழ்விலும் இறப்பிலும்,
ஒலிப்பது வேதமந்திரம் ஒன்றுதான் எப்போதும்,
வேதத்துச் சடங்குகளால் வாழுவார் வேதியர்.

வேதியர் வாழ்வினால் வாய்த்திடும் சொர்க்கமென,
அறிந்தவர் நானாவேன் ஆதலால் உரைக்கிறேன்,
எவரொருவர் தனது ஆத்மனே தெய்வமென,
வணங்குபவர் ஆகினும் வாய்த்திடும் வெற்றி.

வெற்றி கிடைக்கும் ஒருவரது உளப்படி,
உளத்தில் நிறுத்தும் உன்னத தெய்வமாக,
ஏத்தி வணங்கும் ஆத்மனே இறைவராகி,
நலத்தில் வைக்கும் நெஞ்சத்தில் நினைபவரை.

நினைபவரை உயர்த்தும் நேரமும் காலமும்,
ஒருமாதத்தைக் கணக்கிட்டால் ஒருபாதி சூரியனுக்கும்,
மறுபாதி நிலவுக்கும் மேலும் நட்சத்திரங்களுக்கும்,
நினைவாரைக் கொண்டுசெல்லும் நினைவுகளைக்
கருவாக்கும்.

கருவாக்கும் ஒருவரின் கருத்தான நினைவையே,
வாழ்வாகும் வழியிலே வெகுமேன்மை குடும்பமே,
நெறிகளும் பிறழ்ந்தவரை நீசமான ஈனரை,
வேதமும் ஸ்ருதிகளும் விட்டுதான் விலகிவிடும்.

விலகிவிடும் குடும்பத்தில் வாழாதவர் வாழ்வுமுறை,
வேதமந்திரம் சொல்லுவதை விளம்புகிறேன் இவ்விதமாய்,
வேள்விகளும் செய்பவரே வழங்குவீர் தானங்களை,
நான்வழங்கும் பதிலாகும் நற்பழுக்கள் புத்திரர்கள்.

புத்திரர்கள் சொர்க்கவாழ்வு பசுக்கள் கால்நடைகள்,
வேண்டுதல் ஏதெனினும் வழங்குதல் என்செயலே,
நெறிகள் உரைத்தபடி நல்லவிதம் வாழ்வதுதான்,
தவத்தில் பெருந்தவம் தரணியில் மிகமேன்மை.

மிகமேன்மை நல்கும் மதிப்புடைய நெறிப்படி,
வாழ்வதைத் தவமென்று விளம்புவார் வையத்தோர்,
வேள்விகளை இயற்றி தானங்களை வழங்கி,
கடமைகளைச் செய்தல் கடவுள்களைத் வணங்குதல்.

வணங்குதல் கடவுளை ஓதுதல் வேதத்தை,
அளித்தல் பித்ருக்களுக்கு அடங்குதல் பெரியோருக்கென,
கடமைகள் செய்தலே கனத்தவ நோன்பாகும்,
தேவர்கள் உயர்ந்ததும் தவவழியாம் இம்முறையால்.

இம்முறையால் நோன்புதனை இயற்றுதல் வெகுகடினம்,
குடும்பத்தில் வாழ்வந்துக் கடமைகளைச் செய்வது,
கடினத்தி வெகுகடினம் கடமைகளில் முதலாவது,
தவங்கள் செய்யவும் தரிக்கவேண்டும் குடும்பவழி.

குடும்பவழி வாழ்ந்துக் கடமைகளைச் செய்து,
பெருந்தவத்தைச் செய்வதே பேறுகளில் பெரும்பேறு,
தவவழி வாழ்வுக்குத் தடையில்லை குடும்பமார்க்கம்,
உயிர்வழி வாழ்வுக்கு ஆதாரம் குடும்பமே.

குடும்பமே வாழ்வுக்குக் கனமான ஆதாரம்,
விருந்துகளே வழங்கி மிகுந்ததையே உண்டு,
இருப்பதையே பங்கிட்டு அன்புடன் பகிர்ந்துண்டு,
வாழுவதே வையத்தில் வெகுசிறந்த வாழ்வுமுறை.

வாழ்வுமுறைக் கடைப்பிடித்து உறவினரை கவனித்து,
உணவுதனை தேவருக்கும் உறவினர்க்கும் ரிஷிகளுக்கும்,
வழங்குதலைச் செய்தபின் உண்ணுதலைச் செய்பவர்,
மிகமேன்மை உடையவர் மண்ணிலும் விண்ணிலும்.

விண்ணிலும் மண்ணிலும் வெகுநலம் ஈனுவது,
குடும்பம் ஆகும் கடமைவழி வாழ்வுதான்,
உண்மையும் நற்சொல்லும் விரதமும் உடையவரை,
உலகமும் புகழும் உண்டாகும் புண்ணியம்.

புண்ணீயம் தரவல்லப் பெர்ருவழி குடும்பவாழ்வு,
தற்பெருமையும் திமிரும் தீயகுணமும் விட்டவர்கள்,
குடும்பம் என்னும் க்ரஹஸ்த தர்மத்தால்,
செல்லுமிடம் இந்திரனின் சொர்க்கமாகும் நல்லுலகம்.

நல்லுலகம் ஆகும் நிகரிலாச் சொர்க்கமும்,
செல்லவேண்டும் என்றால் சாரவேண்டும்
குடும்பத்தையென,
சொன்னதும் முனிவர்கள் சொன்னார்கள் அமோதிப்பை,
குடும்பமாகும் க்ரஸ்தநெறி கடைப்பிடித்து வாழ்ந்தார்கள்.

வாழ்ந்தார்கள் மேலோர்கள் உன்னதக் குடும்பமாக,
கடமைகள் செய்வதுதான் காரியத்தில் முதலாவது,
ஞானத்தில் உயர்ந்தவரே நானிலத்தை ஆளவேண்டும்,
எதிரிகள் எவருமில்லை ஆளுவீர் இவ்வுலகை.

(12)சாந்தி பர்வம், பகுதி 12:
ராஜதர்மானுசாசன பர்வம்

இவ்வுலகை அவ்வுலகை ஏகுதற்கு ஏற்றதென,
குடும்பவழியை உரைத்தான் காண்டீப வில்லாளன்,
அவ்வீரனை அடுத்ததாக அகலமான மார்புடையான்,
நல்வார்த்தை நவிலுபவன் நகுலன் பேசினான்.

பேசினான் அறிவுத்திறமும் பொறுமையும் உடையவன்,
முகந்தான் சிவந்து மிளிர்ந்ததுத் தாமிரமென,
நல்லோரின் வரிசையில் நிகரிலா முன்னவன்,
அண்ணனின் குழப்பத்துக்கு இயம்பினான் பதில்மொழி.

பதில்மொழி கொடுத்தான் பாங்குடையான் நகுலன்,
வீசாகயூபத்தை அண்டி வேள்வித்தீ வளர்க்கிறார்,
வானுலகை ஆளும் வலிமைமிக்க தேவர்களும்,
இந்நிலை தேவருக்கெனில் எந்நிலை நமதாகும்?

நமதாகும் நிலைமையை நன்கு சிந்திப்பீர்,
தேவராகும் அமரர்களும் தமக்கென வேள்விசெய்து,
கடமையாகும் அனைத்துக் காரியமும் முடிக்கிறார்,
பித்ருக்களும் மழைபொழிந்து பாதுகாக்கிறார்
அனைவரையும்.

அனைவரையும் காக்கிறார் அமரர்களும் பித்ருக்களும்,
இறைவராகும் எவரும் இல்லையென உரைத்து,
நேதிசெய்யும் நாத்திகரையும் நானிலத்தில் காக்கிறார்,
கடமைசெய்யும் காரியத்தில் கிடையாது விலக்கேதும்.

விலக்கேதும் இல்லை வையத்தில் கடமைக்கு,
எவராகினும் கடமையை ஏற்றே ஆகவேண்டும்,
பிரமராகும் முதல்வரே பகன்றது வேதவழி,
நாத்திகராகும் மாந்தர்மட்டும் நேதிசெய்வார்
வேதநெறியை.

வேதநெறியை அறிந்தவர் விலகிடார் நெறிவிட்டு,
செயல்களை அனைத்தும் செய்வார் வருத்தமின்றி,
கடமைகளைச் செய்வதில் களிப்புதான் அவர்களுக்கு,
சொர்க்கவாழ்வை அடைவார் சீருடன் கடமைசெய்து.

கடமைசெய்து வாழுவோர்க்குக் குடும்பநெறி
உகந்ததாகும்,
வேதத்து நெறிகளில் வாய்த்திருக்கும் மேன்மையை,
நன்குணர்ந்து மேலோர் நவின்றார் இச்சொல்லை,

குடும்பத்து வழியிலே கிடைக்கும் மேன்மையென.

மேன்மையென உரைப்பது மன்னவராய் ஆளுபவர்,
வேள்வியெனச் செய்து வெகுபொருளை தானமீந்து,
மக்களென இருப்பவரை மகிழ்வுற வைப்பதே,
துறவறமென இயம்புவார் தூயதான அறிவுடையோர்.

அறிவுடையோர் நலமென்று அறிவிக்கும் குடும்பவழி,
அண்டாதவர் வாழ்வில் அடைவார் பேரிருளை,
துறப்பவர் துறப்பதுத் தாமுற்றப் பொருளையல்ல,
இழக்கிறார் தாமுற்ற இன்னுயிரை மூடராக.

மூடராக இருப்பவர் மாபெரும் புவியிலே,
இங்கங்காக ஓடியும் இளைத்தவராக வாழ்ந்தும்,
சமையாலாகச் செய்யாமலும் சாப்பாட்டை இறைஞ்சியும்,
மரத்தடியாகத் தேடி மிகத்துயரில் உறங்குவார்.

உறங்குவார் உண்ணுவார் அடக்குவார் புலன்களை,
அன்னவர் சந்நியாசி ஆனாரெனச் சொல்லுவார்,
வேறொருவர் வேதத்திலே விளம்பிய மார்க்கத்தில்,
ஓதுவார் வாழுவார் அவரும் துறவிதான்.

துறவிதான் குடும்பத்தைத் தாங்கி நடத்துபவரும்,
முன்புதான் ஒருமுறை மூண்டது சந்தேகம்,
பிரமசரியம் குடும்பம் வனவாசம் துறவறமென,
நால்வழியின் வாழ்வுகளில் நிகரற்றது எவ்வழியென.

எவ்வழியெனக் காணவே எடைத்தராசைக் கொணர்ந்து,
குடும்பமென இருந்ததைக் கொண்டனர் ஒருதட்டில்,
மூன்றான மற்றவற்றை ஒன்றாக்கினர் மறுதட்டில்,
குடும்பமான மார்க்கமெனக் கண்டனர் சிறந்ததை.

சிறந்ததை மேலும் விளங்கவே நோக்கினர்,
மகிழ்வை சொர்க்கத்தை மாண்புகள் அனைத்தை,
உடையதாய் குடும்பமார்க்கம் உள்ளதெனக் கண்டனர்,
இவ்வழியை ஏற்றனர் அமரர்களும் ரிஷிகளும்.

ரிஷிகளும் முனிவர்களும் மனிதர்களும் தேவர்களும்,
குடும்பம் என்னும் கட்டமைப்பு ஒன்றுதான்,
அனைத்திற்கும் மேலானதென ஐயமற அறிந்தனர்,
உலகிற்குக் அதனையே வழங்கினர் வழியாக.

வழியாகக் கிடைத்த வலிமைமிகு மார்க்கமான,
குடும்பமாக இருப்பதைக் கடைப்பிடித்து ஒருவர்,
கடமையாகச் செயல்செய்து பலனேதும் அண்டாமல்,
முறையாக வாழ்ந்தால் மாதவத்தார் துறவறத்தார்.

துறவறத்தார் வனத்துக்குள் தனித்திருப்போர் அல்லவே,
அன்னவர் குடும்பத்தை அல்லல்பட வைத்துவிட்டு,
தமக்கோர் சுகங்கானத் தனித்துச் செல்லுபவர்,
ஆடையணிவார் செம்மையாக ஆசையுறுவார் மனத்தில்.

மனத்தில் ஆசைகளை மறவாத ஈனராக,
வனத்தில் வாழ்ந்தாலும் உலகத்தோர் பார்வைக்கு,
துறவறத்தில் வாழுவதாய்த் தனியாக இருப்பவர்,
உண்மையில் துறவியில்லை உள்ளத்தில் மாசுடையார்.

மாசுடையார் உள்ளத்தில் மலராது ஆத்மஞானம்,
எமனானவர் அவர்களை இழுப்பார் கயிற்றினால்,
சுருக்குவார் எமனார் சீரிலாரின் கழுத்தினை,
கறுத்ததோர் நெடுங்கயிற்றின் கட்டுமுனை இறுகவே.

இறுகவே பற்றி இழுக்கும் ஆசைகளை,
உதறவே செய்து உள்ளத்தில் உறுதியுடன்,
கடமையே பெரிதெனக் குடும்பத்தில் வாழுவோர்,
பெறுவரே புண்ணியங்களில் பெரிதானப் புண்ணியத்தை.

புண்ணியத்தை அடைந்திடப் பொருத்தம் குடும்பவாழ்வு,
அமைதியைத் தன்னடக்கத்தை அகக்கட்டை உண்மையை,
தூய்மையை எளிமையைத் தாங்குதலை வேள்விகளை,
நேர்மையை ரிஷிகள் நவிலுவார் நற்குணங்களென.

நற்குணங்களென இருப்பவற்றில் நெஞ்சத்தை நிறுத்தி,
பித்ருக்களென தேவர்களெனப் பலவித விருந்தினரென,
அனைத்துவிதமான உலகோர்க்கும் ஆதாரவு நல்குவது,
குடும்பமான க்ரிஹஸ்தமெனக் கூறுவார் மேலோர்.

மேலோர் மேலும் மொழிவார் கருத்தினை,
மூன்றனதோர் காமார்த்த மொக்ஷங்கள் அனைத்தையும்,
பெறுவதற்கோர் சிறந்தவழிப் பாங்குடைய க்ரிஹஸ்தமே,
மாமுனிவர் போலவே மனங்கொண்டோர் இல்லறத்தார்.

இல்லறத்தார் தமது அகத்தில் இருந்தபடி,
கடமைசெய்வார் ஆதலால் கிடைக்கும் நற்பலன்,
அழிவுற்றிடார் குடும்பத்தார் அவ்வுலகிலும் இவ்வுலகிலும்,
நேர்மையாளர் வேள்விசெய்து நல்குவார் தானங்கள்.

தானங்கள் கொடுத்துத் தக்கவிதம் ஆகுதிசெய்து,
மரங்கள் கொடிகள் மூலிகைகள் விலங்குகளென,
கிடைப்பவைகள் அனைத்திலும் கேடிலா நல்லவற்றை,
ஆகுதிகள் ஆக்குவார் அக்கினியாம் வேள்வியில்.

வேள்வியில் ஆகுதிகள் வழங்கியே தேவர்களை,
மகிழ்வில் வைக்கும் மார்க்கம் குடும்பமார்க்கம்,
எளிதில் முடிவதில்லை இத்தகு மேன்மைகள்,
ஆதலால் கூறுவார் எளிதில்லை க்ரிஹஸ்தமென.

க்ரிஹஸ்தமெனக் குடும்பவழியில் போதுமானப்
பொருளீட்டி,
பொன்பொருளெனச் சோளமெனப் பலவித விலங்கென,
தமக்கென நிறையவே தக்கபொருள் பெற்றவர்கள்,
வேள்வியெனச் செய்யாவிடில் விளைந்திரும் பெரும்பாவம்.

பெரும்பாவம் அண்டும் பொருளிருந்தும் வேள்விவிட்டால்,
முனிவர்களாகும் சிலபேர் மாண்புடைய வேதத்தை,
ஓதுவதும் வேள்வியென வேதத்தையே கற்பார்,
தியானமும் வேள்வியெனத் தவமிருப்பார் ஒருசிலர்.

ஒருசிலர் தவத்தாலும் வேதத்தை ஓதியும்,
பெறுவர் நற்பலனைப் பெரிதான அளவிலே,
அன்னவர் குடும்பத்தில் அமைதியாய் வாழ்ந்தாலும்,
பிரமராவர் ஆதலால் பாரிலோர் நிகரில்லை.

நிகரில்லை வேள்விகள் நோற்றிடும் முனிவருக்கு,
பிரமநிலை வாய்த்தவரைப் பார்த்திடும் தேவர்களும்,
அந்நிலை வேண்டுமென அகத்திலே ஏங்குவார்,
பெருமைகளைப் புண்ணியத்தைப் பெருக்குவது
குடும்பவழி.

குடும்பவழிக் கடைப்பிடித்துக் கனப்பொருளைச்
செலவழித்து,
வெற்றிவழிக் கிடைத்தவற்றை உலகோர்க்குப் பயனாக்கி,
நல்லவழி வாழாமல் நலிவுடைய வனம்புகுந்தால்,
பாவவழிச் சென்றாகும் பாங்கில்லை உம்செயல்.

உம்செயல் மிகவும் விநோதமென உரைப்பேன்,
நற்பொருள் பெற்றபின் நிகரிலா வேந்தர்கள்,
ராஜசூயத்தில் அஸ்வமேதத்தில் வாஜபேயத்தில் என்பதாக,
வேள்விகளில் மட்டுமே வெகுபொருளைக் கரைப்பார்.

கரைப்பார் தாம்கொண்ட கனத்தப் பொருள்களை,
விட்டிடார் தமக்கேதும் வேண்டாம் என்றபடி,
இந்திரர் போலவே எண்ணிலா வேள்விசெய்து,
வானவர் போற்றவே வாழுவார் வையத்தில்.

வையத்தில் மக்களுக்கு வாய்த்திடும் இடர்களை,
களைவதில் மன்னவன் கருத்தை வைக்கவேண்டும்,
திருடர்கள் நோய்கள் தாக்காமல் காக்கவேண்டும்,
அவ்விதத்தில் காவாதவர் ஈனமானக் கலியாவார்.

கலியாவார் மக்களைக் காவாத வேந்தர்,
தானம்வேண்டுவார் தமக்குத் தக்கவிதம் யானைகளும்,
பெண்ணடிமையர் பசுகன்றுகள் பசுமைமிக்க
கிராமங்களை,

தராதவர் நாமென்றால் தாக்கும் பாவங்கள்.

பாவங்கள் உண்டாகும் பாருலகில் நல்லவர்க்கு,
தானங்கள் அளிக்காமல் தக்கவிதம் ஆளாமல்,
உறவினர்கள் மீதும் வெறுப்புடன் சென்றுவிட்டால்,
கலியானவர்கள் நாமேதான் கிடைக்காது நலமேதும்.

நலமேதும் கிடைக்காது நானிலத்தின் வேந்தர்கள்,
ஆட்சியும் செய்து வேள்விகளும் செய்யாவிடில்,
காவலும் செய்துக் களிப்புடன் வாழ்வித்து,
மக்களும் மகிழ்வதுதான் மன்னவன் ஆட்சித்திறன்.

ஆட்சித்திறன் காட்டி அகிலத்தைக் காத்து,
மாட்சியுடன் வைக்கதவர் மிகத்துயரில் வீழுவார்,
இறந்தவரின் பொருட்டு எக்கடனும் செய்யாமல்,
வனத்தின் வாழ்வுற்றால் வந்துசேரும் பேரழிவு.

பேரழிவு நேரிடும் பார்வேந்தே கேளீர்,
மேகமானது பெரிதாக மாண்புடன் இருந்தால்,
அழிவானது ஏதுமில்லை அந்த மேகத்துக்கு,
தனியானது சிறுபகுதியெனில் தாக்கும் காற்று.

காற்று தாக்கியே கலையும் சிறுமேகமென,
பைசாசத்துக் கூட்டத்தில் பிறப்பீர் அடுத்ததாக,
விட்டுவிட்டு ஓடுவதால் வாய்க்காது துறவறம்,
பற்றற்றுப் பொருட்களைப் பாங்குடன் கையாளுவதால்.

கையாளுவதால் பிறருக்குக் கிடைக்கவேண்டும்
நன்னலமென,
இவ்வுலகில் குடும்பத்தில் இருந்தபடி வாழ்வதுதான்,
துறத்தல் என்றுத் தெரிவிப்பார் மேலோர்,
ஓடிவிடுதல் துறவல்ல வனத்தில் ஞானமில்லை.

ஞானமில்லை வனத்தில் நலங்கெட்டுத் திரிவோர்க்கு,
கடமைகளைச் செய்துக் குடும்பவழி வாழுபவர்,
கீழ்மைகளை அடைந்திடார் கேடில்லை எவ்வுலகிலும்,

வெற்றிகளை அடைந்தீர் வேண்டாம் வருத்தம்.

வருத்தம் பொருத்தமில்லை வென்றீர் சக்கரனென,
எதிர்க்கும் அனைவரையும் அழித்தீர் நொடியிலே,
கூத்திரியர்தம் நெறிப்படிச் செய்தீர் பெரும்போரை,
உலகம் உமதானது உவப்புடன் ஆளுவீர்.

ஆளுவீர் இவ்வுலகை அளிப்பீர் தானங்களை,
செல்லுவீர் வானவரின் சொர்க்கத்துக்கும் மேலாக,
வருந்தாதீர் வேந்தே வேண்டாம் குழப்பங்கள்,
நிலமாளுவீர் நலஞ்செய்வீர் நானிலத்தோர் மகிழட்டும்.

(13)சாந்தி பர்வம், பகுதி 13:
ராஜதர்மானுசாசன பர்வம்

மகிழட்டும் என்று மொழிந்தான் நகுலன்,
அடுத்தவன் சகாதேவன் இயம்பினான் கருத்தை,
பொருட்களின் விலக்கத்தால் பெற்றிடார் ஞானத்தை,
மனதளவில் துறந்தாலும் முடிவுகள் சந்தேகமே.

சந்தேகமே வேண்டாம் சீர்மிக்க வேந்தே,
பொருளேதுமே வேண்டாமெனப் பகட்டுக்குத்
துறந்துவிட்டு,
மனமுழுதுமே ஏங்கும் மாண்பிலாப் புண்ணியத்தை,
பெறட்டுமே எதிரிகள் போகட்டுமே நசிந்து.

நசிந்து போகாமல் நாமிருப்போம் பீடுடன்,
அனைத்து பொருளையும் ஆண்டும் அனுபவித்தும்,
மனத்து அளவிலே மாண்புடன் பற்றறுத்து,
நலத்தை அடைவோம் நாமும் நண்பர்களும்.

நண்பர்களும் நாமும் நன்கறிய வேண்டியதோர்,
ரகசியம் உண்டு அறிவிக்கிறேன் உமக்கு,
எனதெனும் பற்றுதான் எமனின் வடிவமாகும்,

எனதில்லையெனும் மனத்துடன் எல்லாவற்றையும்
ஆளலாம்.

ஆளலாம் அகிலத்தையே அகத்திலே எனதில்லையென,
மமமெனும் வார்த்தை மாண்பிலா எமனாகும்,
நமமெனும் துறவு நிகரிலா பிரமமாகும்,
உம்மகம் நமமெென உரைக்கட்டும் உலகாளுகையில்.

உலகாளுகையில் நீவிர் உமதில்லை இப்பொருளென,
பற்றுகளில் வீழாமல் பாங்குடன் கையாண்டால்,
தீமைகள் தாக்காதுத் தரணியின் வேந்தரே,
இருமைகள் பிரமமென எமனென இருக்கின்றன.

இருக்கின்றன இருமைகள் இரண்டு வழிகளிலே,
நுழைகின்றன உயிருக்குள் நினைவுகளின் வழியாக,
ஆட்டுகின்றன உயிர்களை அவைகளுக்குத் தெரியாமலே,
அழிவிலாததான உயிரெடுத்தது அழிவாகிடும் உடலை.

உடல்களை அழித்ததற்கு வருத்தம் கொள்ளாதீர்,
உயிரை அழித்திட ஒருவருக்கும் இயலாது,
கடமை வழியிலே கூத்ரியரின் நெறியிலே,
செய்தவை தவறில்லைச் சிந்தனை தெளிவுறுவீர்.

தெளிவுறுவீர் போரிலே தாக்கி அழித்ததற்கு,
வருந்தாதீர் ஏனெனில் ஒருபாவமும் அதிலில்லை,
ஒருவேளைநீர் உடலுடன் உயிரழியும் என்றால்,
காணுவீர் நெறிகள் கூறுவன தவறென்று.

தவறென்று எக்கருத்தும் தருவதில்லை வேதங்கள்,
அவற்றுக்கு உகந்ததென அறிவீர் நம்செயல்கள்,
உயிருக்கு அழிவில்லை உண்மைதான் இச்சொல்,
மனத்துக்குக் கண்டுந்துயரம் மாண்பில்லை விடுவீர்.

விடுவீர் வருத்தத்தை வேண்டாம் குழப்பமேதும்,
முன்னோர் நடந்ததான மாண்புடைய நல்வழியில்,
நடப்பீர் அதனால் நல்லதே விளைந்திடும்,

வென்றவர் ஆலாவிடில் வெகுபாவம் வந்துசேரும்.

வந்துசேரும் அழிவுதான் வனத்திலே சென்றபின்னும்,
பொருளேதும் இல்லையெனப் பகட்டுக்குக் கூறினாலும்,
மனமுழுதும் ஆசைகள் மன்றியதாம் மாந்தர்கள்,
இறப்பாகும் எமனுக்கு அருகாகும் நிலைபெறுவர்.

நிலபெறுவர் ஒருவர் நிகரிலா ஞானத்தில்,
எண்ணுவீர் இவ்வுலகில் இருப்பவை அனைத்தும்,
உம்மிலோர் பகுதிதான் உடலை வேறாக்கியதென,
அனைத்துயிர் ஆவதும் ஆத்மனான ஒருயிரே.

ஒருயிரே பலவடிவில் உலகத்தில் வந்ததென,
அவ்வுயிரே தனக்குள் அமைந்ததான உயிரென,
எண்ணமே கொண்டால் எத்துயரும் அவர்க்கில்லை,
தந்தையே எமக்குநீர் தனயரும் குருவும்நீர்.

குருவும்நீர் ஆகினீர் கோனே மாதவரே,
சிறியவர் சொல்லிலே சிறுபிழைகள் இருந்தாலும்,
இளையவர் வருத்ததால் ஏற்பட்ட பிழையென்று,
எண்ணிவீர் மனத்திலே என்னை மன்னிப்பீர்.

மன்னிப்பீர் என்னை மன்னவரே ஏனெனில்,
எண்ணுவீர் என்சொற்கள் அன்பின் வார்த்தைகளென,
மன்னவர் உமக்கு மதிநுட்ப அறிவுரைகள்,
சொல்லுபவர் நானல்லச் சீர்மிக்க ஞானியே.

ஞானியே உமக்கு நட்பென உறவென,
எண்ணியே இவற்றை இயம்பினேன் ஏற்பீர்,
கருத்தையே ஏற்பீர் கௌரவரின் வேந்தே,
மனத்தையே துயர்விட்டு மாற்றுவீர் மகிழ்வுக்கு.

(14)சாந்தி பர்வம், பகுதி 14: ராஜதர்மானுசாசன பர்வம்

மகிழ்வுக்கு மனத்தை மாற்றுமெனச் சகாதேவன்,
வேந்தனுக்கு உரைத்தாலும் வரவில்லை பதிலேதும்,
நெறிகளிக்கு முன்னிலை நல்கிடும் யுதிஷ்டிரன்,
வார்த்தையற்று அமைதியாய் வெறுப்புடன்
அமர்ந்திருந்தான்.

அமர்ந்திருந்தான் சகோதரருக்கு எப்பதிலும் அளிக்காமல்,
வேதவழியின் நற்கருத்தை விளம்பியே பேசினாலும்,
மௌனத்தின் வயப்பட்டு மனத்துயரில் அமர்ந்திருந்த,
வேந்தனிடத்தில் பேசினாள் வனப்புமிக்க திரௌபதி.

திரௌபதி கண்ணுடையாள் தாமரையின் வடிவத்தில்,
பேரழகி அவளோ பிறப்பிலே மேலானவள்,
வேள்வித்தீ கொடுத்த உன்னத நங்கை,
அரிமாவுக்கு ஒப்பான அரசனிடம் விளம்பினாள்.

விளம்பினாள் திரௌபதி வேந்தன் கவனிக்க,
மாதர்களில் பேரழகி மாண்புடைய நன்மங்கை,
கணவர்கள் கருத்தைக் கவனத்துடன் ஈர்ப்பவள்,
யுதிஷ்டிரன்மேல் தனிப்பாசம் அளித்திடும் காரிகை.

காரிகை வேந்தனிடம் கொள்ளுவாள் தனியீர்ப்பு,
அவளை யுதிஷ்டிரனும் அன்புடன் கவனிப்பான்,
வார்த்தைகளை உரைத்தாள் வாஞ்சை மனத்துடன்,
கண்ணீரை வடித்துக் கதறுகிறார் தம்பியர்.

தம்பியர் நால்வரும் தவித்துக் கிடக்கிறார்,
ஏங்குகிறார் சடகம் ஆகாயத்தில் பறக்கையில்,
வீழுமோர் மழைத்துளியென வாடியே இருப்பதுபோல்,
வாடுகிறார் ஆனால் வார்த்தையில்லை உம்மிடம்.

உம்மிடம் வார்த்தைகள் ஏதும் வராததால்,

பெருந்துயரம் படுகிறார் பீடுடைய வேழங்கள்,
வருத்தமெனும் ஒன்றுதான் வாய்த்தது அவர்பங்காய்,
த்வைதமெனும் ஏரிக்கரையில் தெரிவித்தீர் கருத்தை.

கருத்தைத் தெரிவித்தீர் கௌரவரின் வேந்தரே,
காற்றை மழையைக் கடுங்குளிரை வெம்மையை,
வேதனை கொண்டு வெகுவாய்த் தாங்குகையில்,
போர்தனைச் செய்வோம் பெறுவேம் வெற்றியென்றீர்.

வெற்றியென்றீர் நமக்கு வாய்க்கும் நல்வரம்,
சூளுரைத்தீர் நாம் சாகடிப்போம் சுயோதனனையென,
உறுதியளித்தீர் இந்த உலகாட்சி நமதாகுமென,
களம்புகுவீர் வெல்லுவீரெனக் கூறினீர் தம்பியரிடம்.

தம்பியரிடம் மேலும் தெரிவித்தீர் கருத்தை,
வேழங்களும் புரவிகளும் வீரர்களும் தேர்களும்,
வீழ்வுறும் தரையிலென விளம்பினீர் அப்பொழுது,
வேள்விகளும் செய்வோமென விளம்பினீர் மகிழ்வாக.

மகிழ்வாக தானங்கள் மிகப்பல வழங்கிட,
இசைவாகச் சூழல்கள் ஏற்படுமென உரைத்தீர்,
வருத்தமாக இருக்கும் வனவாசச் சூழல்கள்,
இனிப்பாக மாறும் அந்நாளிலென உரைத்தீர்.

உரைத்தீர் அவ்விதம் உண்மையே உரைப்பவரே,
கூறினீர் ஆனால் கடைப்பிடிக்க மனமின்றி,
அழுகிறீர் வருந்துகிறீர் அத்துடன் எங்களை,
வீழ்த்துகிறீர் பெரிதான வேதனையில் வாட்டத்தில்.

வாட்டத்தில் இருக்கிறீர் வேந்தரே நீவிர்,
வாட்டங்கள் தருகிறீர் வல்லமைத் தம்பியர்க்கும்,
ஆண்மைகள் இல்லார்க்கு ஆனந்தச் சுகமில்லை,
ஆண்மைகள் அற்றவர் அடைந்திடார் சந்ததியை.

சந்ததியை அடைந்திடார் சீர்கெட்டார் ஆண்மையற்றோர்,
செங்கோலை உயர்த்திச் சரியாக ஆளாவிடில்,

கூத்திரியராய்ப் பிறந்தவர் சக்தியற்று வீழுவார்,
அவ்வேந்தனைச் சார்ந்தால் அவன்மக்களும் துயருறுவார்.

துயருறுவார் கடமைகள் தெரியாமல் திணறுவோர்,
மாமுனிவர் கடமைதான் மனத்தை அடக்குதல்,
நட்பென்பார் அனைத்துயிரும் நல்வார் தானங்கள்,
வேதமோதுவார் அதுதான் வேதியரின் கடமை.

கடமை வேறாகும் கூத்திரியரின் குலத்துக்கு,
தீயவரை அடக்குதல் தானதரும் அளித்தல்,
போர்முனை வந்துப் பின்வாங்கிச் செல்லாமை,
இவைகளை கடமைகளென இயம்புவார் கூத்திரியருக்கு.

கூத்திரியருக்கு நெறியானது சக்தியுடன் போர்செய்தல்,
கோபமானது மன்னிப்புடன் எடுப்பதாவது கொடுப்பதுடன்,
அச்சமானது அச்சத்துடன் தண்டனையானது பரிசுகளுடன்,
சேர்வானது கூத்திரியரின் சீர்மிக்க தர்மம்.

தர்மம் கூத்திரியருக்குத் தாக்குவதும் வெல்லுவதும்,
வேதபாராயணம் தானதருமம் வெகுத்தவம் வழியிலாகவா,
இப்புவியும் வென்றீரென இயம்புவீர் வேந்தரே?
அகூஹௌளணியும் பதினொன்றான அணிவந்ததே
உமக்கெதிராய்.

உமக்கெதிராய் வந்த வேழங்களைப் புரவிகளை,
மூவிதமாய் பலத்துடன் மிகபத்தார் தலைமையுடன்,
கர்ணனை துரோணரைக் கிருபரை அஸ்வத்தாமனை,
தலைமையாய்க் கொண்டவரைத் தாக்கி வென்றீரே.

வென்றீரே இப்புவியை விடலாமோ ஆளாமல்?
கொன்றீரே எதிரிகளைக் கொண்டீரே இவ்வுலகை,
பட்டீரே பெரும்பாடு போர்க்களத்தில் எதிரிகளுடன்,
ஆண்டீரே ஜம்புவை அரிமாவென அரசராக.

அரசராக ஆண்டீரே அநேக மாகாணங்களை,

அடுத்ததாக க்ரௌஞ்சத்வீபமென அமைந்ததான
பகுதியை,
இணையாக ஜம்புவென அகலத்துடன் நீளத்துடன்,
மேற்காக மேருவுக்கு அருகாக அமைவுற்றது.

அமைவுற்றது சாகத்வீபம் அசலமான மேருவுக்கருகில்,
பரப்பளவானது க்ரஞ்சத்துக்குப் பெரிதும் பொருந்தும்,
வடக்கானது மேருவுக்கு வளமைமிக்க பத்ரத்ஸ்வம்,
சாகத்துக்குச் சமமானச் சீர்மிக்க பகுதியாகும்.

பகுதியாகும் இவற்றுக்கும் பின்னதாக இருந்திடும்,
நிலங்களும் உனதென நீயேதான் ஆட்சிசெய்தாய்,
கடலாகும் நீர்ப்பரப்பைக் கடந்துதான் சென்றாய்,
தீவுகளும் தேசங்களும் தருமனே நீயாண்டாய்.

நீயாண்டாய் இந்த நானிலங்கள் முழுவதையும்,
அவ்விதமாய்ப் பெற்ற அரும்பொருள் செலவழித்து,
வேதியராய்ப் பலருக்கு வழங்கினாயே தானங்கள்,
வாழ்த்துகளாய்ப் பொழிந்தனரே வரவில்லையோ
மனநிறைவு?

மனநிறைவு பெறவில்லை மிகப்ப்ரும் வெற்றியாலும்,
காளைகளது பலத்துடன் கரிகளது ஆற்றலுடன்,
உங்களது தம்பியர் உங்களையே சூழ்ந்துநிற்க,
மனமகிழ்வு தரும்விதத்தில் மொழியவில்லை
ஒருசொல்லும்.

ஒருசொல்லும் சொல்லாம் வெகுசோகம் கொண்டுளீர்,
தேவர்களும் மெச்சவே திடங்கொண்டக் காளையர்,
ஐவரும் எதிரிகளை அடக்குவீர் அழிப்பீர்,
ஒருவர்தான் மணாளரென வாய்த்தாலும்
மகிழ்ந்திருப்பேன்.

மகிழ்ந்திருப்பேன் ஒருவர்மட்டும் மணளனாய்க்
கிடைத்தாலும்,

பெற்றுவிட்டேன் பெறற்க்கரியப் பொக்கிஷங்கள்
ஐவரையும்,
மனத்தின் அருகிருக்கும் மாண்புடைய ஐம்புலன்களென,
ஐவரின் துணையினால் அகமகிழ்வு மிகவதிகம்.

மிகவதிகம் மகிழ்வுடன் மகனானவன் யுதிஷ்டிரன்,
காப்பாற்றுவான் எனக் கூறினார் குந்திதேவி,
அன்னவரின் வார்த்தைகள் எப்போதும் பொய்க்காது,
வேந்தர்களின் சிரமெடுத்தீர் வீழுவதோ சோகத்தால்?

சோகத்தால் வீழுவதோ சக்திமிக்க மாவீரர்?
அண்ணன்களில் பெரியவர் அறிவிழந்துப்
பைத்தியமானால்,
தம்பிகள் அவருடன் தாழும் உழலவேண்டும்,
உங்கள் மதியீனத்தால் அறிவிழப்பார் பாண்டவர்கள்.

பாண்டவர்கள் ஐவருக்கும் புத்திகூர்மை கிடையாது,
உங்கள் தம்பிகள் அறிவுடன் இருந்திருந்தால்,
அவர்கள் அரசாண்டு உங்களைச் சிறைவைத்து,
எதிரிகள் இல்லாமல் இருந்திருப்பார் மகிழ்வாக.

மகிழ்வாக வாழாமல் மனம்நோக வைத்து,
இதுபோலப் பேசுபவர் எபோதும் வென்றிடார்,
மதிகேடாகப் பேசுபவர் மருந்துகளை அருந்தவேண்டும்,
புகையாகக் கண்கழுவலாகப் போக்கவேண்டும்
மனநோயை.

மனநோயை அழிக்க மூக்கிலே மருந்திட்டு,
நல்லநிலை கிடைத்திட நிறையவே மருந்திட்டு,
மனத்தை மகிழ்வுக்கு மாற்றிட வேண்டும்,
மாதர்களைக் கருதினால் மிகக்கேடள் நானே.

நானே மாதரில் நீசநிலை மிகைத்தவள்,
மைந்தரே இருந்தனர் மாபலத்தார் ஐந்துபேர்,
உன்னையே நலமாக்கி அரசாள வைத்திட,
நல்லதையே சொன்னேன் நானும் தம்பியரும்.

தம்பியரும் உமக்குத் தகுந்ததையே உரைக்கிறார்,
நால்வரும் கூடி நவிலுகிறார் நல்லதையே,
நாட்டையும் விட்டுவிட்டால் நேரிடும் வெகுபகைமை,
ஆபத்தும் உமைத்தாக்கும் அழிந்திடவே வாய்ப்பாகும்.

வாய்ப்பாகும் இந்த வெற்றிச் சூழலில்,
மண்டத்ரியும் அம்பரீஷனுமென மிகப்பொலிவில்
மிளிருகிறீர்,
முற்காலம் ஆண்டதுபோல் மீண்டும் அரசாளுவீர்,
மக்களும் மகிழ்ந்திருக்க மண்ணுலகை ஆளுவீர்.

ஆளுவீர் மலைகளையும் அடவிகளையும் தீவுகளையும்,
விடுப்பீர் சோகத்தை வருவீர் வேங்கையென,
நோற்பீர் வேள்விகளை அழிப்பீர் எதிரிகளை,
கொடுப்பீர் தானங்களைக் கொள்ளுவீர் வெகுமகிழ்வை.

(15)சாந்தி பர்வம், பகுதி 15:
ராஜதர்மானுசாசன பர்வம்

வெகுமகிழ்வை அடைவீரென விளம்பினாள் யக்ஞுசேனி,
அண்ணனை மீண்டும் அன்புடன் அழைத்து,
கருத்தை உரைத்தான் காண்டீப வில்லாளன்,
செங்கோலை எடுத்தவன் செய்கிறான் அரசாட்சி.

அரசாட்சி என்பது அத்தனை மக்களுக்கும்,
மனமகிழ்ச்சி நினைக்கவும் மிகத்துயரம் போக்கவும்,
காப்பாற்றி வைக்கவும் கிடைக்கும் வாய்ப்பாகும்,
அனைத்தும் உறங்கினாலும் உறங்காது செங்கோல்.

செங்கோல் ஒன்றைதான் சொல்லுவார் தருமமென்றும்,
நெறிகள் அறிந்தவர் நவின்றசொல் இதுவாகும்,
மேன்மைகள் உடையோரை மகிழ்வில் வைத்திருக்கும்,
வாழ்வியல் நோக்கங்களை வழங்கும் மூன்றுவிதம்.

மூன்றுவிதம் காமார்த்த மோட்சமென உரைப்பதாகும்,
வாழ்வுநலம் கிடைக்க வழிதருவது செங்கோல்தான்,
மக்களிடம் அச்சம் மாண்பின்மை அகன்றிடும்,
தக்கவிதம் சோளத்தைத் தங்கத்தைக் காக்கும்.

காக்கும் தொழில்கொண்ட கனத்த செங்கோலை,
எண்ணிதான் பலபேர் இருப்பார் பயத்திலே,
பாவம் செய்யாமல் புண்ணியராய்ப் பலர்வாழ,
காரணம் வேந்தனின் கோலெனக் கூறுவார்.

கூறுவார் செங்கோலால் கயவர் திருந்துவாரென,
ஒருசிலர் எமதண்டத்தை எண்ணியே திருந்துவார்,
மற்றவர் மேலுலகின் மகிழ்வுக்கெனத் திருந்துவார்,
மிகுந்தவர் சமுதாய மரியாதைக்கெனத் திருந்துவார்.

திருந்துவார் அனைவரும் திடமிக்கச் செங்கோலால்,
ஒருசிலர் மனிதரென வாழ்விப்பது செங்கோல்தான்,
விழுங்குவர் மனிதர்களை வீழ்ந்தது செங்கோலெனின்,
அழிவுறுவார் மக்கள் அரசன் செங்கோலிழந்தால்.

செங்கோலிழந்தால் அனைத்தும் சீர்கெட்டு அழிவுறும்,
அடக்குதல் கடினமான ஈனர்களை அடக்கவும்,
தவறுகள் செய்பவரை தண்டிக்கவும் செங்கோலுண்டு,
வேதியர்கள் தண்டனைகள் வார்த்தைகளால் அமையும்.

அமையும் வேதியர்க்கு இயம்புதலே தண்டனையாய்,
க்ஷத்ரியரும் தண்டமுறல் சாப்பாட்டைக் குறைப்பதால்,
சிறைவாசம் அபராதம் சொத்துப்பறிப்பு வைசியருக்கு,
தண்டனையாகும் அதற்குமேல் தரவேண்டாம் தண்டனை.

தண்டனை சூத்திரருக்குத் தரவேண்டாம் வேந்தனே,
மனிந்தர்களைக் கடமைக்கென மனந்திருந்தி உழைக்கவைக்க,
பொன்பொருளைப் பாதுகாக்க பூமியை நலமாக்க,
சட்டங்களை இயற்றிச் செயலாக்கினார் தண்டனைகளை.

தண்டனைகளைக் குறித்துத் தெரிவிக்கும் சட்டங்கள்,
செங்கோலை தண்டமெனச் சொல்லும்
வார்த்தையால்தான்,
கடுமையாய் தண்டிக்கக் கருமையாய்ச் செங்கண்ணுடன்,
தயாராய் வேந்தனிருந்தால் திருந்துவார் மாந்தர்கள்.

மாந்தர்கள் தம்நிலை மறந்திடார் செங்கோலால்,
பிரமசாரிகள் குடும்பத்தார் பெருந்தவ முனிவர்கள்,
அவரவர்கள் வழிகளில் அகலாவிதம் நடப்பது,
தண்டனைகள் உண்டென்றுத் தாமுற்ற அச்சத்தால்.

அச்சத்தால் மட்டுமே அளிக்கிறார் தானங்களை,
பயத்தால் வேள்விகளைப் புரிகிறார் மாந்தர்,
அச்சங்கள் இல்லாவிடில் எவ்வித ஒப்பந்தமும்,
நிறைவேற்றுதல் கடினமாகும் நடப்பார்கள் தம்போக்கில்.

தம்போக்கில் அனைவரும் தறிகெட்டு நடக்காமல்,
தண்டனைகள் வழங்கும் தண்டமாகும் செங்கோல்,
கொலைகள் செய்தும் கடுமையாய் தண்டித்தும்,
மக்கள் திருந்தவே மன்னவர்கள் ஆளவேண்டும்.

ஆளவேண்டும் அரசன் அறுத்தெடுக்கும் மீனவனென,
தவறுசெய்யும் மக்களை தண்டப்பவர் இல்லாவிடில்,
வளமையும் நன்மைகளும் வாய்க்காது ஒருபோதும்,
பெருமையும் பொருள்வளமும் பொருந்தாது தண்டமின்றி.

தண்டமின்றிக் கொலையின்றித் தரணியிலே எவருமே,
ஆட்சியென்று வளமென்று அடைந்திட இயலாதே,
புகழென்று மக்களென்றுப் பலவித நலமென்று,
உடையரென்று ஆனவர் அழித்தனர் பிறரை.

பிறரை அழிக்காமல் புரந்தரனும் ஆளவில்லை,
விருத்திரனைக் கொன்றுதான் வானவரின் இறைவனும்,
வானுலகை ஆளுகிறான் வேந்தரே ஆதலால்,
கொல்லுவதைத் தவறெனக் கூறவேண்டாம் போரிலே.

போரிலே பலரைப் பாய்ந்து அழித்திடும்,
தேவரையே அனைவரும் துதித்து வணங்குவார்,
உருத்திரரே ஸ்கந்தனுடன் அக்கினி இந்திரனுடன்,
வருணனே பெருமையடைதல் வலிமையாய் அழிப்பதால்.

அழிப்பதால் பெருமைகள் அடைவார்கள் தேவர்கள்,
காலனால் ம்ருத்யுவால் குபேரனால் வாயுவால்,
வசுக்களால் மருதரால் விஸ்வதேவரால் சாத்யரால்,
அழிவுகள் அதிகம் ஆதலால் மதிப்பதிகம்.

மதிப்பதிகம் அடைகிறார் மற்றவரை அழிப்பவர்,
பிரமரிடம் தாத்ரியிடம் புஷனிடம் பணிந்திடார்,
நல்லவிதம் குணங்கொண்டால் நானிலத்தார் மதித்திடார்,
குறைவாகும் பிரமர்போன்றக் கடவுளை வணங்குவோர்.

வணங்குவோர் எவருமில்லை வெகுநல்ல தேவர்களை,
அழிப்போர் இல்லாமல் ஆட்சியில்லை வளமில்லை,
காணுவீர் விலங்குகள் கொன்றுண்ணும் விலங்குகளை,
பலமுடையார் பலவீனரைப் பாய்ந்தழித்தல் இயல்புதான்.

இயல்புதான் கீரி உண்ணுதல் எலியை,
நாய்தான் பூனையை நன்கு ருசிக்கும்,
நாயைதான் புலியும் உணவுதான் ஆக்கிடும்,
நகருவதும் நகராததும் உணவுதான் காலனுக்கு.

காலனுக்கு ஆட்படும் ககனத்தின் அனைத்துமே,
நகருவது நகராதது நடத்தும் உலகவாழ்வை,
தேவரது ஒப்புதலும் தெரிவித்தார் இக்கருத்துக்கு,
அழிவுகுறித்து வருந்திடார் அறிவுகொண்ட ஞானவான்.

ஞானவான் ஆகுவீர் நிகரிலா வேந்தரே,
உங்களின் குலத்துக்கு உகந்தவிதம் வாழுவீர்,
மூளையின் கலக்கத்தில் மதிகெட்ட கூத்ரியர்தான்,
கோபத்தின் வழிவிட்டுக் கானகத்தில் தவஞ்செய்வார்.

தவஞ்செய்வார் தனையடக்குவார் திடமிலா கூத்ரியர்,
மாமுனிவர் ஆகினும் மற்றவற்றைக் கொல்லாமல்,
வாழுவார் என்று விளம்புதல் இயலாதே,
உண்ணுவார் நீரிலே மண்ணிலே உயிர்களை.

உயிர்களை உடைத்து விளையும் கனிகளும்,
கொலைகளைச் செய்திடார் கானகத்தில் வாழ்பவரென,
சொல்வதைச் சரியெனச் சொல்லிடேன் நானும்,
தம்முயிரை ஓம்புவார் தாம்வழுதல் பிறவுயிரால்.

பிறவுயிரால் உண்டாகும் பொருட்களை உண்டுதான்,
வாழுதல் உண்டாகும் வனத்தில் வசிப்போர்க்கும்,
கண்மூடுதல் செய்தாலும் கணக்கற்ற உயிர்கள்,
இறத்தல் உண்டென அறிவார் நுண்ணறிவோர்.

நுண்ணறிவோர் தாமேயென நினைந்திடும் சிலபேர்,
சுற்றிவருவார் வனத்தில் சற்றும் திமிரிலாதார்,
எண்ணுவார் அவர்கள் இருக்கும் வனத்திலே,
குடும்பத்தார் வாழ்வுதான் கொள்ளை மகிழ்வென்று.

மகிழ்வென்று மீண்டும் மண்ணை உழுதிடுவார்,
விளைச்சலென்று பலபயிர்கள் வளர்ப்பார் வனத்திலும்,
அதைக்கொண்டு மீண்டும் அகமானக் குடும்பவழி,
வாழ்வுற்றுக் கிடப்பார் வீணாகும் வனவாசம்.

வனவாசம் செய்யாமல் விலங்குகளைக் கொன்று,
செடிகளும் மரங்களும் சாய்த்துப் பயன்படுத்தி,
வெகுபாவம் செய்பவரும் வேள்விகளால் நற்செயலால்,
சொர்க்கலோகம் செல்லுவார் சற்றும் சந்தேகமில்லை.

சந்தேகமில்லை செங்கோலின் சக்தியில் பலத்தில்,
செங்கோலைப் பயன்படுத்திச் சீர்மையுடன் ஆண்டால்,
வளமைகளை அடையலாம் வாராது துயரேதும்,
தண்டனைச் சட்டங்களைத் தளர்த்தினால் அழிவுதான்.

அழிவுதான் நேரிடும் அளிக்கவில்லை தண்டனையெனில்,

வலிமைதான் கொண்ட விலங்குகள் போலவே,
மனிதரின் நடுவிலும் மிகக்கேடர் தோன்றுவார்,
தண்டனைதான் இல்லாவிடில் தரணிதான் அழிவுறும்.

அழிவுறும் அகிலமென இயம்பினார் பிரமதேவர்,
வாழ்வுறும் இவ்வுலகம் வலுமிக்க தண்டத்தால்,
அணைந்திடும் அக்கினியும் எழுந்திடும் ஊதினால்,
அச்சமுறும் மக்கள் அகன்றிடார் நெறிவழியை.

நெறிவழியை அகலாமல் நல்லவிதம் வாழ்ந்திருக்க,
தண்டனையத் தரவேண்டும் தண்டனை இல்லாவிடில்,
நல்லவரைக் கெட்டவர்கள் நசித்து அழித்திடுவார்,
இருள்நிலை வந்திடும் அனைத்துகும் குழப்பமாகும்.

குழப்பமாகும் சூழலைக் களையவேண்டும் நல்லாட்சியால்,
வேதங்களும் இல்லையென்று வீண்வாதம் செய்வோரும்,
சட்டதிட்டம் இல்லையெனச் சாதிக்கும் நாத்திகரும்,
தண்டனையின் அச்சத்தால் தாமிருப்பார் நெறிவழியில்.

நெறிவழியில் நடப்பதற்கு நல்லவழி தண்டனைதான்,
தண்டனைகள் இல்லாமல் தாங்களே நல்லவராக,
இருப்பவர்கள் இவ்வுலகில் எங்கோ ஒருவர்மட்டும்,
அச்சத்தில் நல்லவராய் இருப்பவர்தான் உலகோர்கள்.

உலகோர்கள் நெறிவழியில் வாழ்வுறும் நோக்கத்தில்,
தண்டனைகள் சட்டத்தைத் தந்தார் பிரமதேவர்,
நெறிகள் இலாபங்கள் நல்லவைகள் நடப்பதும்,
மனிதர்கள் தன்னடக்கம் மிகத்தலும் தண்டனையால்.

தண்டனையால் தாக்குண்டத் திறமிலா மனிதர்கள்,
நல்லவர்கள் ஆகியே நடப்பார் இவ்வுலகில்,
விலங்குகள் பறவைகளும் வெறிகொண்ட மனிதர்களும்,
தண்டனைகள் இல்லாவிடில் தாக்குவார் மற்றவரை.

மற்றவரைத் தாக்கி மாண்பின்றி உண்ணுவார்,
வேள்விகளை நோற்க வைத்திருக்கும் நெய்யையும்,

உண்ணவே செய்வார் உன்மத்த மாந்தர்கள்,
தண்டனை இல்லாவிடில் தள்ளுவார் வேதத்தையும்.

வேதத்தையும் ஓதமாட்டார் வாராது தண்டனையெனில்,
பாலைக் கறக்கமாட்டார் பசுகன்று வளர்க்கமாட்டார்,
கணவனை மணக்கமாட்டார் காரிகையர் ஒருவரும்,
பேரழிவை உண்டாக்கிப் பாருலகை அழித்திருப்பார்.

அழித்திருப்பார் இவ்வுலகை எவரும் மிஞ்சாமல்,
குழப்பமாக்குவார் உலகத்தில் காணும் அனைத்தையும்,
தயங்கமாட்டார் எந்தத் தீவினை செய்வதற்கும்,
சொத்தென்பதோர் வரைமுறையைச் சற்றும் மதித்திடார்.

மதித்திடார் மற்றவரைப் புரிந்திடார் வேள்விகளை,
கொடுத்திடார் தானங்களைக் கடமையேதும் செய்திடார்,
வாழ்ந்திடார் தமக்கென வாய்த்த நெறிப்படி,
கற்றிடார் அறிந்திடார் கிடப்பார் சோம்பலுடன்.

சோம்பலுடன் காளைகளும் செல்லாது வேலைசெய்ய,
குதிரைகளும் ஒட்டகங்களும் கழுதைகளும்
        வரிக்குதிரையும்,
வண்டியிலும் பூட்டினாலும் வேலையேதும் செய்யாது,
விலங்குகளும் இயங்குவது வந்துவிடும் தண்டனையென.

தண்டனையென இருப்பதுதான் தரணியை வாழ்விப்பது,
தவறெனச் செய்யாமலும் தம்கடமை செய்யவும்,
சொர்க்கமென வாழ்ந்திடச் சரியானவிதம் வாழவும்,
உலகென இயங்கவும் வேண்டும் தண்டனை.

தண்டனை வழங்கித் தக்கவிதம் அரசாண்டால்,
அவ்விடத்தை அண்டாது எவ்விதப் பாவமும்,
ஈனகுணத்தை ஏமாற்றுதலை அசிங்கமான நடத்தைகளை,
களைவதைக் கடமையாக்கும் கடுமைமிகும் தண்டம்.

தண்டம் உயர்ந்து தண்டிக்க எழும்பாவிடில்,
நாயும் நெய்யை நக்கியே உண்ணும்,

காகமும் வந்துக் கொத்தும் ஆகுதியை,
உலகம் நலமாவது உயர்த்தியச் செங்கோலால்.

செங்கோலால் ஆளும் சூழ்நிலை வந்தது,
நேர்மையால் நேர்மையின்மையால் நானறியேன்
        எவ்விதமென,
ஆளுதல் இப்போது ஆனது கடமையாக,
கடமைகள் அறிந்தவரே களிப்புடன் ஆளுவீர்.

ஆளுவீர் அகிலத்தை அகற்றுவீர் துயரத்தை,
செய்வீர் வேள்விகளைச் செயலாக்குவீர் சட்டங்களை,
புண்ணியத்தோர் மட்டுமே பாங்குடன் உணவுற்று,
ஓம்புவார் மனைவியரை அன்புக் குழந்தைகளை.

குழந்தைகளை மனைவியரை கவனித்து நல்லவிதம்,
உணவுகளை ஆடைகளை வழங்கி மகிழ்வித்து,
நல்வாழ்வை நடத்துபவர் நானிலத்தில் வெகுசிலரே,
பொன்பொருளை நம்பிதான் புவனத்தில் வாழுகிறோம்.

வாழுகிறோம் இவ்வுலகில் வளமைகள் மிகைத்தவராய்,
ஒவ்வொருவரும் பொன்பொருளுடன் உளத்திலே
        மகிழ்ந்திருக்க,
மன்னவரின் செங்கோல்தான் மிகவும் தேவையாகும்,
உறவுகளும் சீர்பெற்று வாழ்விப்பது செங்கோல்தான்.

செங்கோல்தான் ஆட்சியைச் சிறப்பாக்கும் வழியாகும்,
இருவிதம் செயலாற்றலாம் இவ்வுலகில் மாந்தர்கள்,
எவருக்கும் தீங்கேதும் இல்லாமல் வாழலாம்,
நன்னோக்கம் கருதியே நிகழ்த்தலாம் தாக்குதல்.

தாக்குதல் செய்தாலும் தக்கதொரு நோக்கிருந்தால்,
தவறுகள் சேராது தரணியிலே இருவழியில்,
எவ்வழியில் சென்றால் ஏற்படும் புண்ணியமென,
காணுதல் செய்தால் கிடைக்கும் நல்லவழி.

நல்லவழி ஏதென்று நன்கு ஆராய்தால்,

எந்தவழி சென்றாலும் அனைத்தும் நலமில்லை,
செல்லும்வழி ஏதெனினும் சிறுதவறுகள் உண்டாகும்,
முழுமேன்மை முழுக்கீழ்மை மாநிலத்தில் ஏதுமில்லை.

ஏதுமில்லை இவ்வுலகில் ஈனமானத் தவறாவது,
ஏதுமில்லை இவ்வுலகில் அனைத்திலும் நலமானது,
நல்லவை கெட்டவை நிரம்பிய இவ்வுலகில்,
ஓரளவாய் நலந்தீது வாய்த்ததுதான் எவ்வழியும்.

எவ்வழியும் நலமென்று இயம்புதல் இயலாதே,
எருதையும் ஆண்மை அழிக்கும் முறையாலும்,
கொம்பையும் உடைக்கும் கொடுமை வழியாலும்,
பலவிதம் அதனைப் பயனாக்குதல் சரியோ?

சரியோ தவறோ சரியாய்த் தெரியாது,
அரசோ நம்மை அண்டியே வந்தது,
நீவிரோ பேரரசர் நெறிமுறை அறிந்தவர்,
முன்னோர் செய்தபடி மண்ணாட்சி நடத்துவீர்.

நடத்துவீர் ஆட்சியை வகுப்பீர் நெறிகளை,
கொடுப்பீர் தானங்களைக் காப்பீர் குடிமக்களை,
நிலையாக்குவீர் நல்லதை நீக்கிவீர் தீயதை,
கொல்லிவீர் எதிரிகளைக் கொள்ளுவீர் வெற்றியை.

வெற்றியை அடைந்து வையத்தை ஆண்டு,
நல்லதை நடத்தும் நிகரிலா வேந்தன்,
பாவத்தை அடைந்திடான் பார்வேந்தே நீவிர்,
எதிரிகளைக் கொன்றதால் ஏதும் பாவமில்லை.

பாவமில்லை ஏனெனில் பெருங்கோபத்தை வரவழைக்கும்,
எதிரியைக் கொன்றதாக எண்ணாதீர் வேந்தரே,
உடல்களை மாற்றி உயிர்மட்டும் வாழ்ந்திருக்கும்,
கொன்றதைக் குறித்துக் கொள்ளாதீர் வருத்தம்.

வருத்தம் வேண்டாம் உயிர்கள் வீழ்ந்ததென,
இறப்பும் வருவது இங்கிருக்கும் உடலுக்குதான்,

உயிருக்கு அழிவில்லை வாழ்ந்திருக்கும் எப்போதும்,
உடலெடுக்கும் அடுத்தடுத்து உடல்விழுந்தால் வருந்தாதீர்.

வருந்தாதீர் உயிர்கள் வந்துவந்து மாளுவதால்,
இறந்தவர் மீண்டும் எடுப்பார் வேறுடலை,
அறியாதவர் இதனை இயம்புவார் இறப்பென்று,
மாற்றத்தை அடைந்து மடிவது உடல்மட்டும்.

(16)சாந்தி பர்வம், பகுதி 16:
ராஜதர்மானுசாசன பர்வம்

உடல்மட்டும் வீழுமென உரைத்தான் அர்ஜுனன்,
பீமசேனனும் அதன்பின் பகர்ந்தான் பணிவுடன்,
நெறியனைத்தும் அறிந்தவர் நீவிர்தான் வேந்தரே,
வாழ்வியலிலும் தருமத்திலும் உணர்ந்தீர் அனைத்தையும்.

அனைத்தையும் அறிவீர் அரசரே நீவிர்,
உம்மைதான் முன்னோடியென உம்வழியில் நடந்தோம்,
இன்றுதான் அதைத்தாண்டி இடர்பட்டு நிற்கிறோம்,
சொல்லதான் மனமின்றிச் சீரிழந்தேன் மனத்தில்.

மனத்தில் வருந்தி மிகநொடிந்து கிடக்கிறேன்,
சொல்லுதல் வேண்டாமெனச் சிந்தனையைக் கட்டினேன்,
நிறுத்துதல் இயலாமலே நவிலுகிறேன் கருத்தை,
வருத்தத்தில் இச்சொல்லை விளம்பவே மனங்கொண்டேன்.

மனங்கொண்டேன் சிலவார்த்தை மொழிந்திடும்
எண்ணத்தை,
அடக்கினேன் வேண்டாமென ஆகினும் இப்போது,
உரைத்துதான் ஆகவேண்டி வந்தது கட்டாயம்,
உமக்குதான் முட்டாள்தனம் வந்தது மனத்தில்.

மனத்தில் உண்டான மாண்பிலாக் குழப்பத்தால்,
ஆபத்தில் நிற்கிறது அனைவரின் வாழ்வும்,

எங்களில் ஒருவரும் அகமகிழ்வு கொள்ளவில்லை,
உங்கள் செயல்களால் உரமிழந்தோம் பலமிழந்தோம்.

பலமிழந்தோம் உம்முடைய பலவீன புத்தியால்,
உலகனைத்தும் ஆளுகிறீர் நெறியனைத்தும் அறிந்துளீர்,
மனவருத்தம் தாக்கிட மாண்பிலாக் கோழையென,
அழுதிருக்கும் நிலைபட்டது என்னவிதம் வேந்தரே?

வேந்தரே நீரறிவீர் வழிகளில் நலந்தீதை,
இக்காலமே ஆகினும் எதிர்காலமே என்றாலும்,
முக்காலமே அறியும் மிகநுண்மை அறிவினரே,
இருவிதமே நோய்களுண்டு அகத்திலென்று புறத்திலென்று.

புறத்திலென்று நோயுற்றால் அகத்திலது பாதிக்கும்,
அகத்திலென்று நோயுற்றால் உடலில் நோய்வரும்,
ஒன்றுக்கொன்றுத் தொடர்பிலே உள்ளவை இரண்டுமென,
சென்றதற்கு வருந்தினால் சேர்ந்துவரும் இருமடங்கு.

இருமடங்கு துன்பந்தான் ஏகும் மனத்திலே,
ஒருமடங்கு நடந்ததற்கும் ஒருமடங்கு நினைப்பதற்கும்,
வருந்துவது பலமடங்காய் வந்தே சேர்ந்துவிடும்,
உடலானது வாழுவது வளியாகிடும் காற்றால்.

காற்றால் வெப்பத்தால் குளிரால் வாழ்வுறும்,
உடலில் இவைமூன்றும் விரவும் இணக்கமாக,
இவைகள் ஒன்றையொன்று ஏற்றத்தில் இறக்கத்தில்,
மாற்றுதல் செய்தால் மிகக்கேடு நேரிடும்.

நேரிடும் நோய்களை நேராமல் தடுக்க,
வெம்மையும் குளிரும் ஒன்றையொன்று அடக்கும்,
குணங்களும் மூன்றாகும் களிப்பானது சத்வகுணம்,
ஆசைகுணம் ரஜசமாகும் ஈனகுணம் தமசமாகும்.

தமசமாகும் ரஜசமாகும் தீங்கிலா சத்வமாகும்,
முக்குணம் மனத்தில் முறையாய் இணைந்திருந்தால்,
ஒருவரின் மனத்திலே உள்ளது நன்னிலை,

எக்குணம் மிகைத்தாலும் அகநோயாம் அதுவே.

அதுவே குணந்தரும் அகநோயென எண்ணி,
நீக்கவே தகுந்த நல்லவித வழிமுறைகளை,
ஏற்கவே வேண்டும் இதுதான் நடைமுறை,
துயரத்தையே மகிழ்வால் தாக்கினால் சமப்படும்.

சமப்படும் மகிழ்வு சிந்தனையின் துயரத்தால்,
துயர்படும் நிலைமாறத் தனது உள்ளத்தில்,
மகிழ்வுறும் சிந்தனைகள் மன்றவிட வேண்டும்,
சிந்தனையும் சூழலும் சேராமல் மாறலாம்.

மாறலாம் சிந்தனை மிகவும் நேர்மாறாக,
மகிழ்வெலாம் வந்தபின் மனத்திலே சோகமேக,
சிந்திக்கலாம் ஒருவர் சொந்தமாக மனத்திலே,
அன்னவிதம் துயருற்றவர் எண்ணுவார் மகிழ்வுகளை.

மகிழ்வுகளைச் சோகங்களை முறைமைகளின் விதிப்படு,
வரும்வேளை அனுபவித்து விலக்குதல் வேண்டுமே,
சென்றவற்றை நினைத்துச் சிந்தனையைச் சீர்கெடுத்து,
சென்றதை மறந்ததாலே சேர்ந்தது இவ்வருத்தம்.

இவ்வருத்தம் வந்ததற்கு எவ்விதத்தும் காரணமில்லை,
இதற்குமுன் பாஞ்சாலி அடைந்த நிலைகண்டீர்,
விடாயின் காலத்தில் ஓராடை அணிந்திருக்க,
வேந்தனின் சபைநடுவில் வாய்த்தவை நினைவுறுவீர்.

நினைவுறுவீர் நம்மை நாடற்று அடிமையாக்கி,
வனத்திலோர் புல்லரென வாடவைத்த நிகழ்வுகளை,
எண்ணுவீர் ஜாதசூரன் ஏற்படுத்திய சூழலை,
சித்ரசேனர் போரிட்டச் சூழலையும் நினைவீர்.

நினைவீர் சிந்துவேந்தன் நீசத்தனம் செய்ததை,
மறந்தீர் கீசகன் மிருகமெனச் செய்ததை,
அனைவர் முன்னிலையில் அரசனின் சபைநடுவில்,
பாஞ்சாலர் மகளைப் பாய்ந்து உதைத்தான்.

உதைத்தான் கீசகன் விழுந்தாள் பாஞ்சாலி,
அதைத்தான் இப்போது அகத்தில் எண்ணுவீர்,
பீஷ்மருடன் துரோணருடன் போர்க்களத்தில்
நிகழ்ந்ததுபோல்,
உங்களின் மனத்துடன் ஒருபோர் நிகழ்த்துவீர்.

நிகழ்த்துவீர் அகப்போரை நிகரிலா வேந்தரே,
நண்பர் தேவையில்லை நிகழ்த்தும் இப்போருக்கு,
உறவினர் அம்புகள் ஒன்றும் தேவையில்லை,
போரிடுவீர் மனத்துடன் பெறுவீர் வெற்றியை.

வெற்றியைப் பெறுமுன்னர் உயிரை விட்டுவிட்டால்,
மறுபிறப்பை எடுத்தாலும் மீண்டும் மோதலுற,
எதிரிகளை மோதியே அழிக்க முயலவேண்டும்,
அப்போரை இப்போதே ஆரம்பித்து நிகழ்த்துவீர்.

நிகழ்துவீர் போரை நொடியும் தளராமல்,
கண்டறிவீர் உமக்குள் வந்துவிட்ட எதிரிகளை,
வென்றிடுவீர் இந்த வைரிகளின் கூட்டத்தை,
வெல்லாதுநீர் விட்டுவிட்டால் வீழ்வாகுமே உமதுநிலை.

உமதுநிலை குறித்து உரைக்கிறேன் கருத்தை,
வெற்றிகளை அடைந்தால் வாழ்வாங்கு வாழுவீர்,
வாழ்க்கையை வாழ்வதால் விளையும் பலனனைத்தும்,
உங்களைத் துயரங்கள் ஒருபோதும் அண்டாது.

அண்டாது துயரேதும் அகப்போரை வென்றுவிட்டால்,
நலமேது தீதேதென நன்கு ஆராய்ந்து,
வெல்லுவது வேண்டும் வீணான சோகத்தை,
தந்தையது வழிபற்றித் திடத்துடன் நாடாளுவீர்.

நாடாளுவீர் வேந்தரே நிலமே நமதானது,
கேடானவர் குழுவுடன் கீழன் துரியோதனன்,
வீழ்வானதோர் நிகழ்வு வெகுநலம் தந்திடும்,
துணையானர் குழுக்களுடன் துரியோதனன் மாண்டான்.

மாண்டான் துரியோதனன் மாதரசி திரௌபதியும்,
முடிந்தாள் சிகையை மகிழ்ந்தாள் மனத்தில்,
இனிதான் நீவிர் அஸ்வமேதிகம் நிகழ்த்தி,
அளிக்கதான் வேண்டும் அதிகமான தானங்கள்.

தானங்கள் அளித்துத் தக்கவிதம் நாடாண்டு,
நீரெங்கள் அரசராகி நலத்தை உண்டாக்குவீர்,
நாங்கள் அடிமைகள் நிகரிலான் வாசுதேவனுடன்,
சொல்லுங்கள் கட்டளையைச் செய்வதெங்கள்
கடமையாகும்.

(17)சாந்தி பர்வம், பகுதி 17: ராஜதர்மானுசாசன பர்வம்

கடமையாகும் என்றுக் கூறிய வ்ருகோதரனுக்கு,
பதிலாகும் வார்த்தைகளைப் பகர்ந்தான் யுதிஷ்டிரன்,
பொன்பொருளும் பூவியாட்சியும் புத்தியில்
அமைதியின்மையும்,
வலிமையும் மடமையும் வீண்கர்வமும் மனமுற்றாய்.

மனமுற்றாய் அமைதியற்ற மாண்பிலா கீழ்மையை,
பாவங்களாய் இவைத்தாக்கப் பகருகிறாய்
வார்த்தைகளை,
ஆட்சியாய் இருப்பதை அனுபவித்தல் நிமித்தமாய்,
விளம்பினாய் உன்னுரையை விளம்புவேன் சரியானதை.

சரியானதை உரைத்தால் சமசிந்தை அடைந்து,
துயரத்தை மகிழ்வைத் துச்சமெனச் சமமாக்கி,
அமைதியை அடைந்திட அகத்திலே முயலுவாய்,
உலகத்தை ஆளுபவனும் உற்றது ஒருவயிறுதான்.

ஒருவயிறுதான் உண்டு உலகாளும் வேந்தனுக்கும்,
ஆசைகள்தான் பெருகினால் அதற்கில்லை ஒருமுடிவும்,

அக்கியின் வடிவாகும் ஆசைகளை நிறைவேற்றினால்,
அடுத்துதான் நெய்யிட்ட அக்கினியென வளரும்.

வளரும் ஆசைகள் ஒவ்வொருமுறை நிறைவேற்றினும்,
பொருளேதும் அக்கினியில் போடாமல் நிறுத்தினால்,
அணைந்துவிடும் நெருப்புபோல் ஆசைகளும்
அழிந்துவிடும்,
பசியும் தீர்ந்திடப் புசிப்பாய் சிறிதளவு.

சிறிதளவு உணவுண்டுச் சிந்தனையைச் சீரமைத்து,
வெல்லுவது வேண்டும் உந்தன் வயிற்றை,
பூவுலகு முழுதையும் பெறுவாய் அதன்பின்,
அதன்பிறகு உண்டாகும் அழிவிலா நன்னலம்.

நன்னலம் விளையும் நின்வயிற்றை வென்றபின்னர்,
ஆசைகளும் சுகித்தலும் பெருநலம் என்றாயே,
அனைத்தையும் விடுத்தவர் அடைவது வெகுமேன்மை,
பிரமர்தம் பொன்னுலகில் பேரொளியாய் மிளிருவார்.

மிளிருவர் பொன்னுலகில் மாண்புடைய தவத்தினர்,
உருக்குவர் தம்முடலை விரதத்தால் தவத்தால்,
நாடாளுவோர் நிலையே நலந்தீதென இரண்டிலும்,
சேர்வுற்றதோர் கலவை சீரற்றதே அரசாட்சி.

அரசாட்சி செய்திடும் ஆசைகள் உனக்குண்டு,
அதைமாற்றி நலத்தை அன்புவழித் திருப்பிடு,
தலையேற்றி வைத்திருக்கும் தாளாத பாரத்தை,
இறக்கி வைத்துவிடு இனிதாகும் உனதுநிலை.

உனதுநிலை சீர்படும் உணவுகளைக் குறைத்தால்,
தன்பசியைத் தீர்த்திடத் தாக்கும் புலியொன்று,
பலவிலங்கைக் கொன்றுப் பாதியாய்ப் புசித்தபின்,
மிகுந்ததை உண்ணும் மற்றபல விலங்குகள்.

விலங்குகள் போலவே வாழ்வுற்று கேடுற்று,
புலிபோல் கொலைசெய்துப் பாதியுடலைத் தானுண்டு,

வாழ்வதில் நிறைவில்லை வேண்டாம் இப்பாவம்,
மனதில் உண்டாகும் மிகக்கீழ்மை ஆசைதான்.

ஆசைதான் அண்டாவிதம் அட்வியில் வாழ்வுற்று,
இலையைதான் உணவாக்கி இல்லையேல் பற்களால்,
கதிரைத்தான் கொரித்துண்டுக் கேடற்று வாழுவோரும்,
நீரைத்தான் அருந்துவோரும் நரகத்தை அடைந்திடார்.

அடைந்திடார் மேன்மையை அரசாட்சி செய்பவர்,
நாடாளுபவர் ஒருவரினும் நிகரிலா மேலானவர்,
ஒன்றென்பார் கல்லையும் ஒளிதரும் பொன்னையும்,
அம்முனிவர் வென்றுவிட்டார் அரசர் வெல்லவில்லை.

வெல்லவில்லை வாழ்வை விளைக்கும் ஈர்ப்புகளை,
மகிழ்வுகளை அடையவே மனத்தில் விரும்பினால்,
ஆசைகளை விடுத்து அமைதிநிலை அடைந்துவிடு,
பொருட்களை விடும்பாதே போகவிடு அனைத்தையும்.

அனைத்தையும் போகவிட்டு அடவியில் மனமடக்கி,
வாழவும் சென்றால் வெகுதுயரம் விளையுமென,
அச்சம் கொண்டுதான் அரற்றுகிறாய் இவ்விதம்,
உய்வுறும் வழிகள் இரண்டாகும் இவ்வுலகில்.

இவ்வுலகில் வேள்விகள் இயற்றுதல் வாயிலாக,
பித்ருக்கள் உலகில் புகலாம் மேன்மையுடன்,
புலன்கள் அடக்கிப் பெருந்தவம் செய்தால்,
தேவர்கள் வழியிலே துயரின்றி வாழலாம்.

வாழலாம் சாவிலா வெகுமேன்மை உலகிலே,
தவபலம் தானங்கள் திடமிக்க பிரமசரியம்,
வேதகானம் ஆகியன உதவிகள் செய்திட,
சாவிலாததாம் உலகில் சஞ்சரித்தனர் ரிஷிகள்.

ரிஷிகள் சென்றவழி அழிவுகள் இல்லாதது,
பந்தங்கள் என்றுப் பகருவார் கட்டுகளை,
செயல்கள் கருமங்களெனச் சொல்லுவார்கள் இவற்றை,

இருமைகள் குறித்து இயம்பினார் ஜனகர்.

ஜனகர் இருமைகளில் சிக்காத மகாயோகி,
அடைந்தவர் விடுதலை ஆசைகளை அறுத்தவர்,
விரும்பிடார் மகிழ்வுற வெறுத்திடார் இடர்பட,
இருந்தார் மோட்சமெனும் ஈடிலா நிலைப்பாட்டில்.

நிலைப்பாட்டில் குன்றாது நாடாண்ட ஜனகர்,
கருத்துக்கள் கொடுத்தார் கூறுகிறேன் கேளாய்,
பெருந்தனம் எனக்குண்டுப் பெற்றிலேன் ஒருபொருளும்,
மிதிலைதான் எரிந்தாலும் அதிலில்லை என்பொருள்.

என்பொருள் ஏதும் எரியாது மிதிலையிலென,
அரசாட்சிகள் செய்தவர் அறிவித்தார் அமைதியாக,
மலைமேல் இருப்பவர் மண்ணிலே உள்ளவரை,
நோக்குதல் போல்நமை நோக்குவார் ஞானியர்.

ஞானியர் மனத்திலே நன்கு அறிவார்,
மானிடர் துயர்படும் மாண்பிலாப் பொருட்கள்,
துயருக்கோர் பொருளெனத் துளியும் பொருத்தமில்லை,
முட்டாளானர் எப்போதும் முழுவிவரம் அறிந்திடார்.

அறிந்திடார் முட்டாள்கள் அதீத ஞானத்தை,
கண்ணுடையார் மேம்போக்காய்க் காணுவதைப்
போலன்றி,
அறிவுடையார் பொருட்களின் உண்மைநிலை அறிவார்,
ஞானமுடையார் பார்வை நுணுகி உணருவது.

உணருவது கடினமே உள்ளார்ந்த பிரமத்தை,
ஞானியரது நற்சொல்லை நன்கு அறிந்தவர்கள்,
ஆத்மனது நிலையிலே அகத்தைச் சீரமைத்து,
பிரமத்து நிலையையே பற்றினர் அகத்தில்.

அகத்தில் பிரமத்தை அறிந்தவர் எவரெனினும்,
உலகத்தில் அவரையே உன்னதரெனப் போற்றுவர்,
ஞானத்தில் மிக்கவர் ஞாலத்தில் இருப்பவற்றை,

ஓரச்சில் வார்த்தெடுத்த வெவ்வேறு வடிவென்பார்.

வடிவென்பார் பலவிதத்தில் வகைவகையாய்த் தனித்தனியாய்,
எவரொருவர் இந்நிலையில் இருப்பவர் ஆனாலும்,
அடைவார் பிரமத்தை அதுவே ஆனந்தம்,
அறிந்திடார் இதனை அறிவிலாதார் ஞானமிலார்.

ஞானமிலார் தவமிலார் நெஞ்சத்தில் ஈரமிலார்,
அறிந்திடார் ஆத்மனின் அதீதப் பெருநிலையை,
அறிவாளர் ஞானத்தை அடைவது அறிவாற்றலால்,
ஞானமுளார் அனைத்தையும் நன்கறிவார் மனத்தில்.

(18)சாந்தி பர்வம், பகுதி 18: ராஜதர்மானுசாசன பர்வம்

மனத்தில் நலத்தை விதைத்தல் வேண்டுமென,
உரைத்தல் செய்தபின் அமைதியில் அமர்ந்து,
வார்த்தைகள் இல்லாமல் வேந்தன் சோர்ந்தான்,
சோகத்தில் அர்ஜுனன் சொன்னான் கதையொன்றை.

கதையொன்றை உரைக்கிறேன் கேளீர் வேந்தரே,
விதேகத்தை ஆண்ட வேந்தருக்கும் அரசிக்கும்,
விவாதமாய் வந்ததை விளம்புகிறேன் உமக்கு,
சோகமாய் இருந்தவர்க்குச் சொன்னது இக்கதை.

இக்கதை விதேகத்தின் அரசியார் உரைத்ததை,
கலக்கதை அடைந்துக் கடுஞ்சோகம் தாக்கிட,
சந்நியாசத்தை ஏற்பதாய்ச் சொன்ன விதேகரிடம்,
விவாதமாய் அரசியார் விளம்பினார் இக்கருத்தை.

இக்கருத்தை உரைத்தார் இடர்பட்ட வேந்தருக்கு,
மனைவியரைக் குழந்தைகளை மண்ணாட்சியைப் பொன்பொருளை,

எல்லாவற்றைத் துறந்திடும் எண்ணத்தை உற்றவராய்,
தலையை மழித்தவர்க்குத் தந்தார் அறிவுரை.

அறிவுரை சொன்னார் மரவுரி தரித்தவர்க்கு,
பொன்பொருளைத் துறந்துப் பார்வேந்தன் பீடிழந்து,
அஹிம்சையைக் கடைப்பிடித்து எவ்வுயிர்க்கும் தீங்கின்றி,
தன்னடக்கத்தைக் கடைப்பிடிக்கத் துறவியாய் நின்றார்.

நின்றார் ஆண்டியாக நிதமும் உணவுக்கென,
போதுமென்றார் ஒருசில பார்லியின் மணிகளே,
உண்பேனென்றார் கதிரிலே உகுந்த மணிகளை,
கடுப்பாகினோர் அரசி கேள்வியெழுப்பினார் வேந்தனிடம்.

வேந்தனிடம் வினவினாள் வேங்கையென அம்மாது,
என்னவிதம் முடிவெடுத்தீர் அனைத்தையும் துறந்துவிட?
பெருவளம் கொண்டதானப் புவியின் ஆட்சியை,
வேண்டாம் என்றே விடுப்பது சரியோ?

சரியோ சிந்திச் சிதறிய பார்லியில்,
வாழவே விரும்புவதாய் விளம்பும் கருத்து?
அரசாட்சியே விட்டுவிட்டு அள்ளுவாயோ பிடிமணியை?
உண்ணுவாயோ கையளவு உகுந்த பார்லியை?

பார்லியைக் கையளவாய்ப் பொறுக்கி எடுத்தபின்,
விருந்தினரை தேவர்களை வேதமறிந்த ரிசிகளை,
பித்ருக்களை உணவிட்டுப் பராமரித்தல் இயலுமோ?
இச்செயலைத் தோல்வியென இயம்புவேன் இப்போதே.

இப்போதே உரைக்கிறேன் இதிலேதும் நலமில்லை,
தேவரை பித்ருக்களைத் தனைநாடும் விருந்தினரை,
கவனியாதே துறவியாய்க் காடுமேடு சுற்றினாலும்,
விளையாதே நலமேதும் வீணாகும் முயற்சிகள்.

முயற்சிகள் ஏதுமின்றி மதிப்புகள் இழப்பீர்,
ஆயிரக்கணக்கில் வேதியர்க்கு அளித்தீர் தானங்கள்,
மற்றவர்கள் நலத்துக்கும் மிகவும் முயற்சித்தீர்,

அவர்களிடடத்தில் சென்று இறைஞ்சுவீரோ உணவுக்கு.

உணவுக்கு வேண்டியே உஞ்சமென வரும்போது,
உம்மிடத்து தானமென வந்தாரிடம் பெறுவீரோ?
வளமிகுந்து நிற்கும் உலகத்தை ஆளாமல்,
நாயொத்து உணவுக்கென நிதமும் திரிவீரோ?

திரிவீரோ எவருமிலாத் தனியரென இவ்வுலகில்?
காணீரோ உம்மன்னை குழந்தையொன்றை இழந்தவளாய்,
கண்ணீரே உகுத்துக் கனத்துயரில் வாடுவதை?
கோசலத்திலே பிறந்தளும் கணவனை இழந்தாள்.

இழந்தாள் கணவனை உங்கள் மனைவி,
பிறந்தாள் கோசலப் பெருவேந்தன் குலத்தில்,
ஆகினாள் கைம்பெண்ணாய் உங்களின் மடமையால்,
கூத்ரியர்கள் பலபேர் சுற்றுகிறார் உம்மை.

உம்மை அண்டிவந்து உண்மை ஞானத்தை,
அறிவதைக் குறியாக்கி அரசர்கள் பலரும்,
நம்பிக்கை வைத்து நிற்கிறார் மிதிலையில்,
ஏமாற்றத்தை அளித்துவிட்டு எங்குதான் ஓடுவீர்?

ஓடுவீர்ர் ஆனால் உறுதியில்லை மோட்சம்,
காணுவீர் அனைத்துயிரும் கொண்டது இயக்கத்தை,
செயலிலீர் என்றால் செல்லுவீர் நரகத்துகு,
இழப்பீர் இவ்வுலகை ஈனமுறுவீர் அவ்வுலகில்.

அவ்வுலகில் இவ்வுலகில் இல்லாமல் வீழுவீர்,
செயல்கள் இல்லாமல் சீர்கெட்ட நிலையுற்று,
ஆடைகள் கந்தங்கள் அணிமணிகள் இழந்தவராய்,
பீடுகள் அற்றவராய் பிச்சையில் வாழ்வீரோ?

வாழ்வீரோ ஈனராக வழங்கியே மகிழ்ந்தவர்,
நீவிரோ ஏரியென நிறையவே பொருளளித்தீர்,
பலரே பயன்பெறப் பெருமரமாய் நின்றிருந்தீர்,
நிற்பீரோ மற்றவரிடம் நானுற்றேன் பசியென்று?

பசியென்று நின்றுப் பிச்சையேற்று உண்டு,
மகிழ்வென்று அமைதியுடன் மிகத்தவம் புரிவீரோ?
செயலென்று இல்லாரைச் செல்லரித்து அழித்துவிடும்,
வேழமொன்றுச் செயலற்றால் உண்டுவிடும் புழுக்கள்.

புழுக்கள் பூச்சிகள் புசிக்கும் வேழத்தையும்,
செயல்கள் இல்லாவிடில் சீரழிதல் உறுதியாகும்,
வேழங்கள் கூட விரைவில் அழியுமெனில்,
நீங்கள் மனிதர்தான் நொடியிலே அழிவீர்.

அழிவீர் பலங்குன்றி எவரும் துணையின்றி,
எப்படிநீர் முடிவெடுத்தீர் எடுக்கவேண்டும்
மட்பாண்டமென?
மனம்வைத்தீர் கரத்திலே முக்கொம்புக் கோலேந்த,
எவ்விதம்நீர் கைப்பிடி அரிசியில் வாழுவீர்?

வாழுவீர் கைப்பிடி வைத்த பார்லியிலென,
உரைத்தீர் உமக்கு உலகாட்சியும் துச்சமென,
நினைத்தீர் கைப்பிடி நிறைந்த பார்லிதான்,
அரசாளுவோர் திறத்துக்கு ஆகும் சமமென்று.

சமமென்று ஆகுமோ சிறுதானியமும் ஆட்சியும்?
உமதென்றுக் கையளவு வைத்திடும் தானியமும்,
வேண்டுமென்று எண்ணினால் விளைந்திடும் பற்றுதல்,
சமமென்றுச் சொன்னதால் செய்வீர் அரசாட்சி.

அரசாட்சி உமக்கு அரைப்பிடி தானியமெனில்,
பார்லியைப் போலவே பாருலகை எண்ணுவீர்,
ஆட்சியைச் செய்வது உமக்கு பந்தமெனில்,
பார்லியைக் கூடப் பகருவேன் பந்தமென.

பந்தமென இருப்பது போகாது உமைவிட்டு,
பாரென இருப்பதற்கு பதிலாக அதைமாற்றி,
பார்லியென வைத்தாலும் பந்தத்தில் சிக்குவீர்,
பந்தமென இருப்பதால் பயனில்லை துறவறம்.

துறவறம் பூணுவதில் துளியளவும் மாறாமல்,
செயலாக்கம் செய்தால் சொல்லுவீர் என்னளவில்,
நீவிர்தாம் எனக்கு நெருங்கிய உறவினரா?
நானுந்தான் உமக்கு நல்லுறவா உரைப்பீர்.

உரைப்பீர் நமக்குள் உண்டோ பந்தமென?
வேறானீர் என்றால் வேண்டுமோ உமதுறவு?
உறவாவீர் எனக்கெனில் உலகாளுவீர் வேந்தரே,
துறவியானவர் எவரெனத் தெரிவிப்பேன் கேளீர்.

கேளீர் உலகத்தில் கேளிர் இலாதோரும்,
நட்பினர் எவரும் நாடாத ஈனரும்,
உலகோர் இடமிருந்து ஓடியே ஒளிந்திட,
ஏற்பார் துறவறம் ஏற்றதில்லை வேந்தருக்கு.

வேந்தருக்கு ஏற்றதல்ல வீணானத் துறவறம்,
மாளிகைக்கு உரிமையாளர் மதிகெட்டுத் துறவேற்று,
வாடுதற்கு அல்லவே வையத்தில் துறவறம்,
ஏதுமற்று இருப்பவர் ஏற்பதாகும் துறவறம்.

துறவறம் வேண்டாம் பெருவளம் உடையார்க்கு,
மாளிகையும் தேர்களும் மெத்தையும் படுக்கைகளும்,
துணிமணியும் அணிகலனும் தனங்களும் தானியமும்,
இருந்தும் துறவறம் ஏற்பவர் மூடர்.

மூடர் அறிந்திடார் மாந்தர் நடுவிலே,
வெகுபலர் தானங்களை வாங்குவர் எல்லோரிடமும்,
ஒருசிலர் தானங்களை வழங்குவர் எல்லோருக்கும்,
நீரறிவர் வேறுபாட்டை நவிலுவீர் எவர்மேலோர்?

எவர்மேலோர் என்பதை இயம்புவீர் வேந்தரே,
நீர்கூறுவீர் பிச்சையேறுகும் நீசருக்கு ஈவதற்கும்,
வேண்டுவதோர் பொருளில்லையென எண்ணுவோர்க்கு
ஈவதற்கும்,
எதற்கோர் மென்மையுண்டு இயம்புவீர் வேந்தரே?

வேந்தரே அக்கினி வேகமாய் அனைத்தையும்,
எரித்தே முடித்தாலும் அடங்காது அதுபோல,
பிச்சையே ஏற்பவர் பெற்றிடார் மனநிறைவு,
தானமே பெரும்வரைத் தோன்றாதே மனவமைதி.

மனவமைதி வேண்டினால் மன்னவரே எண்ணுவீர்,
துறவியாகி வாழுவோர்க்குத் தரவேண்டிய உணவுகளை,
தருவதுக் கடமையெனத் தெரிந்தே நீவிர்,
உணவினைத் தராவிடில் வீழ்வாகுமே துறவியர்க்கு.

துறவியர்க்கு உணவிடவே தங்களது இல்லத்தில்,
உணெளசெய்துப் படைப்பவரை உரைப்பார்
குடும்பத்தாரென,
உயிரானது வாழுவது உணவானதன் பொருட்டுதான்,
உணவளிப்பது எவரெனினும் உயிரளிப்பது அவராவார்.

அவராவார் உயிரை அளிப்பவர் பிறருக்கு,
துறவியானவர் வாழத் துணைதரும் குடும்பத்தார்,
வாழ்விக்கிறார் துறவியை உயிரளிக்கிறார் துறவிக்கு,
குடும்பத்தார் உலகத்தைக் காப்பவர் அறிவீர்.

அறிவீர் துறவியென அரையாடை உடுத்தவர்,
துறவியர் இல்லைத் துறவறம் பூண்டவர்,
இருப்பார் அகத்தில் எப்பொருளும் இலாராக,
திரிவார் உலகத்தில் தனங்கள் படைத்தவராய்.

படைத்தவராய் இருந்தாலும் பொருளிலார் எவரெனில்,
மனத்தினைப் பொருட்களில் மன்ற விடாதவர்,
துறவறத்தை ஏற்றவர் துறப்பது மனத்தால்தான்,
கையளவை உண்ணுபவரைக் கூறிடேன் துறவியென.

துறவியென இருப்பவர் தரணியில் பொருள்பெற்றும்,
மனமான உள்ளத்தில் முழுவதாய்த் துறவுற்று,
பற்றான அனைத்தையும் பற்றாவிதம் நீக்கிவிட்டு,
எதிரியென நண்பரென எல்லோரும் ஒன்றென்பார்.

ஒன்றென்பார் நட்பினரும் எதிர்ப்பினரும் இவ்வுலகில்,
அத்தகையோர் துறவறம் ஏற்றவர் வேந்தனே,
உலகிலிருப்பார் ஆகிலும் உலகப்பொருள் பற்றின்றி,
துறந்திருப்பார் மனதளவில் திரியமாட்டார் உஞ்சமேற்க.

உஞ்சமேற்க விருப்பமோ உலகையாண்ட வேந்தரே?
துறவியாக வேண்டினால் தலைமழித்துக் காவியுற்று,
திரிந்தாக வேண்டுமெனத் தவறாக நினைத்தீர்,
உள்ளமாக இருப்பதில் வேண்டுவார் பெரும்பொருளை.

பெரும்பொருளை தமதுப் புந்தியிலே எண்ணுபவர்,
காவியாடை உடுத்தென்னக் கூந்தலை மழித்தென்ன?
வேதத்தை விடுத்தென்னக் குடும்பத்தை அகன்றென்ன?
முக்கொம்பைப் பிடித்தென்ன முட்டாள்களே
அத்தகையோர்.

அத்தகையோர் பொறாமை ஆத்திரத்தைத் துறவாமல்,
அணிவார் காவியாடை அதுவோ வெளித்தோற்றமே,
ஆசையுறுவார் வாழ்ந்திட அகமுறுவார் சுகித்திட,
வேடமிடுவார் ஆசைகளை விடுத்த முனிவரென.

முனிவரெனத் தலையை மழித்துவிட்ட உருவத்தில்,
விளம்பரமென நன்னெறியை வெறும்வாயில் பேசுவார்,
வாழ்வதற்கான ஆசையை ஒருபோதும் துறந்திடார்,
ஈனமான அவ்வழியில் ஏனுமக்கு விருப்பம்?

விருப்பம் வெறுப்பற்று உளத்தையும் கட்டிவைத்து,
நன்மனம் உடையவரை உள்ளம் அடக்கியோரை,
சாதுவாம் உன்னதரைச் சீர்மிக்க ஞானியரை,
காத்திடும் கடமைசெய்துக் கோவென ஆளுவீர்.

ஆளுவீர் நாட்டை அளிப்பீர் தானங்களை,
மாமுனிவர் சடையரோ மழித்தத் தலையரோ,
ஆடையைத் தரித்தவரோ ஆடையேதும் அற்றவரோ,
கந்தையை அணிந்தவரோ காக்கவேண்டும் அன்னவரை.

அன்னவரைக் காத்திட அரசாட்சி நீர்செய்வீர்,
அக்ஹோத்திரத்தைச் செய்து அக்கினியைக்
வலர்ப்பாரினும்,
மென்மையை உடையவர் மற்றெவர் உள்ளார்?
தானங்களை அளிப்பவரே தரணியில் மேலோர்.

மேலோர் மற்றவர்க்கு மனமுவந்து வழங்குபவர்,
இயற்றுவார் வேள்விகளை அளிப்பார் தட்சிணையை,
கடைப்பிடிப்பார் தருமத்தைக் கடமையென அனுதினமும்,
அத்தகையோர் அகிலத்தில் அனைவரிலும் மேலானவர்.

மேலானவர் குறித்து மொழிந்தார் அரசையென,
மாமன்னர் ஜனகரின் மாண்புமிக்கக் கதையை,
பாண்டவர் நடுமைந்தன் பார்த்தன் தொடர்ந்தான்,
ஜனகர் ஞானியரில் சிறந்தவர் இவ்வுலகில்.

இவ்வுலகில் ஞானியென அனைவரும் ஏற்றிடும்,
மாண்புகள் மிக்க மன்னவர் ஜனகரும்,
உளத்தில் குழம்பினார் உண்மைவழி அறியாமல்,
உம்மகத்தில் குழப்பத்தை உடனே அகற்றுவீர்.

அகற்றுவீர் பற்துக்குள் இழுக்கும் மனநிலையை,
முன்னவர் நமக்கு மொழ்ந்ததான நல்லவழி,
குடும்பத்தார் உடனாகக் கடமைசெய்து வாழ்வதுதான்,
அன்புறுவீர் அனைத்துயிர்க்கும் அளிப்பீர் தானங்கள்.

தானங்கள் அளித்துத் தக்கவரை வணங்கி,
வந்தவர்கள் பசியாற்றி வேண்டுவதை வழங்கி,
ஆசைகள் இல்லாமல் அரசாட்சி செய்வீர்,
முனிவர்கள் ஏகும் மாண்புநிலை நமதாகும்.

நமதாகும் தேவருக்கு நலந்தரும் பெருவழி,
விருந்தினரும் உறவினரும் வையத்து மாந்தரும்,
வேதியரும் முனிவர்களளும் உண்மையை உரைப்போரும்,
மகிழும்விதம் காப்பதால் மிகுதியாகும் புண்ணியம்.

(19)சாந்தி பர்வம், பகுதி 19: ராஜதர்மானுசாசன பர்வம்

புண்ணியம் மிகைக்குமெனப் பகர்ந்தான் பார்த்தன்,
பதிலுரையயும் தந்தான் பார்வேந்தன் யுதிஷ்டிரன்,
வேதத்தையும் அறிவேன் வேதாந்த நெறியறிவேன்,
பிரமத்திடம் செல்லும் பாதையும் நன்கறிவேன்.

நன்கறிவேன் வேதங்கள் நவிலும் இருவழிகளை,
ஒருவழியின் வாயிலாக உண்டாகும் செயல்கள்,
மறுவழியின் மூலமாக மொழிவது துறவுவழி,
காரணம் உண்டு கொடுக்கும் இருவழிக்கும்.

இருவழிக்கும் காரணமென இருக்கும் மந்திரங்கள்,
அனைத்துக்கும் பொருளை அறிவேன் பார்த்தா,
ஆயுதமேந்தும் வழிமட்டும் அறிந்தவன் நீயாவாய்,
வீரர்களாம் மேலோரின் வழியாகும் நீசொல்வது.

நீசொல்வது செயல்களால் நடந்தேறும் உலகவழி,
வேதத்து மந்திரங்கள் விளம்பும் உட்பொருளை,
நீயறிந்து இருந்தாயெனில் நவிலமாட்டாய் இவ்விதமாய்,
உனது வார்த்தைகளை உரைத்திடார் நல்லறிவினர்.

நல்லறிவினர் போலன்றி நவின்றாய் சொற்கை,
அண்ணனானவர் நலத்திலே அக்கறை கொண்டதால்,
அன்பானவர் உரைக்கும் ஆசைச்சொல் உரைத்தாய்,
தம்பியானர் நீதான் தெரிவித்தவை பாசமொழி.

பாசமொழி உரைத்தாய் பார்த்தனே உன்சொல்லில்,
மகிழ்வினை அடைந்தேன் மனத்தில் வருத்தமில்லை,
மூவுலகை அலசினாலும் மாவீரன் எவனுமில்லை,
போர்நெறி பேராற்றல் புரிந்துகொண்ட நெறியாளன்.

நெறியாளன் நீதான் நன்கறிவாய்ப் போர்வழியை,
அதைத்தான் கருத்தென அதற்கான நுணுக்கத்தை,
உரைத்துதான் பேசினால் ஒருவேளை பொருந்தும்,
வேறெவரின் அறிவுக்கும் விளங்காத ரகசியங்கள்.

ரகசியங்கள் பலவற்றை மனதிற்குள் நீயறிவாய்,
போர்நெறிகள் குறித்துப் பகருவாய் விவரமாக,
என்னறிவில் குறையென எண்ணாதே தனஞ்செயா,
போர்நெறிகள் அறிந்தவனே பெரியவரிடம்
பணிந்ததில்லை.

பணிந்ததில்லைப் பெற்றதில்லைப் பெறற்கறிய
ஞானத்தை,
வேதங்களை மேம்போக்காய் ஓதியே அறிந்தவர்கள்,
கருத்துக்களை என்னிடம் கொடுத்தாய்த் தொகுப்பாக,
தவத்தை விடவும் தகைமையானதுத் துறவறம்.

துறவறம் பூண்டாலும் தகைமையில் அதற்குமேல்,
இருப்பதாம் பிரமஞானம் அனைத்துக்கும் மேலானதாய்,
பொருளாகும் அனைத்திலும் பெருமென்மை என்றாயே,
அதுவாகும் வெகுத்தவறு அளிக்கிறேன் விளக்கம்.

விளக்கம் அளித்தபின் விளம்புவாய் நீயே,
பொருளும் போகமும் பொருட்டில்லை உலகிலென,
நல்லவரும் முனிவரும் ஞானியரும் ரிஷிகளும்,
தவவழியும் வேதவழியும் தவறாமல் கடைப்பிடிப்பார்.

கடைப்பிடிப்பார் தவவழியைக் கற்றறிந்த ரிஷிகளும்,
வென்றுவிட்டார் தமக்கென வெகுபெருத்த
சொர்க்கங்களை,
வனமேகியோர் எவரும் வைரியில்லைத் தமக்கென,
சென்றுவிட்டார் சொர்க்கத்தில் சிறப்புற்று வாழ்ந்திருக்க.

வாழ்ந்திருக்க விரும்புவோர் வீழ்ந்துவிட்ட போதிலே,
தெற்காகச் செல்லுவார் தண்ணிலவின் வழிபற்றி,
பிறப்பாக இறப்பாகப் பிறந்திருந்து மாளுதல்,

தொகுப்பாக அவர்களுக்குத் தடையின்றி நடந்தேறும்.

நடந்தேறும் இவ்வழி நிதந்தோறும் உழல்வார்க்கு,
ஞானமாகும் மோட்சத்தை நாடுவோரின் வழிமுறையோ,
உன்னதம் ஆகும் உன்னதமாம் யோகவழி,
விவரிப்பதும் கடினம் வியப்பான மோட்சவழியை.

மோட்சவழி அறியாமல் மனதிலே ஆர்வத்துடன்,
உண்மையைக் காண்பதற்கு உழலும் மாந்தர்கள்,
குழப்பத்தை அடைந்துக் கணக்கற்றப் பொருட்களில்,
மனத்தைத் திருப்புவார் மாண்பில்லை அவ்வழியில்.

அவ்வழியில் சென்று ஆராய்ந்து பொருள்கண்டு,
குழப்பத்தில் இங்கங்கும் களிப்பற்று ஓடாமல்,
வேதங்கள் ஆரண்யகங்கள் விளம்பும் உட்பொருளை,
ஆராய்தல் செய்தாலும் அடைந்திடார் உண்மையை.

உண்மையை அடைந்திட வெகுவாக முயன்றாலும்,
வாழையை வெட்டிவிட்டு நடுமரத்தைத் தேடிபவர்,
ஏமாற்றத்தை அடைவதுபோல் ஏமாறுவார் மனத்திலே,
அவர்மனத்தை அஞ்ஞானம் ஆட்கொண்டுத் திரையிடும்.

திரையிடும் அஞ்ஞானம் தம்மை உலுக்கிட,
உடலுடன் வாழும் உயிரான ஆத்மனை,
பஞ்சபூதம் என்றும் பிறந்திறக்கும் என்றும்,
புரியாதும் பகருவார் புந்தியில் குழம்பியவர்.

குழம்பியவர் கூறுவார் களிப்பும் சோகமும்,
அடைபவர் ஆத்மனென அறிவிலா வார்த்தைகளை,
வெறுப்பவர் விரும்புபவர் உயிராகும் ஆத்மனென,
உரைப்பவர் உண்மையை உணராதவர் இவ்வுலகில்.

இவ்வுலகில் இருப்பவற்றைக் கண்ணினால் காணலாம்,
நுண்மைகள் கொண்டதான நிகரிலா ஆத்மனை,
கண்ணால் கண்டிடக் கிடையாது வழியேதும்,
வார்த்தைகள் கொண்டு விளம்பவும் இயலாது.

இயலாதுக் காணுதல் கேட்டல் கூறுதல்,
பிறந்திறந்து வருகின்றப் பல்லுடலில் வாழ்ந்திருக்கும்,
ஆத்மனிடத்து உயிரை அமைதியாய் ஏகவைத்து,
ஆசைகட்கு முடிவளித்தால் ஆத்மஞானம் வெளிப்படும்.

வெளிப்படும் நிலையிலா உயிரான ஆத்மனை,
ஆசைகளும் விடுத்து அண்டியே அடைந்தால்,
எதொன்றிலும் சிக்காத ஈடிலா விடுதலையை,
அடைந்திடும் நிலைவரும் அதுவே பேரமைதி.

பேரமைதி கிடைக்கும் பொன்னான வழிதனை,
பின்பற்றிப் பலரும் பேரறிவு பெற்றிருக்க,
நீயெதனை நினைத்து நவின்றாய் என்னிடம்,
பீடின்மை அடைவதாம் பொருட்களே மேன்மையென.

மேன்மையென உரைத்தாயே மாண்பிலாப்
பொன்பொருளை,
பழமையான காலத்தில் பண்டிதராய் இருந்தவர்கள்,
நெறியான அனைத்தும் நன்கறிந்த மேலோர்கள்,
வேள்வியென தானமென வாழ்ந்தோர்கள் கருத்தாகும்.

கருத்தாகும் இதனைக் கூறுகிறேன் மேலும்,
ஆத்மனாகும் ஒன்று அகத்திலே உண்டென்று,
நம்புவதாம் நல்லவழி நேதிசெய்தல் மடமையாகும்,
முட்டாள்களாம் சிலபேர் மொழிவார் உயிரில்லையென.

உயிரில்லையென ஆத்மனில்லையென
இறையில்லையென நேதிசெய்து,
வீண்வாதமெனப் பேசிடும் வீணரான மூடர்கள்,
முன்பிறப்பென இருந்ததன் மதியீனத் தொடர்ச்சியாய்,
இப்பிறப்பென இருப்பதிலும் இயம்புவார் எதிர்வாதம்.

எதிர்வாதம் புரிந்து ஈனமனம் உடையராக,
நம்பவைக்கும் முயற்சியில் நேரிடும் படுதோல்வி,
மோட்சமென்னும் முடிவினை மறுத்துதான் பேசுவார்,

அறிவாற்றலும் பெற்றிருப்பார் அனைவரையும்
முட்டாளாக்க.

முட்டாளாக்க முயலுவார் மற்றவர் அனைவரையும்,
சபைகளுக்குச் செல்லுவார் சாத்திரத்தைத் தூற்றுவார்,
ஆத்மனென்று ஏதும் இல்லையென்றுப் பேசுவார்,
நாமறிந்து கொள்ளாததை நாமெங்ஙனம் அறிவிப்போம்?

அறிவிப்போம் ஆகினும் அறிந்திடார் மனத்திலே,
ஆத்மனெனும் ஒன்றினை அடியோடு மறுப்பார்,
ஆத்மனாகும் பிரமத்தை அறிந்தவரை நம்பிடார்,
இதுவாகும் ஆத்மனை ஏற்காதவரின் கருத்து.

கருத்து முழுவதும் கலைந்து போகாமல்,
குவித்து ஆத்மனையே கருதி இருந்தால்,
அனைத்து நலங்களும் அகத்திலே சேர்ந்திடும்,
அதற்கு நல்லவழி அடவியில் துறவறம்.

(20)சாந்தி பர்வம், பகுதி 20: ராஜதர்மானுசாசன பர்வம்

துறவறம் பூண்டுவிடத் துடிக்கும் யுதிஷ்டிரனின்,
உரையும் முடிந்ததும் உன்னத மாமுனிவர்,
தேவஸ்தனரும் பேசினார் தெளிவான வார்த்தைகளை,
நலந்தரும் கருத்துக்கள் நவின்றார் தேவஸ்தனர்.

தேவஸ்தனர் உரைத்தார் தணிவான வார்த்தைகளை,
தனஞ்செய்யர் உரைத்தார் தரணியில் பொன்பொருள்தான்,
வாழுபவர் நெறிக்கு வழங்கும் பெருமையென,
யுதிஷ்டிரர் கேட்கவே இயம்புகிறேன் கேளாய்.

கேளாய் அஜாதசத்ரு கவனம் சிதறாமல்,
வென்றாய் பூமியைக் கொண்டாய் நன்னெறியை,
வென்றதை வீணாக விடுதல் தவறாகும்,

நால்வகை வாழ்க்கை நவின்றன வேதங்கள்.

வேதங்கள் வழங்கும் வழிகள் நான்கிலும்,
முறைகள் மீறாமல் மாண்புடன் வாழ்ந்திரு,
இக்கணத்தில் நீசெய்ய ஏற்றது ஒன்றுதான்,
நலங்கள் பெருகிட நடத்துவாய் வேள்வி.

வேள்வி செய்வாய் வழங்குவாய்ப் பரிசுகளை,
வேதமுனி ஆனவரின் வகைகள் இரண்டாகும்,
ஞானத்தை அடைந்தோரென நவிலுவார் ஒருவகை,
வேள்விகளைச் செய்பவரென விளம்புவார் மறுவகை.

மறுவகை ஆகவே மொழிந்த இரண்டாமவர்,
வேள்விகளைச் செய்து வழங்குவார் தானங்களை,
வைகானசரைக் கேட்டால் வேண்டாம் பொருளென்பார்,
பொருளைத் தேடுபவர் பீடிலார் ஈனரென்பார்.

ஈனரென்பார் பொருளை அண்டியே செல்வோரை,
அத்தகையோர் சொல்லுவது அறவழிதான் என்றாலும்,
அடைவார் பேரிடர்கள் அதனால் வருத்தங்கள்,
வேதமறிந்தோர் பொருளீட்டி வேள்விகள் நடத்துவார்.

நடத்துவார் வேள்விகளை நல்குவார் தானங்களை,
அளிப்பார் ஆகினும் அதற்குத் தகாருக்கு,
அளித்தார் தானமெனில் அதில்வரும் பாவம்,
கருவிலோர் குழந்தையைக் கொன்றதற்குச் சமமாகும்.

சமமாகும் சிசுகொலைக்குச் சரியிலார்க்கு ஈதல்,
தக்காரையும் தகாதவரையும் தனித்தனியாய்ப்
பிரித்தரிதல்,
வெகுகடினம் என்று விளம்புவார் வையத்தார்,
பிரமர்தம் படைப்பில் பொருளெலாம் வேள்விக்கே.

வேள்விக்கே பொருட்களை விளைத்தார் பிரமதேவர்,
தேவருக்கே தலைவனென தேவேந்திரன் வாசவனும்,
வானத்திலே மிளிருதல் வேள்விகளின் பலத்தால்,

மான்தோலே உடுத்த மகாதேவரும் வேள்விசெய்தார்.

வேள்விசெய்தார் மகாதேவர் வழங்குவது சர்வமென,
அளித்துவிட்டார் தன்னையே ஆகுதியாய் வேள்வியில்,
பெற்றுவிட்டார் தேவர்களில் பெருமைமிகுத் தலைமையை,
அகிலத்தார் அனைவருக்கும் அருள்கொடுக்கும் ஈசரானார்.

ஈசரானார் மகாதேவர் இறைவரானார் அனைவருக்கும்,
மாசிலாதார் அனத்துயிரின் மன்னரென ஆகினார்,
மிளிருகிறார் ஒளியுடன் மாண்புடன் மதிப்புடன்,
தொழுகிறார் அனைவரும் திரிநேத்திரர் மகேசரை.

மகேசரை உயர்த்தியது மகாவேள்வி சர்வமாகும்,
மருத்தனை அவிகூஷித் மைந்தனாக அடைந்தான்,
இந்திரனை வென்றான் ஈடிலான் மருத்தன்,
பொன்பொருளைச் சேர்த்துப் பொன்னுலகை மிஞ்சினான்.

மிஞ்சினான் மருத்தன் மிகவளத்தில் இந்திரனை,
இயற்றினான் வேள்வி எல்லாவிதப் பாத்திரங்களும்,
செய்தான் பொன்னிலே ஸ்ரீதேவி மகிழ்வுற்று,
நேரில்தான் வந்திருந்து நல்லருள் புரிந்தார்.

புரிந்தார் ஹரிச்சந்திரரும் பெரிதான வேள்விகளை,
பெற்றார் புண்ணியத்தைப் பெரிதான சொர்க்கத்தை,
மானிடர் ஆகினும் மிகவளம் படைத்தவர்,
மிஞ்சினார் இந்திரனை மாபெரும் வேள்விகளால்.

(21)சாந்தி பர்வம், பகுதி 21:
ராஜதர்மானுசாசன பர்வம்

வேள்விகளால் இந்திரனும் வேந்தானான் தேவருக்கென,
கதைகளால் கருத்துக்கள் கூறினார் தேவஸ்தனர்,
வ்ருஹஸ்பதியால் கூறப்பட்ட வரலாறு ஒன்றுண்டு,
இந்திரனிடத்தில் வ்ருஹஸ்பதி இதனைத் தெரிவித்தார்.

தெரிவித்தார் வ்ருஹஸ்பதி தரணியில் மிகமேன்மை,
இருப்பதோர் பொருளே இனிமையெனும் நினைவுதான்,
மனத்திலோர் மகிழ்வு மன்றுவதும் தன்னிறைவால்,
போதுமென்பதோர் மனமே பூவுலகில் மிகமேன்மை.

மிகமேன்மை ஆவது மனத்தின் அமைதிதான்,
தன்னிறைவை உடையவர் தன்னுடைய ஆசைகளை,
தன்னுளே இழுத்துத் தன்னை அடக்குவார்,
கூட்டிலே ஆமை கரங்களை இழுப்பதுபோல்.

இழுப்பதுபோல் ஆசைகளை இதயத்திலே உள்ளிழுத்து,
அடக்குதல் செய்பவரின் ஆன்மபலம் பெருகும்,
வெளியாகுதல் அவரது உன்னதத் தவபலம்,
ஆத்மஞானத்தில் மிளிருவார் அகத்திலே மகிழுவார்.

மகிழுவார் தனது மனத்தில் எப்போதும்,
நல்லவர் வரக்கண்டால் நடுங்காது உயிரினங்கள்,
எவ்வுயிர் மனத்திலும் அச்சமூட்டார் மேலோர்கள்,
அச்சமிலார் அச்சுறுத்தார் அகத்திலே கலங்கிடார்.

கலங்கிடார் வெறுத்திடார் களித்திடார் ஆசையிலார்,
அத்தகையோர் ஆத்மனை அகத்திலே கண்டுவிட்டார்,
எவரொருவர் வெறுப்பின்றி ஆசையின்றிக் கோபமின்றி,
அமைதியானவர் அம்மனிதர் அடைந்துவிட்டார் பிரமத்தை.

பிரமத்தை அடையப் பலவித மதங்களுண்டு,
அவற்றைக் கடைப்பிடித்து அதற்கேற்றப் பலன்பெற்று,
மேன்மையை அடைவார் மண்ணுலகில் மாந்தர்,
ஆத்மனை அடைந்திட அகத்தில் உறுதிகொள்.

உறுதிகொள் மனத்திலே யுதிஷ்டிர வேந்தனே,
உலகினில் மோட்சத்துக்கு வழிகள் பலவாகும்,
அவரவர்கள் மனம்போல அவரவர்கள் உரைப்பார்,
இருப்பவைகள் என்னவென இயம்புகிறேன் பட்டியலை.

பட்டியலை இட்டுப் புகழுவார் மனவமைதியை,
செயல்களை மேன்மையெனச் சொல்லுவார் சிலபேர்கள்,
தியானத்தை மேன்மையெனத் தருவார் கருத்தினை,
அமைதியைச் செயலை இணைப்பார் ஒருசிலர்.

ஒருசிலர் வேள்விகளே உயர்வென உரைப்பார்,
இன்னும்சிலர் துறவறமே இனிமையெனக் கூறுவார்,
தானமென்பார் தரணியில் திடமிக்க மேன்மை,
யோகியானவர் சிலபேர் எப்போதும் தியானிப்பார்.

தியானிப்பார் ஒருசிலர் தெரிவிப்பார் அவ்வழியை,
நாடாள்வார் ஒருசிலர் நவிலுவார் மேன்மையை,
சண்டையென்பார் ஒருசிலர் சொர்க்கத்துக்கு ஒரேவழி,
தனித்திருப்பார் ஒருசிலர் தவத்திலே மனங்கொண்டு.

மனங்கொண்டு நோக்கினால் மனிதர்கள் பலப்பலர்,
அவரவர்க்கென்று ஒருவழியை அறிவிப்பார்
மேன்மையென்று,
முடிவென்று உரைத்தால் மற்றோர் உயிருக்கு,
ஊறொன்றும் இல்லாமல் வாழுவது மேன்மை.

மேன்மை தந்திடும் மாண்புகளை உரைத்தால்,
அஹிம்சை உண்மை நெறியுடைமை கருணை,
தன்னை அடக்குதல் தன்மனைவியால் குழந்தைகள்,
பழகுந்திறன் பகட்டின்மை பொறுமை நற்குணங்கள்.

நற்குணங்கள் இவற்றை நழுவாமல் கடைப்பிடித்து,
வாழுதல் சன்மார்க்கமென வழங்கியவர் ஸ்வம்பூவமனு,
ஆகையால் நீயும் அனுசரிப்பாய் இவற்றை,
கவனத்தில் கொண்டுக் காப்பாய் தருமத்தை.

தருமத்தை அறிந்துத் திறமிக்க க்ஷத்ரியனாய்,
ராஜநீதியைக் கடைப்பிடித்து ஆட்சியை நடத்தி,
அரசபாரத்தைத் தாங்கினாலும் அகத்தை அடக்கி,
வேண்டுவதை வேண்டாததை ஒன்றாகக் கருதுவாய்.

கருதுவாய் உந்தன் கடமைகளே முதன்மையென,
வேள்வியைச் செய்தபின் உள்ளதை உண்ணவாக்கி,
தீயவரை அடக்கி நல்லவரைக் காத்து,
நல்வழியைக் கடைப்பிடித்து நல்லாட்சி நடத்தவேண்டும்.

நடத்தவேண்டும் மக்களை நலமான வழியிலே,
முடிக்கவேண்டும் ஆட்சியை மகனை அரசனாக்கி,
செல்லவேண்டும் வனத்துக்குச் செய்யவேண்டும்
கடுந்தவம்,
உண்ணவேண்டும் கனிகிழங்கை உடுக்கவேண்டும்
மரவுரியை.

மரவுரியை உடுத்து மறைவேதத்தைப் படித்து,
சோம்பலை அகற்றிச் செய்பவற்றை நலமாக்கி,
கடமைகளைச் சரிவரக் கடைப்பிடிக்கும் அரசன்,
புண்ணியத்தை அடைவான் பூமியில் வானத்தில்.

வானத்தில் பூமியில் வாழ்வுகள் பெற்றாலும்,
மோட்சத்தில் சேருதல் மிகக்கடினம் மிகக்கடினம்,
தடைகள் பலவாகும் திடஞானம் வாய்த்திட,
எளிதில் வருவதில்லை மோட்சத்தின் மேன்மை.

மேன்மை தரத்தக்க மாண்புடைய தானதருமம்,
தவசிந்தைக் கருணை தணிவுடைமைக் கோபமின்மை,
ஆசையின்மை ஆகிய அருங்குணங்கள் கடைப்பிடித்து,
மக்களைக் காத்து மாடுகன்றுக்கெனப் போரிடுவார்.

போரிடுவார் நாட்டுக்கென மக்களுக்கென மாட்சிக்கென,
அடைந்திடுவார் மேன்மையான அத்தனைப்
புண்ணியமும்,
உருத்திரர் வசுக்கள் ஆதித்யர் சாத்யர்,
கடைப்பிடிப்பார் இவ்வழியைக் கொஞ்சமும் விலகிடார்.

விலகிடார் நன்னெறியை வெல்லுவார் வானுலகை,
செல்லுவார் சொர்க்கத்துக்குச் சேருவார் மோட்சத்திலும்,
உலகையவர் ஆண்டாலும் உளத்திலே ஆசையின்றி,

வனம்வாழுபவர் போலவே வாழுவார் வையத்தில்.

(22)சாந்தி பர்வம், பகுதி 22: ராஜதர்மானுசாசன பர்வம்

வையத்தில் வேந்தர்கள் வாழும் நெறிபற்றி,
கருத்துக்கள் தேவஸ்தனர் கொடுத்தார் அதன்பின்னர்,
பாண்டவர்களில் மூத்தவனிடம் பேசினான் பார்த்தன்,
வருத்தத்தில் வாடியவனிடம் விளம்பினான்
வார்த்தைகளை.

வார்த்தைகளை உரைத்தான் வேந்தனிடம் அர்ஜுனன்,
கடமைகளை அறிந்தவரே கோவான வேந்தரே,
நெறிகளைக் கடைப்பிடிக்கும் நலமான க்ஷத்ரியராக,
ஆட்சியை அடைந்தீர் அரிதானது அரசாட்சி.

அரசாட்சி பெற்றீர் அனைவரையும் வென்றீர்,
சோகத்தில் வாடுதெற்குச் சொல்லுவீர் காரணம்,
போரில் இறப்பதே பார்வேந்தர் வாழ்வில்,
வேள்விகள் செய்வதினும் வெகுமேன்மை அறியீரோ?

அறியீரோ இக்கருத்தை அறிவிப்பது வேதமென?
க்ஷத்ரியரோ போர்களைச் செய்தே வாழவேண்டும்,
பிராமணரோ வெகுத்தவம் புரிந்தே ஆகவேண்டும்,
இதுவன்றோ உலகத்தில் இருக்கும் நியதி.

நியதி மாறாமல் நிகழ்த்தும் போரிலே,
உயிரை விடுவதற்கும் வருந்தாத க்ஷத்ரியரின்,
நெறியைக் கருதினால் நடுங்குவார் மற்றவர்,
ஆயுதத்தை நம்பிதான் அரசர்கள் வாழ்கிறார்.

வாழ்கிறார் ஆனாலும் வேந்தர்கள் நன்கறிவார்,
வீழுவார் ஒருநாள் வலிமைமிகும் ஆயுதத்திலென,
பிராமணர் க்ஷத்ரியரின் பாதைவழி நடந்தாலும்,

கேடிலர் ஆதலால் கூத்திரியநெறி மேன்மையே.

மேன்மையே வேதியரும் மிகவீரம் காட்டுதல்,
காரணமே கேட்டால் கூத்திரியரே உண்டானது,
பிராமரிடத்திலே என்றுப் பகருவார் அறிவாளர்,
துறவறத்திலே செல்லுதல் தருமமில்லை கூத்திரியருக்கு.

கூத்திரியருக்கு தருமமில்லைச் சாந்தமுடன் தவமியற்றல்,
மற்றவரதுப் பொருள்பெறுதல் மன்னருக்கு இழுக்காகும்,
கடமைகுறித்து நன்கறிந்த குணவானே நீவிர்,
உயிரெடுத்து வாழ்வோரில் உன்னதர் தூயவர்.

தூயவர் நீவிர் துடிக்கிறீர் துயரத்தில்,
வெறுக்கிறீர் உலகத்தில் வாழும் வாழ்வையே,
அகற்றுவீர் அஓலத்தை அடைவீர் திடசிந்தை,
உணருவீர் கூத்திரியரின் உள்ளம் வஜ்ரமென.

வஜ்ரமென வலிமை வாய்த்தவரே யுதிஷ்டிரரே,
எதிரியென இருந்தவர் எல்லோரையும் அழித்தீர்,
ஆட்சியென இருப்பதை அடைந்தீர் வேந்தரே,
வேள்வியென தானமென வழங்கி மகிழுவீர்.

மகிழுவீர் வையத்தில் மகேந்திரர் நீரேயென,
இந்திரர் பிராமணராய் இவ்வுலகில் தோன்றினாலும்,
கூத்திரியர் தருமத்தைச் சார்ந்ததால் உயர்ந்தார்,
போரிட்டார் எண்ணூற்றுப் பத்துமுறை உறவினருடன்.

உறவினருடன் அன்றோ வாசவன் மோதினான்,
அசுரருடன் மோதினாலும் அவர்களும் காஸ்யபரின்,
மனைவிகளின் வழிவந்த மாண்புடைய சகோதரரென,
இந்திரன் நினைத்திருந்தால் இந்நேரம் அழிந்திருப்பான்.

அழிந்திருப்பான் இந்திரனும் அழுகைப் புலம்பலால்,
கூத்திரியரின் நெறியைச் சார்ந்தவரே வேந்தரே,
இறந்தவரின் பொருட்டு எள்ளளவும் வருந்தாதீர்,
உங்களின் செயல்களில் ஒருசிறிதும் பாவமில்லை.

பாவமில்லை உம்முடையப் போரிலும் வெற்றியிலும்,
எச்செயலை நடத்திட இறைவருக்கு உள்ளமோ,
அச்செயலைக் காலம் எப்போதும் முடித்துவிடும்,
விதிசெயலைத் தடுக்கவல்லார் வையத்திலே
எவருமில்லை.

(23)சாந்தி பர்வம், பகுதி 23: ராஜதர்மானுசாசன பர்வம்

எவருமில்லை விதியை எதிர்த்திட வல்லவரென,
கருத்துகளை உரைத்தான் காண்டீப வில்லாளன்,
பதிலில்லை யுதிஷ்டிரனிடம் பார்த்தனின் சொல்லுக்கு,
தெளிவினைக் கொடுக்க த்வைபாயனர் பேசினார்.

பேசினார் அர்ஜுனன் பகர்ந்தவை உண்மையென்று,
அறிவித்தார் குடும்பமார்க்கம் அகிலத்தில் உயர்வென்று,
பாராட்டினார் யுதிஷ்டிரன் பாருலகில் நெறியாளனென,
நினைவுறுத்தினார் யுதிஷ்டரனுக்கு நீயறிவாய்
கடமையென்று.

கடமையென்று இருப்பதைக் கடைப்பிடித்து நிறைவேற்று,
உனக்கென்று இருக்கும் வழியாவது ஆட்சிதான்,
வனஞ்சென்றுத் தவமிருத்தல் வழியில்லை உனக்கு,
தேவரென்று இருப்பொரையும் தாங்குபவர் குடும்பத்தார்.

குடும்பத்தார் மனமுவந்துக் கொடுக்கும் பொருட்களால்,
வாழ்கிறார் தேவர் விருந்தினர் பித்ருக்கள்,
மேன்மையுற்றார் தமக்கு மனமுவந்து பணிசெய்தும்,
வாழ்கின்றார் பல்லாயிரம்பேர் வேந்தனே புரிந்துகொள்.

புரிந்துகொள் உன்னுடையப் புனிதமிக்கக் கடமைகளை,
தாங்கிக்கொள் உனக்கென்றுத் தரப்படும் பாரத்தை,
விலங்குகள் பறவைகளும் வாழ்வதற்கு ஆதாரம்,

குடும்பத்தில் இருப்பவர்தான் காக்கிறார் மற்றவரை.

மற்றவரைக் காக்கும் மாண்புடையக் குடும்பவழி,
வாழ்க்கையை நடத்துதல் வெகுசிரமம் வேந்தனே,
நால்வகை வாழ்விலும் நிரம்பவே சிரமமாக,
குடும்பவாழ்வை மட்டுமே கூறுவார் மேலோர்.

மேலோர் புகழும் மாண்புடையக் குடும்பவாழ்வில்,
வாழுவீர் மாண்புடைய வழியாம் குடும்பத்தில்,
மானிடர் நடுவிலே மனத்தை அடக்காதவர்,
குடும்பத்தார் ஆகிடக் கிடையாதே வழியேதும்.

வழியேதும் குடும்பத்தில் வாழ்வதற்கு ஈடில்லை,
மனவடக்கம் கொண்டுதான் நடத்தவேண்டும்
குடும்பத்தை,
வேதனமனைத்தும் அறிந்தவனே வெகுத்தவம் புரிந்தவனே,
முன்னோர்தம் வழியிலே மன்னவனே நாடாள்வாய்.

நாடாள்வாய் ஆகினும் நெஞ்சத்தில் அடக்கத்துடன்,
பொதிகளை ஏற்றினால் பாரத்தைச் சுமந்திடும்,
காளையைப் போலவே கருத்துடன் நாடாள்வாய்,
பாரத்தைச் சுமப்பாய் பாராட்சி கடினந்தான்.

கடினந்தான் இவ்விதம் கருத்துடன் நாடாள்வது,
தவத்துடன் வேள்விகள் தியானம் மன்னிப்பு,
அறிவாற்றலுடன் புலனடக்கம் அகத்திலே நற்சிந்தை,
கல்வியுடன் தன்னிறைவு கொள்ளவேண்டும் மனத்தில்.

மனத்தில் தன்னிறைவுடன் மாறாத ஞானத்துடன்,
புறத்தில் பணிசெய்துப் புந்தியில் பிரமத்துடன்,
வேதத்தில் நினைவுடன் வேதியர்கள் ஆதரவுடன்,
கூத்ரியர்கள் ஆளவழி சொல்லுகிறேன் கேளாய்.

கேளாய் யுதிஷ்டிரனே கோனான வேந்தர்கள்,
எவ்விதமாய் ஆளவேண்டும் என்பதன் விளக்கத்தை,
அறிவாய் நீயும் அறநெறியும் தருமமும்,

வேள்விகளைச் செய்தல் வேந்தரின் கடமை.

கடமை வேள்விசெய்தல் கற்றறிதன் முயற்சித்தல்,
ஆசைகளை விடுதல் ஆட்சிசெய்தல் தண்டித்தல்,
கோபத்தைக் காட்டுதல் குடிமக்களைக் காத்தல்,
வேதத்தைக் கற்றறிதல் வெகுதவம் நற்பழக்கம்.

நற்பழக்கம் நல்லொழுக்கம் நிறைவான‌ப் பொருள்வளம்,
தக்கவராம் பாத்திரர்க்கு தானமீனும் தருமகுணம்,
மிக்கவராம் மன்னவர்க்கு மாண்புடைய நற்குணம்,
தக்கவராம் மேலோர்கள் தந்ததாகும் இக்கருத்து.

இக்கருத்து குறித்து இயம்பியது மேலோர்கள்,
இவ்வுலகு அவ்வுலகு இரண்டுமே கிடைத்துவிடும்,
செங்கோலெடுத்து ஆளுபவர் செலுத்துவதாம் ஆட்சிமுறை,
அகிலத்து தருமங்கள் அனைத்திலும் மேலானது.

மேலானது கூத்ரியரிடம் மன்றுகின்ற பெரும்பலம்,
பலமிகுந்து இருத்தல் புரவலர்க்கு அவசியம்,
கடமையென்று இதுவரையில் கொடுத்தேன் கருத்துக்கள்,
வெற்றிபெற்று ஆட்சிசெய்ய உதவுவன இவைதாம்.

இவைதாம் ஆளுதற்கு இருக்கும் வழிகளென்று,
வ்ருஹஸ்பதியாம் தேவகுரு வழங்கினார் ஒருபாடல்,
அசையாததாம் எலியை அழுத்தியே பூமியும்,
கொல்லுவ்தாம் அமைதியானக் கோனுக்கும் முடிவு.

முடிவு அழிவுதான் மன்னவன் அமைதியானால்,
குடும்பத்து வாழ்விலே கனமாய் மூழ்கினால்,
வேதியரது நிலைமையும் வீழ்வாகும் இவ்வுலகில்,
சுத்யும்னனது செங்கோலால் சிறப்பானது உலகாட்சி.

உலகாட்சி நடத்தினான் உன்னதன் சுத்யும்னன்,
தக்ஷனுக்கு நிகராகத் தானும் உயர்வுற்றான்,
ப்ரசேதனுக்கு மகனாகப் பிறந்தவன் அவனே,
அகிலத்து வேந்தர்களில் அடைந்தான் வெகுபெருமை.

வெகுபெருமை வாய்த்த வேந்தன் சுத்யும்னனென்று,
வார்த்தைகளைச் சொன்னார் வியாசர் யுதிஷ்டிரனுக்கு,
முழுக்கதை உரைப்பீர் மாமுனியே எனக்கென்று,
சுத்யும்னனைக் குறித்துச் சொல்லுமென்றான் யுதிஷ்டிரன்.

யுதிஷ்டிரன் உரைத்ததும் ஈடிலா மாமுனிவர்,
பதிலைத்தான் உரைத்தார் பார்வேந்தா கேளாய்,
பழங்காலத்தின் கதையைப் பகருகிறேன் உனக்கு,
சங்கன் லிகிதன் சகோதரர் தவமிக்கார்.

தவமிக்கார் இருவரும் தமக்கென்று வீடுகளை,
அமைத்திருந்தார் அவையோ அழகில் மிகைத்தவை,
கட்டியிருந்தார் வெஹூகநதியின் கரையிலே வீடுகளை,
நட்டிருந்தார் மரங்களை நிறைந்த பூக்களுடன்.

பூக்களுடன் கனிகளுடன் பெருத்திருந்த மரங்களின்,
கரையில்தான் வீடுகளைக் கட்டியிருந்தார் இருவரும்,
வந்திருந்தான் சங்கனின் வீட்டுக்கு லிகிதன்,
சென்றிருந்தான் சங்கன் சற்றுநேரம் வேலையாக.

வேலையாக சங்கண் வெளியே சென்றிருக்க,
ஆசிரமமாக இருந்ததற்கு அருகான மரங்களில்,
கனிகளாக இருந்தவற்றைக் கொய்தான் லிகிதன்,
ஆர்வமாக அவற்றை அருந்திதான் சுவைத்தான்.

சுவைத்தான் லிகிதன் சாற்றுடன் பழங்களை,
வந்தான் சங்கன் வினவினான் லிகிதனுடம்,
எங்குதான் கிடைத்தன இத்தனைப் பழங்கள்,
உண்டுதான் களித்திட உண்டோ காரணம்?

காரணம் உரைத்தான் கனிவான லிகிதன்,
அண்ணனிடம் சென்று அமைதியாய் முறுவலித்து,
பணிவுடன் கூறினான் பழங்களைப் பறித்தது,
இங்குதான் உந்தன் ஆசிரமத்தின் அருகிலே.

அருகிலே வந்த அன்புத் தம்பியிடம்,
முறைகளே மீறிதான் பழங்களே உண்டாய்,
அரசனிடமே செல்லுவாய் அனைத்தையுமே சொல்லுவாய்,
தரவேண்டுமே திருட்டுக்கு தண்டனையென உரைப்பாய்.

உரைப்பாய் திருட்டுக்கு உரித்தான தண்டனையை,
முறையாய்த் தரவேண்டும் மன்னவனே எனக்கூறி,
கருத்தை உரைத்தான் கனிவுடன் சங்கன்,
சொன்னதை ஏற்றுச் சென்றான் லிகிதன்.

லிகிதன் சென்றதோ வேந்தன் சுத்யும்னனிடம்,
சுத்யும்னன் சுற்றத்தாருடன் சென்றான் முன்னோக்கி,
மன்னவன் அரண்மனைக்கு மாதவத்தார் பெருமுனிவர்,
வந்ததன் காரணமாய் வெகுமகிழ்வு அரசனுக்கு.

அரசனுக்கு முனிவரிடம் அதிகமான பக்தியுண்டு,
பணிவுற்று வேண்டினான் பக்தியுடன் சுத்யும்னன்,
வந்ததற்குக் காரணம் விளம்புவீர் முனிவரே,
சொல்வதற்கு முன்னரே செய்து முடிக்கிறேன்.

முடிக்கிறேன் என்ற மன்னவன் சுத்யும்னனிடம்,
செய்கிறேன் என்றுச் சொல்லுவீர் உறுதிமொழி,
சொன்னதன் பின்னர் செய்திடேன் என்று,
மறுக்கதான் கூடாது முடிக்கவேண்டும் சொல்வதை.

சொல்வதைக் கேளாய் செல்வமிக்க வேந்தனே,
அண்ணனைக் கேளாமல் அண்ணனின் தோட்டத்து,
பழங்களை உண்டதால் பாவத்தைச் செய்தேன்,
தண்டனை தந்துத் தக்கவிதம் நிறைவேற்று.

நிறைவேற்று தண்டனையையென நவின்றார் முனிவர்,
இதற்கு முன்னரே எதனை வேண்டினாலும்,
முடித்துத் தருவதாய் மன்னவன் கூறியதால்,
தனக்கு வேண்டினார் தகுந்த தண்டனை.

தண்டனை தனக்குத் தரவேண்டும் எனக்கூறி,

வேந்தனை அண்டிய வேதரிஷி முனிவரைம்,
தண்டனதை தருவதற்கும் தண்டியாது மன்னிப்பதற்கும்,
முடிவினை எடுப்பது மன்னவன் பொறுப்பாகும்.

பொறுப்பாகும் வேந்தனுக்குப் பாங்குடன் மன்னிப்பதும்,
வெகுத்தவம் செய்தவரே வேதரிஷியே மாமுனியே,
நோன்புகளும் நோற்றவரே நானளித்தேன் மன்னிப்பை,
வேறேதும் விருப்பமெனில் விளம்புவீர் என்னிடம்.

என்னிடம் உரைப்பீரென இயம்பினான் வேந்தன்,
வேறேதும் வேண்டாமென விளம்பினார் லிகிதன்,
தண்டனைதான் வேண்டுமெனத் தவமுனிவர்
அடம்பிடித்தார்,
இருகரந்தான் வெட்டவே அளித்தான் தண்டனை.

தண்டனை அளித்தான் தூயவன் சுத்யும்னன்,
கரங்களை இழந்தபின்னர் கனமிக்கத் தவத்தினர்,
அவ்விடத்தை விட்டு அண்ணனிடம் சென்றார்,
சங்கனை நோக்கிச் சொன்னார் நடந்ததை.

நடந்ததை உரைத்து நயத்துடன் பணிந்து,
தவற்றினைச் செய்தேன் தண்டனை அனுபவித்தேன்,
நீயென்னை மன்னிக்க நேரமிது என்றபடி,
அண்ணனை அன்புடன் ஏறிட்டார் லிகிதர்.

லிகிதர் உரைத்ததும் அன்பினர் சங்கன்,
உரைத்தார் தம்பியே உந்தன் தவவலிமையை,
குறைப்பதோர் காரியமெனக் கண்டேன் அச்செயலை,
தவமிக்கார் பாவத்தைத் தீர்த்தலே நோக்கம்.

நோக்கம் உன்னை நோகடித்தல் இல்லையே,
பாழாக்கும் பாவத்தைப் புரிந்து வீழ்வுறாமல்,
உனைக்காக்கும் நோக்கத்தில் உரைத்தேன் அவ்விதம்,
எப்போதும் உன்மீது எனக்கில்லை கோபம்.

கோபம் எனக்கில்லைக் கூறுவதைக் கேளாய்,

வஹ்ஹூதமாம் நதியில் ஓடும் நீர்ப்பெருக்கில்,
முறையுடன் தேவர்களை முனிவர்களைப் பித்ருக்களை,
வணங்கிதான் குளித்துவிடு வேண்டாம் பாவமேதும்.

பாவமேதும் செய்யாதே பாங்குடைய லிகிதாவென,
செய்யவேண்டும் நிவர்த்தியைச் சொன்னார் சங்கன்,
சொன்னவிதம் லிகிதன் சென்றார் வஹ்ஹூதநதிக்கு,
நிவர்த்தியும் துவங்குகையில் நன்றாகின இருகரமும்.

இருகரமும் தாமரையென அழகுடன் விளங்கிட,
சொன்னவிதம் செயலாற்றிச் செய்தார் பாவநிவர்த்தி,
அண்ணனிடம் வந்து அதிசயத்தை உரைத்தார்,
இருகரமும் கிடைத்ததால் அவர்மனம் மகிழ்ந்தது.

மகிழ்ந்தது மனமென்று மொழிந்தார் அண்ணனும்,
லிகிதனுக்குச் சங்கன் உரைத்தார் கருத்தை,
உனக்கு இவ்விதம் வளர்ந்த கரத்தை,
தந்தது எந்தன் தவவலிமை லிகிதா.

லிகிதா மனத்திலே ஏதும் கலங்காதே,
தவத்தால் உனக்குத் தந்தேன் கரத்தையென,
அன்பான் சங்கன் அணைத்தார் தம்பியை,
சந்தேகத்தால் லிகிதன் சங்கனை வினவினான்.

வினவினான் லிகிதன் வெகுத்தவம் உடையவரே,
தவறைதான் செய்தவனைத் தவத்தின் வலிமையால்,
முன்பேதான் தூயவனாய் மாற்றிதான் இருக்கலாமே,
இவ்விதம் செய்ததற்கு என்னதான் காரணம்?

காரணம் என்னவெனக் கேட்டவன் லிகிதனிடம்,
தவறாகும் எதற்கும் தண்டிக்கும் அருகதை,
என்னிடம் இல்லை அரசனிடம் உள்ளது,
வேந்தனும் நீயும் அடைந்தீர் புண்ணியத்தை.

புண்ணியத்தை அடைந்தான் பார்வேந்தன் தண்டித்ததால்,

புண்ணியத்தை அடைந்தாய் பொறுமையுடன்
தண்டனையுற்றதால்,
பித்ரிகளை அடைந்தது புண்ணியம் உன்செயலால்,
தண்டனை கொடுத்தவன் தீர்க்கிறான் பாவத்தை.

பாவத்தை அழித்தம் பார்வேந்தன் சுத்யும்னன்,
தகூஷனைப் போலவே தரணியில் புகழடைந்தான்,
தண்டனை கொடுப்பதுதான் தரணியில் வேந்தருக்கு,
கடமை அதனைக் கடைப்பிடி யுதிஷ்டிரா.

யுதிஷ்டிரா மனத்திலே எள்ளளவும் வருந்தாதே,
கேட்டீரா கடமைபற்றிக் காண்டீபன் உரைத்ததை?
நலந்தர உரைத்த நன்னெறியைக் கடைப்பிடித்து,
ஏந்திட வேண்டும் ஈடிலாச் செங்கோலை.

செங்கோலை எடுத்துச் செம்மைபட ஆட்சிசெய்,
தலையை மழித்துத் தவஞ்செய்ய விருப்பமென,
வனத்தை அண்டுதல் வெகுபாவம் உனக்கு,
பிரமத்தை வழிபட்டுப் பாருலகை ஆட்சிசெய்.

(24)சாந்தி பர்வம், பகுதி 24:
ராஜதர்மானுசாசன பர்வம்

ஆட்சிசெய் என்று அறிவுறித்தினார் வியாசர்,
அஜாதசத்ருவை நோக்கி இயம்பினார் மேலும்,
தேர்தனை இயக்கித் திடத்துடன் போரிடும்,
தம்பியரை மகிழவைக்கத் தரணியை ஆளுவாய்.

ஆளுவாய் என்றுதான் அடவியில் பதின்மூன்றாண்டு,
அமைதியாய் இருந்தனர் அன்புமிக்கத் தம்பியர்,
யயாதியைப் போலவே ஆளுவாய் இவ்வுலகை,
அடைந்தாய் பெருந்துயரை அடவியில் வாழுகையில்.

வாழுகையில் வனத்திலே வெகுதுயரம் அடைந்தாய்,
தவங்களில் ஈடுபட்டுத் தியானத்தை மேற்கொண்டு,
உள்ளத்தில் வருந்தியே உழன்றாய் அப்போது,
முடிவுகள் வந்தன மகிழவேண்டும் இப்போது.

இப்போது மகிழ்ச்சி ஏற்பட்டது உனக்கு,
சகோதரரொடு ஆட்சிசெய்துச் சேர்ப்பாய் புண்ணியத்தை,
அதன்பிறகு வனஞ்சென்று அமைதியாய்த் தவஞ்செய்வாய்,
கடனொன்று உனக்குண்டுக் கொடுக்கவேண்டும்
அக்கடனை.

அக்கடனை நீயும் அடைக்கவேண்டும் அண்டியோர்க்கு,
உன்செயலை அண்டியே வாழ்வோர்க்கும் வந்தோர்க்கும்,
வானத்தை ஆளுவோர்க்கும் உனது முன்னோருக்கும்,
தரவேண்டியவை அனைத்தையும் தரவேண்டும் வேந்தனே.

வேந்தனே இவ்விதம் வையத்தையே ஆண்டபின்,
செல்லவே தடையில்லைச் சந்நியாச வாழ்வுக்கு,
சர்வமேதமே செய்யவேண்டும் சக்திமிக்க
அஸ்வமேதத்துடன்,
வெகுமேன்மையே உனக்குண்டு வானவரின்
சொர்க்கத்தில்.

சொர்க்கத்தில் மேன்மைகள் சேர்வுறும் உங்களுக்கு,
யாகத்தில் உன்னுடன் அன்புச் சகோதரரை,
நிறுத்துதல் செய்து நடத்துவாய் வேள்வியை,
பெறுமைகள் பலவும் பாங்குடன் உனைச்சேரும்.

உனைச்சேரும் நற்பலன்கள் உயர்வுகள் மேன்மைகள்,
கயமைமிகும் குணத்தார்தான் கோவான வேந்தனை,
போர்செய்யும் கொலைவழியில் போகவே தூண்டுவார்,
நல்வேந்தராம் உன்னதர் நீசரையுன் மன்னிப்பார்.

மன்னிப்பார் தவறுகள் மிகவும் புரிவோரையும்,
எவ்வேந்தர் தனக்கென ஆறிலொரு பங்கினை,
வரியேற்றார் அதன்பின் வரமாட்டார் காவலிக்கெனில்,

பெற்றிடுவார் மக்களின் பாவங்களில் கால்பகுதி.

கால்பகுதிப் பாவத்தைக் கொள்ளுவார் காவாதவர்,
நல்லவழி ஆளுபவர் நடக்கும் நெறிவழிகள்,
பாவமின்றி அவர்களைப் புண்ணியத்தில் சேர்க்கும்,
நெறிகளைக் கடைப்பிடித்தால் நேரிடும் புண்ணியம்.

புண்ணியம் நெறிகளைப் பற்றியே வாழுதல்,
பாவமாகும் நெறிவழுவிப் பாங்கின்றி நடத்தல்,
நெறியாகும் மார்க்கத்தில் நடந்தால் அச்சமில்லை,
ஆசைமோகம் கோபத்தை அகற்றி நாடாளுவாய்.

நாடாளுவாய் மக்களை நம்மவரென நினைத்து,
தந்தையாய் இருப்பவர் தனயர்களை மகள்களை,
எவ்விதமாய்க் காப்பார் அவ்விதமாய் மக்களையும்,
நடுநிலையாய்க் காப்பவரைநெருங்காதுப் பாவமேதும்.

பாவமேதும் அண்டாது பாராளும் வேந்தனை,
செய்யவேண்டும் செயலைச் செய்யவே விடாமல்,
விதிவசம் ஆகியே வந்திடும் தடைகளால்,
செயலாக்கம் இழந்தாலும் சேராது பாவங்கள்.

பாவங்கள் இல்லாமல் பார்வேந்தன் ஆளவேண்டும்,
எதிரிகள் இல்லாம ஆக்கும் மார்க்கமாக,
முதலில் நட்புறவும் முடியாவிடில் போர்வழியும்,
கடைப்பிடித்தல் வேந்தருக்குக் கொடுக்கும் மேன்மையை.

மேன்மையை வழங்கும் மதிப்புமிக்க செயல்களை,
மக்களைச் செய்யவைக்க மன்னவன் முயலவேண்டும்,
கீழ்மையைப் பாவங்களைக் கேடுகளைச் செய்பவரை,
தண்டனை கொடுத்துத் திருத்தவேண்டும் நல்லரசன்.

நல்லரசன் காக்கவேண்டும் நல்லவரை வீரர்களை,
அறிவின் திறத்தோரை மறையின் விற்பன்னரை,
வசதியின் வளத்தோரை வேந்தன் காக்கவேண்டும்,

வழக்குகளின் தீர்ப்புக்கு வைக்கவேண்டும்
அறிவாளிகளை.

அறிவாளிகளைக் கொண்டு அலசி ஆராய்ந்து,
தீர்ப்புகளை வழங்கவேண்டும் தண்டிக்கும் முன்னதாக,
மததர்மத்தை நாட்டவும் மாண்பினரை அண்டவேண்டும்,
தனியொருவரை நம்புதல் தகாது வேந்தனுக்கு.

வேந்தனுக்கு ஒருவர்மட்டும் வேண்டியவர் என்றபடி,
எவ்வளவுக்குப் பெரியராகினும் ஒருவருக்கும் மட்டுமாக,
அனைத்து விதத்திலும் அமைச்சுகள் செய்வதற்கு,
வழிவகுத்துக் கொடுத்தல் வேந்தருக்கு இடர்தரும்.

இடர்தரும் மக்களும் இருப்பார் நாட்டிலே,
ஆசைகளும் திமிரும் அகம்பாவமும் தலைகனமும்,
வெறுப்பும் உடையவராய் இருக்கும் மக்களையும்,
காக்கும் கடமை கொள்ளவேண்டும் வேந்தன்.

வேந்தன் தீயவரென ஒருசில மக்களை,
காக்கதான் மறந்தாலும் கொடுங்கோலன் அவனாவான்,
தேவர்களின் கோபத்தாலும் திருடர்களின் தாக்கத்தாலும்,
மக்களின் துயர்வந்தால் மன்னனுக்குப் பாவமுண்டு.

பாவமுண்டு மக்களைப் பாங்குடன் காவாக்கால்,
சரியென்று நல்லவரின் சிந்தனையால் உரைத்ததை,
ஏற்பென்று கொண்டு ஆர்வமுடன் செயலாக்கினால்,
பாவமென்று எதுவும் பார்வேந்தரைத் தாக்காது.

தாக்காது பாவமேதும் தரணியாளும் வேந்தனை,
முயற்சியது வென்றாலும் முடியாது தோற்றாலும்,
சோம்பலேதும் இல்லாமல் சாந்தமுடன் முயற்சித்தால்,
தோல்வியது வந்தாலும் தீண்டாதுப் பாவங்கள்.

பாவங்கள் இல்லாதப் பெருவேந்தன் ஹயக்ரீவன்,
முன்னாளில் ஆண்ட முறைமைகள் குறித்து,
வரலாறுகள் சொல்லுவதை விளம்புகிறேன் யுதிஷ்டிரா,

எதிரிகள் அனைவரையும் அழித்தான் ஹயக்ரீவன்.

ஹயக்ரீவன் போர்செய்து அழித்தான் எதிரிகளை,
அவ்வீரன் ஒருமுறை அடைந்தான் பெருந்தோல்வி,
தனியொருவன் ஆகினான் துணையெவரும் இல்லாமல்,
உயிரிழந்தான் எதிரிகளின் வெகுவேகத் தாக்குதலில்.

தாக்குதலில் எதிரிகளைத் திக்குமுக்கு ஆடவைத்து,
வெற்றிகள் பெற்றவன் வீரன் ஹயக்ரீவன்,
மக்கள் காவலுக்கென மனங்கொண்ட நல்லரசன்,
வானுலகில் மேன்மையுடன் வாழுகிறான் இந்திரனென.

இந்திரனென வானத்தில் இருக்கும் ஹயக்ரீவன்,
திருடரென வந்தவரைத் தாக்கி அழிக்கையில்,
எதிரியென இருந்தவர்கள் அவனைக் கொன்றனர்,
மேன்மையானக் கடமைவழி மாண்டான் ஹயக்ரீவன்.

ஹயக்ரீவன் வில்தான் அவனுக்கு யாகக்கம்பம்,
வில்லின் நாண்தான் வீணரைக் கட்டுவது,
அம்புகள் கத்திகள் யாகத்துக் கரண்டிகள்,
ஆகுதிகள் குருதிதான் வேள்வியில் நெய்போல.

நெய்போலக் குருதியை நல்கினான் வேள்விக்கு,
யாகசாலைத் தேராகும் அக்கினியாம் ஆத்திரந்தான்,
புரவிகளை ஹோத்ரிகளாய்ப் பாவித்து வேள்விசெய்வான்,
எதிரிகளை வேள்விக்கு அளிப்பான் ஆகுதிகளாய்.

ஆகுதிகளாய் எதிரிகளை அளித்தவன் மாவீரன்,
உயிர்மூச்சாய் இருதை உகுத்தான் பூர்ணாகுதியாய்,
பாவங்களாய் இருந்தவைப் போயகன்று நலம்பெற்று,
வானுலகை அடைந்து வாழுகிறான் தேவருடன்.

தேவருடன் சமரெனத் தங்குகிறான் வானுலகில்,
ஓங்கிடும் பெரும்புகழ் உடையான் இவ்வுலகில்,
வானவரின் உலகிலே வாழுகிறான் மகிழ்வுடன்,
வேள்விகளும் செய்தான் வாழ்ந்தான் அரிமாவென.

அரிமாவென வாழ்ந்தான் அரனான ஹயக்ரீவன்,
தண்டமானச் செங்கோலைத் தகுந்தவிதம் கையாண்டு,
உந்தமான வேகத்துடன் உலகத்தை ஆண்டான்,
திமிரானச் செயல்கள் துளியளவும் செய்திடான்.

செய்திடான் தீமையைச் சீர்மிக்கான் கல்வியாளன்,
துறவுதான் கொண்டவனாய்த் தரணியை ஆண்டவன்,
நன்றிதான் உடையவன் நம்பிக்கை மிகுந்தவன்,
வானுலகின் தேவருடன் வாழுகிறான் மகிழ்வாக.

மகிழ்வாக வாந்தான் மன்னவன் ஹயக்ரீவன்,
உயிராக இருப்பதை உகுக்கவும் தயங்காமல்,
போராட மங்கொண்டுப் பெருவீரம் காட்டினான்,
உயிர்போக நேர்ந்தாலும் வேதநெறி அகன்றிடான்.

அகன்றிடான் நெறிகள் அறிவிக்கும் பாதையை,
அவரவரின் கடமைகளை அவரவர்கள் செய்தவண்ணம்,
நாட்டின் மக்களுக்கு நல்வாழ்வு மலர்ந்திட,
ஆண்டான் ஹயக்ரீவன் அடைந்தான் சொர்க்கத்தை.

சொர்க்கத்தை அடைந்ததற்குச் சொல்லுகிறேன் காரணம்,
வேள்விகளைச் செய்துச் சோமத்தை அருந்தி,
தானங்களை அளித்துத் தக்கவரை மதித்து,
செங்கோலை எடுத்துச் செய்தான் நல்லாட்சி.

நல்லாட்சி செய்தவன் நலிவுற்றுத் தனியனாகி,
எதிரிக்கு இறையாக இவ்வுலகில் விழுந்தாலும்,
பொன்னுலகு ஏகினான் பெருமைபல பெற்றான்,
குறையின்றி ஆண்டதாய்க் கூறுவர் நல்லவர்கள்.

நல்லவர்கள் கற்றவர்கள் நிரம்பவே பாராட்ட,
வானவர்கள் உலகிலே வெகுமேன்மை அடைந்தான்,
வெற்றிகள் பெற்றான் உன்னத நெறியாளன்,
வாழ்வில் முழுமைநிலை வந்தது தானாகவே.

(25)சாந்தி பர்வம், பகுதி 25:
ராஜதர்மானுசாசன பர்வம்

தானாகவே அனைத்தையும் தெரிந்துகொள்ளும்
நுண்ணறிவோன்,
வியாசரே தனக்கு விளம்பியதைக் கேட்டான்,
கோபத்துடனே காண்டீபன் கனன்றைதக் கண்டான்,
வணக்குத்துடனே பதிலளித்தான் வியாசராம் மாமுனிக்கு.

மாமுனிக்கு வணக்கம் மொழிகிறேன் பணிவுடன்,
ஆட்சிசெய்து பெறத்தக்க அத்தனை இன்பமும்,
வெறுமையென்று உணரிறேன் ஒருதுளியும் மகிழ்வில்லை,
வருத்தம்வந்து என்மனதை அரித்துத் தின்கிறது.

தின்கிறது மனவருத்தம் துளியும் மகிழ்வில்லை,
அங்கிருந்து மாதர்களின் அழுகையொலி எழுகிறதே,
அதைக்கேட்டு என்மனம் அரண்டு துடிக்கிறது,
அமைதியென்று ஏதுமில்லை அகமுழுதும் சோகந்தான்.

சோகந்தான் வந்ததெனச் சொன்னான் யுதிஷ்டிரன்,
ஆறுதல்தான் அளித்தார் ஆற்றல்மிக்க வியாசர்,
யோகத்தின் வழியிலே ஈடுபட்ட மாமுனிவர்,
விளக்கதான் செய்தார் வலுமிக்கக் காலத்தை.

காலத்தைப் பொறுத்துதான் ஞாலமே இயங்கிடும்,
தன்னைப் பொறுத்துமட்டும் தானடைதல் ஏதுமில்லை,
வேள்வியைச் செய்வதும் வெகுபொருள் ஈனுவதும்,
எப்பொருள அடைவதும் ஏற்படுதல் காலத்தால்.

காலத்தால் அனைத்தும் கிடைக்கும் என்பவைதான்,
ஞாலத்தில் முதல்வராம் நீதியாளர் பிரமரின்,
வார்த்தைகள் என்று விளங்கிக்கொள் யுதிஷ்டிரா,
அறிவாற்றலால் வேதத்தால் அடையமாட்டார் எதனையும்.

எதனையும் அடைந்திட இயலாது ஒருவர்,

முயற்சியும் செய்தாலும் முடியாது நழுவிவிடும்,
சக்திமிகும் காலத்தில் சம்மதம் இல்லாவிடிவில்,
எத்தனைதான் முயன்றாலும் ஏதொன்றும் கிடைக்காது.

கிடைக்காது எதுவும் கருத்துடைய அறிவினர்க்கு,
அறிவென்று ஏதும் இல்லாரது வாழ்விலும்,
காலத்து மாற்றத்தால் கிடைக்கலாம் பெரும்பொருள்,
காலத்துப் போக்கிலே கிடைக்கும் பொருட்கள்.

பொருட்கள் கிடைப்பதும் போதலும் காலத்தால்,
காலத்தால் ஆதரவு கிடைக்காத போதிலே,
அறிவியல் மந்திரம் ஒளடதங்கள் ஆகியன,
வேலைகள் செய்யாமல் வீணாகி மறையும்.

மறையும் அறிவியலும் மந்திரமும் ஒளடதமும்,
காலநேரம் உதவாவிடில் கீழ்மையுற்று மறைதல்போல்.
வேலைசெய்யும் காலத்தால் வாய்த்தது நற்பலனெனில்,
காற்றடிப்பதும் நிற்பதும் காலத்தின் மாற்றத்தால்.

மாற்றத்தால் மேகங்கள் மழைபொழிதல் காலத்தால்,
தாமரைகள் குளங்களில் மலருதல் காலத்தால்,
வனங்கள் மலர்களால் வனப்புறுதல் காலத்தால்,
பகலிரவுகள் மாறுதல் பாருலகில் காலத்தால்.

காலத்தால் நிலவையும் காணலாம் முழுமதியாய்,
மரஞ்செடிகள் பூத்தலும் மாண்புடையக் காலத்தால்,
காய்கனிகள் விளைதலும் காலத்தின் ஓட்டத்தால்,
நதிநீரில் வெள்ளமில்லை நலிவடையும் காலத்தில்.

காலத்தில் ஏற்றவிதம் கனிந்து வராவிடில்,
பறவைகள் மான்கள் பாம்புகள் வேழங்கள்,
பிறவிலங்குகள் எவையும் பொருமியே பொலியாது,
மாதர்கள் கருத்தரிப்பது மாண்புடையக் காலத்தால்.

காலத்தால் குளிர்வெம்மை கனமைமழைப் பருவங்கள்,
மாற்றங்கள் அடைந்து மண்ணுலகை வாழவைக்கும்,

காலங்கள் எதிராகினால் கிடையாது பிறப்பிறப்பும்,
குழந்தைகள் பேசவும் கூடவேண்டும் காலநேரம்.

காலநேரம் சேர்ந்துவந்தால் கிடைக்கும் வெள்ளாமை,
இளமையாகும் இனிமையும் இல்லாததாகும் ஒருவருக்கு,
காலமாகும் சக்தியால் கேடுகள் தோன்றினால்,
சூரியனும் நடுவொனம் சேருதல் காலத்தால்.

காலத்தால் சூரியன் கீழழுந்தும் அஸ்தத்தில்,
காலத்தால் இல்லாவிடில் குளிமதியின் தோற்றத்தில்,
வளருதல் தேய்தல் வாராது வேந்தனே,
கடலில் உயர்வுதாழ்வுக் காலமின்றி விளையாது.

விளையாது ஏதுவுமே வரவில்லைக் காலமென்று,
கதையொன்று கூறினான் கவலையுற்ற சேனஜித்,
அனைவரது வாழ்வையும் ஆக்குவது அழிப்பது,
காலமென்று உணர்ந்துகொள் கிடையாது மாற்றமேதும்.

மாற்றமேதும் இல்லாமல் மண்ணுலகில் உயிர்களை,
வாழ்வித்தும் கனிவித்தும் வாட்டியே அழித்தும்,
செயலனைத்தும் செய்வதுச் சீர்மிக்கக் கலமே,
கொல்லுவதும் கொலையுறுவதும் கிடையாது வையத்தில்.

வையத்தில் பிறப்பிறப்பு வாய்த்தல் காலத்தால்,
மனத்தில் குழப்பமுற்றோர் மொழியும் சொற்கள்தாம்,
கொல்லுதல் செய்தாரென்றும் கொலையுற்று
மாண்டாரென்றும்,
இயற்கையால் பிறப்பிறப்பு இரண்டுமே வந்துசேரும்.

வந்துசேரும் பெருஞ்சோகம் ஒருவனது மனத்தில்,
மடிவதாகும் நிலைபட்டி மைந்தரோ மனைவியோ,
வீழ்வாகும் இறப்பில் வீழ்ந்திடும் சூழலில்,
தாங்காததாம் துயருற்றுத் தன்போக்கில் பிதற்றுவார்.

பிதற்றுவார் தமக்குப் பேரிழப்பு நேர்ந்ததென,
எவரொருவர் துயரத்தை எப்போதும் நினைவாரோ,

அத்தகையோர் துயரம் அதிகமாகி வளரும்,
அறிவிலார் போலவே அதிசோகம் உனக்கெதற்கு?

உனக்கெதற்குச் சோகம் வெகுசோகம்
கொண்டார்பொருட்டு?
அச்சமானது வளரும் அடங்கி ஒடுங்குவதால்,
அதுபோன்று சோகமும் அதிகரிக்கும் நினைத்திருந்தால்,
உடலானது கூட உனதில்லை எனதில்லை.

எனதில்லை இவ்வுடல் எனதில்லை எப்பொருளும்,
இவ்வுலகைச் சேர்ந்த எல்லாப் பொருட்களும்,
என்னுடைமை என்றால் அதுபோலே பிறருடைமை,
மனத்தினை வருத்திடார் மிகநுண்ணிய அறிவினர்.

அறிவினர் அறிவார் ஆயிரம் காரணங்கள்,
உலகுளோர் உளத்தை உலுக்கும் துயர்தருமென,
காரணமோர் நூறுண்டுக் களித்து மகிழ்ந்திட,
மூடர்கள் மட்டுமே மனத்துயரில் உழலுவார்.

உழலுவார் அறிவிலார் உலுக்கும் துயரத்தில்,
அறிவுளார் எதற்கென்றும் அஞ்சிடார் துயருறார்,
காலத்திலோர் மாற்றம் கொணரும் சூழல்களால்,
வெறுப்பார் விரும்புவார் விளைவெலாம் காலத்தால்.

காலத்தால் சுகதுக்கம் கணத்திலே மாறுதல்,
சக்கரத்தில் ஆரங்கள் சுற்றுதல் போலாகும்,
சுழற்சியில் நில்லாதுச் சுற்றுவதுக் காலமாகும்,
நிகழ்ச்சிகள் மாறிமாறி நிகழுவதே காலமாற்றம்.

காலமாற்றம் பலவிதம் கொடுக்கும் சூழல்களில்,
துயர்மட்டும் உண்மையாகும் துளியளவும் சுகமில்லை,
உலகனைத்தும் நிறைந்த ஒருபொருள் துயரந்தான்,
அதுவாகும் துயரமே அதிகரிக்கும் காரணம்.

காரணம் ஆசைதான் கனத்துயரம் உண்டாக,
துயராகும் மகிழ்வைத் துவக்கும் தோற்றுவாய்,

சோகமும் மகிழ்ச்சியும் சுழன்று வந்திடும்,
ஒருபோதும் இவ்விரண்டும் இருக்காது நிலையாக.

நிலையாக இல்லாமல் நொடிக்கணக்கில் மாறும்,
துயராக மகிழ்வாகத் தம்போக்கில் இவ்விரண்டும்,
ஒவ்வொன்றாக மாறிவரும் ஒன்றுகூட நிலைக்காது,
உடலுணர்வாக இருப்பதை விடவேண்டும்
அரவத்தோலென.

அரவத்தோலென இருப்பதை அகற்றியே விலக்கிவிடும்,
அரவமென மனிதரும் அவரவரின் துயர்தீர,
சுகதுக்கமென இருக்கும் சுழற்சியானத் தாக்கத்தை,
அழுகியதான உடலுறுப்பென அகற்றவேண்டும்
உடனடியாய்.

உடனடியாய் சுகதுக்கம் விளைக்கும் தாக்கத்தை,
அருவருப்பாய் நினைத்து அகத்திலே அகற்றினால்,
வெகுமகிழ்வாய்ச் சோகமாய் வேண்டுவதாய்
வேண்டாததாய்,
எவ்விதமாய் வந்தாலும் ஏற்கவேண்டும் நடுநிலையாய்.

நடுநிலையாய் இருப்பவர் நெஞ்சமே ஆலயம்,
குடும்பமாய் இருக்கும் குழந்தைகட்கும் மனைவிக்கும்,
தேவையாய் இருப்பதைத் துளியேனும் நிறைவேற்றாமல்,
நீயிருந்தாய் ஆகின் நீயறிவாய் உண்மைமுகம்.

உண்மைமுகம் காட்டுவார் உறவென்ன அறிவிப்பார்,
என்னவாகும் தேவையென்றும் எதுவாகும்
தேவையென்றும்,
சுயவடிவமாய் இருப்பதைச் சற்றும் தாமதியாமல்,
வெளிப்படையாய்க் காட்டுவார் விளங்கிக்கொள்வாய்
நீயும்.

நீயும் அடையவேண்டும் நிகரிலா ஆனந்தம்,
கிடைக்கும் அறிவாற்றல் கிட்டாத மூடருக்கு,
அவ்விதம் மகிழுவார் அறிவிலே திறத்தாரும்,

மூடரும் ஞானியும் மகிழ்விலே திளைப்பவர்.

திளைப்பவர் மற்றோரெலாம் துயரத்தில் மகிழ்வில்,
அறிவானவர் அறிவீனர் ஆகியோராம் பிரிவுடையார்,
சேனஜித்தர் சொன்னதானச் சிந்தாந்தக் கருத்திது.

கருத்திது உரைத்தது கோனான சேனஜித்,
நல்லதெதுக் கெடதெது நன்றாக அறிந்தவர்கள்,
கடமையெது என்பதைக் கணத்திலே நன்கறிவார்,
மற்றவரதுத் துயர்கண்டு மருளுபவர் துயருறுவார்.

துயருவார் மற்றவரின் துயர்கண்டு மனமுருகுபவர்,
அகிலத்திலோர் முடிவில்லை அதீதமானத் துயருக்கு,
துயருக்கோர் காரணம் திடமிக்கார் மகிழ்வுதான்,
மகிழ்வுக்கோர் காரணமும் மனமுற்றத் துயரந்தான்.

துயரந்தான் எப்போதும் தாகவரும் மனிதர்களை,
முடிவுதான் இல்லாத மாயையாகும் துயரக்கடல்,
சுகதுக்கம் வளம்வறுமை இலாபநட்டம் பிறப்பிறப்பு,
இவையாவும் மனிதருக்கு அருகிலேயே காத்திருக்கும்.

காத்திருக்கும் இருமைகள் தாக்கவரும் என்றறிந்து,
அறிவாளராம் உன்னதர் எத்தகையச் சூழலிலும்,
மகிழ்வேதும் அடைந்திடார் மிகத்துயரில் வாடிடார்,
போர்செய்யும் வேந்தர்கள் புரிகிறார் வேள்வியையும்.

வேள்வியையும் போர்தானென வேந்தர்கள் விளம்புவார்,
அரசராகும் வேந்தருக்கு அமைந்தது இக்கடமை,
செங்கோலோச்சும் நெறிவாழ்வே செயல்முறையில்
யோகமாகும்,
தட்சிணைகளும் தானங்களும் துறத்தலாம் பொருட்களை.

பொருட்களை தானமெனப் பலருக்கு ஈவதும்,
துறவறத்தை ஒத்ததுதான் தரணியாளும் வேந்தருக்கு,
அறிவாற்றலை நல்வழியை அகமுவந்துக் கடைப்பிடித்து,
தற்பெருமை விலக்கித் தக்கவிதம் வேள்விசெய்வார்.

வேள்விசெய்வார் தமக்கு வேண்டலென்று ஏதுமின்றி,
நீதிசெய்வார் நடுநிலை நிற்றல் தவறாவிதம்,
வானஞ்செல்வார் அவ்வேந்தர் வரவேற்பார் தேவர்கள்,
கடமையென்பார் வேந்தருக்குக் களம்புகுந்து
அழிவுசெய்தல்.

அழிவுசெய்தல் போரிலே அதிகம் வந்தாலும்,
எதிரிகள் அழிந்தபின்னர் அரசாட்சி நடத்துதலும்,
நெறிகள் மீறாமல் நல்லரசை உருவாக்குதலும்,
சொர்க்கத்தில் வேந்தருக்குச் சேர்க்கும் வெகுமேன்மை.

வெகுமேன்மை உடைத்தான வெற்றிகள் பெற்றவராய்,
நாட்டைக் காத்தல் நாட்டுமக்களை வாழ்வித்தல்,
வேள்விகளைச் செய்து உண்ணுதல் சோமத்தை,
தவறுகள் செய்தாவரை தண்டித்தல் வேந்தர்க்கழகு.

வேந்தர்க்கழகுப் போரிலே வீழ்வுற்று மாளுதல்,
அவ்விதத்து வீழ்வுற்றார் அடைவார் சொர்க்கத்தை,
வேதத்து அங்கத்து வாழ்நெறிகள் கற்றறிந்து,
அவரவரதுக் கடமைவழி ஏகவைத்தல் வேந்தர்குணம்.

வேந்தர்குணம் நெறிவழியில் வேதத்து மார்க்கத்தில்,
வழுவாவிதம் நாடாண்டால் வானுலகின் சொர்க்கத்தில்,
இறந்தபின்னும் வேந்தனின் ஈடிலாததாம் நல்லாட்சியை,
புகழும்விதம் ஆளுதல் பார்வேந்தர்க்குச் சிறப்பு.

சிறப்பு குன்றாமல் செய்தார் ஆட்சியென,
நாட்டு மக்களும் நகரத்து மாந்தர்களும்,
சுற்றத்து உறவோரும் சகாக்களும் அமைச்சர்களும்,
சொல்லுமளவு ஆளுபவர் சீர்மிக்கப் பெருவேந்தர்.

(26)சாந்தி பர்வம், பகுதி 26:
ராஜதர்மானுசாசன பர்வம்

பெருவேந்தர் குறித்துப் பகர்ந்தார் வியாசர்,
அரசாளுபவர் குறித்து யுதிஷ்டிரன் அர்ஜுனனிடம்,
நல்லறிவோர் கூறும் நியாயமான காரணத்தை,
மனத்திலோர் சோகத்துடன் மொழிந்தான் பரிவாக.

பரிவாக யுதிஷ்டிரன் பகர்ந்தான் அர்ஜுனனிடம்,
பொருளாக இருப்பதால்தான் பாருலகே நடக்குதென,
தவறாக நினைக்கிறாய் தனஞ்செயா அத்துடன்,
வறியராக இருந்தால் வாராது சொர்க்கமென்றாய்.

சொர்க்கமென்றாய் மகிழ்வென்றாய் செல்வம்
உடையோர்க்கு,
வறியவராய் இருப்பவர்க்கு வையத்தில் இகபரங்கள்,
இரண்டாய் இருப்பவை இல்லையென மறுத்தாய்,
விருப்பமாய் நினைத்தவை வாராது வறியர்க்கென்றாய்.

வறியர்க்கென்றாய் மிகுந்த வாட்டமும் வருத்தமும்,
அறிக்குன்றாய் இருப்பவர்கள் ஆமோதியார் உன்கருத்தை,
வேள்விவழியாய் சொர்க்கம் வாய்த்தவரும் உண்டு,
தவவழியாய்ச் சொர்க்கத்தில் தங்கியோரும் உண்டு.

உண்டு பிரமத்தை உணரும் தாகமெனில்,
பிரமசரியத்து வழியிலே போவார் ஒருவரெனில்,
கடமையென்று இருப்பதைக் கருத்துடன் செய்வாரெனில்,
பிரமனிடத்து மனம்வைத்ததால் பிராமராவார் அன்னவர்.

அன்னவர் வேதத்தை அனுதினம் ஓதியும்,
யோகத்திலோர் இடையூறும் இல்லாமல் தவமிருந்தும்,
முயலுவார் ஞானத்தில் முழுமைநிலை காணவே,
மேலானவர் அன்னவரே மண்ணிலும் விண்ணிலும்.

விண்ணிலும் மண்ணிலும் உன்னதம் பெறவிழையும்,

நம்மிடம் இருக்கவேண்டும் நிகரிலா நல்லறிவு,
ஞானமெனும் அவ்வறிவை நவிலுவார் வைகாநசர்கள்,
அஜர்களும் ப்ரிஷ்ணிகளும் அருணர்களும் பிராமணரே.

பிராமணரே சிகதர்களும் கிதவரெனும் குழுவினரும்,
சென்றனரே அனைவரும் சிறப்புடைய சொர்க்கலோகம்,
வேதத்தையே கற்றுணர்ந்து வேதமந்திரமே நிதமோதி,
வெதவழியிலே வேள்விசெய்து வென்றார்கள் புலன்களை.

புலன்களை வெல்லுதல் பூமியிலே வெகுகடினம்,
புலன்களை அடக்கியவர் போவார் சொர்க்கத்துக்கு,
வேதவழியிலே பிரமனை வணங்கும் நல்லார்கள்,
சூரியப்பாதையிலே தக்ஷிணாயணத்தில் செல்லுவார்
சொர்க்கம்.

சொர்க்கம் சென்றுச் சிறப்பான மண்டலங்களில்,
வாழ்ந்தும் மகிழ்ந்தும் வெகுகாலம் கழிப்பார்,
ஆகினும் இதைவிட அதிமேன்மை கொண்டவர்,
யோகமெனும் சக்தியால் உத்தராயணத்தில் செல்லுவார்.

செல்லுவார் வடவழியெனச் சொல்லப்படும்
உத்தராயணத்தில்,
யோகியானவர் மட்டுமே இவ்வழியில் செல்லவல்லார்,
இருவிதமானர் சொர்க்கம் ஏகும் வழிகளில்,
உத்தராயணமென்பார் மிகவும் உன்னதப் பெருவழி.

பெருவழி உத்தராயணத்தைப் புகழுவார் புராணிகர்கள்,
மனவழி கிடைக்கும் மாண்புடைய சொர்க்கம்,
பொருள்வழி செல்லாமல் போதுமென்ற மனத்தார்க்கு,
சொர்க்கவழி எளிதுதான் செல்லுவார் மேன்மைக்கு.

மேன்மைக்கு வழிதெருதல் மனத்தின் அடக்கமே,
போதுமென்று ஒருவர் புந்தியில் அமைதியுற்றால்,
கோபமென்று வேகமென்றுக் களிப்பென்று உழலாமல்,
யோகத்து வழியிலே ஏகியவர் வெல்லுவார்.

வெல்லுவார் சொர்க்கத்தை வேண்டிடார் பொருளேதும்,
சொல்லுவார் உலகத்தில் சிறப்பானது மனவடக்கமென,
போதுமென்பார் மனந்தான் புவனத்தில் உன்னதமென,
அகிலத்தார் புகழுவார் அதுகுறித்துக் கதையுண்டு.

கதையுண்டு போதுமென்றக் குணத்தை குறித்து,
யயாதியென்று பெருவேந்தன் ஆண்டான் இவ்வுலகை,
உன்னதனது கதையை உணர்ந்து கேட்டால்,
ஆமையது அவயங்களென ஐம்புலனை அடக்கலாம்.

அடக்கலாம் ஐம்புலனை ஆமையது ஓட்டினுள்,
தலையாகும் சிரத்துடன் தனக்குற்றக் கால்களை,
உள்ளிழுக்கும் விதமாக உலகத்தின் பொருட்களில்,
எவ்விருப்பம் இல்லாமல் இழுக்கலாம் புலன்களை.

புலன்களை அடக்கியவர் பயமேதும் அற்றவர்,
எப்பொருளை விரும்புதலும் இல்லாத மனத்துடன்,
வெறுப்பை அகற்றிய உன்னதர் ஒருவர்,
பிரமத்தை அடைந்தாரெனப் பகருவார் அறிவாளர்.

அறிவாளர் உரைப்பார் அகிலத்தின் உயிர்களிடம்,
எவரொருவர் பாவங்கள் இல்லாத விதத்திலே,
நடப்பவர் செயல்களில் நினைவுகளில் வார்த்தைகளில்,
அன்னவர் பிரமத்தை அடைந்தவரென அறியலாம்.

அறியலாம் ஞானியரை அகத்தின் பாங்கினால்,
தற்பெருமையும் குணக்கேடும் தன்னிடம் இல்லாமல்,
பற்றுகளாம் ஆசைகளைப் போக்கிய மனத்துடன்,
ஒளிகொடுக்கும் உயிருடன் உள்ளவராம் ஞானியர்.

ஞானியர் தன்னை நன்கறிவார் பிரமமென,
தனியோர் உயிரெனத் தன்னைக் காணாமல்,
இருப்பார் அனைத்தும் இருப்பது தன்னிலென,
அத்தகையோர் குணம்பற்றி அறிவிக்கிறேன் கேளாய்.

கேளாய் காண்டீபா கூறுகின்ற நற்கருத்தை,

புண்ணியத்தைச் சிலரும் பொருட்களைப் சிலரும்,
விருப்பமாய் வைத்து வாழுவார் இவ்வுலகில்,
இவற்றை விடுதலே ஏற்றமாகும் மனிதருக்கு.

மனிதருக்கு ஆசைகல் மன்றியே தோன்றவைக்கும்,
பொன்பொருளொடு எப்போதும் பாவங்களும்
சேர்ந்துவரும்,
வேதத்து மார்க்கத்தில் விளைக்கும் செயல்களும்,
சிறிதளவு குற்றத்தைச் சேர்த்தே கொணரும்.

கொணரும் பாவத்தையும் கொஞ்சமான அளவிலேனும்,
எச்செயலும் பொருட்களால் இயற்றுதல் ஆகினால்,
அதிலேதும் குறைபாடு அண்டுதல் இயல்பாகும்,
ஆகினும் பொருளாசையை அகற்றுதல் வெகுகடினம்.

வெகுகடினம் பொருட்களை வேண்டாமென விட்டுவிடுதல்,
நற்செயலும் நற்சிந்தையும் நிதமும் செய்துவந்தால்,
வெகுகடினம் பொன்பொருளை வளர்த்து மேம்படுத்துதல்,
பொருளீட்டும் செயலிலே பாவங்களும் வந்துசேரும்.

வந்துசேரும் பொன்பொருளுடன் வருகிறது பாவமும்,
மற்றவர்தம் பொருளுக்கு மாசேதும் செய்யாமல்,
பிறர்க்கேதும் இழப்புகள் பாதிப்புகள் இல்லாமல்,
எபோருளும் சேர்த்திடல் இயலாது இவ்வுலகில்.

இவ்வுலகில் பொன்பொருளுடன் இருக்கிறது சிறுபாவம்,
ஆசைகளில் மோகத்தில் அகப்பட்ட மனிதன்,
தவறுகள் இருப்பதைத் தன்னுளத்தில் கருதாமல்,
மற்றவர்மேல் தாக்குவான் மேன்மேலும் பொருளீட்டுவான்.

பொருளீட்டுவான் சிறிதளவாய்ப் பாவமுறுவான் பெரிதாக,
குறுகியமனம் கொண்டவன் கணநேரமும் வருந்திடான்,
பாவங்களும் செய்தாலும் பார்த்திடான் தன்தவற்றை,
மேன்மேலும் போதையென மிகப்பாவம் சேர்ப்பான்.

சேர்ப்பான் பிரமஹத்தியெனச் சொல்லப்படும்
பாவத்தையும்,
ஈட்டுவான் பொருளை அதிகமாய்த் துயருற்று,
அப்படிதான் ஈட்டியபின் அதிலோர் துளியேனும்,
அளித்தான் பிறருக்கெனில் அவன்மனம் அழல்படும்.

அழல்படும் நிலைவவரும் ஒருவன் தன்பொருளை,
பிறரிடம் கொடுக்கும் பாங்கிலாச் சூழலில்,
திருடரிடம் தன்பொருளைத் திருட்டுக் கொடுத்ததாகும்,
மனம்நோகும் ஒருவன் மற்றவர்க்கு ஈந்தாலும்.

ஈந்தாலும் மனத்திலே எரிச்சலே எழும்பும்,
ஈயாமலும் கருமியானால் ஏற்படும் விமர்சனம்,
பொருளேதும் இல்லானுக்குப் பாருலகில் கண்டனங்கள்,
ஒருபோதும் வாராது அத்தகையோன் அமைதியுறுவான்.

அமைதியுறுவான் பொருளிலான் அடக்குவான் புலன்களை,
மகிழ்ந்திருப்பான் தனக்குள்ளே மிகத்துயரில்
உழலமாட்டான்,
உஞ்சமேற்பான் ஆகினும் உளத்துயரம் அடையமாட்டான்,
பொருள்சேர்ப்பவன் ஒருபோதும் பொருட்களால்
சுகம்பெறான்.

சுகம்பெறான் ஒருவன் சேர்த்துவைத்தப் பொன்பொருளால்,
வேள்விகளின் பொருட்டுதான் விளைந்தது பொருளென்று,
வேதகானம் உண்டு விளம்புகிறேன் உனக்கும்,
வேள்விக்கெனதான் பொருட்களை வழங்கினார்
பிரமதேவர்.

பிரமதேவர் மனிதனைப் படைத்ததற்குக் காரணம்,
காவலர் தேவைதான் கனகத்துக்கெனப் பொருளுக்கென,
மனிதர் வேள்விகளால் மற்றவர்க்கு அப்பொருளை,
வழங்குவார் என்றே உருவாக்கினார் மனிதரை.

மனிதரை பிரமர் மண்ணுலகில் படைத்தது,

பொருட்களைக் கொண்டுப் புரியவேண்டும்
வேள்விகளென,
தன்மகிழ்வை மேம்படுத்தத் தரவில்லைப்
பொன்பொருளை,
வேள்விகளை நடத்தவே வழங்கினார் பொருட்களை.

பொருட்களை இடையோரில் பெருந்தனத்தான் நீயாவாய்,
மிகமேன்மை உடையவர் மொழிந்தார் நற்கருத்தை,
தனியொருவரைச் சார்ந்ததல்ல தனமெலாம் இவ்வுலகில்,
வேள்விகளைச் செய்து வழங்கவேண்டும் பிறருக்கு.

பிறருக்கு நம்பிக்கையுடன் பொருட்களை தானமீந்து,
வேள்விசெய்துத் தன்பொருளை வழங்கவேண்டும்
தக்கோர்க்கு,
தன்சுகத்துப் பொருட்டாகத் தன்பொருளைப் பயன்படுத்த,
கிடையாது அனுமதிகள் கொடுக்கவேண்டும் பிறருக்கு.

பிறருக்கு அளிக்கவே பொருளீட்டல் முறையாகும்,
தனக்கென்றுச் சேர்த்தல் தகாததாகும் இவ்வுலகில்,
தகாதவர்க்குப் பொருட்களைத் தருபவர் எவராகினும்,
பாவமுற்று அழுக்கில் புரளவேண்டும் நூறாண்டு.

நூறாண்டு பாவத்தில் நலிவுறுவது திண்ணமே,
தக்காரென்றுத் தெரிந்துத் தகாதவரென்றுப் புரிந்து,
தருவதென்றுத் தரவேண்டாமென்றுத் தன்னுளத்தில்
முடிவெடுத்தல்,
கடினமென்று உணர்ந்துகொள் களிப்பில்லைப்
பொருட்களால்.

பொருட்களால் தானதருமம் புரிந்தாலும் அப்பொருளால்,
நலங்கள் நிகழுமென நவிலுதல் வெகுகடினம்,
பொன்பொருளால் விளையும் பிழையுண்டு இருவிதமாய்,
தகாதவர்கள் மகிழ்வே தானமீனல் முதல்குற்றம்.

முதல்குற்றம் தகாதவர்கள் மகிழவே ஈனுதல்,
இரண்டாம்குற்றம் தகுந்தவர்க்கு ஈனவே மறுத்தல்,

பொருள்பெற்றும் இப்பிழைகள் பொருந்தும் ஒருவரிடம்,
இவையிரண்டும் நீங்குதல் எளிதில்லை வெகுகடினம்.

(27)சாந்தி பர்வம், பகுதி 27:
ராஜதர்மானுசாசன பர்வம்

வெகுகடினம் பலபேரின் வீழ்வுகளைத் தாங்குவது,
இளஞ்சிம்மம் அபிமன்யுவும் ஈடிலா உபபாண்டவரும்,
திருஷ்டத்யும்னனும் சசுசேனனும் திருஷ்டகேதுவும்
மாண்டனர்,
பலதேசம் ஆளும் பார்வேந்தரும் வீழ்ந்தனர்.

வீழ்ந்தனர் பலபேர் வீணன் எனக்கென,
அழிந்தவர் அனைவரும் அழிந்தது என்பொருட்டே,
மண்ணிலோர் ஆசைதான் மன்றிய மனத்துடன்,
உற்றவர் உறவினரை விட்டேன் மாண்டுவிழ.

மாண்டுவிழ விட்டேன் மாபெரும் சிம்மத்தை,
குழந்தையென எவர்மார்பில் குதித்து ஆடினேனோ,
கங்கையான நதியின் கனிவுமிக்க மைந்தரை,
கொன்றதானப் பாவத்தக் கொண்டேன் பேராசையால்.

பேராசையால் நின்றிருந்தேன் பீஷ்மர் வீழுகையில்,
அம்புகளால் சிகண்டின் அடித்துத் தாக்குகையில்,
இடிகள் போலவே அர்ஜுனனின் கணைகளும்,
தாக்குகையில் நடுங்கினார் திடமிக்க மாவீரர்.

மாவீரர் பீஷ்மர் மிகவுயர்ந்த உடலுடையார்,
தளர்வுற்றார் அம்புகள் தைத்த உடலுடன்,
சிம்மமொத்தார் அப்போது சிறிதளவுத் தளர்ந்தார்,
வீழ்வுற்றார் மாவீரரென வருந்தினேன் மனத்தில்.

மனத்தில் அச்சமற்ற மாவீரர் பீஷ்மர்,
மலையில் சிகரமென மிகதீரம் கொண்டவர்,

பலத்தில் குன்றித் தேர்த்தட்டில் விழுந்தார்,
கிழக்கில் முகமிருக்கக் கிடந்தார் இறந்ததாக.

இறந்ததாக உடல்திடம் இழந்தவரான பீஷ்மர்,
கிடந்ததானச் சூழலால் கொண்டேன் பெருந்துயரம்,
புலன்களாக இருந்தவைப் பொசுக்கின என்மனத்தை,
சமராக இருந்தாரே சீர்மிக்கார் ராமருக்கு.

ராமருக்கு நிகரானவர் அவருக்குச் சீடரானவர்,
உலகத்து வேந்தர்கள் ஒன்றாகத் திரண்டு,
எதிர்ப்பதற்கு வந்தனரே அழகுநகர் வாரணாசியில்,
சுயம்வரத்து இளவரசிகளைச் சுமந்துவந்தார் வெற்றிவீரர்.

பேராசையால் கொன்றேன் பீஷ்மரெனும்
பெருவேங்கையை,
பிருகுகுலத்தில் உதித்தவர் பலமிக்கார் பரசுராமரை,
குருக்ஷேத்திரத்தில் எதிர்த்து கனயுத்தம் புரிந்தார்,
வாரணாசியில் பலநாட்டின் வேந்தர்களை வென்றார்.

வென்றார் அகிலத்தின் வேந்தர்கள் பலபேரை,
அகிலத்தார் பயந்து அழைத்தனர் உக்ராயுதனனென,
அத்தகையார் பீஷ்மரை அழித்தேனே கொடும்பாவி,
மேதகையார் சிகண்டினை மாய்க்க விழையவில்லை.

விழையவில்லைத் தன்னை வீழ்த்துபவனை வீழ்த்திவிட,
வாய்ப்புகளை அடைந்தாலும் வரைமுறை வகுத்தபடி,
சிகண்டினைத் தாக்காமல் செய்தார் கனயுத்தம்,
அத்தகையவரைக் கொன்றிட அர்ஜுனனை அனுப்பினேன்.

அனுப்பினேன் அர்ஜுனனை அடித்தான் அம்புகளால்,
மாவீரரின் உடல்தான் மண்ணில் விழக்கண்டேன்,
இதயத்தின் உள்ளே எழுந்தது கடுங்காய்ச்சல்,
எங்களின் காவலரை அழித்தேன் நானே.

நானே குழந்தையாய் நடந்தும் விளையாடியும்,
மகிழ்ந்தே கிடந்த பார்பிலே அம்புகள்,

தைத்தே வேங்கைத் தரையிலே விழுந்தார்,
மண்ணாசையே கொண்டதால் மடியவைத்தேன் பீஷ்மரை.

பீஷ்மரைக் கொன்றேன் பெரியவரை மதியாதவன்,
என்னை விடவும் எவரும் முட்டாளில்லை,
மண்ணை ஆளவேண்டி மனத்திலே ஆசையுற்று,
குருவைக் கொல்லவும் கொஞ்சமும் தயங்கவில்லை.

தயங்கவில்லை பொய்யுரைத்து துரோணரை ஏமாற்ற,
நடந்தவற்றை உரைப்பாயென நம்பிக்கையாய்க்
கேட்டாரே,
அஸ்வத்தாமனைக் குறித்து உரைத்தேனே பொரும்புரட்டு,
என்மனத்தை உடலுறுப்புகளை எரிக்கிறது என்பொய்.

என்பொய் என்னை எரித்துக் கொல்கிறது,
உண்மையை உரைப்பாய் உன்னதனே யுதிஷ்டிரா,
என்மகனைக் குறித்து என்னதான் தகவல்?
இப்பொதுவரை அஸ்வத்தாமன் இருக்கிறானா உயிருடன்?

உயிருடன் உள்ளானா உற்றமகன் எனக்கேட்டு,
என்னிடம் உண்மையை எதிர்பார்த்தார் குருநாதர்,
பலபேரும் இருந்தாலும் பொய்யேதும் சொல்லாதவனென,
நம்பியவரிடம் பொய்யுரைத்தேன் நெஞ்சம் வலிக்கிறது.

வலிக்கிறது என்மனம் உரைத்தது பொய்யென்பதால்,
யானையென்று ஒருசொல்லை அழுத்தாது மெலிதாக்கி,
பொய்யொன்று உரைத்தேன் பெரும்பிழை புரிந்தேன்,
பெரியோரென்று இருப்பவரைப் பேராசையால்
கொன்றேன்.

கொன்றேன் துரோணரெனும் கனிவான குருநாதரை,
உண்மையின் வார்த்தையே உரைப்பேன் என்பதை,
விடுத்துதான் பொய்யுரை விளம்பினேன் குருவிடம்,
என்னிடந்தான் துரோணர் எதிர்பார்த்தார் உண்மையை.

உண்மையை மறைத்து உரைத்தேன் பொய்வார்த்தை,

பெயரை அழுத்திப் பகர்ந்தேன் அஸ்வத்தாமமனென,
யானையென்பதை அழுத்தாமல் எனக்குள்ளே
கூறிவிட்டேன்,
சாதுரியத்தைப் பயன்படுத்திச் சொல்லிவிட்டேன்
பொய்யுரை.

பொய்யுரை சொன்னேனே பாழ்நரகில் வீழ்வேனே,
அண்ணனை அண்ணனென அறியாத மூடனாக,
கர்ணனைக் கொன்றுக் களித்தேனே முழுமூடன்,
பின்னடைவை அறியாதப் பெருவீரன் கர்ணன்.

கர்ணன் பீஷ்மருடன் குருவையும் கொன்றவன்,
வேறொருவன் எவனுமில்லை வையத்தில் எனைப்போல,
நானாவேன் பாவியரில் நீசமானப் பெரும்பாவி,
அனுப்பினேன் அபிமன்யுவை எதிரிகளின் படைக்குள்.

படைக்குள் செல்லெனப் பகர்ந்தேன் அபிமன்யுவிடம்,
அரிமாபோல் இருந்தவன் இளைந்தளிர்போல்
மிளிர்ந்தவன்,
துரோணரால் காக்கப்பட்டத் திடமிக்கச் சக்கரத்தில்,
செல்லுதல் எளிதென்றுச் சொன்னேனே கொடும்பாவி.

கொடும்பாவி நானாவேன் குழந்தையைக் கொன்றதால்,
முகம்நோக்கி அர்ஜுனனை மாதவனைக் காணவும்,
பலமின்றிக் குன்றினேன் பாவத்தில் விழுந்தேன்,
திரௌபதி மைந்தர்களும் தரையிலே வீழ்ந்தனரே.

வீழ்ந்தனரே மைந்தர்களென வருந்துகிறாள் திரௌபதி,
ஐந்துமலையே தாமென இருந்தனரே உபபாண்டவர்கள்,
பலபேரையே பிணமாக்கியப் பாவியாவேன் நானேதான்,
இவ்விடத்திலே அமர்ந்து இறப்பேன் உண்ணாமல்.

உண்ணாமல் உடலை உருக்கியே மெலிதாக்கி,
உயிரின்மேல் வெறுப்புற்று வீழுவேன் பிணமாகி,
குருஹத்தியில் விழுந்தவன் கேடுகேட்டோரில்
பெருங்கேடன்,

ப்ராநோன்பின் இருந்துப் பிணமாகி வீழுவேன்.

வீழுவேன் உயிரிழந்து வாழமாட்டேன் இனிமேல்,
என்குலத்தின் அழிவினை ஏற்படுத்தினேன் நானே,
தண்ணீரும் உணவும் தவிந்து உயிர்விடுவேன்,
அப்போதுதான் இப்பாவம் அழிந்து பிறப்பெடுப்பேன்.

பிறப்பெடுப்பேன் மனிதனாக ப்ராவிலே உயிர்நீத்தால்,
இல்லாதுதான் வேறுவிதம் இறந்தால் மறுபிறப்பில்,
வேறேதும் வகையிலே வந்து பிறக்கவேண்டும்,
இங்கிருப்பேன் உயிர்துறப்பேன் இதுதான் நிச்சயம்.

நிச்சயம் என்னுயிர் நீத்து இறப்பது,
அனுமதியும் என்னை இவ்விதம் உயிர்துறக்க,
உமதுமனம் போலவே உலகிலே செல்லுவீர்,
ஒவ்வொருவரும் எனக்கு வழங்கவேண்டும் அனுமதியை.

அனுமதியை வழங்குங்கள் என்னுயிரை உகுக்கிறேன்,
இம்முடிவை ஏற்பீரென இயம்பினான் யுதிஷ்டிரன்,
குருவேந்தனைத் தடுத்தார் கருணைமிக்க வியாசர்,
நுண்ணறிவை இழந்தானிடம் நவின்றார் ஆறுதல்.

ஆறுதல் தெரிவித்தார் அரசன் யுதிஷ்டிரனிடம்,
சோகத்தில் ஆட்பட்டுச் சிந்தனை நொடிவுற்று,
உறவினர்கள் சாவினால் உளங்குமுறிய வேந்தனுக்கு,
தவபலத்தில் மிக்கவர் த்வைபாயனர் பதிலளித்தார்.

பதிலளித்தார் யுதிஷ்டிரனிடம் பகர்ந்தவைத் தவறென்று,
குறிப்பிட்டார் இவ்விதக் கவலை பொருந்தாதென்று,
விளக்கினார் காலத்தால் விளைவனவே இவையென்று,
விதிக்கோர் விலக்கில்லை வந்திடும் செயல்களாக.

செயல்களாக இருப்பவற்றைச் செய்திடும் காலமே,
பிறப்பாகும் நேரத்திலே பகுப்பான பல்பொருளும்,
தொகுப்பாகும் வடிவெடுத்துத் தோன்றும் உடல்பெற்று,
இறுதியாக பஞ்சபூதம் அகன்றோடும் தனித்தனியாய்.

தனித்தனியாய் வடிவெடுத்துத் தண்ணீரில் குமிழிகள்,
எழும்புவதாய் உயிர்கள் ஏகும் தனித்துவமாய்,
சேர்ந்தவை பிரிந்தோடும் உயர்ந்தவை வீழ்வடையும்,
ஒன்றானவைப் பிரிந்துவிடும் உயிருற்றவை இறந்துவிடும்.

இறந்துவிடும் உயிர்பொருட்டு எதற்காக உழைப்பதென,
சோம்பலுறும் ஈனரும் சுகம்பெறுதல் சிறிதளவே,
வெகுவருத்தும் கொடுக்கும் வேலையிலாச் சோம்பல்,
சிறுதுயரம் தந்தபோதும் சிறப்பானது உழைப்பு.

உழைப்பு ஆரம்பத்தில் வருத்தம் அளித்தாலும்,
திறத்துக்கு உறைவிடமாய்த் திடம்பெற்று உழைப்பது,
வலிகொடுத்து முதலில் வருத்துவதாய்த் தோன்றினாலும்,
உழைப்பவர்க்கு வாய்ப்பது உன்னத மேன்மையே.

மேன்மையே உழைப்பினால் மன்றிடும் ஒருவருக்கு,
மகிழ்விலே பொருளீட்டலிலே மாண்பிலே வளத்திலே,
மனநிறைவிலே புகழிலே மனிதரை ஏற்றுவது,
உழைப்பாலே உண்டாகும் உழைக்காவிடில் இவைநீங்கும்.

இவைநீங்கும் உழைக்காத ஈனகுணம் கொண்டவரை,
மகிழ்வேதும் நல்கிட முடியாது வேறொருவர்,
நண்பரிடம் மகிழ்வும் வம்பரிடம் வெறுப்பும்,
உண்டாக்கும் மனிதரில்லை உண்டாக்குவது மனதுதான்.

மனதுதான் காரணம் மகிழ்வுக்கும் நொடிவுக்கும்,
அதுபோல்தான் ஞானங்கூட அளிக்காது பொருள்பலத்தை,
பொருளில்தான் மகிழ்வென்றுப் பகருதலும் தவறாகும்,
பிரமர்தான் உன்னைப் படைத்தார் பணிசெய்ய.

பணிசெய்ய நினைக்கும் பாங்குமிகு நல்லார்க்கு,
அணிசெய்ய வந்தேகும் அத்தனை வலங்களும்,
முயற்சிசெய்ய விழைபவை முடிவாகும் நல்விதமாய்,
வேலைசெய்ய மறுப்பது வழியில்லை நீவாழ.

(28)சாந்தி பர்வம், பகுதி 28:
ராஜதர்மானுசாசன பர்வம்

நீவாழ வழியாவது நாடுளும் செயலென்று,
தெளிவாக உரைத்தார் தவமிக்க வியாசர்,
வருத்தமாக இருந்த யுதிஷ்டிரனின் மனத்திலே,
மாற்றமாக எண்ணங்கள் மன்றின அமைதியாக.

அமைதியாக வியாசர் அறிவித்தார் வேந்தனிடம்,
இதைப்போலச் சூழலில் இயம்பும் கதையுண்டு,
அஸ்மாகரான மேலோரின் உரையென்பார் அக்கதையை,
கவனமாகக் கேட்கவேண்டும் கூறுகிறேன் யுதிஷ்டிரா.

யுதிஷ்டிரா ஞானியரில் ஈடிலார் ஜனகர்,
துடித்தார் சந்தேகத்தில் திளைத்தார் வருத்தத்தில்,
மாமுனிவராம் அஸ்மாவை மாண்புடன் வணங்கினார்,
பிராமணரே எனக்குப் பெருத்த சந்தேகமென்றார்.

சந்தேகமென்றார் ஜனகர் சொல்லென்றார் அஸ்மர்,
மாந்தரென்பார் தனக்கும் மற்றவர்க்கும் வாழ்விலே,
பொருளென்பதோர் வளமையைப் பெற்றாலும்
இழந்தாலும்,
எவ்விதமிருப்பார் என்பதை இயம்புவீர் எனக்கென்றார்.

எனக்கென்றார் ஜனகர் இயம்புவேனென்றார் அஸ்மர்,
மனிதரென்பார் இந்த மண்ணுலகில் உருவடைந்து,
என்றுவருவார் அன்றே ஏற்படும் சுகதுக்கம்,
தாக்குமென்பார் அவ்வுயிர் தரணியில் தோன்றியதும்.

தோன்றியதும் மாந்தருக்கு துக்கமோ சுகமோ,
ஏதேனும் ஒன்றுவந்து ஆட்கொள்ளும் சூழலை,
சிந்தையென்றும் அறிவென்றும் சீர்தூக்கும் திறமென்றும்,
ஏதொன்றும் இல்லாமல் இருளாக்கும் இவ்விரண்டும்.

இவ்விரண்டும் மனத்திலே ஏற்படுத்தும் பதிவுகள்,

ஏற்றமென்றும் திமிரென்றும் ஏற்படுத்தும் சிந்தனையை,
உயர்ந்தவரென்றும் பலத்தாரென்றும் உள்ளியனச்
செய்வாரென்றும்,
மற்றெவரும் இல்லாதவிதம் மேலோரென்றும்
தமையெண்ணுவார்.

தமையெண்ணுவார் உயர்பிறப்பால் தரணியில்
மேலோரென,
தாமெண்ணுவார் எண்ணியனத் தாமே செய்பவரென,
சாதாரணமானவர் தாமில்லை சிறப்பானவர் தாமென்று,
திமிர்கொண்டவர் தலைகனத்தால் திருந்தாவிதம்
கெட்டழிவார்.

கெட்டழிவார் தாம்கொண்டக் கேடுமிக்கத் திமிரினால்,
மட்டறியார் உலகில் மகிழுவார் புலனின்பத்தில்,
வீணாக்குவார் மூதாதையர் வைத்துசென்றச் செல்வத்தை,
ஏழ்மையடைவார் தமது ஈனமானத் திமிரினால்.

திமிரினால் பலவிதம் தவறான வழிசென்று,
பொருட்கள் குறைந்துப் பஞ்சத்தில் வீழ்ந்தபின்னர்,
மற்றவர்கள் பொருளை உற்றிடுதல் சரியேயென,
மனதுக்குள் நினைத்து மிகக்கேடுகள் செய்வார்.

செய்வார் பலதீங்குச் சீரிலார் திமிர்குணத்தார்,
வேந்தர் அன்னவரை வலுமிக்கக் கரத்தினால்,
தண்டிப்பார் பலத்துடன் திருடர் தொல்லைதீர,
வனத்திலோர் மானை வேடன் தாக்குவதாய்.

தாக்குவதாய் அம்புகள் தைத்தபின் மானானது,
உடனடியாய்ச் சாவதுபோல் வீணான மாந்தரும்,
முழுவாழ்வாய் நூறாண்டு மண்ணுலகில் வாழமாட்டார்,
இருபதகவை முப்பதகவை அடைவதும் அரிதுதான்.

அரிதுதான் தீயவர்கள் அதிகநாள் வாழுவது,
உயிர்களின் நடவடிக்கை வந்திடும் விதத்தினை,
வேந்தனானவன் கவனித்து வைக்கவேண்டும் மாற்றத்தில்,

தடுக்கதான் வேண்டும் தவறான நிகழ்வுகளை.

நிகழ்வுகளை நலமாக்கி நானிலத்தை வளமாக்கி,
மக்களை மகிழ்வாக்கி மண்ணுலகை ஆளவேண்டும்,
கவலைகளை இருவிதமாய்க் கூறலாம் வேந்தனே,
புத்தியைக் கலக்குவதும் பாய்ந்துவரும் துன்பமும்.

துன்பமும் தானே தாக்குவது ஒருகாரணம்,
மனக்குழப்பம் விளைவிக்கும் மிகக்கேடு மறுகாரணம்,
இவையிரண்டும் தவிர்த்து இல்லை மூன்றாவதென,
துயரளிக்கும் காரணமெனத் தெரிந்துகொள் வேந்தனே.

வேந்தனே உலகிலே உண்டாகும் துயரமென,
சிந்தனையே செய்துச் சீர்துக்கிப் பார்த்தால்,
புலன்களிலே மகிழ்வதும் புலனாசை கொள்வதுமென,
பலவிதமே திளைப்பார் பூவுலகின் சுகங்களில்.

சுகங்களில் களிப்பவர் சீர்கெட்டு உடல்கெட்டு,
வயோதிகத்தில் உடலின் வலிமைகள் குன்றியபின்,
இருநரிகள் போலவரும் இருண்டானத் தீங்குகளாம்,
நோய்நொடிகள் இறப்பென்ற நீசங்களால் வீழுவார்.

வீழுவார் அன்னவர் வலுவுடன் இருந்தாலும்,
மானிடர் பலத்தாரோ முடியாத பலவீனரோ,
அன்னவர் உயரமோ அல்லது குட்டையோ,
பிடிபடுவார் நோய்நொடியில் போயழிவார் இறப்பில்.

இறப்பில் வீழுவார் அகிலத்தையே வென்றவரும்,
வையத்தில் ஒருவருக்கு வந்துசேரும் சூழல்களால்,
தோன்றுதல் மகிழ்வெனினும் தாளாத் துயரெனினும்,
தாங்குதல் வேண்டும் தவித்தல் கூடாது.

கூடாது மனத்தில் களித்தலும் துடித்தலும்,
உலகத்து மாந்தருக்கு வருதுயரும் கனமகிழ்வும்,
உண்டாவது காலத்தால் ஒருபோதும் மாற்றமில்லை,
தப்புவது இயலாதுத் தாக்கும் இருமைகளில்.

இருமைகளில் சிக்கும் இவ்வுலக வாழ்விலே,
தீமைகளில் ஒருவர் தள்ளாடும் நிலைவருதல்,
இளமையில் நடுவயதில் அல்லது முதுமையில்தான்,
எவ்விதத்தில் முயன்றாலும் இயலாது விலக்குதல்.

விலக்குதல் இயலாது வாட்டும் துயரத்தை,
எவ்விதத்தில் முயன்றாலும் ஏகாது வெகுசுகம்,
வேண்டுதல் ஆகியன விலகுதல் இயல்பாகும்,
வேண்டாதவைகள் வந்து வாட்டுதலும் இயல்பாகும்.

இயல்பாகும் எவருக்கும் இன்பம் கிடைக்காதது,
விதியாகும் வாழ்வை ஓடவைக்கும் மகாசக்தி,
சரிதவறும் துயர்மகிழ்வும் சாருவது விதியால்தான்,
இவையாவும் முன்னரே எழுதியபடி நடக்கும்.

நடக்கும் அனைத்தும் நடப்பது விதிவசத்தால்,
எவ்விதம் இயற்கையில் இன்மணமும் நிறங்களும்,
சுவைகளும் தொடுதலும் சன்னமான இசையொலியும்,
அவ்விதம் சுகதுக்கம் அண்டும் இயற்கையால்.

இயற்கையால் கிடைக்கும் எல்லாப் பொருட்களும்,
இருக்கைகள் படுக்கைகள் உணவுகள் பானங்கள்,
தேர்கள் என்றே தரணியில் பலபொருளை,
காலத்தில் மாற்றங்கள் கொணரும் மாந்தருக்கு.

மாந்தருக்கு சுகதுக்கம் மாறிமாறி வரவழைத்தல்,
காலத்துப் போக்கிலே கொணருவது இயற்கைதான்,
மருத்துவருக்குக் கூட மிகக்கடும் நோய்நொடிகள்,
தாக்குவது விதிவசத்தால் தவிர்த்தல் இயலாது.

இயலாது உலகத்தில் இன்பமட்டும் ஈட்டுவது,
வளங்கொண்டு வாழுபவர் வறுமையுற்று வாடுவார்,
காலத்து ஓட்டத்தைக் கூறலாம் அதிசயமென,
மேல்பிறப்பு நல்லழகு மிகவலிமை விதிவசத்தால்.

விதிவசத்தால் தேகபலம் வளமைகள் வெகுபொருட்கள்,
மானிடர்கள் வசமாக மன்றிவரும் தாமாகவே,
வறியவர்கள் பலகுழந்தை வரிசையாய்ப் பெற்றெடுப்பார்,
பொருட்கள் மிகுந்தவரோ பிள்ளைக்கு ஏங்குவார்.

ஏங்குவார் ஒவ்வொருவரும் ஏதேனும் வேண்டுமென,
அகிலத்தார் வாடவே அதிவேகம் மாறிவரும்,
காலத்திலோர் நிகழ்வுக்கும் கிடையாது மாற்றுதல்,
உலகத்தோர் அழிவுக்கென உண்டாக்கும் பேரிடரை.

பேரிடரை விளைக்கும் பெருந்தீயும் நோய்நொடியும்,
தண்ணீரை ஆயுதங்களைத் தாக்கும் காய்ச்சலை,
கொடுவிடத்தை பசிப்பிணியை கொல்லும் இறப்பினை,
உயரத்தை அண்டியே வீழுவதைக் கருவியாக்கும்.

கருவியாக்கும் பலவிதக் கேடுகளைக் காலமே,
ஆட்டிவைக்கும் மாந்தரை அவரவரின் வினைப்படி,
பிறந்துவரும் வேளையிலே தொடர்ந்துவரும் கருமவினை,
நிகழவைக்கும் விதத்திலே நடந்தேறும் நலந்தீது.

நலந்தீது இரண்டும் நடப்பது விதிவசத்தால்,
நல்லாரது வாழ்வில் நாசங்கள் நிகழுவதும்,
பொல்லாரது வாழ்வில் பெருமகிழ்வு நேருவதும்,
காலத்துத் தாக்கந்தான் கொடுப்பது விதியாகும்.

விதியாகும் உலகிலே வளமிக்க ஒருவருக்கு,
இளமைக்காலம் முடியுமுன் எமனுலகம் வாய்ப்பது,
காணக்கூடும் பஞ்சத்தால் கஞ்சிக்கும் தவிப்பவர்,
ஆயுட்காலம் நூறாண்டுக்கும் அதிகங்கூட வாழுவதை.

வாழுவதைக் காணலாம் ஒருசிலர் நெடுங்காலம்,
கீழ்பிறப்பை உடையவர்கள் கேடுகளில் இருப்பவர்கள்,
நெடுவாழ்வைப் பெற்று நானிலத்தில் மகிழுவதும்,
மிகமேன்மை உடையவர் மாளுவதும் முன்வினையால்.

முன்வினையால் உண்டாகும் மண்ணுலக வாழ்விலே,

பெருவளங்கள் உடையவர்க்குப் பசிதாகம் குறைந்தும்,
வறுமையில் வாடுபவர் வயிற்றுக்கு உணவென்று,
மரத்துண்டுகள் உண்டாலும் செரித்துவிடுதல்
முன்வினையால்.

முன்வினையால் ஒருவரின் மனத்தில் கர்த்தாவெனும்,
எண்ணங்கள் தோன்றி இதைச்செய்தவர் தானென்று,
செய்தவைகள் அனைத்தையும் சிறப்பென்றுத்
திமிருறுவார்,
பழக்கங்கள் சிலவற்றைப் பாங்குடையார்
விலக்கவேண்டும்.

விலக்கவேண்டும் இவற்றையென விளம்புவார் அறிவாளர்,
வேட்டையும் சூதும் வஞ்சியரும் மதுவும்,
தகராறும் கூடாதெனத் தடுப்பார் மேலோர்கள்,
வெதழுழுதும் அறிந்தோரும் விலக்கிடார் இவற்றை.

இவற்றை விலக்குதல் எளிதில்லை வெகுகடினம்,
ஞானத்தை உடையவர்கள் நேதிசெய்துத் தடுத்தாலும்,
வேதத்தை அறிந்தோரும் விடுபெடார் கீழ்குணத்தில்,
பொருட்களைக் கொணருதல் பாங்குடையக் காலமாகும்.

காலமாகும் பொருட்களைக் கொடுப்பதும் எடுப்பதும்,
வேறேதும் காரனத்தை விளம்புதல் இயலாதே,
காற்றும் ஆகாயமும் நெருப்பும் நிலவும்,
சூரியனும் பகலிரவும் இருப்பது எதனால்?

எதனால் உண்டாகும் ஆகாயத்தில் நட்சத்திரங்கள்,
நதிகள் மைலைகள் நிலத்திலே தோன்றிட,
ஆக்கங்கள் தருவதெவர் அவற்றைத் தாங்குவதெவர்?
காலத்தால் மழையுடன் குளிவெம்மை உண்டாகும்.

உண்டாகும் மகிழ்வும் உண்டாவது காலத்தால்,
சோகமாகும் வருத்தமும் சேருவது காலத்தால்,
காலமாகும் பேராற்றல் கடுமையாய்த் தாக்கினால்,
மருந்துகளும் மந்திரங்களும் மரணத்தைத் தடுக்காது.

தடுக்காது காலத்தைத் தரணியில் வேறேதும்,
கட்டையது கடல்நீரில் கிடக்கும் வேளையில்,
வேறொன்று அருகிலே வருதற்கும் விலகுதற்கும்,
ஒப்பானது மாந்தரின் உறவென்று அறிந்துகொள்.

அறிந்துகொள் உறவுகள் அருகிலே வருவதும்,
விலகுதல் ஆகியே வேறிடம் செல்லுவதும்,
நிகழுதல் காலத்தால் நடக்கும் செயலாகும்,
மனிதர்கள் சமராவார் மதிப்புடைய காலத்திடம்.

காலத்திடம் மனைதர்களில் கிடையாது மேல்கீழென,
வளத்துடன் ஆடல்பாடல் வஞ்சியருடன் சுகித்தலென,
வாழ்பவன் ஒருவனையும் வறியவன் ஒருவனையும்,
சமமெனும் கண்ணோட்டத்தில் சாகடிக்கும் வாழவைக்கும்.

வாழவைக்கும் சக்தியும் வையத்தில் காலந்தான்,
அன்னையென்றும் தந்தையென்றும் துணைவரென்றும்
குழந்தையென்றும்,
உறவுகளும் பலவிதத்தில் உண்டாக்குவது காலந்தான்,
இவரனைவரும் எவருடையார் நாமனைவரும்
எவருடையார்?

எவருடையார் நாமென்றும் எவருடையார் இவர்களென்றும்,
அறிவுடையார் மனத்தில் ஆழவே சிந்தித்தால்,
ஒருவருடையார் மற்றவரில்லை எவருடையார்
எவருமில்லை,
உறவுடையார் நட்புடையார் ஒருவரில்லை நமக்கு.

நமக்கு உறவென்று நட்பென்று இருப்பவர்,
பாதையோரத்துச் சத்திரத்தில் பார்த்ததானப்
புதியவர்போல்,
சிறிதுநேரத்து உறவாகிச் சத்திரத்தில் உடனிருப்பார்,
அவரவரதுப் பாதையிலே அதன்பின் பிரிந்துசெல்வார்.

பிரிந்துசெல்வார் அனைவரும் பாருலகில் பலதிசையில்,

நினைப்பார் உன்மனதில் நான்யாரென உள்ளார்ந்து,
எண்ணிப்பார் நானாகியது எங்கே செல்கிறத்தென,
உறவென்பவர் எவராவார் வருத்தம் எதன்பொருட்டு?

எதன்பொருட்டு வருத்தம் எதன்பொருட்டு மகிழ்வு?
இதுகுறித்து ஆழமாக எண்ணிப்பார் வேந்தனே,
அப்பொழுது உன்மனதில் அமைதிநிலை உண்டாகும்,
சுற்றுவது காலமாகும் சுழலுவது மாந்தராகும்.

மாந்தராகும் அனைவரும் மாறுவார் காலத்தால்,
உறவாகும் இணக்கமும் ஒருபோதும் நிலையில்லை,
சகோதரரும் அன்னையும் சகாக்களும் தந்தையும்,
சத்திரத்தின் நட்புபோல் சற்றுநேரத்தில் விலகுவார்.

விலகுவார் உறவென விரும்பியே சேர்ந்தவர்,
அறிவுடையார் காணவல்லார் அவ்வுலகில் இருப்பவற்றை,
மனிதரொருவர் நெறிநூல்களை மதித்துக் கடைப்பிடித்து,
அடைவேண்டியதோர் குறியாவது அறிவுமிக்க ஞானத்தை.

ஞானத்தை அடைந்திட நெறிப்படி நடக்கவேண்டும்,
பித்ருக்களை தேவர்களைப் போற்றி வணங்கவேண்டும்,
கடமைகளை நெறிகள் கொடுத்தவிதம் செய்யவேண்டும்,
வேள்விகளைச் செய்வதுடன் உத்தமராய் வாழவேண்டும்.

வாழவேண்டும் நெறிகளுடன் வளத்துடன் மகிழ்வுடன்,
காமார்த்தம் மோட்சமென்றுக் கூறப்படும் மூன்றையும்,
ஒருபோதும் விலகாமல் வாழவேண்டும் நெறிப்படி,
அகிலாண்டம் முழுவதையும் அழிக்கிறது காலம்.

காலம் என்னும் கடலிலே இவ்வுலகம்,
மூழ்கும் நிகழ்வை மனிதர்கள் அறிவதில்லை,
ஆழம் மிகவதிகம் ஆழியாம் காலத்திலே,
முதலைகளாம் நோய்களும் மரணமும் தாக்கவரும்.

தாக்கவரும் காலத்தைத் தாங்கவோரும் இங்கில்லை,
மருத்துவம் கற்றறிந்த மதியூக வைத்தியரும்,

அவர்தம் குடும்பமும் அதிகமான நோய்களில்,
அவதியுறும் சூழலை அறிவோமே நாமெலாம்.

நாமெலாம் நன்கறிவோம் நோய்நொடிகள் தாக்கினால்,
பலவிதம் மருந்துகளைப் பருகினாலும் மருத்துவர்கள்,
சாவெனும் முடிவினைச் சந்தித்தே ஆகவேண்டும்,
கடலாவதும் கரையிலே கட்டுண்டு நிற்பதுபோல்.

நிற்பதுபோல் காலம் நொடிகூட நில்லாது,
வேதிப்பொருள் அனைத்திலும் வித்தகராய் இருப்போரும்,
வயோதிகத்தில் இறப்பில் வீழ்வுற்று மாளுவார்,
வேழங்கள் மரங்களை வேறுடன் சாய்ப்பதுபோல்.

சாய்ப்பதுபோல் காலம் செய்திடும் அழிவிலே,
தப்பித்தல் இயலாதே தருமவானும் வேதியரும்,
வேள்விகள் அடிக்கடி விருப்பத்துடன் செய்பவரும்,
மரணத்தில் வீழுவார் மாற்றமில்லை இவ்விதியில்.

இவ்விதியில் மாற்றங்கள் ஏதுமில்லை நன்கறிவாய்,
வருடங்கள் மாதங்கள் வாரங்கள் நாட்கள்,
இரவுகள் பகல்கள் இவற்றில் ஏதொன்றும்,
சென்றவைகள் திரும்பாதுச் சிந்தித்து உணர்ந்துகொள்.

உணர்ந்துகொள் மனதரின் வாழ்வு நிலையில்லையென,
எவ்விதத்தில் தவிர்க்கவே எப்பாடு பட்டாலும்,
அனைத்துயிர்கள் செல்வதான அந்தப் பாதையிலே,
செல்லுதல் அனைத்துயிரும் செல்லும் வழியாகும்.

வழியாகும் மரணந்தான் வையத்தில் அனைத்துயிர்க்கும்,
உடலாகும் இதனின்று உயிரானது உண்டாகினும்,
உயிராகும் சக்தியால் உடல்தான் உண்டாகினும்,
உறவாகும் ஏதொன்று வாராது நிரந்தரமாய்.

நிரந்தரமாய் இருப்பதில்லை நானிலத்தில் உறவுகள்,
சத்திரத்தை அண்டிச் சார்ந்தவருக்கு அருகிலே,
சுற்றத்தைப் போலவே சூழும் மாந்தர்போல,

உறவுகளை எண்ணினால் ஒருபோதும் துயரில்லை.

துயரில்லை ஒருவர் தனக்குற்ற துணைவரை,
நண்பர்களை உற்றவரை நமக்கு உகந்தவரை,
சத்திரத்தை அண்டியதால் சார்ந்தச் சுற்றமென்ற,
எண்ணத்தை மனத்திலே அழுத்தமாய்ச் சிந்தித்தால்.

சிந்தித்தால் இவ்வுலகில் சேர்ந்திடும் நட்புறவு,
நிலைத்தல் இல்லையே நானிலத்தில் ஒருபோதும்,
உடலுக்குள் உயிருக்கும் உண்டாதலில்லை நிரந்தரம்,
மற்றவர்கள் உறவுமுறை மிகவும் அநித்தியமே.

அநித்தியமே ஆகும் இவ்வுலகில் உயிர்வாழ்க்கை,
எவ்விடத்தில் இருக்கிறார் உந்தன் தந்தையார்?
பாட்டனார்கள் இப்போதுப் பாருலகில் எங்குளார்?
நீகாணுதல் இயலாது நினைக்காணார் அவர்களும்.

அவர்களும் நீயும் அவரவர்கள் வழிகளில்,
பிரிவுறும் காலத்தில் பிரிந்து செல்லுவார்,
சொர்க்கமும் நரகமும் செல்லுதல் காணுதல்,
இவ்வுலகில் இருப்போர்க்கு இயலாது வாழும்வரை.

வாழும்வரை நமக்கு வாய்த்த வெறுங்கண்ணால்,
வானுலகைக் காண வாய்ப்பில்லை ஆதலால்,
நெறிகளை அறிந்தவர் நடக்கும் வழிக்கு,
நெறிநூல்களைக் கண்களாக்கி நடப்பார் நல்வழியில்.

நல்வழியில் நடப்பார் நன்மனம் உடையவர்கள்,
பிரமசரியத்தில் வாழ்ந்தபின் பிள்ளைகள் பெற்றெடுத்து,
வேள்விகள் பலசெய்து வாழுதல் கடமையாகும்,
தேவர்கள் பித்ருக்களுக்கும் தரவேண்டும் ஆகுதிகள்.

ஆகுதிகள் தரவேண்டும் அவரவர்கள் ஆத்மனுக்கும்,
நன்னெறிகள் காத்து நல்லாட்சி நடத்தி,
முயற்சிகள் செய்து மண்ணையும் விண்ணையும்,
ஆளுதல் செய்பவர் அரசர்களில் மேலோர்.

மேலோர் பிரமசரிய முறைப்படி வாழ்ந்தபின்,
பெறுவார் பிள்ளைகளிஅப் பெற்றிருப்பார் ஞானப்பார்வை,
கொண்டிடார் மனக்கலக்கம் களித்திடார் வருந்திடார்,
வாழுவார் நெறிப்படி வாழ்த்தும் அனைத்துயிரும்.

அனைத்துயிரும் வாழ்த்தும் அரசர்களில் மேலானவரை,
நகர்வனவும் நகராதனவும் நவிலும் அவர்புகழை,
பெரும்புகழும் நற்பெயரும் பெறுவார் அகிலத்திலே,
மூவுலகும் வாழ்த்துமென மொழிந்தார் அஸ்மா.

அஸ்மா உரைத்த அமுதனைய கருத்துக்கள்,
ஞானமே வடிவான நிகரிலார் ஜனகரின்,
குழப்பமே தீரக் கொடுத்தனத் தெளிவினை,
செல்லவே விடைபெற்றார் செம்பியர் ஜனகர்.

ஜனகர் போலவே சிந்தையைத் தெளிவாக்கு,
உனக்கோர் நிகரில்லை உலகத்தில் வேறெவரும்,
மனதிலோர் துயரமும் மன்றாமல் விலக்கிவிடு,
வானவர் இந்திரனென வரவேண்டும் நாடாள.

நாடாள வரவேண்டும் நடலைமனம் விடவேண்டும்,
மகிழ்வுகொள உந்தன் மனத்தை மாற்றவேண்டும்,
உலகாள வேண்டியே வெற்றிகள் பெற்றவனே,
பரதகுல வேந்தனே பாருலகை ஆளுவாய்.

ஆளுவாய் சூத்ரியரின் அறநெறிகள் தழைத்திட,
அடைவாய் அகிலத்தை ஆளும் பெரும்பேற்றை,
நல்லதாய் உள்ளதை நவின்றேன் யுதிஷ்டிரா,
என்சொல்லைத் தட்டாமல் ஆளவேண்டும் அகிலத்தை.

(29)சாந்தி பர்வம், பகுதி 29:
ராஜதர்மானுசாசன பர்வம்

அகிலத்தை ஆளவல்ல அரசன் யுதிஷ்டிரன்,
மௌனத்தைக் காத்து மனம்நொந்து அமர்ந்திருக்க,
கண்ணனை நோக்கிக் கூறினான் காண்டீபன்,
வேதனை பட்டு வாடுகிறார் தருமசீலர்.

தருமசீலர் யுதிஷ்டிரர் தவிக்கிறார் துயரத்தில்,
உறவினர் மாண்டதால் உற்றார் பெருந்துயரம்,
அளிபீர் யுதிஷ்டிரருக்கு அகத்தெளிவும் மகிழ்வும்,
வ்ருஷ்ணியர் குலத்தோனே வேண்டினேன் உம்மிடம்.

உம்மிடம் வேண்டினேன் உன்னதனே ஜனார்த்தனா,
நாமெலாம் விழுந்தோம் நெருப்பான ஆபத்தில்,
காக்கதான் வேண்டும் கருணைமிகு இறைவனே,
பலமிகும் பரந்தாமா பகருவாய் ஆறுதல்.

ஆறுதல் தரவேண்டி அர்ஜுனன் இறைஞ்சியதும்,
பெருமைகள் குன்றாதப் பரந்தாமன் கண்ணன்,
யுதிஷ்டிரன்மேல் பார்வையை ஏறிட்டுத் திருப்பினான்,
கேசவனிடத்தில் யுதிஷ்டிரன் கொண்டிருந்தான்
பெருமதிப்பு.

பெருமதிப்பு கொண்டவன் பரந்தாமனிடம் யுதிஷ்டிரன்,
யுதிஷ்டிரனுக்கு அச்சுதன்மேல் அன்பு மிகவதிகம்,
அர்ஜுனனுக்கு மேலாக அச்சுதன்மேல் அன்புற்றவர்,
பாண்டவருக்கு மூத்தவராய்ப் பாராளும் யுதிஷ்டிரன்.

யுதிஷ்டிரன் கரங்கள் இருந்தன பலத்துடன்,
சந்தனத்தின் பூச்சுடன் சீர்பெற்ற அழகுடன்,
கரந்தான் படைத்திருந்த கௌரவரின் வேந்தருகில்,
வந்தான் செௌரின் வேண்டினான் கரமெடுத்து.

கரமெடுத்துக் கண்ணன் கூறினான் கருத்தினை,
கண்டவரது மனங்கள் களிப்பில் மிதந்தன,
கமலத்துக்கு ஒப்பானக் கண்ணிரண்டு படைத்தவன்,
சூரியோதயத்துத் தாமரையெனச் சிறப்புடன் மிளிர்ந்தான்.

மிளிர்ந்தான் அழகிலே மிகதீரன் சௌரின்,
உரைத்தான் வேந்தனே வேண்டாம் கனவருத்தம்,
உந்தன் உடலும் உருகி மெலிகிறதே,
எதற்குதான் உன்மனதில் இத்தனை வருத்தம்?

வருத்தம் காட்டினாலும் வாரார் இறந்தவர்,
உறக்கம் மிகைக்கையில் உற்றிடும் பொருளெலாம்,
எழும்பிடும் வேளையில் இல்லாது மறைதல்போல்,
வீழ்ந்தவரும் வந்திடார் வேண்டாம் மனக்குழப்பம்.

மனக்குழப்பம் வேண்டாம் மன்னவனே உனக்கு,
உயிரிழதும் அனைவரும் உற்றது வீரசொர்க்கம்,
ஒரிவரும் முதுகிலே அடிபட்டு மாளவில்லை,
புறமுதுகும் காட்டியே போகவில்லை எவரும்.

எவரும் அச்சத்தால் இழக்கவில்லைத் தம்முயிரை,
வீரத்துடன் போரிட்டு விடுத்தனர் தம்முயிரை,
ஆயுதத்தின் கூர்முனையால் அடிபட்டு உயிர்விட்டு,
சொர்க்கத்தின் பாதையிலே சென்றுவிட்டார் வருந்தாதே.

வருந்தாதே கூத்ரியரின் வாழ்வுவழி அறிந்தவனே,
மனவுறுதியே கொண்டவனே மறையனைத்துமே
அறிந்தவனே,
வீரத்திலே மிக்கவனே வேதாங்கம் கற்றவனே,
வீரசொர்க்கம் ஏகினர் வேண்டாம் வருத்தம்.

வருத்தம் வேண்டாம் வேந்தனே உன்மனத்தில்,
பழங்காலம் முதலாகப் பலப்பல வேந்தர்கள்,
அகிலம் ஆண்டாலும் அழிவுற்று மாண்டனர்,
நாரதரும் ஸ்ரிஞ்சயனுக்கு நவின்றார் இதுகுறித்து.

இதுகுறித்து உனக்கு இயம்புகிறேன் வரலாற்றை,
மனமுறிந்து ஸ்ரிஞ்சயன் மாண்டுவிட்டு மகனுக்கென,
வருத்தமுற்றுப் புலம்புகையில் விளம்பினார் நாரதர்,
அனைத்துயிர்க்கும் பொதுவான அந்தமாகும் இறப்பு.

இறப்பு வருதல் இயல்புதான் அனைத்துயிர்க்கும்,
எனக்கு உனக்கு அகிலத்தின் அனைத்துயிர்க்கு,
மாற்றுவது இல்லாத மிகப்பெரும் நிகழ்வாக,
இறப்பு உண்டென்று அறிந்துகொள் ஸ்ரிஞ்சயா.

ஸ்ரிஞ்சயா எதற்காகச் சோகத்தில் வாடுகிறாய்?
முந்தைய காலத்தில் மண்ணாண்ட மேலோர்கள்,
புண்ணியக் கதைகளைப் பகருகிறேன் உனக்கு,
திண்ணியச் சிந்தையுடன் தெளிவாகப் புரிந்துகொள்.

புரிந்துகொள் நானுனக்குப் பகரும் கதைப்பொருளை,
திரும்புதல் ஆகும் தவிக்கும் உன்மனம்,
வருத்தங்கள் விலகிவிடும் வந்தேகும் மனமகிழ்வு,
முன்னவர்கள் கதைகேட்டு மனத்துயரை நீமாற்று.

நீமாற்று உந்தன் நெஞ்சுற்ற வருத்தத்தை,
முற்காலத்துக் கதைகளை மொழிகிறேன் உனக்கென்று,
இதைக்கேட்டு மனத்தில் ஏற்றிடும் மாந்தருக்கு,
கெடுகோளதுத் தாக்கமும் கடந்தோடி நலம்வரும்.

நலம்வரும் பலம்வரும் நீண்டுவரும் வாழ்நாளும்,
களிப்புதரும் இக்கைதகள் கருத்துக்கு உகந்ததாகும்,
மருத்தெனும் மன்னவன் மைந்தன் அவிகூஷித்துக்கு,
வருணனும் இந்திரனும் வந்தனர் வேள்விக்கு.

வேள்விக்கு அழைத்ததால் வ்ருஹஸ்பதியும் வந்தார்,
விஸ்வஸ்ரிஜித்து என்று வழங்கும் வேள்விசெய்து,
இந்திரர்க்கு நிகர்த்தவனாய் இருந்தான் மருத்தன்,
போரிட்டு இந்திரனிடம் பெருவெற்றி அடைந்தான்.

அடைந்தான் இந்திரனின் அரசாட்சி வெகுமாட்சி,
அவ்வேந்தன் வேள்விக்கு ஹோத்ரியின் பணிசெய்ய,
மறுத்துதான் வ்ருஹஸ்பதி மொழிந்தார் பதிலை,
காரணந்தான் இந்திரனுக்குக் குருவானவர் ஆதரவாளர்.

ஆதரவாளர் வ்ருஹஸ்பதி அகத்திலே வெறுப்புற்று,

மறுத்தார் ஆகினும் மருத்தர் வேள்வியை,
செய்தார் வ்ருஹஸ்பதியின் சகோதரரில் இளையவர்,
சம்வர்த்தர் அவர்பெயர் சமர்த்தர் வேதத்தில்.

வேதத்தில் வீரத்தில் வல்லமையில் நல்லாட்சியில்,
குறைகள் வைக்காதக் கோனான மருத்தனின்,
ஆட்சியில் பயிர்கள் அவைகளாய் வளர்ந்தன,
விவசாயத்தில் ஈடுபட்டு விளைவித்தல் தேவையில்லை.

தேவையில்லை மண்ணுக்குத் தண்ணீர் இறைத்தலும்,
வேள்வியைச் செய்கையில் விஸ்வதேவர் சபையேகினர்,
உணவுகளை அளித்தனர் உரமிக்க மருத்தர்கள்,
பங்கேற்பை அளித்தனர் பலமிக்க சாத்யர்கள்.

சாத்யக்ரள் மருத்தர்கள் சோமத்தை அருந்தினார்கள்,
தானங்கள் கொடுத்ததோ தேவர்களை மிஞ்சிவிடும்,
கந்தர்வர்கள் மனிதர்கள் கொடுத்ததில்லை அதுபோல,
இறப்பில் தப்பவில்லை அப்பெரும் வேந்தனும்.

வேந்தனும் ஆகிய வல்லவனே அறிந்துகொள்,
உன்னிலும் மேலானவன் வேந்தன் மருத்தன்,
தவத்திலும் ஞானத்திலும் துறவிலும் பொருள்பலத்திலும்,
உன்னிலும் மேலோன் உன்கனினும் மிகமேலோன்.

மிகமேலோன் மருத்தனும் மிஞ்சவில்லை காலத்திடம்,
அவ்வேந்தன் இறந்தானெனில் எம்மாத்திரம் உன்மைந்தர்?
மற்றொருவன் சுஹோத்ரனென மண்ணாண்டான்
முன்னாளில்,
அதிதிமகன் அவனும் அமரர்போல் மேலானவன்.

மேலானவன் சுஹோத்ரனும் மடிந்தானென அறிந்துகொள்,
அவ்வேந்தன் ஆட்சியில் அமரர்கோன் இந்திரன்,
ஆண்டுமுழுதும் மழையை அளித்தான் உலகிற்கு,
வசுமதியெனும் பெயர்ப்படி வளமானது பூமியும்.

பூமியும் தங்கத்தில் பொலிந்து வளமானது,

நதியின் நீரிலே நீந்தும் ஆமைகளும்,
நண்டுகளும் முதலைகளும் நீளமான சுறாக்களும்,
உடல்முழுதும் தங்கமாக வந்தன நீரிலே.

நீரிலே மீன்களும் நீந்தினத் தங்கமாக,
இந்திரனே அனைத்தையும் அளித்தான் சுஹோத்ரனுக்கு,
அவற்றையே கண்டு அதிசயித்தான் சுஹோத்ரனும்,
பூமியையே நிறைத்தான் பெருவளத்தால்
பொன்பொருளால்.

பொன்பொருளால் நிறைந்தப் புவியாட்சி செய்தவன்,
குருஜங்களத்தில் புரிந்தான் கனகத்தால் வேள்வியை,
தானங்கள் அளித்தான் தகைமைகள் மிக்கார்க்கு,
அவ்வேந்தனிடத்தில் அறிவாற்றல் அதிகம் உன்னைவிட.

உன்னைவிட மேலானவன் அளவீடுகள் நான்கிலும்,
மேன்மைகொண்ட தவத்தில் மிகநுண்ணிய அறிவில்,
உண்மைகொண்டத் துறவில் உயர்வுகொண்ட வளத்தில்,
மேன்மைகொண்ட சுஹோத்ரன் மிகமேலோன் உன்னிலும்.

உன்னிலும் மேலோன் உன்மகனைவிட மிகமேலோன்,
அன்னவனும் இறந்தான் ஆதலால் ஸ்ரிஞ்சயனே,
உன்மகனும் பெரியோனென உழலாதே துயரத்தில்,
வேள்வியேதும் செய்யவில்லை உந்தன் மைந்தன்.

மைந்தன் தானங்கள் மாண்புடன் நல்கவில்லை,
உந்தன் மனத்திலே உற்றதான சோகத்தை,
நீக்கதான் வேண்டும் நிகரிலா வேந்தனே,
வ்ருஹத்ரதன் என்றோர் வேந்தன் இருந்தான்.

இருந்தான் வேந்தரிலே ஈடிலான் வ்ருஹத்ரதன்,
அங்கத்தின் வேந்தன் அளித்தவன் தானங்களை,
ஆயிரந்தான் பலவாகும் அவனளித்த புரவிகள்,
இலட்சத்தான் பலவாகும் அணங்குகளை அளித்தது.

அளித்தது மாதர்கள் ஆடையணி பூட்டியே,

தானமென்று கொடுத்தான் தக்கவர்கள் பெற்றிடவே,
மற்றொன்று செய்தான் மாண்புமிக்க வேள்வி,
இலட்சமென்று கணக்கிலே ஈந்தான் யானைகளை.

யானைகளைக் குதிரைகளை அணங்குகளைக்
காளைகளை,
விதிமுறைப் படியே வெகுவாய் அலங்கரித்து,
தானங்களை அளித்தான் தங்கத்தில் சங்கிலிகளுடன்,
வேள்விகளைச் செய்தவர்க்கு வழங்கினான் தானங்களை.

தானங்களை அளித்துத் தாக்கவிதம் வேள்விசெய்து,
அங்கத்தை ஆண்டவன் அசலமாம் விஷ்ணுபதத்தில்,
வேள்வியை முடிக்கையில் வழங்கிய சோமத்தினால்,
போதையையஅ அடைந்தான் பொன்னுலக இந்திரன்.

இந்திரன் சோமத்தில் அடைந்த மகிழ்வுபோல,
தானத்தின் பொருட்களால் தம்முளம் மகிழ்ந்து,
மாந்தரின் கூட்டமும் மனங்களித்துச் சென்றது,
வேள்விகளின் கணக்கை விளம்பலாம் பலநூறென.

பலநூறென வேள்விகள் புரிந்தவனான வ்ருஹத்ரதன்,
அளித்ததான தானங்கள் அளவினை நோக்கினால்,
தேவரென கந்தர்வரெனத் தரணியிலே மாந்தரென,
அனைவரென இருப்போரும் அளித்ததை மிஞ்சும்.

மிஞ்சும் ஒருவரில்லை மன்னவன் வ்ருஹத்ரதனை,
பிறந்தும் வந்தோரிலும் பிறக்கப் போவோரிலும்,
ஒருவரும் வ்ருஹத்ரதன் வேள்விகள் ஏழிலே,
கொடுத்ததாம் தானத்தைக் கொஞ்சமும் மிஞ்சிடார்.

மிஞ்சிடார் எவருமே மன்னவன் வ்ருஹத்ரதனை,
கொடுத்தார் சோமத்தைக் கணக்கிலா அளவிலே,
மிஞ்சுவார் வ்ருஹத்ரதர் மன்னவன் உன்னையே,
உன்மைந்தர் அவருக்கு ஒருபோதும் இணையில்லை.

இணையில்லை உன்மைந்தர் ஈடிலார் வ்ருஹத்ரதருக்கு,

நால்வகைத் தன்மைகளில் நினைவிட மேலானவர்,
சாவினை அடைந்தார் சக்கரனை ஒத்தவர்,
உன்மகனை நினைத்து வருந்தாதே ஸ்ரிஞ்சயா.

ஸ்ரிஞ்சயா மன்னவன் சிவியென இருந்தான்,
உசிநரர் மைந்தன் உலகிலே மிகமேலோன்,
உலகத்தையே ஒருகுடைக்கீழ் உன்னதமாய் ஆண்டான்,
கரத்திலே கவசமென புவனத்தையே சுழற்றினான்.

சுழற்றினான் உலகத்தைச் சுழற்றும் சக்கரமென,
ஒருதேர்தான் ஏறினான் உலகத்தையே வென்றான்,
தேர்ச்சக்கரத்தின் ஓசைகள் தரணியையே அதிரவைக்க,
உலகத்தின் வேந்தர்களை வென்றான் அதிதீரன்.

அதிதீரன் சிபியின் அறமிக்க வேள்வியிலே,
அளித்தான் அவன்கொண்ட ஆவினங்கள் அனைத்தையும்,
கொடுத்தான் தான்கொண்டக் குதிரைகள் முழுவதையும்,
வீட்டின் வனத்தின் விலங்கனைத்தும் வழங்கினான்.

வழங்கினான் தானங்கள் வேந்தன் சிபியானவன்,
பிரமரின் கருத்திலும் பாருலகில் வேறெவரும்,
அவ்விதந்தான் தானங்கள் அளிக்கதான் இயலாதென,
அகிலத்தின் முதல்வரும் அறிவித்தார் மனமகிழ்ந்து.

மனமகிழ்ந்து பிரமதேவர் மொழிந்தார் வாழ்த்துக்களை,
இந்திரனென்று இவ்வுலகை ஆண்டவன் சிவியும்,
இறந்தானென்று அறிந்தபின்னும் ஏனிந்த வருத்தம்,
மகன்பொருட்டு வருந்தாதே மன்னவனே ஸ்ரிஞ்சயா.

ஸ்ரிஞ்சயா உன்மைந்தன் செய்ததில்லை வேள்வியேதும்,
வரிசையாய்ப் பொருளெடுத்து வழங்கவில்லை தானமாக,
மென்மையே வடிவானவன் மிஞ்சுபவன் உன்னையே,
சிபியே மாண்டானெனில் சோகமேன் மைந்தனுக்கென?

மைந்தனுக்கென வருந்தாதே மன்னவனே ஸ்ரிஞ்சயா,
பரதனென உலகாண்டப் பேரரசன் உன்னதன்,

துஷ்மந்தனான வேந்தனுக்கும் தூயவள் சகுந்தலைக்கும்,
மகனாகப் பிறந்தவன் மண்ணுலகில் மிகதீரன்.

மிகதீரன் பரதனும் மாண்டான் மண்ணுலகில்,
வேள்விகளின் கணக்கு விளம்ப வெகுநெடிது,
யமுனையின் கரையிலே அஸ்வமேதிகம் செய்தான்,
குதிரைகளின் கணக்குக் கூறினால் முந்நூறு.

முந்நூறு குதிரைகளால் முடித்த வேள்விபோல,
சரஸ்வதியது தீரத்தில் செய்ததில் இருபதும்,
கங்கையதுக் கரையிலே குதிரைகள் பதினான்கும்,
இதுபோன்று அஸ்வமேதிகங்கள் இயற்றியது ஓராயிரம்.

ஓராயிரம் அஸ்வமேதிக வேள்விகள் செய்தவன்,
நூறாகும் ராஜசூயமெனும் நல்வேள்விகள் செய்தது,
வேறெவரும் செய்திட வல்லமை கிடையாது,
இருகரம் கொண்டவர்கள் ஆகாயத்தில் எழும்பாததாய்.

எழும்பாததாய் மாந்தர்கள் இருகரத்தால் வானெழுந்து,
பறப்பதை முயற்சித்தால் பீடின்றி விழுதல்போல,
பரதனைப் போலவே பாருலகில் வேறெவரும்,
வேள்விகளைச் செய்திட வழியில்லை ஸ்ரிஞ்சயா.

ஸ்ரிஞ்சயா பரதன் சிறப்பான வேள்விகளில்,
தானமாய்க் கண்வருக்குத் தந்ததற்கு அளவில்லை,
தங்கமாய்ப் புரவிகளாய்த் தந்தான் மாமுனிக்கு,
உன்னை மிஞ்சியவன் உன்மகனினும் மிகமேலோன்.

மிகமேலோன் பெற்றிருந்தான் மாண்புகள் நான்கையும்,
அத்தகையோன் இறந்தானெனில் அழுவதோ
உன்மகனுக்கு?
வருந்ததான் வேண்டாம் வேந்தனே ஸ்ரிஞ்சயா,
தசரதன் மைந்தனும் தரணியில் மாண்டானே.

மாண்டானே ராமனெனும் மிகநல்ல வேந்தனும்,
காத்தானே மக்களைக் குழந்தைகள் தனக்கேயென,

விதவைகளே இல்லை வறியவரே எவருமில்லை,
உதவிகளே வேண்டும் அபலர்களே அங்கில்லை.

அங்கில்லை வருத்தமும் இழிவான எச்செயலும்,
தன்பிள்ளை போலவே தரணியைக் காத்தான்,
மழைதனை மேகங்கள் மாண்புடன் பொழிந்தன,
பயிர்களை வளர்த்தனர் பயமின்றி வாழ்ந்தனர்.

வாழ்ந்தனர் உணவுக்கு ஒருபோதும் குறைவின்றி,
இறந்தவர் எவருமில்லை அக்கினியால் நீரினால்,
நோயென்பதோர் வலியும் நொடிவென்பதோர் துன்பமும்,
அடைந்தவர் எவருமில்லை அனைவரும் திடமிக்கவர்.

திடமிக்கவர் வாழ்ந்தனர் தொகையாய் ஆயிரமாண்டு,
பெற்றெடுத்தனர் பிள்ளைகளைப் பகர்ந்தால் ஓராயிரம்,
தவமியற்றினர் தானமளித்தனர் தக்கவிதம் வாழ்ந்தனர்,
பெற்றுவிட்டனர் தம்முளம் பெறவிழைந்த அனைத்தையும்.

அனைத்தையும் நலமாக்கி ஆண்டான் ராமன்,
மகளிரும் கலகமின்றி மகிழ்வுடன் வாழ்ந்தனர்,
ஆண்களிடம் தகராறு எப்போதும் நேர்ந்ததில்லை,
நெறிபிறழும் செயல்கள் நிகழ்ந்ததில்லை ராமராஜ்யத்தில்.

ராமராஜ்யத்தில் அனைவரும் இருந்தனர் மனமகிழ்வில்,
இருப்பவைகள் போதுமென அகத்திலே பேராசையின்றி,
நினைத்தவைகள் நினைத்தபடி நடத்தும் வல்லமையுடன்,
அச்சங்கள் இல்லாமல் உண்மையுடன் வாழ்ந்தனர்.

வாழ்ந்தனர் குறைகள் ஒன்றும் இல்லாமல்,
பெற்றனர் கனிகளைப் பருத்த மரங்களிலே,
இருந்தனர் விபத்துக்கள் இல்லாத நன்னிலையில்,
கறந்தனர் பசும்பால் கலத்தின் விளிம்புவரை.

விளிம்புவரை நிறைந்து வழிந்தது பசும்பால்,
தவங்களைச் செய்துத் தசரதனின் மைந்தன்,
பதினான்காண்டை வனத்திலே பாங்குடன் கடத்தினான்,

அஸ்வமேதிகத்தைச் செய்தான் அதன்கணக்குப் பத்தாகும்.

பத்தாகும் அஸ்வமேதிகம் புரிந்த வேந்தனின்,
வேள்விசாலையும் அடைய வந்தவர்கள் அனைவருக்கும்,
தடையேதும் இல்லாமல் தந்தான் நுழைவுவழி,
இளமையுடன் கருநிறத்தில் இருந்தான் செங்கண்ணுடன்.

செங்கண்ணுடன் ராமன் சீர்பெற்று நின்றால்,
வேழங்களின் கூட்டத்தின் வலுமிக்கத் தலைவனென,
காண்பவரின் கவனத்தைக் காந்தமாய் இழுப்பான்,
இருகரங்களின் நீளம் இருக்கும் முட்டிவரை.

முட்டிவரைக் கரங்கள் மிகநீண்ட நெடுங்கரத்தான்,
சிம்மத்தை ஒத்தவனாய்ச் செரிவானத் தோள்களுடன்,
வெகுபலத்தைக் கொண்டிருந்தான் வேந்தன் ஸ்ரீராமன்,
அயோத்தியை ஆண்டான் அமரர்கோன் இந்திரனென.

இந்திரனென ஆண்டான் ஆண்டுகள் பலலட்சம்.
பத்துலட்சமென ஆண்டுகளுடன் பாங்காய் ஓராயிரம்,
கணக்கென உரைக்கலாம் கனிவாளன் ஆண்டது,
பெருந்தகையான ராமனும் போனானே காலனிடம்.

காலனிடம் சென்றான் குணவான் ராமனும்,
நால்விதம் நற்குணத்தில் நின்னை மிஞ்சியவன்,
மேலோன் உன்னைவிட மிகமேலோன் உன்மகனைவிட,
அத்தகையோன் இறந்தானே எதற்குந்தன் வருத்தம்?

வருத்தம் வேண்டாம் வீழ்ந்தான் மைந்தனென,
மென்மையும் உயர்வும் மாண்புகளும் உடையவன்,
தானமும் ஈந்தவன் தவபலத்தான் புண்ணியத்தான்,
ராமனும் இறந்தான் ஏனுனக்கு வருத்தம்.

வருத்தம் வேண்டாம் வேந்தனே ஸ்ரிஞ்சயா,
பகீரதனாம் பெருவேந்தன் பூவுலகில் இறங்கிவர,
வானவர்தம் கங்கையை வரவழைத்த மாதவத்தான்,
இறந்துதான் விழுந்தான் எம்மாத்திரம் உன்மகன்?

உன்மகன் புரிந்திலன் வேள்விகள் எதனையும்,
பகீரதன் வேள்வியிலே பருகிய சோமத்தால்,
இந்திரன் போதையிலே அகமகிழ்ந்து திடமடைந்து,
பலந்தான் பெருகிடப் போரிட்டான் அசுரருடன்.

அசுரருடன் போரிட்டு அழித்தான் அரக்கர்களை,
வேள்விதான் செய்தான் வழங்கினான் தானங்கள்,
ஆயிரம் அணங்குகளை ஆபரணம் பூண்டவராய்,
தேரொன்றின் மீதேற்றித் தந்தான் நாற்புரவியுடன்.

நாற்புரவியுடன் தேரொன்று நகர்ந்து செல்லுகையில்,
தேருடன் வேழங்கள் தொடர்ந்தன ஒருநூறு,
அவற்றின் வகையோ அதிமேன்மை ஆகும்,
கட்டதான் சங்கிலிகள் கனகத்தில் கொடுத்திருந்தான்.

கொடுத்திருந்தான் வேழத்துடன் குதிரைகள் ஓராயிரம்,
குதிரையொன்றின் பின்னரோ கோக்கள் ஓராயிரம்,
பசுவொன்றின் பின்னதாகப் போனவை ஆடுகள்,
ஆடுகளின் கணக்கும் ஆயிரம் ஒருபசுவுக்கு.

ஒருபசுவுக்கு ஆடுகள் ஓராயிரம் கணக்கென்று,
தொடருவதற்குத் தந்தான் திடமிக்கான் பகீரதன்,
பகீரதனது மடியிலே பகீரதியாம் கங்கை,
அமர்ந்ததற்கு அவள்பெயர் ஆனது ஊர்வசியென.

ஊர்வசியெனப் பெயர்பெற்ற உன்னத கங்கைநதி,
பகீரதனுக்கு மகளாகிப் பாருலகில் பிறந்திட,
சம்மதித்து பூமியைச் சார்ந்தாள் முத்தடத்தில்,
வேள்விகளுக்கு குறைவில்லை வேந்தன் பகீரதனிடம்.

பகீரதனிடம் கங்கையே பரிவுடன் நடந்தாள்,
உன்னிலும் மேலானவன் உன்மகனினும் மிகமேலோன்,
இறந்ததாம் நிகழ்வு இவ்வுலகில் நேர்ந்திருக்க,
உன்மகன் பொருட்டு வருத்தமேன் ஸ்ரிஞ்சயா.

ஸ்ரிஞ்சயா திலீபனெனும் சீர்மிக்க வேந்தன்,
முந்தைய காலத்தில் மிகதீரம் படைத்தவன்,
வேதியர் அனைவரும் விளம்புவார் அவன்புகழை,
தானத்திலோர் உயர்வாகத் தரணியையே வழங்கினான்.

வழங்கினான் இவ்வுலகின் வளத்தையும் நிலத்தையும்,
தானமீந்தான் வேதிர்யர்க்குத் தங்கத்தில் யானைகளை,
யானைகளின் கணக்கு ஆயிரமும் தங்கத்திலே,
பார்வேந்தன் வேள்வியிலே பலிபீடமும் தங்கந்தான்.

தங்கந்தான் திலீபன் தானமாய் அளித்தவையும்,
பேரழகுதான் திலீபனின் பலிபீடமும் வேள்வியிடமும்,
தேவர்களின் தலைவன் தேவேந்திரன் உடன்வர,
திலீபனின் துணைவேண்டி தேவர்கள் இறைஞ்சினர்.

இறைஞ்சினர் தேவர்கள் அரசன் திலீபனிடம்,
பெற்றனர் பெருமகிழ்வைப் பெருவேந்தன் வேள்விகளால்,
ஆடினர் வானவர் ஆறாயிரம்பேர் வேள்வியிலே,
கந்தர்வர் தேவரெலாம் களித்து நடமிட்டனர்.

நடமிட்டனர் வானவர்கள் நிகரிலா வேள்வியிலே,
இசைமீட்டினார் விஸ்வாவசு இனிமையான வீணையிலே,
இசையறிந்தோர் மகிழவும் ஆடவல்லோர் நடமிடவும்,
மன்னவர் வேள்விகளில் வானவர் மகிழ்ந்தனர்.

மகிழ்ந்தனர் வானவரும் மனிதர்களும் தேவர்களும்,
தெருவிலோர் ஓரத்தில் திடமிக்க மாக்கரிகள்,
காண்பவர் வியக்கவே கிடந்தன ஓரத்தில்,
வீணைமீட்டியவர் விஸ்வாவசு உண்டாக்கினார்
அந்நிகழ்வை.

அந்நிகழ்வை விஸ்வாவசு அளித்த நேரத்தில்,
இசையொலியைத் தமக்கென்றே எழுப்புவதாய்
ஒவ்வொருவ்ரும்,
மனத்தினை லயிக்கவைத்து மிகத்திறம் காட்டினார்,
திலீபனைக் கண்டவர்க்கும் தேவலோகம் கிட்டியது.

கிட்டியது சொர்க்கலோகம் கண்டவர் அனைவருக்கும்,
சொல்லியது அனைத்தும் சுத்தமான உண்மையாகும்,
வில்லது தாக்கும் வலுமிக்க எதிரிள்,
தாக்குதற்கு களத்திலே தயாராகித் திரண்டாலும்.

திரண்டாலும் அனைவரையும் தாக்கும் பெருவில்,
எதிரிகளும் அனந்தனென அதிபலம் கொண்டபோதும்,
தாக்கிவிடும் வீழ்த்திவிடும் திடமிக்கப் பெருவில்,
வேந்தர்தம் மாளிகையில் விளம்புவார் வரவேற்பை.

வரவேற்பை அளிக்கு வார்த்தைகள் ஓய்ந்ததில்லை,
வேதத்தை ஓதும் வேதியர்கள் ஓய்ந்ததில்லை,
வில்லை நாணிழுத்து விடுமோசை ஓய்ந்ததில்லை,
தானத்தை வழங்கெனும் தணிந்தசொல் ஓய்ந்ததில்லை.

ஓய்ந்ததில்லை நற்கிரியை வேந்தனின் அரண்மனையில்,
நிகரில்லைத் தனக்கென நாடுதனை ஆண்டவனும்,
நமனுலகை அடைந்ததை நினைந்துபார் ஸ்ரிஞ்சயா,
உன்னை உன்மகனை விஞ்சியவன் திலீபன்.

திலீபன் போலவே திடமிக்கான் மண்டத்ரி,
யுவனஸ்வன் மைந்தனாக இவ்வுலகில் பிறந்தவன்,
இறந்துதான் விழுந்தான் இதற்குமேல் என்னவேண்டும்?
உன்மகன் குறித்து உளத்திலே வருந்தாதே.

வருந்தாதே வேந்தனே விளம்புகிறேன் நடந்ததை,
வேள்விசெய்தே வேதியர்கள் வைத்திருந்த நெய்யை,
மனைவிக்கே தருமுன்னர் மன்னவன் அருந்தியதால்,
கருவுற்றே பெற்றெடுத்தான் காளை மண்டத்ரியை.

மண்டத்ரியை வெளியிலெடுக்க மருத்துக்கள் வந்தனர்,
மந்திரத்தை ஓதியே மன்னவனின் மனைவிக்கு,
அளிப்பதை நோக்கமாக்கி அல்லிலே வைத்திருந்த,
நெய்நீரை அருந்தியதால் நேர்ந்தது அவ்விளைவு.

அவ்விளைவு நிகழ்ந்து யுவனஸ்வனது வயிற்றிலே,
பிள்ளையென்று மண்டத்ரி பிறந்தான் பூவுலகில்,
மூவுலகு முழுதையும் மாமன்னனாய் ஆளவந்தான்,
யுவனஸ்வனது மடியிலே இருந்தான் குழந்தையாய்.

குழந்தையாய் மண்டத்ரி கிடக்கும் வேளையிலே,
தாயாய் எவரொருவர் தரக்கூடும் பாலையென,
வேதனையாய் தேவர்கள் வினவினர் தமக்குள்ளே,
தாய்ப்பாலைத் தந்தான் தேவர்களின் இந்திரன்.

இந்திரன் கரத்திலே அருந்தினான் தாய்ப்பாலை,
ஆதலின் குழந்தை அடைந்தான் காரணப்பெயரை,
அதுதான் மண்டத்ரியென அமைந்த பெயராகும்,
முழுவளர்ச்சிதான் அடைந்தான் மண்டத்ரி நூறுநாளில்.

நூறுநாளில் மண்டத்ரி நின்றான் இளைஞனாக,
பன்னிருநாளில் வலர்ச்சியோ பனிரண்டாண்டுக்
குழந்தைபோல,
ஒருநாளி வென்றுவிட்டான் உலகம் முழுவதையும்,
இந்திரன்போல் அகிலத்தை ஆண்டான் மண்டத்ரி.

மண்டத்ரி அங்கதரை மருத்தரை வென்றான்,
எதிரி என்றே இயம்பிய அசிதரை,
அங்கத்தை ஆண்ட அரசன் வ்ருஹத்ரதனை,
கயாவை வென்றான் காளையான மண்டத்ரி.

மண்டத்ரி வில்லை மிகவேகம் வளைக்கையில்,
வானத்தில் உடைசல் வந்ததென அரண்டனர்,
உதயத்தில் சூரியன் வந்தெழும் இடமிருந்து,
அநிதியில் சாயும்வரை அனைத்திடமும் வென்றுவிட்டான்.

வென்றுவிட்டான் உலகத்தையே வலம்வந்தான்
வெற்றியுடன்,
வேள்விசெய்தான் அஸ்வமேதிகம் வெகுபெருத்த அளவிலே,
நூறுசெய்தான் ராஜசூயமென நவிலும் வேள்விகள்,
தானமளித்தான் மீன்களைத் தங்கத்திலே மிகப்பெரிதாய்.

மிகப்பெரிதாய் மீன்கள் நீளமாய்ப் பத்துயோஜனை,
அதேயளவாய் அகலத்துடன் அதிபருத்த வடிவத்துடன்,
தானமாய் அளித்தான் தன்னிடம் வந்தோர்க்கு,
உனைவிடத்தான் மேலோன் உன்மகனினும் மிகமேலோன்.

மிகமேலோன் மண்டத்ரி மடிந்துதான் வீழ்வுற்றான்,
சிறுபாலகன் உன்மகன் செய்யவில்லை வேள்வியேதும்,
இறந்துவிட்டான் மகனென வருந்திதான் பலனில்லை,
நகுஷன்மகன் யயாதியெனும் நிகரிலானும் இறந்தான்.

இறந்தான் யயாதியெனும் ஈடிலாப் பெருவேந்தன்,
உலகத்தில் நதிகடல்கள் உள்ளடக்கிய மலைவனங்கள்,
அனைத்தின் மீதும் அடைந்தான் பெருவெற்றி,
அமைத்தான் வேள்விகுண்டம் அளவுதான் நெடுமரத்தில்.

நெடுமரத்தில் அளந்து நாட்டினான் வேள்விபீடம்,
செல்லுதல் எங்கெனினும் செய்தான் வேள்விகளை,
மண்ணில் ஓரிடமும் மீதமின்றி வேள்விசெய்து,
மிகுதல் கடலமட்டுமென முடித்தான் வேள்விகளை.

வேள்விகளைச் செய்தான் விளம்பினால் பல்லாயிரம்,
மிகப்பெருமை கொண்டதான மாபெரும் வாஜபேயங்கள்,
நூறுமுறை செய்தான் நிகரிலான் யயாதி,
தங்கத்தை மும்மலைகளாய்த் தந்தான் தானமென்று.

தானமென்று அளித்தான் தக்கவர் மகிழ்ந்திட,
தான்வரென்று அரக்கரென்றுத் திரிந்தவர் அனைவரும்,
ஒன்றுதிரண்டெ நின்றாலும் வென்றுவிட்டான் யயாதி,
மைந்தர்களுக்கு நாட்டை மாண்புடன் பிரித்தளித்தான்.

பிரித்தளித்தான் ஆட்சியைப் பிள்ளைகளின் மேன்மைக்கு,
வயதில்தான் மூத்தவரான யதுவுடன் த்ரஹ்யுவை,
தாண்டிதான் இளையவனே தக்கவன் எனக்கூறி,
புருவிடம் அளித்தான் புவனத்தின் ஆட்சியை.

ஆட்சியை முடித்து அடவியில் ஏகினான்,
மனைவியைத் துணையாக்கி மாதவம் புரிந்தான்,
உன்னை மிஞ்சுவான் உன்மகனை மிஞ்சுவான்,
நால்வகை நற்குணங்கள் நிறைந்தவன் யயாதி.

யயாதி என்னும் ஈடிலான் இறந்துவிட்டான்,
அரற்றிப் புலம்பாதே உந்தன் மகனுக்கென,
உயிரற்று விழுந்தான் வேந்தன் அம்பரீஷன்,
நபகனுக்கும் மைந்தன் நாடாண்ட மாமன்னன்.

மாமன்னன் அம்பரீஷனை மக்கள் வணங்கினர்,
அன்னவன் நெறிகளின் அவதாரமென நினைத்தனர்,
அவ்வேந்தன் வேள்வியத அந்தணர்க்கு உதவியாக,
அமர்த்தினான் வேந்தர்களை ஆட்களெனப் பணிபுரிய.

பணிபுரிய அமர்த்தியப் பார்வேந்தர் ஒவ்வொருவரும்,
ஆயிரமாயிர வேள்விகளை அவரவரே செய்தவர்கள்,
மிகப்பெரிய வேந்தனென மாந்தரெலாம் புகழ்ந்தனர்,
இத்தகைய மேன்மையை எவரும் செய்ததில்லை.

செய்ததில்லை எவரும் சிறப்பான வேள்விகளை,
வாய்ப்பில்லை இனிமேலே வேறெவரும் முடித்திட,
அம்பரீஷனை முன்னிட்டு அந்தணர்களின் உதவிக்கென,
பணிகளைச் செய்தவர்கள் பெற்றனர் புண்ணியம்.

புண்ணியம் அஸ்வமேதம் புரிந்ததற்குச் சமமாகும்,
கண்ணியம் மிக்கக் கணக்கிலா வேந்தர்கள்,
தக்ஷிணாயணம் கொண்டுசேர்க்கும் தூயதான
வான்வழியில்,
அனைவரும் சென்று அடைந்தனர் புண்ணியம்.

புண்ணியம் செய்தப் பார்வேந்தன் அம்பரீஷன்,
எமனுலகம் சென்றான் அதனை அறிந்துகொள்,
சின்னவனாம் உன்மகன் சாய்ந்தானென நினைத்து,
வருத்தம் கொள்ளாதே வேந்தனே ஸ்ரிஞ்சயா.

ஸ்ரிஞ்சயா முன்னாளில் சசவிந்துவெனும் வேந்தன்,
சித்ரசேனர் மைந்தன் சீர்மிக்க மாவீரன்,
இலட்சமாய் மனைவியர் உற்றவன் வெகுதீரன்,
பிள்ளைகளாய்ப் பத்துலட்சம் பெற்றெடுத்தான் மாவீரன்.

மாவீரன் சசவிந்துவும் மாண்டுதான் வீழ்ந்தான்,
அவ்வீரன் மகன்கள் அனைவரும் பெருவீரர்,
கவசந்தான் அணிந்தனர் கனகத்தில் வடித்ததாக,
வில்லில்தான் திறம்பெற்ற வீரர்கள் அனைவரும்.

அனைவரும் வியக்கவே ஒவ்வொரு மைந்தனும்,
திருமணம் செய்தனர் தாரகையர் நூறுபேரை,
மனைவியரும் தம்முடன் மாக்கரிகள் நூறினை,
சீதனம் என்றே சீருடன் கொணர்ந்தனர்.

கொணர்ந்தனர் கரிகளைக் கரியொன்றுடன் நூறுதேர்,
ஒருதேர் வருகையில் உடன்வந்தது நூறுபுரவி,
புரவி ஒவ்வொன்றும் பொன்னில் பூட்டியது,
ஒருபுரவி உடனாக ஆவினம் ஒருநூறு.

ஒருநூறு பசுக்கள் வந்தன புரவியுடன்,
ஒருபசு வந்தான் அதன்பின் நூறாடுகள்,
இவ்வாறு வளங்கள் அனைத்தும் திரண்டன,
சசவிந்து இவ்வளத்தால் செய்தான் அஸ்வமேதிகம்.

அஸ்வமேதிகம் செய்து அளித்தான் அனைத்தையும்,
அவ்விதம் நாடாண்ட ஈடிலான் சசவிந்துவும்,
இறந்துதான் விழுந்தான் எம்மாத்திரம் உன்மகன்?
உன்னிலும் மேலானவன் உன்மகனிலும் மிகமேலோன்.

மிகமேலோன் சசவிந்து மாண்டுதான் விழுந்தான்,
உன்மகன் மாண்டதற்கு வருந்தாதே ஸ்ரிஞ்சயா,
அம்ருதரேயசின் மைந்தன் அதிதீரன் கயாவும்,
இறந்தான் ஆதலால் வருந்தாதே மகனுக்கென.

மகனுக்கென வருந்தாதே மொழிவதைக் கேட்டுக்கொள்,

வேள்விதனைச் செய்தான் வருடங்கள் ஒருநூறு,
வேள்வியை முடித்தபின் உண்டான் எஞ்சியதை,
இவன்செயலைப் பாராட்டி அக்கினி வரமளித்தார்.

வரமளித்தார் அக்கினி வேந்தன் கயாவுக்கு,
தானம்வேண்டுவோர் கேட்டால் தரவேண்டிய அளவிற்கு,
குன்றாததோர் செல்வம் கோரினான் கயா,
உண்மையிலோர் துளியும் விலகாத மனங்கேட்டான்.

மனங்கேட்டான் உண்மை மாறாத நல்விதமாய்,
வேள்வியைத்தான் நடத்திட உதவிசெய்யும் அக்கினி,
கேட்டவிதம் வரங்களைக் கொடுத்தார் கயாவுக்கு,
அமாவாசையுடன் பௌர்ணமியில் இயற்றினான்
அஸ்வமேதிகம்.

அஸ்வமேதிகம் செய்தான் ஒவ்வொரு நான்குமாதமும்,
அந்தவிதம் ஆண்டுகள் ஆயிரம் கடக்கும்வரை,
உன்னதம் குன்றாமல் வேந்தன் நோன்புசெய்தான்,
பலலட்சம் குதிரைகளைப் பசுக்களை தானமீந்தான்.

தானமீந்தான் வேதியருக்குத் தக்கவிதப் பொருட்களால்,
சோமமளித்தான் தேவர்கள் சிந்தை குளிர்ந்திட,
ஸ்வாதமளித்தான் பித்ருக்கள் சிறப்புடன் மகிழ்ந்திட,
வேண்டியதெல்லாம் மாதருக்கு வழங்கினான் வேந்தன்.

வேந்தன் கயாவின் வேள்விசாலைப் பொன்வேய்ந்தது,
நீளந்தான் நூறடி நற்பொன் வேள்விசாலைக்கு,
அகலத்தின் அளவோ ஐம்பது அடிகளாகும்,
வேள்வியைத்தான் முடித்தபின் வழங்கிவிட்டான்
தானமாக.

தானமாக அளவின்றித் தந்தான் பசுகன்றை,
கங்கையோரமாக மனலைக் கணக்கிட இயலாததுபோல்,
பசுகன்றாக அளித்தவை பகரொணா எண்ணிக்கை,
உன்னைவிட மேலானவன் உன்மகனைவிட மிகமேலோன்.

மிகமேலோன் கயாவின் மனமும் மிகப்புனிதம்,
நாங்குவிதம் நற்குணமென நவிலுபவை அனைத்தையும்,
தன்னிடம் கொண்டிருந்த திடமிக்கான் கயாவும்,
இறந்துதான் விழுந்தான் வருந்தாதே மைந்தனுக்கென.

மைந்தனுக்கென வருந்தும் மன்னவனே ஸ்ரிஞ்சயா,
சங்க்ரிதியென இருந்தவனின் சீர்மிக்க மைந்தன்,
ரந்திதேவனான மேலோனும் வீழ்ந்தவனானான்
காலத்திடம்,
பெருந்தவமான நோன்புகள் புரிந்தவன் ரந்திதேவன்.

ரந்திதேவன் தவத்தினால் இந்திரதேவன் வரமளித்தான்,
வந்துசேரும் விருந்தினர்கள் உண்டுமனம் களித்திட,
எந்தநேரம் வந்தாலும் இல்லையனாது உண்டிட,
எந்தபொருளும் எவரிடமும் இறைஞ்சாது வாழ்ந்திட.

வாழ்ந்திட வேண்டும் வல்லிய பக்தியோடென,
வேண்டிடச் செய்தான் வரங்களை ரந்திதேவன்,
கேட்டிடச் செய்ததெலாம் கொடுத்தான் இந்திரன்,
வெட்டிடச் செய்தான் உணவுக்கென விலங்குகளை.

விலங்குகளை வெட்டினான் வழங்கினான் உணவாக,
தம்முயிரை நல்கவே தாமாகவே விலங்குகள்,
வேள்விசாலை அருகிலே வந்துநின்று காத்திருந்தன,
உடல்களை வெட்டியதால் உண்டானது நிணநீர்நதி.

நிணநீர்நதி உண்டாகி நெடிதாக ஓடியது,
சர்மன்வதி என்றே சொல்லப்படும் பெருநதியாய்,
இன்றுவரை அந்நதி இவ்வுலகில் ஓடுகிறது,
வேதியரை மகிழ்விக்க வழங்கினான் பொன்னை.

பொன்னை அளிக்கிறேன் பொன்னளவு நூறுகாசு,
இதனை ஏற்பீரென இயம்பினான் ரந்திதேவன்,
மறுப்பினைத் தெரிவித்தனர் மறைகளை ஓதியோர்,
ஆயிரம்பொன்னை அளித்ததும் அனைவரும் பெற்றனர்.

பெற்றனர் தானமாகப் பொற்காசு ஆயிரமாயிரம்,
ரந்திதேவர் அரண்மனையில் சமைத்தவர் பயன்படுத்த,
பொன்னிலவர் செய்திருந்தார் பானைகள் பாத்திரங்கள்,
உண்ணுபவர் தட்டுகளும் உன்னதப் பொன்னில்தான்.

பொன்னில்தான் தட்டுகள் வட்டில்களுடன் கிண்ணங்கள்,
இரவில்தான் விருந்தினர் அரண்மனையில் தங்கினால்,
இருபதாயிரத்துடன் ஒருநூறு ஆவினங்களை வெட்டினர்,
ஆகினுந்தான் உரைத்தனர் உணவிடுமுன் உணவளவை.

உணவளவை கணிக்காமல் உண்ணுவீர் மனம்போல,
குழம்புகளைச் செய்தோம் கொடுக்கிறோம் அளவின்றி,
கறியை வேண்டினால் கொஞ்சம் குறைவுதான்,
முன்னாளை விடவும் மிகக்குறைவு கறியளவு.

கறியளவு குறைவென்றுக் கவலையுடன் கூறினர்,
சமையலது செய்தவரும் சொக்கத்தங்கக் காதணிகள்,
தமக்கென்று அணிந்திருந்தார் தக்கவிதம் பணிசெய்தார்,
ரந்திதேவனது நற்குணங்களை விளம்புவது இயலாது.

இயலாது ரந்திதேவன்போல் எவரும் பிறப்பது,
அவனது மேன்மகள் உனைவிட மிகவதிகம்,
உன்மகனது உயர்வைவிட வெகுமேலோன் ரந்திதேவன்,
அன்னவனது உயிரையும் இழந்துதான் விழுந்தான்.

விழுந்தான் ரந்திதேவனும் வருத்தமேன் உன்மனதில்,
உந்தன் மகன்குறித்து வருந்தாதே இவ்விதமாய்,
இக்ஷ்வாகுவின் குலத்தான் ஈடிலான் சாகரனும்,
மரணத்தில் பிடியிலே மாண்டான் இவ்வுலகில்.

இவ்வுலகில் தனக்கிணையர் இல்லாத மாவீரன்,
மனிதர்கள் காணாத மாத்திடம் உடையவன்,
மகன்கள் அறுபதாயிரம்பேர் மன்னனுடன் வருவார்கள்,
நிலவருகில் நட்சத்திரங்கள் நிரம்பி நிற்பதுபோல்.

நிற்பதுபோல் சாகரன் நின்றாலும் அவனருகில்,

இந்திரன்போல் மைந்தர்கள் அறுபதாயிரம்பேர் நின்றனர்,
வானவர்கோன் இந்திரனென வேள்விகள் புரிந்தான்,
அஸ்வமேதிகங்கள் ஓராயிரம் அவ்வேந்தன் முடித்தான்.

முடித்தான் வேள்விகளை மிகவும் கவனத்துடன்,
அளித்தான் மாளிகைகள் அத்தனையும் தங்கமயம்,
படுக்கைதான் அழகுடன் பாவையர் கூட்டத்துடன்,
அளித்தான் அவர்களோ அழகில் மிளிர்ந்தனர்.

மிளிர்ந்தனர் மாதர்கள் மிகவும் அழகுடன்,
கொண்டனர் தாமரைபோல் கண்கள் இரண்டையும்,
வழங்கினர் மாளிகையில் வெகுமதிப்புப் பொருட்களை,
வேதியர் இவற்றையெலாம் விரும்பியபடிப் பகிர்ந்தனர்.

பகிர்ந்தனர் வேந்தன் பொன்பொருளென அளித்தவற்றை,
அவ்வேந்தர் கோபத்தினால் இப்புவியைத்
தோண்டவைத்தார்,
மைந்தர் அறுபதாயிரம்பேர் மிகவும் கவனத்துடன்,
தோண்டினர் அதுதான் தரணியில் சாகரம்.

சாகரம் என்றே சொல்லப்படும் பெருங்கடலை,
சாகரன் உருவாக்கினான் சக்திமிக்க மைந்தர்களால்,
நால்விதம் உரைக்கப்படும் நற்குணம் உடையவன்,
அன்னவன் இறந்தானெனில் அழாதே உன்மகனுக்கு.

உன்மகனுக்கு வருந்தாதே உன்னதனே ஸ்ரிஞ்சயா,
வேணுக்கு மகனாகிய வேந்தன் ப்ரிதுவும்,
இறப்புக்கு ஆளானான் ஆகியதால் உந்தன்,
மைந்தனுக்கு என்றே மிகவும் வருந்தாதே.

வருந்தாதே ப்ரிதுகுறித்து விளம்புகிறேன் கேளாய்,
திரளாகவே வேதியர்கள் திரண்டுவந்து வாழ்த்தினர்,
பெருவனத்திலே அவர்கள் ப்ரிதுவுக்கு முடிசூட்டி,
அகிலத்திலே மேன்மைகள் அளிப்பானென வாழ்த்தினர்.

வாழ்த்தினர் முனிவர்கள் வேந்தன் ப்ரிதுவை,

வழங்கினர் கூதனெனும் வேறொரு பெயரையும்,
காப்பவர் என்பதால் கூறினர் கூத்ரியனென,
ஈர்ப்பவர் அன்பாலென்று இயம்பியபெயர் ராஜா.

ராஜா என்பதற்கு அன்பால் ஈர்ப்பவனென,
பொருளே விளங்கிடப் பகர்ந்தனர் பெயர்களை,
விவசாயமே செய்யாமல் விளைந்தன உணவுகள்,
இலைகளிலே தேன்வந்து இனிமையையை வழங்கியது.

வழங்கியது ஆவினங்கள் ஒருகுடத்துப் பாலை,
விரும்பியது அனைத்தும் வாய்த்தது மாந்தருக்கு,
பயமென்று ஏதுமின்றிப் பாங்குடன் வாழ்ந்தனர்,
திறந்தவெளியென்று வீடென்றுத் தமக்குப் பிடித்தவிதம்.

பிடித்தவிதம் மக்கள் பாங்குடன் வாழ்ந்தனர்,
கடலித்தான் கடக்கவே கோவானவன் ப்ரிது,
கடலோரத்தில் கால்வைத்தால் கல்லைப்போல்
கெட்டியாகி,
வழிவிடுதல் செய்தது வெகுபெருத்த சாகரமும்.

சாகரமும் வழிகொடுத்துச் செல்லவே வாழ்த்தியது,
நதிகளும் வேந்தனுக்கு நல்கின வழிகளை,
ஒருபோதும் பொங்காமல் அடங்கியே திடப்பட்டு,
ப்ரிதுவானவன் கடக்கும்வரைப் பாங்குடன் நின்றன.

நின்றன வேள்வியிலே நிகரிலாப் பொன்மலைகள்,
நூற்றிருபதெனக் கணக்குடைய நற்பொன் மலைகள்,
நால்வமென மூன்றளவு நின்றனப் பெரிதாக,
தானமென அவற்றைத் தந்துவிட்டான் ப்ரிது.

ப்ரிது செல்லுகையில் பெருந்தேரின் கொடிமரத்தை,
தடுத்து நிறுத்தவே தரணியில் ஏதுமில்லை,
உனக்கு மேலோன் உன்மகனுக்கு மிகமேலோன்,
நால்விதத்து நற்குணங்கள் நிரம்பியவன் இறந்தான்.

இறந்தான் ப்ரிதுவெனும் ஈடிலா வேந்தனும்,

உன்மைந்தன் குறித்து வருந்தாதே இவ்விதம்,
எதற்குதான் அமைதியாய் ஏதேதோ சிந்திக்கிறாய்,
எந்தன் சொல்லேதும் உள்வாங்க மறந்தாயோ?

மறந்தாயோ என்சொல்லை மனதில் ஏற்றிட?
சொன்னதேதுமே கேளாமல் சும்மா இருந்தாயெனில்,
நெடுநேரமே பேசியவை நலமிலா வெறும்பேச்சு,
இறப்பவனுக்கே அளித்த ஒளடதமெனவே வீணானதே.

வீணானதே என்று விளம்பினார் நாரதர்,
வேதமுனிவரே என்று வணங்கினான் ஸ்ரிஞ்சயன்,
உம்சொல்லே வேதமென உருக்கமாகக் கேட்டிருந்தேன்,
ராஜரிஷிகளே பலர்குறித்து இயம்பினீரே சொன்மாலை.

சொன்மாலை கேட்டு சோகத்தை விடுத்தேன்,
வீண்வேலை என்று விளம்பாதீர் உம்முரையை,
சோகத்தை விடுத்தேன் சீர்மிக்க மாமுனியே,
அமுதத்தை உண்டேன் ஆதலால் சொல்மறந்தேன்.

சொல்மறந்தேன் ஏனெனில் சொல்லவேண்டும் மேலுமென,
அமுதத்தின் பாங்கிலே அளித்தீரே நற்சொற்களை,
இறந்தவனின் பொருட்டு அழுதிருந்தேன் இதுவரையில்,
உள்மனதின் துயரம் வாட்டியது என்னை.

என்னை வாட்டிய அதிசோகம் நீங்கிவிட,
கருத்தை உரைத்தீரே கனத்தவ மாமுனியே,
மைந்தனை எழுப்பவும் முடியுமே உம்மால்,
என்மகனை அளிப்பீர் இவ்வுலகில் மீண்டும்.

மீண்டும் உன்மகனை மண்ணுலகில் வாழ்விக்க,
சம்மதம் என்று சொன்னார் நாரதர்,
சுவர்ணஸ்திவின் என்றுச் சொல்லப்படும் உன்மகன்,
பர்வதனின் வரத்தால் பிறந்தவன் உயிர்பெறுவான்.

உயிர்பெறுவான் தங்கமென உருக்கொண்ட நன்மகன்,
வாழ்ந்திருப்பான் ஆயிரமாண்டு வையத்தை ஆளுவான்,

மீண்டெழுவான் என்று மாமுனிவர் நாரதர்,
சுவர்ணதிவின் உயிர்பெற்றுச் சேரவைத்தார்
மண்ணுலகில்.

(30)சாந்தி பர்வம், பகுதி 30:
ராஜதர்மானுசாசன பர்வம்

மண்ணுலகில் தங்கமகனாய் மிகமேலோன்
சுவர்ணஸ்திவின்,
எவ்விதத்தில் வந்தான் இயம்புவீர் விவரத்தை,
ஸ்ரிஞ்சயனிடத்தில் எதற்காகச் சீர்மிக்கப் பர்வதர்,
தங்கத்தில் மகனளித்தார் தெரிவிப்பீர் எனக்கு.

என்னக்குச் சொல்லவேண்டும் எதனால் அவனிறந்தான்?
வயதென்று ஆயிரமாண்டு வாழ்ந்திருந்த அக்காலத்தில்,
ஸ்ரிஞ்சயனது மகன்மட்டும் சிறுபிள்ளையாய்
இறந்ததேன்?
சுவர்ணஸ்திவின் என்பது சொல்லளவில் பெயர்மட்டுமா?

பெயர்மட்டுமே அல்லதுப் பிள்ளையே பொன்மகனா?
எவ்விதமாய் அவனுக்கு இப்பெயர் அமைந்தது?
விவரமாய் எனக்கு உரைப்பீரென யுதிஷ்டிரன்,
கண்ணனை வேண்டினான் கனிந்த வார்த்தைகளால்.

வார்த்தைகளால் உரைப்பேன் விவரங்கள் எனக்கூறி,
அன்பினால் அச்சுதன் அளித்தான் பதிலுரை,
உலகத்தில் மிகமேன்மை உடைத்தான ரிஷிகள்,
தேவர்கள் வணங்கும் திருமுனிகள் வரலாற்றை.

வரலாற்றை உரைக்கிறேன் வேந்தனே யுதிஷ்டிரா,
நாரதரைப் பர்வதரை நானிலத்தோர் அறிவார்,
சகோதரிமகனை நாரதர் சகாவாய்க் கொண்டிருந்தார்,
பயணங்களை நடத்தினர் பிரியாமல் இருமுனிவர்.

இருமுனிவர் வானுலகில் இருந்தது போதுமென்று,
இறங்கினர் பூமிக்கு அவிசான நெய்யருந்த,
திரிந்தனர் பூமியிலே தீர்த்தங்கள் பலவற்றில்,
உண்டனர் நெய்யுடன் அன்னத்தை அமுதமென.

அமுதமென உணவினை அருந்தினர் பூமியிலே,
மகிழ்வான மனநிலையில் மண்ணுலகில் திரிந்தனர்,
தணிவானப் பேச்சிடையே தமக்குள் முடிவெடுத்தனர்,
விருப்பமான எதனையும் விளம்பவேண்டும்
மற்றவர்க்கென.

மற்றவர்க்கென ஒருவர் மறைக்காது விளம்பியே,
ஒற்றுமையான வாழ்விலே உலகத்தில் இருப்போமென,
அன்புடையரான இருவரும் அவர்களுக்குள் ஒப்பினர்,
மறைப்பதானச் செயலுக்கு மன்னிப்பில்லை சாபமென்று.

சாபமென்று இடவேண்டும் சொல்லாது மறைப்பவர்க்கென,
இருவரது மனமொப்பி எடுத்தனர் ஒருமுடிவு,
அகிலத்து மாந்தர்கள் அன்புடன் வழிபடும்,
இருவரதுப் பயணத்தின் அண்டினர் ஸ்ரிஞ்சயனை.

ஸ்ரிஞ்சயனைக் கண்டுச் சொன்னார்கள் இருவரும்,
உன்னகத்தை அடைந்து ஒருசில நாட்களுக்கு,
வாழ்வதாய் இருவரும் வந்தோம் ஸ்ரிஞ்சயா,
தேவைகளை எல்லாம் தீர்க்கவேண்டும் கவந்த்துடன்.

கவனத்துடன் முனிவர்களை கவனிப்பேன் எனக்கூறி,
அன்புடன் ஸ்ரிஞ்சயன் அரண்மனையில் இடமளித்தான்,
சொன்னவிதம் அன்புடன் செய்தான் பணிவிடைகள்,
ஒருதினம் தன்மகளை வரவழைத்தான் தன்னுடன்.

தன்னுடன் மகளைத் தருவித்தான் ஸ்ரிஞ்சயன்,
இருவரின் சேவைகளை என்மகளும் செய்வாள்,
குழந்தையாகும் அவளுக்குக் கொடுக்கவேண்டும்
அருளாசி,
நற்குணம் நற்சிந்தை நல்லழகு உடையவள்.

உடையவள் இனிப்பான வார்த்தைகளை மொழியாக,
எங்கள் மகளை அழைக்கிறோம் சுகுமாரியென,
முனிவர்கள் அவளை மாண்புடன் வாழ்த்துமென,
வேண்டுதல் வைத்தான் வேந்தன் ஸ்ரிஞ்சயன்.

ஸ்ரிஞ்சயன் சொன்னதற்குச் சரியென்று இருமுனியும்,
சம்மதம் தெரிவித்துச் சொன்னார்கள் வாழ்த்துக்களை,
தந்தைபோல் இருவருக்கும் தணிவாய்ப் பணிசெய்யென,
விளம்புதல் செய்தான் வேந்தன் ஸ்ரிஞ்சயன்.

ஸ்ரிஞ்சயன் வார்த்தைக்கு சரியென்று பதிலளித்து,
முனிவர்களின் சேவைக்கு முன்வந்தாள் சுகுமாரி,
தந்தையின் சொல்கேட்டு தவமுனிவர்களை கவனித்து,
அன்புடன் பணிசெய்தாள் அணங்கான சுகுமாரி.

சுகுமாரி அழகிலும் சுத்தமான மனத்திலும்,
பணிவாகி நடந்ததிலும் பாங்காகப் பேசியதிலும்,
மகாமுனி நாரதர் மதியிழந்துச் சொக்கினார்,
தீயாகி வளர்ந்ததுத் தீராதப் பெண்ணாசை.

பெண்ணாசை தன்னைப் பீடித்து வருத்தினாலும்,
தன்கருத்தை உரைக்கத் தயங்கினார் நாரதர்,
மனத்தை அடக்கிய மாமுனியின் உளத்திலே,
ஆசைத் தீப்புகுதல் ஆகாதென நினைத்தார்.

நினைத்தார் நாரதர் நலமே மறைப்பதென,
அறிந்தார் பர்வதர் அனைத்தையும் தவபலத்தால்,
கண்டார் பலவிதக் குறியீடுகளும் அதற்கேற்ப,
நாரதர் செயலாலே நெருப்பெனக் கொதித்தார்.

கொதித்தார் மனத்திலே கயவர் நாரதரென,
அளித்தார் ஒப்புதலை அகத்திலே உள்ளவற்றை,
உரைப்பார் தனக்கென வார்த்தையால் மட்டும்,
அழைத்தார் நாரதரை அளித்தார் சாபத்தை.

சாபத்தை அளிக்கிறேன் சொல்லாது மறைத்ததால்,
நம்பிக்கை கொண்டு நாமிருவர் ஒப்பினோம்,
நினைப்பதை மறைக்காமல் நவிலுதல் வேண்டுமென,
நலந்தீதைக் கடந்தது நாமுறைத்த ஒப்பந்தம்.

ஒப்பந்தம் செய்தபின் ஒப்பாது மீறினீர்,
அவ்விதம் மறைத்தவர்க்கு அளிக்கவேண்டும் சாபமென,
உரைத்ததும் நீவிர்தான் உன்னத மகரிஷியே,
சுகுமாரியிடம் மயங்கியதைச் சொல்லவில்லை என்னிடம்.

என்னிடம் சொல்லாததால் அளிக்கிறேன் சாபத்தை,
பிரமசரியம் கடைப்பிடிக்கும் பெருமுனி நாரதரே,
எந்தன் குருவாகவும் இருக்கிறீர் ஞானியே,
தவறாகும் குழந்தைபோல் தந்தசொல் மறந்தது.

மறந்தது தவறாகும் மாண்புடைய ஒப்பந்தத்தை,
அதற்குக் கோபித்து அளிக்கிறேன் சாபத்தை,
உமக்கு மனைவியாகி வாழுவாள் சுகுமாரி,
அவளுக்கு உமதுமுகம் ஆகும் குரங்குபோல.

குரங்குபோல முகத்துடன் காணுவார் உம்மையென,
மனம்போலச் சாபத்தை மொழிந்தார் பர்வதர்,
மகன்போல இருந்தவர் மிகக்கடுத்து சபித்ததால்,
கடுங்கோப மனத்துடன் கலங்கினார் நாரதர்.

நாரதர் உரைத்தார் நிகரிலா தவமுனியே,
உலகோர் போற்றும் உண்மையும் தவபலமும்,
உடையவர் உமக்கு அளிக்கிறேன் மறுசாபம்,
தவமிக்கார் ஆகினும் தேவருலகம் செல்லமாட்டீர்.

செல்லமாட்டீர் சொக்கமெனச் சொல்லப்படும்
அமராவதிக்கென,
மாமுனிவர் நாரதர் மொழிந்தார் மறுசாபம்,
இவ்விருவர் சாபங்கள் அளித்தபடி அகன்றனர்,
பர்வதர் சொர்க்கத்தில் புகுதற்கு இயலவில்லை.

இயலவில்லை பர்வதருக்கு அமரருலகில் நுழைந்திட,
பூவுலகைச் சுற்றிவந்துப் பலதேசம் சென்றார்,
மரியாதை அளித்தனர் மக்கள் பர்வதருக்கு,
தவத்தை உடையவரைத் தக்கவிதம் வணங்கினர்.

வணங்கினர் நாரதரை வேந்தனும் சுகுமாரியும்,
வழங்கினர் சுகுமாரியை வேதமுனி நாரதருக்கு,
நாரதர் சுகுமாரியுடன் நடத்தினார் குடும்பவாழ்வு,
இருந்தார் மந்தக் குரங்கென நாரதர்.

நாரதர் வடிவம் மாறினார் மனிதக்குரங்காய்,
வேதியர் திருமணத்தில் விளம்பிய மந்திரத்தை,
முடித்தனர் அக்கணத்திலே மனிதக்குரங்காய் உருமாறி,
நின்றார் சுகுமாரியுடன் நிகரிலா மாமுனிவர்.

மாமுனிவர் நாரதர் மனிதக்குரங்கின் வடிவுற்று,
இழிவானதோர் உருவத்தில் இருந்தாலும் சுகுமாரியோ,
மனதிலோர் வெறுப்பின்று மகிழ்வுடன் வாழ்ந்தாள்,
வேறொருவர் குறித்தும் உளத்திலே எண்ணவில்லை.

எண்ணவில்லை சுகுமாரி ஏதும் குறைபாடென,
தேவர்களை முனிவர்களை தானவரை யக்ஷரை,
வேறெவரைக் குறித்தும் உள்ளத்தில் ஆசையின்றி,
கணவனைக் கடவுளெனக் கொண்டாள் சுகுமாரி.

சுகுமாரி உடனாகச் சுகித்திருந்தார் நாரதர்,
தேவரிஷி பர்வதர் தம்போக்கில் திரிகையில்,
வனத்திடையில் நாரதர் வாழுதலைக் கண்டார்,
அவர்பதத்தில் வணங்கி இறைஞ்சினார் சாபநிவர்த்தி.

சாபநிவர்த்தி வேண்டும் சீர்மிக்க நாரதரே,
சொர்க்கத்தில் புகுதற்குச் செய்யவேண்டும் ஆவனவென,
பாதத்தில் பணிந்தார் பர்வதர் அன்புடன்,
வருத்தத்தில் நாரதரும் விளம்பினார் பதிலை.

பதிலை உரைத்தார் பர்வதனிடம் நாரதர்,

என்னை முதலில் இருப்பாய்க் குரங்காயென,
சாபத்தைக் கொடுத்தச் சீரிலான் நீயேதான்,
பதிலை அளித்தேன் புகமாட்டாய் சொர்க்கத்திலென.

சொர்க்கத்திலெனச் செல்லச் சொன்னேன் தடையை,
என்மகனைப் போன்றவன் இளையயவன் நீதான்,
பெரியவனை மதியாமல் பாங்கின்றி சபித்தாய்,
சரியில்லை உன்செயலெனச் சொன்னார் நாரதர்.

நாரதர் பர்வதர் நிவர்த்திகள் அளித்தனர்,
தேவர் வடிவுற்றார் தவமுனிவர் நாரதர்,
பர்வதர் சொர்க்கத்தில் புகத்தக்க நலமடைந்தார்,
இவரல்லர் கணவரென அரண்டாள் சுகுமாரி.

சுகுமாரி நாரதரின் சுயவடிவம் கண்டதும்,
ஆள்மாறி வந்தவர் எவரோ என்றெண்ணி,
கணவனைக் காணாமல் கலங்கினாள் மனத்திலே,
ஓடியவளைப் பர்வதர் அன்புடன் அழைத்தார்.

அழைத்தார் பர்வதர் இயம்பினார் நடந்ததை,
இங்கிருப்பவர் உந்தன் அன்பானக் கணவனே,
சாபமுற்றவர் குரங்காகச் சிலகாலம் இருந்தார்,
இனிமேலவர் தேவராக இருப்பார் உன்னுடன்.

உன்னுடன் நாரதர் வாழுவார் அழகுடனென,
சபித்ததன் விவரத்தைச் சொன்னார் பர்வதர்,
உன்னுயிரின் பகுதியான உந்தன் கணவருடன்,
வாழ்ந்துதான் மகிழ்வாயென வழங்கினார் வாழ்த்துக்கள்.

வாழ்த்துக்கள் அளித்தபின் வானுலகில் வாழ்ந்திருக்க,
தன்போக்கில் பர்வதர் தேவலோகம் சென்றார்,
தன்னகத்தில் நாரதர் தகுந்தவிதம் வாழ்ந்திருந்தார்,
சந்தேகத்தில் இருந்தாயெனில் சொல்லுவாய் நாரதரிடமே.

நாரதரிடமே இதுகுறித்து நவிலலாம் யுதிஷ்டிரா,
இவ்விடமே ஏகி உன்னிடமே அன்புற்று,

பரிவுடனே வீற்றிருக்கும் பெருமுனிவர் நாரதர்,
நிகழ்ந்தவிதமே அனைத்தையும் நவிலுவார் உனக்கு.

(31)சாந்தி பர்வம், பகுதி 31:
ராஜதர்மானுசாசன பர்வம்

உனக்கு உரைக்கிறேன் வரலாற்றை என்றபடி,
நவின்று நாரதர் நோக்கினார் யுதிஷ்டிரனை,
கரங்குவித்து யுதிஷ்டிரன் கூறினான் நாரதரிடம்,
மலமானதுத் தங்கமான மைந்தன்பற்றி உரைப்பீர்.

உரைப்பீர் என்றதும் உரைத்தார் நாரதர்,
கேட்பீர் தங்கக் குழந்தை பிறந்ததையென,
இளவரசர் ஸ்வர்ணஷ்டிவின் உடலிலே தங்கந்தான்,
மலஜலத்திலோர் கலவையாய் மலையென
வெளியாகியது.

வெளியாகியது கனகம் சிறுபிள்ளையது மலத்திலே,
கதையாகியது உரைத்தக் கேசவன் சொன்னதில்,
விடுபட்டது ஒருபகுதி விளம்புகிறேன் அக்கதையை,
சகோதரியது மகனாவார் சக்திமிக்கார் பர்வதர்.

பர்வதர் என்னுடன் பூவுலகில் சுற்றினார்,
ஸ்ரிஞ்சயர் என்னும் சிறப்புடைய வேந்தனது,
சபையிலோர் வேண்டுதலுடன் சென்றோம் இருவரும்,
தருவீர் எங்களுக்குத் தகுந்த உறைவிடமென.

உறைவிடமென வேண்டினோம் வழங்கினான் ஸ்ரிஞ்சயன்,
மரியாதையான விதத்திலே முறையுடன் கவனித்தான்,
மழைக்காலமான நாட்கள் முழுதாக முடிந்தன,
வேறிடமெனச் செல்லவே விரும்பினோம் நாங்கள்.

நாங்கள் செல்லவே நாட்கள் வந்தபோது,
என்னிடத்தில் பர்வதர் அறிவித்தார் கருத்தை,

தன்னகத்தில் ஸ்ரிஞ்சயன் தக்கவிதம் கவனித்தான்,
தக்கவிதத்தில் வரமேதும் தரவேண்டும் ஸ்ரிஞ்சயனுக்கு.

ஸ்ரிஞ்சயனுக்கு வரமளிக்கச் சொன்னார் பர்தவர்,
மேலோருக்கு உகந்ததை மொழிந்தாய் நீயென்று,
எண்ணியவிதத்து வரங்களை அருளுவாய்
வேந்தனுக்கென்றேன்,
தேவையேதும் இருந்தான் தருவேன் தவபலமென்றேன்.

தவபலமென்றேன் அதனைத் தருவேனென்றேன்
தேவையாகில்,
செய்யென்றேன் பர்வதர் சிந்தனைக்கு உகந்தவிதம்,
பார்வேந்தன் ஸ்ரிஞ்சயனைப் பர்வதர் அழைத்தார்,
வரந்தான் அளிக்கிறேன் வேண்டியதைக் கேளென்றார்.

கேளென்றார் வரத்தைக் கொடுப்பேனென்றார் பர்வதர்,
ஏனென்றால் உன்னகத்தில் அமைதியாய்ச் சிலநாட்கள்,
மாமுனிவர் இருவரும் மாண்புடன் தவமிருந்தோம்,
பார்வேந்தர் விருப்பத்தைப் பகருவீர் எங்களிடம்.

எங்களிடம் வரமாக என்னவேண்டும் இயம்பென்று,
வேந்தனிடம் மேலும் விளக்கினார் பர்வதர்,
மாந்தருக்கும் தேவருக்கும் மகிழ்வினை அளிப்பதாக,
எவருக்கும் தீங்கின்றி ஏதேனும் வரங்கேள்.

வரங்கேள் என்றதும் விளம்பினான் ஸ்ரிஞ்சயன்,
உங்கள் மனத்திலே உவகை உற்றிருந்தால்,
எங்கள் புண்ணியம் அதுதானே மாமுனியே,
ஆசைகள் எல்லாம் அடைந்துவிட்டேன் வேண்டியபடி.

வேண்டியபடி ஆசைகள் வந்தன நடப்பிலென,
வரம்வேண்டி நில்லாமல் வேந்தன் மறுத்தாலும்,
எதைவேண்டி நெடுங்காலம் எண்ணங்கள் வைத்தாயோ,
அதைவேண்டி வரமாக அடைந்திடென்றார் பர்வதர்.

பர்வதர் உரைத்ததும் பகர்ந்தான் ஸ்ரிஞ்சயன்,

வழங்குவீர் எனக்கு வலிமைமிக்க மகனை,
வலுவிலோர் வேழமென வடிவிலோர் அழகனென,
ஆற்றலிலோர் சிம்மென அளிப்பீர் ஒருமகனை.

ஒருமகனை வேண்டினே வானவரின் இந்திரன்போல்,
என்னாசை நிறைவேற அளிப்பீர் வரமென்றான்,
உன்னாசை நிறைவேறுமென உரைத்தார் பர்வதர்,
குழந்தை சிறுவயதில் கொலையுறுதல் திண்ணம்.

திண்ணம் உன்மகன் தன்னுயிரை இழப்பது,
வானவர்தம் இந்திரன் வெகுகோபம் கொள்ளுவான்,
உந்தன் மகனை அழிக்கவே முயலுவான்,
சிறுவன் ஆகினும் சிறப்புடையான் இந்திரனென.

இந்திரனென உன்மகன் இருப்பான் இவ்வுலகில்,
தேவந்திரனான இந்திரன் தாக்காதவிதம் காப்பதற்கு,
உன்னளவிலான முயற்சிகளை விடாமல் செய்யென்று,
வேறிடமெனச் செல்ல விழைந்தார் பர்வதர்.

பர்வதர் செல்லுகையில் பார்வேந்தன் ஸ்ரிஞ்சயன்,
மாமுனிவர் நீவிர் மாற்றுவீர் வரத்தை,
என்மைந்தர் நெடுங்காலம் இவ்வுலகில் வாழ்ந்திருக்க,
வழங்குவீர் வரமென்று வேண்டினான் கரங்கூப்பி.

கரங்கூப்பி வேந்தன் கேட்டாலும் பதிலின்றி,
அவ்விடத்தை விட்டு அகன்றார் பர்வதர்,
தேவேந்திரனைக் காப்பதற்குத் தம்முளத்தில்
எண்ணியதால்,
நெடுவாழ்வைத் தரமறுத்தார் நிகரிலாக் குழந்தைக்கு.

குழந்தைக்கு ஆயுள் குறைவென்றுக் கதறியவன்,
ஸ்ரிஞ்சயனுக்கு நான்வந்துச் சொன்னேன் ஆறுதல்,
உன்மகனுக்கு ஆபத்து வந்திடும் காலத்தில்,
எனக்குறித்து நினைப்பாய் அவ்விடத்தில் நானிருப்பேன்.

நானிருப்பேன் உன்னருகில் நானளிப்பேன் பாதுகாவல்,

உன்மைந்தன் இறந்தாலும் வரவழைப்பேன்
உயிர்பெற்றென,
நம்பிக்கையின் வார்த்தைகளை நவின்றேன் வேந்தனுக்கு,
அதன்பின் இருவரும் அங்கிருந்து சென்றுவிட்டோம்.

சென்றுவிட்டோம் நாங்கள் ஸ்ரிஞ்சயனும் சென்றுவிட்டான்,
பிறந்துவிட்டான் ஸ்ரிஞ்சயனுக்குப் பிள்ளை வரத்தின்படி,
சுவர்ணஸ்திவின் பெயரின்படிச் சொர்ணமகன் ஆகினான்,
அகிலத்தின் அனைவரும் அறிந்தனர் அதிசயத்தை.

அதிசயத்தைக் கண்டு அதிர்ந்தான் தேவேந்திரன்,
தன்னிடத்தைப் பிடிக்கத் தக்கவன் சுவர்ணஸ்திவின்,
விருத்திரனை வலனை ஒத்தவனாய் வந்துவிட்டால்,
வேதனை பெரிதாகுமென வாசவன் அஞ்சினான்.

அஞ்சினான் சுவர்ணஸ்திவினின் அதீத பலத்திலே,
கண்காணித்தான் சுவர்ணஸ்திவினைக் கொல்லும்
வழிமுறையை,
அழைத்தான் வஜ்ராயுதத்தை அளித்தான் கட்டளையை,
உரைத்தான் கொல்லவேண்டு வலுமிக்க எதிரியையென.

எதிரியையென இந்திரன் அறிவுறுத்தியது
சுவர்ணஸ்திவினை,
அதுமுதலான கணத்தினின்று இந்திரனது வஜ்ராயுதம்,
பிள்ளையது அழிவுக்கெனப் பின்சென்றது குழந்தையை,
அவன்வளர்ந்து பெரிதானால் அமரர்கோன் அழிவானென.

அழிவானென இந்திரன் அச்சத்தினால் கொதித்து,
வஜ்ரமென இருந்ததான வலுமிகுந்த ஆயுதத்தை,
குழந்தையென எண்ணாமல் கொல்லென ஏவினான்,
விலக்கமென இல்லாமல் வஜ்ரம் பின்தொடர்ந்தது.

பின்தொடர்ந்தது தெரியாமலே பிள்ளை வளர்ந்தான்,
இந்திரனது பலத்துடன் இருந்தான் குழந்தை,
ஸ்ரிஞ்சயனது மனத்திலே சேர்ந்தது மிகமகிழ்வு,
வேட்டையாடுதற்கு வனத்துக்கு வந்தான் ஸ்ரிஞ்சயன்.

ஸ்ரிஞ்சயன் குழந்தைகளுடன் சுற்றத்துடன்
மனைவியருடன்,
சென்றான் வனத்துக்குச் சுற்றினான் மகிழ்வில்,
பகீரதியின் தீரத்தில் பிள்ளை சுவர்ணஸ்திவின்,
தாதியின் துணையுடன் தனியே விளையாடினான்.

விளையாடினான் குழந்தை வயதோ ஐந்தகவை,
குழந்தைதான் என்றாலும் கரியொன்றின் பலத்துடன்,
வலுமிக்கான் ஆகியே வளர்ந்திருந்தான் சுவர்ணஸ்திவின்,
புலியின் வடிவெடுத்துப் பாய்ந்தது வஜ்ராயுதம்.

வஜ்ராயுதம் புலியாக வந்து தாக்கியதும்,
நடுங்கினான் ஸ்ரிஞ்சயன் நொடிவுற்று மாண்டான்,
குழந்தையின் மரணத்தால் கலங்கினாள் தாதிப்பெண்,
கூக்குரலின் ஒலிகேட்டுக் குழுமினர் அனைவரும்.

அனைவரும் கத்தியதால் அங்குவந்தான் ஸ்ரிஞ்சயன்,
குருதியின் வெள்ளத்தில் குழந்தை கிடந்தான்,
சந்திரன் பூமியிலே சாய்ந்தானென அக்குழந்தை,
கிடந்தான் மண்மீதுக் கதறினான் வேந்தன்.

வேந்தன் குழந்தையை வாஞ்சையாய் அணைத்து,
கிடத்தினான் மடிமீதுக் கதறினான் சோகத்தில்,
நாரதரின் சொல்லை நினைந்தான் மனத்திலே,
தியானத்தின் வாயிலாகத் தந்தான் அழைப்பை.

அழைப்பைக் கேட்டு அவ்விடம் வந்தேன்,
குழந்தை இறந்தால் கதறியவன் ஸ்ரிஞ்சயனிடம்,
கதைகளைச் சொன்னேன் கனச்சோகம் தீர்த்திட,
அவற்றை யதுகுலத்தான் உரைத்தானே உனக்கு.

உனக்கு வாசுதேவன் உரைத்த கதைகளை,
ஸ்ரிஞ்சயனுக்கு உரைத்தபின் சக்கரனின் அனுமதியுடன்,
பிள்ளைக்கு உயிரைப் பொருத்தினேன் மீண்டும்,
பெற்றவருக்கு மகிழ்வளிக்கப் பிள்ளை எழுந்தான்.

எழுந்தான் சுவர்ணஸ்திவின் அடைந்தான் நெடுவாழ்வை,
ஆண்டான் தேசத்தை ஆயிரத்து நூறாண்டுகள்,
வணங்கினான் தேவர்களை வழங்கினான் ஆகுதீகளை,
பித்ருக்களின் ஆசிகளும் பெற்றான் சுவர்ணஸ்திவின்.

சுவர்ணஸ்திவின் பலபேரைச் சந்ததியாய்
அடைந்தபின்னர்,
அனைத்துயிரின் வழியிலே அவனும் சென்றுவிட்டான்,
நீயுந்தன் மனத்தை நெருப்பென எரிப்பதான,
சோகத்தின் பிடிவிட்டுச் சுகம்பெற்று ஆளுவாய்.

ஆளுவாய் வியாசரும் அச்சுதனும் சொன்னபடி,
பாரமாய் இருக்கும் பாராட்சி உனதானது,
தாங்குவாய் பாரத்தைத் தருமங்கள் பலசெய்வாய்,
வேள்விகளைச் செய்து வெல்லுவாய் சொர்க்கத்தை.

(32)சாந்தி பர்வம், பகுதி 32:
ராஜதர்மானுசாசன பர்வம்

சொர்க்கத்தை வெல்வாயெனச் சொன்னார் நாரதர்,
மறுவார்த்தை பேசாமல் மௌனியானான் யுதிஷ்டிரன்,
வருத்தத்தை மாற்றிடும் வழியின்றிக் கிடந்தவன்,
திருத்தத்தை அடைய த்வைபாயனர் பேசினார்.

பேசினார் வியாசர் பார்வேந்தன் யுதிஷ்டிரனிடம்,
தாமரைமலர் போலத் துலங்கும் கண்ணுடையோய்,
மக்களானவர் நலத்தை மன்னவர் பேணுதலே,
கடமையென்பார் உலகில் கோனாகும் வேந்தனுக்கு.

வேந்தனுக்குக் கடமைதான் வையத்தை ஆளுவது,
கடமைக்குப் பின்னாலெனக் கொள்ளுவார் மற்றதெலாம்,
முன்னோருக்கு உகந்ததான மாண்புடைய நல்வழியில்,
ஆட்சிசெய்து மக்களை அன்புடன் காப்பாற்று.

காப்பாற்று நெக்கெனக் கொடுத்ததான நன்னெறியை,
வேதியர்க்குத் தவமிருத்தல் வேதத்தின் கட்டளையாம்,
தவத்துக்கு ஆட்படுதல் தகாதே கூத்ரியருக்கு,
மற்றவர்க்குக் காவலன் மன்னவன்தான் யுதிஷ்டிரா.

யுதிஷ்டிரா தவறுகள் இழைத்திடும் மாந்தரை,
விழிப்புறக் கண்டறிந்து வழங்குவாய் தண்டனைகள்,
முறையற நடப்பவன் மகனெனினும் பணியாளெனினும்,
தவமுற்ற முனியெனினும் தண்டனை தரவேண்டும்.

தரவேண்டும் தண்டனையைத் தவறிழைக்கும்
அனைவருக்கும்,
கொல்லவேண்டும் வேறேதும் கொடுந்தண்டம்
இல்லாவிடில்,
இந்தவிதம் நடவாதவன் அடைவான் பெரும்பாவம்,
நன்னெறியும் காவாதவன் நெறிகளுக்கு எதிரானவன்.

எதிரானவன் தருமத்துக்கென அரசனையும்
கொள்ளவேண்டும்,
தண்டனையின் செயல்பாட்டைத் தக்கவிதம் நடத்தாவிடில்,
கௌரவரின் செயல்பாட்டால் கேடுகளைச் செய்தனர்,
தருமத்தின் வழிவிட்டுத் தம்போக்கில் நடந்தனர்.

நடந்தனர் தருமத்தை நசிக்கும் கொடுவழியில்,
அழிந்தனர் தருமத்தின் ஆற்றல் தாக்கியதால்,
கூத்ரியர் நெறிப்படிச் சரியாக நடந்தாய்,
பின்னர் உனக்கேன் பெரிதான வருத்தம்?

வருத்தம் வேண்டாம் வேந்தனே உனக்கு,
தவறிழைக்கும் தீயவரை தண்டித்துக் கொல்லுதல்,
வேந்தர்தம் கடமையென விளங்கிக்கொள் யுதிஷ்டிரா,
தரவேண்டும் தானங்களைத் தாங்கவேண்டும்
அரசபதவியை.

அரசபதவியைத் தாங்கி அறநெறியைக் காப்பாற்று,

பெரும்பொறுப்பைத் தாங்குதல் பார்வேந்தன்
கடமையென்று,
தன்கருத்தை உரைத்தார் தவமுனிவர் வியாசர்,
உம்வார்த்தையை நம்பினேனென உரைத்தான்
யுதிஷ்டிரன்.

யுதிஷ்டிரன் உரைத்தான் உங்களின் வாய்வழியே,
உரைத்ததன் கருத்தினை உள்வாங்கி ஏற்றேன்,
தருமத்தின் வழியனைத்தும் தக்கவிதம் அறிந்தவரே,
மண்ணாசையின் பொருட்டு மடியவைத்தேன் பலபேரை.

பலபேரைக் கொன்றப் பாவியானேன் நானென்று,
என்னகத்தைத் துயரம் எரித்துத் தாக்குவதால்,
சமநிலை மனத்தைச் சாருதல் இயலவில்லை,
எனதுநிலை இதுவேயென இயம்பினான் யுதிஷ்டிரன்.

யுதிஷ்டிரன் சொன்னதும் அன்புடன் வியாசர்,
பரதரின் வேந்தனே பகருகிறேன் கருத்தினை,
செயல்களின் செயலாக்கம் செய்தேறி நடப்பதற்கு,
இறைவர்தான் காரணமா இல்லை மனிதனா?

மனைதனா காரணம் மண்ணுலகில் நடப்பதற்கு?
இவ்விருவருமே இல்லாமல் அதன்போக்கில் தாறுமாறாய்,
இயற்கையாய் இருப்பதே இவ்விதம் நடக்கிறதா?
சரிதவறாய் நடப்பவற்றைச் செய்விப்பவர் இறைவரா?

இறைவரா காரணமென எண்ணியே தெளிந்திட,
யுதிஷ்டிரா நான்சொல்லும் எடுத்துக்காட்டை கவனிப்பாய்,
கோடரியால் மரத்தைக் கானகத்தில் சாய்க்கையில்,
பாவங்கள் அண்டுவது பீடிலா மனிதனையே.

மனிதனையே சாரும் மண்ணுலகின் பாவங்கள்,
கொல்லனையே சாராதுக் கோடரியையும் சாராது,
செய்தவனையே சாரும் செய்தவற்றின் பாவங்கள்,
அந்தவிதமே கருவிமட்டும் ஆகினாய் இறைவருக்கு.

இறைவருக்கு ஆட்பட்டு இந்தவிதம் நடந்தாயென,
தெளிவுற்று மனத்தைத் தேற்றிக்கொள் யுதிஷ்டிரா,
மறுப்புற்றுப் பேசியே மாபெரும் சக்தியை,
இருப்பற்றது என்றாலும் எவர்பொருட்டு உன்வருத்தம்?

உன்வருத்தம் வேண்டாம் உத்தமனே யுதிஷ்டிரா,
இறைவரென்று ஒருவர் இல்லையென மறுத்தாலும்,
பாவத்துக்கும் புண்ணியத்துக்கும் பொருந்தும்
விளைவுகளை,
அளிப்பவரும் இல்லாததால் அழுவதேன் உன்செயலுக்கு?

உன்செயலுக்கு நீயேதான் விரும்பினாலும் மாற்றில்லை,
எவ்விதத்து முயன்றாலும் இவ்விதத்து முடிவுகளை,
விளைப்பதற்குக் காலமெனும் விதியே முடிவெடுத்தது,
முன்பிறப்புக் கருமத்தால் மண்ணுலகின் நிகழ்வுகள்.

நிகழ்வுகள் வருவதும் நடப்பதும் முன்பிறப்பாலெனில்,
உன்னிடத்தில் பாவங்கள் ஒன்றுகூட அண்டாதே,
கோடரிகள் செய்தவனா கானகத்தை அழித்தவன்?
அதன்போக்கில் தாறுமாறாய் இயற்கை நிகழ்த்தியதா?

நிகழ்த்தியதா இச்செயலை நானிலத்தின் இயற்கையே?
குழம்பியதா உன்மனம் கோவான யுதிஷ்டிரா?
இவ்விதமாய்க் குழப்பம் அண்டும் வேளையிலே,
நெறிநூலாய் இருப்பவற்றை நன்கு ஆராய்வாய்.

ஆராய்வாய் நெறிகளை அறிவாய்க் கருத்துக்களை,
வேந்தர்களாய் இருப்போர் வைத்திருக்கும் தண்டத்தை,
மேலாய் உயர்த்தி மக்களைக் காக்கவேண்டும்,
இதனைக் கடமையென உரைத்தன வேதங்கள்.

வேதங்கள் கூறும் விவரங்கள் வழியாக,
நிகழ்பவைகள் குறித்து நானும் சிந்தித்தேன்,
சக்கரத்தில் ஆரங்களெனச் சரிதவறுகள் மாறிமாறி,
சுழலுதல் போல்தான் செல்கிறது உலகம்.

உலகம் நடந்திட உகந்தவிதம் அச்சக்கரம்,
மாறும் சூழல்களை மண்ணுலகில் தருகிறது,
அவரவர்தம் செயல்களால் அவரவர்க்கு ஏற்றவிதம்,
நலந்தீதும் அச்சக்கரம் நல்கும் வேந்தனே.

வேந்தனே ஒருதவற்றை விருப்பத்துடன் செய்துவிட்டால்,
அதனையே துவக்கமாக்கி அநேகத் தவறுகள்,
சங்கிலியைப் போலவே செல்லும் நெடிதாக,
தவறானதே செய்யாமல் தருமவழியில் நடப்பாய்.

நடப்பாய் தருமமென நவின்ற நெறிப்படி,
வருத்தமாய் இவ்விதம் வாடாதே வேந்தனே,
ஏச்சுகளாய்ப் பேச்சுகளாய் எவ்வெவற்றை உரைத்தாலும்,
கடமைகளாய் உள்ளவற்றைக் கடைப்பிடிப்பாய் பரதனே.

பரதனே உனக்கெனப் பகரப்படும் வழியிலே,
ஆளவே வேண்டும் அனைத்து உலகையும்,
தன்னையே அழிக்கும் தீமையான வருத்தம்,
உன்னையே வாட்டுவது ஒருபோதும் பொருந்தாது.

பொருந்தாது வருத்தத்தில் பொருமியே கிடப்பது,
தவறென்று செய்ததற்கு தக்கவித நிவர்த்திகள்,
இருக்கிறது வேந்தனே இயம்புகிறேன் உனக்கு,
உயிர்வாழ்ந்து அன்றோ உண்டாக்கலாம் நிவர்த்தி.

நிவர்த்தி செய்திடவும் நீவாழ்தல் தேவையாகும்,
வருத்தி உன்னுயிரை வாட்டி நீயாகவே,
அழித்து வீழ்ந்தால் அதுவே பெரும்பாவம்,
பாவத்தில் விடுபடப் புரிவாய் நிவர்த்திகள்.

நிவர்த்திகள் செய்யாவிடில் நீதான் வருந்தவேண்டும்,
மறுவுலகில் உனக்கு மிகக்கீழ்மை நேரிடும்,
சோகத்தில் இவ்விதம் சும்மா இருக்காதே,
விரைவில் பாவங்களை விலக்கும் நிவர்த்திசெய்.

(33)சாந்தி பர்வம், பகுதி 33:
ராஜதர்மானுசாசன பர்வம்

நிவர்த்திசெய் என்று நவின்றார் வியாசர்,
சந்தேகத்தை எழுப்பினான் சீர்மிக்கான் யுதிஷ்டிரன்,
மகன்களைத் தம்பியரை மாமனாரை குருநாதரை,
பெரியவர்களைத் தாய்மாமனை பாட்டனை அழித்தேன்.

அழித்தேன் பலதேச அரசர்களை அத்துடன்,
மணபந்தம் உடையோரை மாண்பின்றி அழித்தேன்,
நண்பர்களும் மைத்துனரும் நலமிக்க உறவோரும்,
அன்பர்களும் இப்போரில் அழிந்தனர் பாட்டனாரே.

பாட்டனாரே என்மனம் பதைபதைத்துத் துடிக்கிறது,
பலதேசத்திலே இருந்துப் போர்செய்யவே வந்தவர்கள்,
உயிரையே இழந்து வீழ்ந்தனரே மாண்பின்றி,
என்பொருட்டே அனைவரும் அழிந்தனர் மொத்தமாக.

மொத்தமாகப் பேரழிவுக்கு மண்ணாசைதான் காரணம்,
என்னாசையாக இருந்ததற்கே இத்தனை அழிவுகளும்,
வேள்வியாகச் செய்தவரும் வீழ்வாகி மாண்டனர்,
சோமபானச் சுவையறிந்தோர் சாக்காட்டில் அழிந்தனர்.

அழிந்தனர் பலபேர் அழித்தவன் நானொருவன்,
அத்தனைபேர் அழிவினால் ஏற்பட்ட பெரும்பாவம்,
அக்கினிபோல் என்மனதை எரித்து அழிக்கிறது,
இத்தனைபேர் அழிந்ததால் என்மனம் பதைக்கிறது.

பதைக்கிறது என்மனம் பாவையரின் நிலைகண்டு,
தனயனென்றுக் கணவரென்றுத் தமயனென்று
உறவினர்கள்,
வீழ்ந்ததற்குக் காரணமென வைகிறார் பாண்டவரை,
கொலைகாரரென்றுத் தூற்றுகிறார் கண்ணனைப்
பாண்டவரை.

பாண்டவரை வ்ருஷ்ணியரைப் பாவியர்கள் எனக்கூறி,
பெருங்கொடுமை செய்தோமெனப் பகருகிறார் மாதர்கள்,
தமதுநிலை சீர்கெட்டுத் தவிக்கிறார் துயரத்தில்,
சோகத்தைத் தாளாமல் சாய்கிறார் பூமியில்.

பூமியில் வீழ்கின்றப் பாவையர் அனைவரும்,
சோகத்தில் உயிர்நீத்துச் செல்லுவார் எமனிடம்,
பாவத்தில் நானும் பீடிழந்து வாடுகிறேன்,
தருமவழியில் நுண்மைகள் தெரியவில்லை எனக்கு.

எனக்கு தருமத்தில் இருக்கும் நுண்மைகள்,
புரிந்து செயலாற்றப் போதவில்லை அறிவாற்றல்,
அடுத்து மாதர்கள் அவருயிரை விடுத்தால்,
மாதரதுக் கொலைப்பாவம் மன்றுவது எங்களிடம்.

எங்களிடம் முன்னரே ஏராளப் பாவங்கள்,
உறவினர்தம் அழிவினால் உண்டாகிப் பற்றின,
இந்தவிதம் மாதர்களும் இறப்பதால் வரும்பாவம்,
ஒருபோதும் எங்களை விடாமல் துரத்தும்.

துரத்தும் பாவங்கள் தாக்கும் எங்களை,
கொடுநரகம் தன்னில் குப்புற வீழுவோம்,
அவ்விதம் பாவத்தில் அழியாமல் காக்கதான்,
பெருந்தவம் செய்துப் பாவத்தை நீக்குவோம்.

நீக்குவோம் பாவத்தை நெஞ்சத்தின் வாட்டத்தை,
அதுவாகும் தவவழியை ஏற்பதற்குக் காரணம்,
எதுவாகும் சரியென இயம்புவீர் பாட்டனாரே,
பெருங்குழப்பம் வந்துப் பீடித்தது என்மனதை.

என்மனதைத் தாக்கியது அடாத சோகமென,
தன்கருத்தை உரைத்தவன் தருமபுத்திரன் யுதிஷ்டிரனை,
வாஞ்சை மிகக்கொண்டு வியாசர் நோக்கினார்,
நினைவுகொள்வாய் க்ஷத்ரியரின் நெறியையென
விளம்பினார்.

விளம்பினார் வியாசர் வேந்தரின் கூத்ரியநெறி,
மன்னவர் உனக்கான மாண்புடைய வழியாகும்,
மனதிலோர் சோகமும் மன்றுதற்கு விடாதே,
கூத்ரியர் நெறிப்படிதான் செத்தனர் இவ்வீரர்.

இவ்வீரர் அனைவரும் இறந்தது நெறிப்படிதான்,
பெற்றனர் பெரும்புகழைப் புகுந்தனர் பொன்னுலகில்,
பிறந்தவர் இறப்பது புவனத்தில் நடப்பதுதான்,
அழிந்தவர் அனைவரையும் அழித்தது காலமே.

காலமே உங்களைக் கருவியாக்கி அழித்தது,
இவர்களையே கொன்றது இல்லையே உன்செயல்,
பீமனோ அர்ஜுனனோ நகுலனோ சகாதேவனோ,
இச்செயலே செய்யவில்லை எல்லாம் காலச்செயல்.

காலச்செயல் இவ்வழிவுக் கணக்கிட்டது காலந்தான்,
அவரவர்கள் உயிர்மூச்சை எடுத்தது காலமே,
பெற்றவர்கள் உற்றவர்கள் பாட்டனார்கள் பேரன்களென,
உறவினர்கள் எவருமில்லை உரமிக்கக் காலத்துக்கு.

காலத்துக்கு எவரிடமும் கிடையாதுப் பாசமேதும்,
அவ்விதத்து எவரிடமும் அதற்கில்லை வெறுப்பேதும்,
நிகழ்வுகளுக்குச் சாட்சியாய் நிற்கிறது காலமே,
உயிர்களுக்கு முடிவை உண்டாக்குவதும் காலமே.

காலமே இவ்விதம் கொணர்ந்தது பெரும்போரை,
மனிதரையே கருவியாக்கி மனிதரையே அழித்தது,
செய்லவழியே காலம் சக்தியை வெளிப்படுத்தும்,
செயல்களுக்கே காலம் சாட்சியாகிக் கண்டிருக்கும்.

கண்டிருக்குக் நலந்தீதைக் காலமெனும் மகாசக்தி,
கொண்டுவரும் தக்கவிதக் கேடுகளை நலங்களை,
இவையனைத்தும் காலத்தால் ஏற்படும் மாற்றங்கள்,
மனவருத்தம் கொள்ளாதே மன்னவனே தெளிவடைவாய்.

தெளிவடைவாய் யுதிஷ்டிரா தெரிவிக்கிறேன் மேலும்,

இதற்குமுன்னாய் அவரவர்கள் இழைத்த பாவத்துக்குதான்,
தண்டனையாய்க் காலம் திரும்பியது அவர்கள்மேல்,
வீழ்வுதனைக் கொணர்ந்தவர் வெறிகொண்ட மனிதரே.

மனிதரே தம்மழிவை மாண்பின்றிக் கொணர்ந்தனர்,
அவரவரே செய்ததற்கு அதற்கேற்ற பலனாக,
தண்டனை அளித்துத் தாக்கியது காலந்தான்,
நெறிகளை மீறாத நல்லவன் நீதானே.

நீதானே இறைவரின் நல்லுளத்தை நடத்தியவன்,
கருவிதானே நீயெனக் கருதுவாய் உன்மனத்தில்,
ஆயுதமே ஆகினாய் ஆண்டவனே போர்வீரன்,
உன்செயலையே நடத்தியது வலுமிக்கக் காலந்தான்.

காலந்தான் சதுரங்கக் காய்களென மாந்தரை,
தனக்குதான் ஏற்றவிதம் தன்போக்கில் நகர்த்திவிடும்,
எவ்விதந்தான் செயல்கள் ஏற்பட்டு நடந்தாலும்,
கருவிதான் மாந்தர்கள் காலந்தான் காரணம்.

காரணம் ஏதெனக் கூறிடும் விதமின்றி,
காலத்தின் போக்கில்தான் குழந்தைகள் பிறத்தலும்,
இறப்பின் காரணமாய் இருப்பதும் காலந்தான்,
அதற்கேன் சுகதுக்கம் உந்தன் மனத்திலே?

மனத்திலே நீகொண்ட மாத்துயரம் வெறுங்கனவே,
இதனையே நம்பாவிடில் ஏதேனும் சாந்திசெய்,
நிவர்த்தியே அளித்திட நடத்துவாய் கிரியைகளை,
உன்பாவமே அழிந்ததென உன்னுளமே நம்புதற்கு.

நம்புதற்கு உகந்ததை நானுக்கு உரைக்கிறேன்,
அசுரருக்கு தேவர்கள் அகவையில் இளையவர்கள்,
அரசாட்சிக்கு மனத்தில் ஆசைகள் வளர்ந்ததால்,
சகோதரருக்கு நடுவிலே சண்டை நிகழ்ந்தது.

நிகழ்ந்தது பெரும்போர் நெடுங்காலம் இவ்வுலகில்,
இரண்டுலட்சத்து முப்பதாயிரம் ஆண்டுகள் போரிட்டு,

தைத்தியரதுப் படைகளை தேவர்கள் அழித்தனர்,
வெற்றிபெற்று தேவர்கள் உலகத்தை ஆண்டனர்.

ஆண்டனர் தேவர்கள் அகிலத்தைத் தமதாக்கி,
பிராமணர் பலபேர் போரிட்டனர் அக்களத்தில்,
ஏந்தினர் ஆயுதத்தை எண்பத்தெட்டாயிரம் வேதியர்கள்,
தந்தனர் ஆதரவை தைத்தியரின் படைக்கு.

படைக்கு ஆட்களாய்ப் போர்க்களம் வந்தவராம்,
வேதியர்க்குப் பெயரை வழங்கினர் சாலவ்ரிகரென,
பிரமாணரென்று தேவர்கள் பரிதாபம் பார்க்கவில்லை,
கொலைசெய்து அழித்தனர் காரணம் எதிரியாகினர்.

எதிரியாகினர் வேதியரெனில் ஆயுதமும் ஏந்தினரெனில்,
அழிப்பதோர் கடமைதான் அத்தகைய வேதியரை,
தீயவர் கூட்டத்தின் துணைவர் ஆகியதால்,
தூயவர் சிலரையும் தாக்குதல் சரிதான்.

சரிதான் குடும்பத்துக்கெனச் சாகடித்தல் ஒருவரை,
முறைதான் நாட்டுக்கென மாளுதல் ஒருகுடும்பம்,
அவ்விதந்தான் செய்வதால் அண்டாது பாவமேதும்,
தவறுதான் சிலநேரம் தெரியும் நலம்போல.

நலம்ப்போலத் தீமையும் நம்மை ஏமாற்றும்,
தீமைபோல நல்லதும் தெரியும் சிலநேரம்,
குழப்பிமிலா ஞானியர் கருத்தாழம் கொண்டவர்,
நலங்களைத் தீமைகளை நன்கு பகுத்தறிவார்.

பகுத்தறிவார் கூர்மையான புத்திகொண்ட நல்லவர்,
நெறியாளர் நீயுந்தான் நன்கறிவாய் தருமத்தை,
தேவரானவர் நடக்கத் தகுதியான நல்வழியில்,
நடந்தவர் நீவிர்தான் நலமிக்கப் பாண்டவர்காள்.

பாண்டவர்காள் நீவிர் போகமாட்டீர் நரகத்துக்கு,
பரதர்கள் குலத்தோனே பெருமைகள் உடையவனே,

சகோதரர்கள் சகாக்களுடன் செல்லுவீர்கள்
சொர்க்கத்துக்கு,
நீங்கள் புண்ணியத்தில் நிலைபெற்ற நல்லவர்கள்

நல்லவர்கள் வழியிலே நிற்கும் வேந்தனே,
தீயவர்கள் எப்போதும் தீமையே செய்வார்,
வருத்தங்கள் அடைந்திடார் விளைத்த தீங்குக்கு,
பாவத்துக்குமேல் பாவத்தைப் பெருக்குவாய் தீயவர்.

தீயவர் பாவத்தைத் தொலைத்தல் இயலாது,
உயர்ந்தவர் குடியிலே வந்தவனே யுதிஷ்டிரா,
உன்னிடத்தில் எப்போதும் ஒருகுறையும் இருந்ததில்லை,
பாவத்தில் சிக்கமாட்டாய் புண்ணியவான் நீயாவாய்.

நீயாவாய் நிகழ்ந்ததற்கு நெஞ்சம் பதறுபவன்,
விருப்பமாய் இப்போரை விளைக்கவில்லை நீதான்,
தயக்கமாய்ப் பலவிதம் தவிர்க்கவே முயன்றாய்,
வெற்றியை அடைந்தாலும் வருந்துகிறாய் வீழ்ந்தோருக்கு.

வீழ்ந்தோருக்குக் கருணை வைத்திருக்கும் யுதிஷ்டிரா,
பாவத்துக்கு நிவர்த்தியாகப் புரிவாய் அஸ்வமேதிகம்,
உனக்கு அதனால் உண்டாகும் மனவமைதி,
ஏற்பாடு செய்யவேண்டும் எழுந்திரு செயலாற்று.

செயலாற்று இந்திரன் செய்தவிதம் வேள்விசெய்து,
மருத்துக்களது துணைகொண்டு மகேந்திரன்
வென்றபின்னர்,
பாவத்து நிவர்த்திக்கெனப் புரிந்தான் நூறுவேள்வி,
சதக்ரது எனும்பெயர் சார்ந்தது இந்திரனை.

இந்திரனைப் போலவே இவ்வுலகை ஆட்சிசெய்,
வேள்விகளைச் செய்து விலக்குவாய்ப் பாவங்களை,
சொர்க்கலோகத்தை இந்திரனும் சார்ந்தது
வேள்வியால்தான்,
மருத்துக்களைத் துணையாக்கி மாண்புடன் ஆளுகிறான்.

ஆளுகிறான் இந்திரன் அழகுமிக்கான் ஒளிமிக்கான்,
சசியின் கணவன் சுகிக்கிறான் அப்ஸரஸ்களுடன்,
ரிஷிகளும் தேவர்களும் இவனைதான் வணங்குகிறார்,
அந்தவிதம் நீயும் ஆளவேண்டும் அகிலத்தை.

அகிலத்தை வென்றாய் அதிதீரா யுதிஷ்டிரா,
உன்னாற்றலைக் கொண்டு வென்றுவிட்டாய் எதிரிகளை,
நட்புறவைத் துணையாக்கி நாடாளச் செல்லுவாய்,
வேண்டியவரைப் பதவிகள் வழங்கியே கெளரவிப்பாய்.

கெளரவிப்பாய் அனைவரையும் கனிவுமிக்காய்
யுதிஷ்டிரா,
கருவடிவாய் வயிற்றிலே கிடக்கும் குழந்தைக்கும்,
அன்புடையனாய் இருந்து அனைவரையும் காப்பாய்,
மக்களாய் இருப்போரை மகிழ்விப்பாய் வேந்தனே.

வேந்தனே மைந்தன் வீழ்ந்தானென வருந்துவோரின்,
மகள்களையே பதவிகளில் மேலான இடங்களில்,
அமர்த்தவே செய்து அளிப்பாய் ஆறுதலை,
பதவியாலே சுகத்தாலே பெண்கள் மகிழுவார்.

மகிழுவார் மாதர்களும் மன்னவனின் ஆதரவால்,
இறந்தவர் குறித்து இருக்கும் துயர்நீங்கி,
வாழுவார் மாண்புடன் வளத்துடன் மகிழ்வுடன்,
மக்களானவர் மகிழ்வுதான் மன்னவரின் மகிழ்வு.

மகிழ்வு பொங்கவே மன்னவன் நீதான்,
செய்வது வேண்டும் சிறப்புமிக்க அஸ்வமேதிகம்,
இந்திரனது வேள்விபோல் இப்போது வேள்விசெய்,
இறந்தவருக்கு வருத்தம் அகலவேண்டும் உனைவிட்டு.

உனைவிட்டுச் சோகத்தை விரட்டிவிடு வேந்தனே,
க்ஷத்ரியரது நெறிப்படிதான் சாக்காட்டில் விழுந்தனர்,
அன்னவரது இறப்புக்கு உன்னகத்தில் வருந்தாதே,
அவர்களது மனக்குழப்பம் அவர்களை அழித்தது.

அழித்தது அவர்களின் அறிவீனமாம் தீயசிந்தை,
அவ்விதத்துச் சிந்தைகளை ஏற்படுத்தியது இறைவர்தான்,
நெறியது தவறாமல் நடந்தனர் கூத்ரியர்கள்,
அதுகுறித்து வருந்தாதே அடுத்தசெயல் துவக்கு.

துவக்கு உனக்கெனத் தந்ததான கடமைகளை,
தவறற்று க்ஷற்றியனாய்த் தக்கவிதம் செயலாற்றினாய்,
எதிப்புக்கு முள்ளென எவருமே இல்லாதவிதம்,
உலகத்து ஆட்சி வந்தது உன்னிடம்.

உன்னிடம் வந்தது உலகத்தின் அரசாட்சி,
கடமையாகும் உலகத்தைக் காத்து நலம்புரிதல்,
அரசாளும் கடமையை அறவழியில் நடத்தினால்,
சொர்க்கத்திலும் உனக்குச் சிறப்பான இடமுண்டு.

(34)சாந்தி பர்வம், பகுதி 34: ராஜதர்மானுசாசன பர்வம்

இடமுண்டு சொர்க்கத்திலென இயம்பினார் வியாசர்,
பாவமென்று இருப்பவற்றைப் பகருவீரவேண்டும் எனக்கென்று,
கரங்குவித்து யுதிஷ்டிரன் கேட்டான் வியாசரிடம்,
எப்பாவத்துக்கு நிவர்த்தி எவ்விதம் செய்வதென.

செய்வதென நிவர்த்திகள் செய்விதத்துடன் உரைப்பீர்,
பாவமென நிவர்த்தியெனப் புரிந்துகொள்ள உதவுவீரென,
வேந்தனான யுதிஷ்டிரன் வேண்டினான் வியாசரிடம்,
அன்பான மாமுனிவர் அளித்தார் விவரத்தை.

விவரத்தை அளிக்கிறேன் வேந்தனே யுதிஷ்டிரா,
எவற்றைச் செய்யாததால் ஏற்படும் பாவமென்றும்,
எச்செயலைச் செய்வதால் அண்டும் பாவமென்றும்,
ஏமாற்றுதலைச் செய்வதால் என்னபாவம் நேருமென்றும்.

நேருமென்றும் உரைக்கிறேன் நெறிவழியில் நிவர்த்திகள்,
பாவம்செய்தும் அதன்பின்னர் புத்தியில் வருத்தமுற்று,
முழுமனம் கொண்டு மாண்புடன் நிவர்த்திசெய்து,
என்னவிதம் பாவத்தை அகற்றலென்றும் உரைக்கிறேன்.

உரைக்கிறேன் வேந்தனே ஒருவரின் பிரமசரியத்தில்,
விரதமே கொண்டிருந்தால் வானத்திலே சூரியன்,
எழுந்தபின்னே துயிலெழுதல் ஆகுமே பாவமாக,
அந்தியிலே சூரியன் அடங்குமுன்னே உறங்குதலும்.

உறங்குதலும் கூடாது ஆதித்தன் மறையுமுன்னர்,
நகமும் சொத்தையானவன் நலமிலாப் பாவியாவான்,
பல்லும் கருத்தவன் பெரும்பாவம் செய்தவன்,
அண்ணனுக்குமுன் மணந்தவன் அடாத பெரும்பாவி.

பெரும்பாவி ஆகிறான் பிராமணரைக் கொன்றவன்,
மற்றவரைப் புறங்கூறும் மாண்பிலான் பாவியாவான்,
மூத்தவளை மணவாமல் இளையவளை மணப்பவனும்,
இளையவளை மணந்தபின்னர் மூத்தவளை மணப்பவனும்.

மணப்பவனும் பெண்முறையை மாற்றுதல் பாவமாகும்,
மூத்தவரும் இளையவரும் மணத்துக்கு இருக்கையில்,
இளையவளை மணப்பவனும் இளையவளை
மணந்தபின்னர்,
மூத்தவளை மணப்பவனும் மாண்பிலாப் பாவியாவான்.

பாவியாவான் தான்கொண்டப் பெருவிரதம் காவாதவன்,
இருபிறப்புதான் உடையவருக்கு இறப்புதான்
உண்டாக்கினால்,
அத்தகையோன் பாவத்தை அடைந்தவன் ஆகிறான்,
கற்பிப்பிக்கவும் மாணாக்கனைக் காணவேண்டும்
தக்கானென.

தக்கானென இல்லாதவன் தனக்கு மாணாக்கனென,
நல்லதான வேதநெறியை நவிலுதல் பாவமாகும்,
தக்கானென மாணாக்கன் தகுந்தவனாய் இருக்கையில்,

தராதவனன குருவையும் தாக்கும் பெரும்பாவம்.

பெரும்பாவம் பலமாதரைப் புணர்ந்து களித்தல்,
இறைச்சிவணிகம் செய்வதும் அக்கினியும் காவாமையும்,
கற்றதை நல்லவிதம் கையாண்டு காவாமல்,
வேதத்தையும் விற்பதும் வெகுபாவம் அளிக்கும்.

அளிக்கும் பாவத்தை ஒருவரின் குருவாகி,
கற்பிக்கும் நல்லவரைக் கொல்லும் மாபாதகம்,
மாதரையும் கொல்லுதல் மாபெரும் பாவமாகும்,
விலங்குகளைக் காரணமின்றி வேட்டையாடல் பாவமாகும்.

பாவமாகும் விலங்குகளைப் பொழுதுபோக்காய்க்
கொல்லுதல்,
வாழுமிடம் ஒன்றுக்கு வெந்தணல் நெருப்பிடுதல்,
பெரும்பாவம் ஆகும் பகெளதிகிரேன் மேலும்,
ஏமாற்றுவதும் வழியிலே வாழுவதும் பாவம்.

பாவம் குருவிடம் பகைமை பாராட்டுதல்,
ஒப்பந்தம் செய்தபின் உடைப்பதும் பெரும்பாவம்,
இவையாவும் பாவங்கள் இயற்றவேண்டும் நிவர்த்திகளை,
தகாததாம் செயல்களைத் தருகிறேன் பட்டியலாய்.

பட்டியலாய்க் கூறுபவைப் பாருலகோர் தடுப்பவை,
வேதங்களாய் இருப்பவையும் விளம்பும் தவறுகளென,
இவைகளைத் தவிர்த்தலே ஒருவருக்கு நலந்தரும்,
கவனத்தைத் திரட்டிக் கேட்பாய்ப் பட்டியலை.

பட்டியலை உரைக்கிறேன் பிறந்ததானக் குடும்பத்தை,
சுற்றத்தை உதறுதல் சீர்லாத் தவறாகும்,
மற்றவரைப் போலவே மாறியே மாற்றாரின்,
வாழ்வுமுறைப் பின்பற்றுதல் வெகுபாவம் ஒருவருக்கு.

ஒருவருக்கு வேள்விசெய்ய ஒருதகுதியும் இல்லாமலும்,
அவரது வேள்வியெலே அகப்படும் பொருளுக்கென,
வேள்விசெய்து வைத்தல் வெகுத்தவறு ஆகும்,

தகாததென்று இருப்பதைத் தானுண்ணுதல் தவறாகும்.

தவறாகும் பாதுகாப்புத் தரவேண்டினால் மறுப்பது,
பணியாளர்தம் வாழ்வுக்குப் பாங்குடன் உதவாமை,
உப்புவிற்றுப் பிழைப்பதும் விலங்குகளை அழித்தலும்,
பறவைகளைக் கொல்லுவதும் புரிதல் தவறாகும்.

தவறாகும் மனைவியுடன் தகுந்தவிதம் உறவுறாமை,
உறவுவேண்டும் என்று உருக்கமுடன் தான்வேண்டும்,
மாதரொடு புணராமை மாபெரும் தவறாகும்,
ஆவினத்துக்குப் புல்லை அளிக்காமை தவறாகும்.

தவறாகும் வேதியர்க்கு தக்ஷிணை அளிக்காமை,
வேதமோதும் ஒருவருக்கு உளத்துயரம் அளிப்பதாக,
பலவிதம் பரிகசித்தல் பெருத்த தவறாகும்,
இவையாவும் தவறுகளென அறிவித்தனர் நெறியாளர்.

நெறியாளர் தவறென்று நவிலுபவை மேலுமுண்டு,
தந்தையார் வருந்தவே தனயன் பேசுவதும்,
குருநாதர் மனைவியைக் குலவிப் புணருவதும்,
கணவர்மனைவி உறவினால் குழந்தைகள் பெறாமையும்.

பெறாமையும் தவறுதான் பிள்ளைகள மனைவிமூலம்,
இதுவரையிலும் பாவங்கள் அதுபோலவே தவறுகளென,
நிவர்த்திகள் செய்யவேண்டும் நீசங்களை உரைத்தேன்,
இனிமேல் பாவங்கள் இலாச்செயல்கள் பகருவேன்.

(35)சாந்தி பர்வம், பகுதி 34:
ராஜதர்மானுசாசன பர்வம்

பகருவேன் எச்செயலால் பாவமேதும் அண்டாதென,
பிராமணன் உனக்கெதிராய்ப் போர்செய்யும் நோக்கத்தில்,
ஆயுதத்துடன் வந்தால் அவனைக் கொல்லுவதால்,

வேதந்தான் அறிந்தானையும் வீழ்த்தலாம் போர்செய்து.

போர்செய்து உன்னைப் பிணமாக்கும் நோக்கத்துடன்,
தாக்குவது பிராமணனெனத் தயங்குவது கூடாது,
கொலைசெய்து அழித்தாலும் கேடொன்றும் உனக்கில்லை,
அக்கொலைக்கு பிரமஹத்தி அண்டாது உன்னை.

உன்னை பிரமஹத்தி அண்டாது ஏனெனில்,
இதனை விளக்க இருக்கிறது வேதமந்திரம்,
நல்லவை என்று நான்மறைகள் தொகுப்பாக,
உரைத்ததை உனக்கு உரைக்கிறேன் நானும்.

நானும் உரைப்பதை நிதானத்துடன் கேளாய்,
கொல்லும் ஆயுதத்துடன் கொடூர குணத்துடன்,
வெல்லும் நோக்கத்துடன் வருபவன் பிராமணனெனினும்,
கொல்லவேண்டும் அன்னவனைக் கிடையாது
தோஷமேதும்.

தோஷமேதும் தாக்காதுத் தீயவரைக் கொல்லுவதால்,
நால்வேதம் கற்றவனும் நமையழிக்க வந்தானெனில்,
கொல்லுவதும் வேதியனின் கோபந்தான் ஆதலால்,
பிரமஹத்தியாம் தோஷம் பற்றாது உன்னை.

உன்னை நலம்பெற ஒளடதமென மருத்துவர்,
மதுவை அளித்தாலும் மறுப்பின்றிப் பருகலாம்,
தெரியாதவகை பானத்தில் துளியளவு மதுபானம்,
கலந்ததை அறியாதவர் குடித்தவரெனப் பாவமுறார்.

பாவமுறார் ஆகினும் பருகியவர் அதற்குப்பின்,
பாவமற்றார் ஆகிடப் புரியவேண்டும் புண்ணியசுத்தி,
தகாதவகை உணவேதும் தானறியாது உண்டுவிட்டால்,
சுத்திகரிப்பைச் செய்யவேண்டும் சொல்லுகிறேன் மேலும்.

மேலும் உரைக்கிறேன் மாணாக்கன் ஒருவன்,
குருவின் உத்தரவால் குருபத்தினையைப் புணர்ந்தால்,
அதிலேதும் குற்றம் அண்டாது மாணவனை,

உத்தலாகராம் மாமுனிவர் பெற்றமகன் இவ்விதந்தான்.

இவ்விதந்தான் ஸ்வேதகேதுவை ஈன்றெடுத்தார்
உத்தலாகர்,
குருவுக்குதான் கடுஞ்சூழல் கேடாக வரும்போது,
உதவிக்குதான் தேவையென ஒருவன் திருடினானுலும்,
தனக்கெனதான் செய்யதவரைத் திருட்டிலும்
தோஷமில்லை.

தோஷமில்லைத் தனக்கொரு துளியளவும் ஆசையின்றி,
பிறர்நலத்தைக் காக்கவே பீடின்றித் திருடினாலும்,
தன்சுகத்தை முன்வைத்துத் திருடுபவன் கயவனாவான்,
பிராமணரைத் தவிர்த்துப் பிறர்பொருளைத் திருடலாம்.

திருடலாம் என்பதற்குத் தரப்படும் அனுமதி,
இடர்களாம் சூழலில் ஒருமுறைக்கு மட்டுந்தான்,
திருடுபவன் அப்பொருளைத் தனக்கெனக் கொள்ளாவிடில்,
பாவமேதும் அண்டாதுப் பொருளைத் திருடியதால்.

திருடியதால் பாவமில்லைத் தனக்கெனப்
பயன்படுத்தாவிடில்,
ஆபத்தால் தன்னுயிரையோ அடுத்தவரின் உயிரையோ,
காக்குங்கால் பொய்யைக் கூறுவதில் தவறில்லை,
பொய்யுரைத்தல் குருவுக்கெனில் பாவமேதும் கிடையாது.

கிடையாது பாவமேதும் கூறும் பொய்யிலும்,
மாதரது மனத்தை மகிழ்வித்தல் பொருட்டாகவும்,
திருமணத்துப் பேச்சை திடப்படுத்தும் பொருட்டாகவும்,
பொய்யேது உரைத்தாலும் பாவமேதும் தீண்டாது.

தீண்டாது பாவங்கள் தன்னுடையக் கனவிலே,
பிறரோடு புணர்ந்து உயிர்நீரை உகுத்தாலும்,
அதற்கென்று நிவர்த்தியாய் ஹோமத்தில் நெய்விட்டு,
அக்கினியிடத்து வேண்டுவதால் அகற்றலாம் தோஷத்தை.

தோஷத்தை அடைவதில்லைத் தமையனார் இறந்ததாலோ,

சந்நியாசத்தை அடைந்ததாலோ சென்றே விலகியதாலோ,
அவரைக் கருதாமல் இளையவர் மணக்கலாம்,
விருப்பமாய் அழைக்கும் வஞ்சியரைப் புணரலாம்.

புணரலாம் மாதர் பாசத்துடன் அழைத்தால்,
வேள்வியாம் கிரியையன்றி வேறெந்த விதத்திலும்,
விலங்கினம் எதனையும் வதைத்தலும் கொல்லுதலும்,
பெரும்பாவம் இதனையே பிரமர் நிர்ணயித்தார்.

நிர்ணயித்தார் பிரமர் நானிலத்தில் வேள்வியிலே,
ஆகுதியிட்டார் விலங்கையெனில் அதிலேதும் தவறில்லை,
மனிதரென்பார் விலங்கினத்தை மாண்புடன்
கவனித்தலால்,
பாவமிலார் அவற்றைப் படைப்பது இறைவருக்கெனில்.

இறைவருக்கெனில் விலங்கினை அளிக்கலாம் ஆகுதியாக,
தகுதிகள் இல்லாரெனத் தெரியாது செய்துவிட்ட,
தானத்தால் தோஷமேதும் தாக்காது தந்தவரை,
கவனக்குறைவால் தக்கவரை கவனியாமைப்
பாவமில்லை.

பாவமில்லை ஒருவரைப் பாராது கவனியாது,
தகுதிகளைப் பெற்றவர்க்கு தானத்தை அளிக்கததால்,
நன்னடத்தை இல்லாத நாரியை விலக்குவதால்,
பாவத்தை அடைந்திடார் பதியானக் கணவன்.

கணவன் நடத்தையில் குறைவுற்ற மனைவியை,
விலக்கிதான் வைத்தாலும் வாரத்து பாவமேதும்,
சோமத்தின் பயனறிந்தோர் சோமத்தை விற்றாலும்,
பாவத்தின் சுவடுகள் படாது அவர்மீது.

அவர்மீதுப் பாவங்கள் அண்டாது எப்போதெனில்,
வேலைசெய்துப் பிழைப்பவர் வேலைக்கானத் தகுதியை,
இழந்ததுக் காரணமென அவரை நிறுத்தினால்,
பாவமேதும் முதலாளியை பாதிக்காது வேந்தனே.

வேந்தனே உனக்கு விளம்பினேன் பாவமற்றதை,
பாவங்களே செய்துவிட்டால் பாங்குடன் நிவர்த்திசெய்ய,
என்னவிதமே சுத்திகரிப்பென இயம்புவேன் இனிமேல்,
வெகுகவனமே கொண்டு உள்வாங்குவாய்க் கருத்தை.

(36)சாந்தி பர்வம், பகுதி 36:
ராஜதர்மானுசாசன பர்வம்

கருத்தை உரைக்கிறேன் கேளாய் என்றபடி,
பாவத்தை நிவர்த்திகளைப் பகர்ந்தார் வியாசர்,
தவத்தை வேள்விகளை தானங்களை வழியாக்கி,
பாவங்களைக் கழுவலாம் பாருகில மாந்தர்.

மாந்தர் ஒருநாளில் மதியம் ஒருவேளைமட்டும்,
உண்பவர் ஆகியே உஞ்சத்தில் வாழ்ந்திருந்து,
உதவிக்கோர் பணியாளரும் வைக்காமல் வாழ்ந்திருந்து,
ஒருகரத்திலோர் கபாலத்துடன் வரவேண்டும் உஞ்சம்பெற.

உஞ்சம்பெற வருகையில் ஒருகையில் கட்வங்கம்,
ஏந்திவர வேண்டும் இருக்கவேண்டும் பிரமசாரியாய்,
உழைத்திட வேகத்துடன் உள்ளத்தில் கோபமற்று,
கிடந்திட வேண்டும் கட்டாந்தரையில் உறங்குதற்கு.

உறங்குதற்குப் படுக்கவேண்டும் வெறுந்தரையில்
கால்நீட்டி,
தவறிழைத்துத் தாம்செயதத் தீமையை அனைவருக்கும்,
வெளிப்படுத்தி இவ்விதம் வாழவேண்டும் பனிரண்டாண்டு,
பிரமஹத்தி தோஷத்தைப் போக்கலாம் இவ்விதம்.

இவ்விதம் இல்லாமல் ஆயுதம் ஏந்துவோரை,
தன்னிடம் அழைத்துத் தாக்கிக் கொல்லென்று,
செய்யலாம் நிவர்த்தி செய்வது இயலாதெனில்,
குதிக்கலாம் தீயில் கீழாகத் தலைதொங்க.

தலைதொங்கக் குதித்துத் தீயில் வீழலாம்,
நடையாக நூறுகாதம் நால்வேதம் ஓதியபடி,
கடப்பதாகச் செய்யலாம் கடிதான நிவர்த்தியை,
முழுதாகத் தன்பொருளை மற்றவர்க்கு ஈயலாம்.

ஈயலாம் பொருளையெலாம் வேதமெலாம் அறிந்தவர்க்கு,
வாழதான் வகைதந்து வெகுபொருளை வழங்கலாம்,
நன்குதான் பொருள்நிறைத்து நல்கலாம் ஒருவீட்டை,
காக்கலாம் வேதியரைப் காக்கலாம் பசுகன்றை.

பசுகன்றைக் காத்தாலும் பாவங்கள் அகன்றுவிடும்,
இந்தவகை நிவர்த்திகளை இயற்றினால் ஒருவருக்கு,
பிராமணரைக் கொன்றதான பிரமஹத்தி தோஷமும்,
விலக்கமாய்ச் செல்லும் வாய்க்கும் நன்னலம்.

நன்னலம் கிடைக்க நிதமும் சிறிதுணவை,
உண்ணலாம் ஆறாண்டுகள் அகற்றலாம் பிரமஹத்தியை,
அதற்குமேலும் உணவை அடக்கினால் மூன்றாண்டில்,
கிடைத்துவிடும் நிவர்த்தி அகன்றுவிடும் பிரமஹத்தி.

பிரமஹத்தி நீங்கவே பிரயத்தனம் செய்பவர்,
ஓருணவை உண்டு ஒருமாதம் கழித்தால்,
நிவர்த்தி கிடைத்திடும் நிச்சயமாய் ஓராண்டில்,
பட்டினி கிடந்தால் பலனுண்டு சிலநாட்களில்.

சிலநாட்களில் பட்டினியாய்ச் சாப்பாட்டை விடுத்தால்,
பிரமஹத்தியால் உண்டானப் பெரும்பாவம் நீங்கிவிடும்,
அஸ்வமேதிகத்தில் இறுதியாக அளிக்கும் குளியலால்,
தோஷங்களில் தப்பலாம் தாக்காது பிரமஹத்தி.

பிரமஹத்தி தாக்காது புரவிவேள்வி செய்தவரையென,
அறிவுறுத்திச் சொல்லுவது அருமறைகள் கருத்தாகும்,
பிராமணரைக் காக்கவெனப் போர்செய்து மாண்டாலும்,
பிரமஹத்தி தாக்காமல் புண்ணியத்தைச் சேர்க்கலாம்.

சேர்க்கலாம் புண்ணியத்தைச் சிதைக்கலாம்
பிரமஹத்தியை,
வேதியர்க்கெலாம் ஒருலட்சம் பசுகன்றுதான் தானமீந்து,
துடைக்கலாம் பிரமஹத்தி தோஷமெனும் பாவத்தை,
வேறுபாவம் இருந்தாலும் ஓடிவிடும் அங்கிருந்து.

அங்கிருந்து தோஷங்கள் அனைத்தும் அகன்றுவிட,
கபிலமென்ற பசுக்கள் கணக்கில் இருபத்தைந்தாயிரம்,
கன்றீந்த நிலையிலே கொடுக்கவேண்டும் தானமாக,
இறந்துவீழ இருக்கையில் ஆயிரம்பசு கொடுக்கலாம்.

கொடுக்கல்காம் நூறுகுதிரை காம்போஜத்து வகையிலே,
வேதியராம் தவத்தோர்க்கு வழங்கிடும் இப்பொருளால்,
பாவம் அனைத்தும் பறந்தோடி மறைந்துவிடும்,
ஒருவர்வேண்டும் பொருளை வழங்குவதும் நிவர்த்திதான்.

நிவர்த்திதான் கொடுத்ததை நவிலாமல் காப்பது,
மதுவைதான் குடித்தவன் மனந்திருந்தி வெந்நீரை,
அருந்திதான் முடித்தால் அதுவாகும் நிவர்த்தி,
மலையுச்சிதான் அடைந்து மண்வீழ்ந்தால் நிவர்த்தியாகும்.

நிவர்த்தியாகும் அனைத்துவித நீசமானப் பாவங்களும்,
நெருப்பாகும் அக்கினியில் நுழைந்து வெளிவந்தால்,
நில்லாதுதான் எப்போதும் நடந்து திரிவதாக,
தேசாந்திரம் சென்றாலும் தீரும் பாவங்கள்.

பாவங்கள் புரிந்த பிராமணன் ஒருவன்,
மதுவகைகள் அருந்தி மிகவும் கேடனாகினும்,
வழிமுறைகள் வ்ருஹஸ்பதி வகுத்தபடி வேள்விசெய்தால்,
பாவங்கள் அகன்றுப் பிறக்கும் நல்வழிகள்.

நல்வழிகள் கிடைத்து நுழைவான் பிரலோகத்தில்,
இவ்விதத்தில் பகர்ந்தவர் ஈடிலா பிரமதேவர்,
மதுவகைகள் குடித்தவன் மனந்திருந்தி அடக்கமாகி,
பயிர்நிலங்கள் தானமீந்தால் போய்விடும் பாவங்கள்.

பாவங்கள் அனைத்திலும் பெரும்பாவம் ஆனதாக,
குருபத்தினியிடத்தில் புணர்ந்தக் கீழான மனிதன்,
காய்ச்சுதல் செய்த கனமான இரும்பில்,
பிறப்புறுகள் வெட்டியபின் படுக்கவேண்டும் பரிகாரமாக.

பரிகாரமாக அதற்குப்பின் புகவேண்டும் அடவிக்குள்,
கண்களாக இருப்பவற்றைக் கீழாக நோக்காமல்,
ஆகாயமாக மேல்வைத்து அன்னவர்கள் நடக்கவேண்டும்,
உடலாக இருப்பதை உகுப்பதும் நிவர்த்திதான்.

நிவர்த்திதான் மாதருக்கு நேரிடும் ஓராண்டில்,
எவ்விதந்தான் பாவங்கள் என்னென்ன செய்திருந்தும்,
ஓராண்டுதான் முறைப்படி வாழ்ந்திருந்தால் போதும்,
பாவமனைத்தும் மாதரைப் பற்றாமல் விலகிவிடும்.

விலகிவிடும் பாவமெனலாம் வெகுச்சிறந்த விரதத்தால்,
பொருளனைத்து கொடுத்துவிட்டால் போய்விடும்
பாவங்கள்,
குருநிமித்தம் போர்செய்துக் காலனிடம் சென்றாலும்,
பாவமனைத்தும் விலகிவிடும் பிறக்கும் நல்வழிகள்.

நல்வழிகள் கிடைத்திட நினைப்பவன் ஒருவேளை,
குருவிடத்தில் எதிர்ப்பாகக் காரியங்கள் செய்தாலோ,
பொய்யுரைகள் குருவிடம் பகன்று இருந்தாலோ,
குருமனத்தில் உவந்துவிடும் காரியத்தால் நிவர்த்தியாகும்.

நிவர்த்தியாகும் பிரமசரியம் நழுவியதாம் பாவம்,
ஆறுமாதம் பசுத்தோலை அரைக்கு ஆடையாக்கி,
பிரமஹத்திதோஷம் நிவர்த்திக்குப் பகன்ற வழிகளிலே,
போக்கலாம் பிரமசரியம் பற்றாமல் வழுவியதை.

வழுவியதைக் கூறினால் வேறுறொருவரை உறவாடியோ,
திருட்டினைச் செய்தோ தாழுற்ற பாவத்தில்,
நிவர்த்தியைப் பெற்றிட நெடுவிரதம் ஓராண்டுக்கு,
கடுமையாய்க் காக்கவேண்டும் கிடைத்திடும்
பாவநிவர்த்தி.

பாவநிவர்த்தி பெற்றிடவே புத்திகொண்ட ஒருமனிதன்,
மற்றவரின் சொத்தினை மாண்பின்றிக் கவர்ந்துவிட்டால்,
அன்னவன் சொத்துக்கு ஈடானதாம் மதிப்பிலே,
பொருளேதும் அளித்தால் பாவநிவர்த்தி உண்டாகும்.

உண்டாகும் பாவநிவர்த்தி இளையவன் ஒருவேளை,
அண்ணனுக்குமுன் திருமணம் அவசரத்தில்
செய்திருந்தால்,
தம்பியும் மணந்தபின் தான்மணக்கும் அண்ணனுக்கும்,
பன்னிருதினம் பகலிரவாய்ப் பெருவிரதம்
நோற்கவேண்டும்.

நோற்கவேண்டும் நன்னோன்பை நாட்கள் பனிரண்டுக்கு,
தம்பிம்மீண்டும் மணக்கவேண்டும் தக்கதொரு
மங்கையை,
அந்தவிதம் இருமனைவி அடைவதுதான் தம்பியின்,
தவறாகும் செயலுக்கு தக்கதான பரிகாரம்.

பரிகாரம் மாதருக்குப் பகருகிறது நெறிநூல்கள்,
எந்தபெரும் பாவத்தையும் அணங்குகள் நிவர்த்திசெய்ய,
சதுர்மாஸ்யம் என்னும் சிறப்பான விரதத்தை,
நோற்கவேண்டும் அதனால் நிவர்த்தியாகும் பாவங்கள்.

பாவங்கள் அகன்றுவிடப் பசிதாகம் கட்டுப்படுத்தி,
உணவுகள் குறைத்து உண்ணவேண்டும் மாதர்கள்,
பெண்கள் மனத்தால் புரியும் பாவங்களை,
கணக்கில் எடுப்பதில்லைக் கற்றறிந்த பண்டிதர்.

பண்டிதர் மாதர்பற்றிப் பகருவதன் காரணம்,
பாவமவர் செய்தாலும் போய்விடும் மாதவிடாயில்,
துலக்கியதோர் பாத்திரமெனத் தூயவர் ஆகுவார்,
மாதருக்கோர் பாவநிவர்த்தி மிகவும் எளிதாகும்.

எளிதாகும் தாமிரத்தை ஈனமறச் சுத்திசெய்தல்,
மனிதர்களும் மாடுகளும் மாண்பிலாச் செயல்செய்து,

பாத்திரம் பழுதுற்றால் போக்கிடும் பொருட்களால்,
துலக்கிதான் எடுத்தால் தூயதாக மாறிவிடும்.

மாறிவிடும் நால்வருண முறைகளும் நெறிகளும்,
முழுதருமம் கடைப்பிடித்தல் மறைவேதியரின் கடமை,
முக்காலகும் கூத்ரியராம் மன்னவரின் நெறியளவு,
பாதியாகும் வைசியர்கள் பற்றவேண்டிய நெறியளவு.

நெறியளவு கால்பங்கு பணிபுரியும் சூத்திரருக்கு,
எவ்வளவு தண்டனையென அரசர்கள் முடிவெடுக்க,
நெறியளவு முதலில் நோக்கவேண்டும் வேந்தனே,
அடுத்தது உரைக்கிறேன் அதையும் கேட்டுக்கொள்.

கேட்டுக்கொள் பறைவையைக் காட்டு விலங்கினை,
கொல்லுதல் செய்தால் கீழானப் பாவமாகும்,
மரங்கள் வெட்டினாலும் மன்றும் பாவங்கள்,
இவைகள் நீக்கிட இருக்கிறது பரிகாரம்.

பரிகாரம் உணவைப் பகலில்மட்டும் உண்டபின்னர்,
இரவுநேரம் உண்ணாமல் இருக்கவேண்டும் மூன்றிரவு,
சமுதாயம் உறவுக்குச் சரியிலாதார் எனக்கூறி,
தடைசெய்தும் கலவிசெய்தல் தகாத பாவமாகும்.

பாவமாகும் தகாக்கலவி போகவேண்டும் என்பவர்,
அணியவேண்டும் ஈரத்துணி அலைவேண்டும்
திரியவேண்டும்,
உறங்கவேண்டும் சாம்பலிலே உறங்கி எழுந்தபின்னர்,
தகாக்கலிவியாம் பாவம் தானாகவே நீங்கும்.

நீங்கும் பாவமென நிவர்த்திகள் நல்கினேன்,
பாவத்தின் அளவுக்குப் பொருத்தமான வரிசையிலே,
காரணம் கொண்டுதான் கொடுத்தேன் நிவர்த்திகளை,
பிராமணரின் பாவமெனலாம் போய்விடும் வழியுண்டு.

வழியுண்டு காயற்றியெனும் வேதத்து மந்திரத்தால்,
இடங்கண்டு புனிதமான இடத்திலே அமர்ந்தபடி,

காயத்ரியென்ற மந்திரத்தைக் கூறிடும் பிராமணருக்கு,
பாவமென்று ஏதுமில்லைப் போயகலும் பாவங்கள்.

பாவங்கள் போகவேண்டி பிராமணர் காயத்ரியை,
ஓதுதல் செய்வதுடன் வெறுப்புகள் கோபமின்றி,
உணவுகள் அதிகம் உண்ணாது நோன்பிருந்து,
பேசுதல் இல்லாமல் புகைழிகழ்கள் தாங்கவேண்டும்.

தாங்கவேண்டும் புகழிகழைத் திரியவேண்டும்
வெட்டவெளியில்,
தலைக்குமேல் கூரையின்றித் தூங்கவேண்டும் இரவுகளில்,
ஆடைகள் அணிந்தபடி இறங்கவேண்டும் நீர்சிலையில்,
விரதங்கள் நோற்கவேண்டும் வார்த்தைகள்
குறைக்கவேண்டும்.

குறைக்கவேண்டும் பேச்சினைக் காமமுற்ற மாதருடன்,
பாவமனைத்தும் செய்வோருடனும் பேசுதல் கூடாது,
கீழானவர்களிடம் பேசவும் கூடாது வேந்தனே,
இந்தவிதம் விரமிருந்தால் எல்லாப்பாவமும் நீங்கும்.

நீங்கும் பாவங்களென நவின்றேன் வேந்தனே,
எவருக்கும் தெரியாமல் ஏதேனும் பாவமிழைத்தால்,
கண்டிருக்கும் பஞ்சபூதங்கள் காட்டிக்கொடுக்கும்
வானுலகில்,
நலமாகினும் தீதாகினும் நன்கறியும் பஞ்சபூதம்.

பஞ்சபூதம் எனப்படும் பெரிதான சக்திகள்,
சாட்சியாகும் ஒவ்வொருவர் செயலுக்கும் நினைவுக்கும்,
அறிவுக்கும் தவத்துக்கும் அறத்துக்கும் சாட்சியாகி,
சுகதுக்கம் கொடுப்பவை சுற்றிநிற்கும் சக்திகளே.

சக்திகளே ஆகியச் சாட்சிகள் கண்டிருக்க,
தவறையே செய்பவர்க்குத் தண்டனைகள் உண்டாகும்,
ஆகவே ஒருவர் அறவழியில் நிலையாகி,
தவற்றையே செய்யாமல் தவிர்த்தலே நலந்தரும்.

நலந்தரும் வழிசெல்வார் நிறுத்தவேண்டும் தவறுகளை,
பாவங்களும் செய்துவிட்டால் புரியவேண்டும்
நிவர்த்திகளை,
இதுகாரும் சொன்னபடி இருக்கவேண்டும் நிவர்த்திகள்,
நிவர்த்தியும் இல்லதவற்றை நினைப்பதும் தவறாகும்.

தவறாகும் மகாபாதகமெனத் தெரிவிக்கும் குற்றங்களை,
செய்தவர்தம் பாவநிவர்த்தி சிறிதளவும் கிடையாது,
உணவுகளாலும் நீராலும் உண்டாகலாம் பாவங்கள்,
தெரிந்தும் தெரியாததுமாய்த் தோன்றும்
அவையனைத்தும்.

அவையனைத்தும் தெரிந்தே எவரேனும் செய்திருந்தால்,
கொடும்பாவம் என்றே கூறுவார் அவற்றை,
தெரியாதவிதம் பாவங்களைத் தன்னறிவு காணாமலே,
செய்தவர்தம் பாவங்கள் சிறிதாகும் வேந்தனே.

வேந்தனே இவ்விரண்டு வகையானப் பாவத்துக்கும்,
நிவர்த்தியாகும் வழிகளை நெறிநூல்கள் உரைக்கும்,
அவையனைத்தும் கடவுள் இருப்பதை நம்புவோர்க்கே,
நாத்திகருக்கும் நம்பாதவர்க்கும் நிவர்த்தியேதும்
பலனில்லை.

பலனில்லைக் கொடுமனப் பாவியர்தம் நிவர்த்திக்கும்,
இவ்வுலகை அவ்வுலகை எண்ணிடும் ஒருமனிதன்,
நன்னெறியைக் கடைப்பிடித்து நடத்தவேண்டும்
வாழ்க்கையை,
கடமைகளைச் செய்யவேண்டும் காக்கவேண்டும்
தருமத்தை.

தருமத்தை ஒட்டித் தரப்படும் கடமைகளை,
சுணக்கத்தை நீக்கிச் செய்யவேண்டும் அனைவரும்,
முன்னரே உரைத்ததையும் மறுபடியும் சொன்னதையும்,
எண்ணியே பார்த்தால் ஏற்படும் வழிமுறை.

வழிமுறை உண்டு பாவத்தைப் போக்கிட,

உறவினரை நண்பரை உயிர்விட வைத்ததான,
பாவத்தை நிவர்த்திசெய்யப் பாருலகை ஆளவேண்டும்,
மக்களைக் காப்பதுதான் மன்னவரின் உயிர்மூச்சு.

உயிர்மூச்சு உள்ளவரை ஓம்பவேண்டும் விருந்தினரை,
வேள்விகளைச் செய்தும் விலக்கலாம் பாவங்களை,
உன்னுயிரை விடுத்தால் ஒருநலமும் விளையாதே,
அறிவாளருக்கு உகந்ததா அழிவான ஆத்மஹத்தி?

ஆத்மஹத்தி செய்வது அறிவாளரது வழியல்லவென,
சுட்டிக்காட்டிப் பேசினார் சக்திமிக்கார் வியாசர்,
சொன்னவற்றில் கருத்தூன்றிச் சிறிதுநேரம் சிந்தித்து,
பதில்மொழி பகர்ந்தான் பார்வேந்தன் யுதிஷ்டிரன்.

(37)சாந்தி பர்வம், பகுதி 37:
ராஜதர்மானுசாசன பர்வம்

யுதிஷ்டிரன் வேண்டினான் இயம்புவீர் பாட்டனாரே,
எவ்வுணவுதான் சுத்தமானது எதுதான் அசுத்தமானது?
எந்ததானம் உயர்ந்தது எந்ததானம் ஈனமானது?
எவராகும் தக்கவர் எவர்தான் தகாதவர்?

தகாதவர் தக்கவரெனத் தரம்பிரித்து அறிதற்கு,
தானமென்பதோர் பொருளைத் தருதல் குறித்தும்,
அன்னமென்பதோர் உணவுக்கு அசுத்தம் சுத்தத்தையும்,
மனுவானவர் விளம்பினார் மாதவ முனிவர்கட்கு.

முனிவர்கட்கு மனுவானவர் மொழிந்தார் கிருதயுகத்தில்,
குழுமிவந்து மனுவிடம் கேட்டனர் முனிவர்கள்,
கடமையென்று இருப்பதைக் கூறுவீர் எங்களுக்கு,
தக்கதென்று உணவுகளைத் தரம்பிரித்து உரைப்பீர்.

உரைப்பீர் தானத்துக்கு உகந்த பாத்திரரை,
கூறுவீர் தானமாகக் கொடுப்பதற்கு உகந்தவற்றை,

விளம்புவீர் மாந்தர்கள் ஓதவேண்டிய நூல்களை,
விளக்குவீர் தவமியற்ற வழிமுறைகள் என்னவென.

என்னவென உரைப்பீர் இவ்வுலகி செயத்தக்கதை,
தகாதன எச்செயலெனத் தடுத்தவற்றை உரைப்பீர்,
முழுதான விளக்கங்கள் மொழிவீரென வேண்டினர்,
சுயம்புவான மனுதேவர் சொன்னார் விளக்கத்தை.

விளக்கத்தை உரைக்கிறேன் உள்வாங்குவீர் முனிவர்களே,
கடமைகளைக் குறித்துகு குறுக்கியும் நெடிதாகவும்,
தடைகளை விதித்திருக்கும் தலங்களைத் தவிர்த்து,
மற்றவை அனைத்திலும் மந்திரத்தை ஓதவேண்டும்.

ஓதவேண்டும் மந்திரத்தை ஒவ்வொரு கணத்திலும்,
உண்ணவேண்டும் விரதமுறை ஒருபோதும் விலகாமல்,
உணரவேண்டும் தன்னுள் உறைகின்ற ஆத்மனை,
செல்லவேண்டும் புனிதநீர் சார்ந்ததானத் தலங்களுக்கு.

தலங்களுக்குச் சென்றுத் தக்கவிதம் வணங்கி,
தவத்துக்கு ஆட்பட்டத் தூயவர்களின் துணைபெறுதல்,
இவற்றுக்குச் சுத்திகரிப்பு அளிக்கும் செயல்களென,
பெயரிட்டு உம்மிடம் பகர்ந்தேன் அவற்றை.

அவற்றை அடுத்ததாக அசலங்கள் சிலவும்,
புனிதத்தை உடையதெனப் பகருவார் மேலோர்,
தங்கத்தை உண்டாலும் தூய்மைபெறும் மனிதவுடல்,
நவமணியை ஊறவைத்தால் நன்னீராகும் தண்ணீர்.

தண்ணீர் உள்ளாகத் தகதகக்கும் இரத்தினத்தை,
வைத்துநீர் சிறுதுநேரம் பொருத்துதான் குளித்தால்,
அடைவீர் வெகுதூய்மை அக்குளியல் புனிதமாகும்,
செல்லுவீர் தலயாத்திரை உண்ணுவீர் வெண்ணையை.

வெண்ணையைச் சுத்திகரித்து உண்ணலாம் நல்லதாக,
இவற்றை உண்டால் ஏற்படும் சுத்திகரிப்பு,
தற்பெருமை கொண்டவரிடம் தங்காது ஞானம்,

பெருமை பேசியவர் பருகவேண்டும் வெந்நீரை.

வெந்நீரை மட்டும் உணவாக உட்கொண்டு,
மூன்றிரவைக் கழிக்கவேண்டும் மீறியே குற்றத்திற்கு,
ஒருபொருளைத் தராவிடில் ஒருபோதும் தீண்டாதிருத்தல்,
தானங்களை அளித்தல் தவநிலை வேதமோதல்.

வேதமோதல் நூலறிவு ஒருவரையும் தாக்காகுணம்,
உண்மைபேசல் கோபமின்மை அமரர்களை வணங்குதல்,
வேள்விகள் இயற்றுதல் உன்னத நற்செயல்கள்,
காலங்கள் தோறும் கடமைகளும் மாறலாம்.

மாறலாம் ஒருகாலத்தில் மாண்புடையப் புண்ணியம்,
பாவமெனும் வடிவெடுத்துப் பகரப்படும் நாள்வரலாம்,
கவருதலும் பொய்மையும் கொலையும் தாக்குதலும்,
சிலநேரம் சரியென்றும் சொல்லலாம் சூழல்களால்.

சூழல்களால் மாறுமெனச் சொல்லப்படும் செயல்கள்,
இருவிதத்தில் இருக்குமென இயம்புவார் நெறியறிந்தோர்,
புண்ணியங்கள் பாவங்களெனப் பகருவார்
செயல்வகையை,
வேதங்கள் கூட விளம்பும் நலந்தீதை.

நலந்தீதை விளைப்பதாக நவின்றிடும் வேதத்தில்,
செயல்களை நலமென்று செயலின்மைத் தீமையென்றும்,
வேள்விகளைச் செய்வதை விளம்புவார் நல்லதென,
செயலின்மை மோட்சத்தில் சேர்க்கும் உபாயம்.

உபாயம் வேள்விகளே உலகத்தில் பிறந்திறக்க,
உலகாகும் வழிபட்டோர் உரைக்கும் பகுப்புப்படி,
தீயதாகும் செயலால் தீமைதான் விளையும்,
நல்லதாகும் செயலால் நலமே சேரும்.

சேரும் நலந்தீதைச் சொல்லலாம் புண்ணியபாவமென,
விளைவையும் கருதிதான் வழங்குவார் நலந்தீதை,
தேவர்தம் காரியமாய்த் தகாதன செய்தாலும்,

நூல்களும் தடுத்தாலும் நலமே விளையும்.

விளையும் தேவர்களை வழுத்துவதால் நன்னலம்,
தவறாகும் என்றுத் தடுத்தாலும் உயிரெடுத்தாலும்,
வாழ்வாதாரம் பாதித்தாலும் வானுலகின் தேவருக்கென,
எச்செயல்தான் செய்தான் அச்செயல் நலந்தரும்.

நலந்தரும் வகையின்றி நீசமனம் கொண்டவர்கள்,
பின்வரும் நாளில் பிழையான பலனீனும்,
செயலாகும் காரியத்தைச் சிந்தித்துச் செய்தால்,
தக்கவிதம் நிவர்த்திபெற்றுத் தப்பவேண்டும்
பாவத்திலிருந்து.

பாவத்திலிருந்து விடுதலை பெறவேண்டும் கோபித்தவர்,
கோபத்திலொன்று செய்தால் கேடுகளில் முடிவுறும்,
மனத்திலிருந்து நடுநிலை மாறியே செயலாற்றினாலும்,
வலிகொடுத்து உடலை வாட்டுதலே நிவர்த்தியாகும்.

நிவர்த்தியாகும் செயலை நடத்தவேண்டும் நெறிப்படி,
வேதமாகும் நெறிநூலாகும் வழக்கமாகும்
அறிவாற்றலாகும்,
நலந்தரும் வழிகாட்டுதலால் நிவர்த்திகள்
செய்யவேண்டும்,
மனமகிழவும் மனம்வருந்தவும் மாற்றமாகும் சிந்தனை.

சிந்தனை வாயிலாகச் சித்தத்தில் பாவபுண்ணியம்,
செய்ததை மாற்றிடச் சாப்பாட்டைக் குறைத்து,
மந்திரத்தை ஓதி மனத்தை தூய்மையாக்கி,
நிவர்த்தியைப் பெறுதல் நலமான விமோசனம்.

விமோசனம் உண்டு வேந்தன் தவற்றுக்கும்,
செங்கோலாகும் தண்டத்தை சுமக்காது வைத்துவிட்டால்,
உணவேதும் இல்லாமல் ஒரிரவு பட்டினியாய்,
உறங்கவேண்டும் இதுதான் உகந்தவித நிவர்த்தியாகும்.

நிவர்த்தியாகும் ராஜகுருவின் நலமிலாத் தவறும்,

தண்டனையேதும் தராமல் தவறாகத் தடைசெய்தால்,
அப்பாவம் தீர்ந்திட இரவுகள் மூன்றிலே,
உணவேதும் உண்ணாமல் விரதம் நோற்கவேண்டும்.

நோற்கவேண்டும் தற்கொலையை நடத்தவிழைந்த
ஒருவனும்,
மூன்றிதினம் இரவுகளில் மந்திரங்கள் ஓதியபடி,
உணவேதம் அருந்தாமல் விரதம் காக்கவேண்டும்,
நிவர்த்தியேதும் இல்லாத நீசத்தனத்தை உரைக்கிறேன்.

உரைக்கிறேன் முனிவர்களின் ஒருமனிதன் தனக்கான,
குலத்தின் குடும்பத்தின் கிராமத்தின் நாட்டின்,
வழக்கத்தின் வழியிலே வாழாமல் பிறவழியில்,
வாழ்வதின் பாவத்தை விலக்க நிவர்த்தியில்லை.

நிவர்த்தியில்லை ஒருவரின் நீசமாகக் கடமைவிட்டால்,
சந்தேகத்தை அடைந்தால் சாத்திரத்தை அறிந்தவர்கள்,
பத்துபேரைக் கேட்டுப் பேரும்பான்மை முடிவுப்படி,
நடப்பதை நலமென்று நிறைவேற்றுதல் வேண்டும்.

வேண்டும் குழப்பத்தை விலக்கும் முடிவென்று,
தேடும் நேரத்தில் தென்படார் பலபேரெனில்,
அனுதினம் வேதமோதும் அறிஞர்கள் மூவரிடம்,
சந்தேகம் தீர்த்துச் செய்யவேண்டும் உகந்ததை.

உகந்ததை உணவாக்குதல்போல் விலக்குகளை
உரைக்கிறேன்,
எருதை மண்புழுவை எரும்புகளை ஆலத்தை,
உணவாய் உண்ணுதல் உகந்ததில்லை பிராமணருக்கு,
செதில்களைப் பெறாதமீன் சாப்பிடுதல் கூடாது.

கூடாது நாற்கால் கொண்டதானத் தவளைபோல,
நீர்நிலத்து வாழ்வதை நல்லதென்று உண்ணுதல்,
ஒருவிலக்கு இதற்கு ஆமையாகும் விலங்குதான்,
பிராமணருக்கு இவையெலாம் புசித்தல் தடையாகும்.

தடையாகும் உணவுகளில் பறவைகளும் வாத்துகளும்,
சுபர்ணமும் நீர்வாத்தும் சக்கரவாகமும் கொக்குகளும்,
அண்டங்காகமும் காகங்களும் ஆந்தைகளும்
வல்லூறுகளும்,
மீன்கொத்தியும் உணவுக்கு மறுத்தல் நலந்தரும்.

நலந்தரும் நாற்காலில் நடப்பவற்றை உண்ணாமை,
கூர்மைமிகும் பற்களுடன் கோரமிகும் இருபல்லுடன்,
நாற்பல்லும் உடையவற்றை நிலத்தினின்று பறப்பவற்றை,
உண்ணாமையாம் நலந்தருவது உண்ணுவதாம்
பெருந்தவறு.

பெருந்தவறு ஆட்டின் பாலைக் குடித்தல்,
கழுதையது பாலையும் குடித்தல் கூடாது,
ஒட்டகத்துப் பாலையும் உண்ணுதல் கூடாது,
குட்டிபோட்டப் பசுப்பாலைக் குடித்தல் தவறாகும்.

தவறாகும் குட்டிபோட்டத் தாய்ப்பசுவின் பாலுண்ணல்,
மாதர்தம் பாலையும் மான்களின் பாலையும்,
பிராமர்தான் உண்டால் பெரும்பாவம் பீடிக்கும்,
பிறருண்டதாம் உணவைப் பருகுதலும் கூடாது.

கூடாது குழந்தையைச் சமீபத்தில் ஈன்றவர்கள்,
உடலது நோகவே உணவென்று சமைத்ததை,
உண்ணுவது தடையாகும் உரைக்கிறேன் மேலும்,
சமைத்தது எவரென்றுச் சொல்லாவிடினும்
மறுக்கவேண்டும்.

மறுக்கவேண்டும் உணவை மறைவாகச் சமைத்தபின்னர்,
சமைத்தவர்தம் விவரம் சரிவரச் சொல்லாவிட்டால்,
கன்றுபோட்டதாம் பசும்பாலைக் கரந்து குடித்தல்,
தவறாகும் பாலானதுத் தெளிவுடன் வரும்வரை.

வரும்வரை உணவுக்கு வெகுபசியில் காத்திருந்தும்,
சமைத்தவரைக் குறித்துச் சரியாக அறியவேண்டும்,
உணவை கூத்ரியர் வடித்திருந்தால் அவ்வுணவு,

சக்தியைக் குறைக்கும் சுத்தமிக்க பிராமணருக்கு.

பிராமணருக்குச் சூத்திரர் பாங்குடன் சமைத்தாலும்,
அவ்வுணவு வேதியர்க்கு அழிக்கும் புனிதத்தை,
உள்ளொளிக்கு ஊறுசெய்யும் உணவாகும் அதனை,
உண்டபின்பு வேதியர்க்கு உண்டாகும் கீழ்நிலை.

கீழ்நிலை கொடுக்கும் வாழ்நாளைக் குறைக்கும்,
உணவை தங்கத்தை உரைத்தெடுப்போர்
சமைத்திருந்தால்,
ஆதரவை இழந்த அணங்கு சமைத்தாலும்,
வாழ்நாளைக் குறைக்கவே வழிசெய்யும் அவ்வுணவு.

அவ்வுணவு மண்போன்றது அளித்தவன்
வட்டிக்காரனெனில்,
விந்துவுக்கு ஒப்பாகும் விலைமாதர் தருமுணவு,
மனைவியது நடத்தையில் மாண்பின்மை வந்தாலும்,
பொறுப்போரது உணவைப் புசிப்பதே கூடாது.

கூடாது மனைவிடம் குனிந்தோரது உணவும்,
தானமது பெறுபவன் தருமுணவு கூடாது,
பொருளது பெற்றாலும் பெருங்கருமி ஆனவன்,
தருமுணவு உண்ணுதல் தகாத செயலாகும்.

செயலாகும் அனைத்திலும் சொல்லொணா நீசமாக,
சோமம்விற்கும் ஒருவர் சமைத்ததான உணவையும்,
தோல்தொழிலும் செய்வோர் தருகின்ற உணவையும்,
விலமாதர் சமத்த உணவையும் மறுக்கவேண்டும்.

மறுக்கவேண்டும் துணிதுவைப்போர் மருத்துவர்
தருமுணவை,
காவலாளரும் தருமுணவைக் கொள்ளுதல் கூடாது,
கும்பலாகும் பலபேர் கொடுக்குமுணவை
மறுக்கவேண்டும்,
கிராமமுழுதும் விலக்கியவர் கொடுக்குமுணவை
மறுக்கவேண்டும்.

மறுக்கவேண்டும் நடமாடும் மாதர்களை வைத்திருந்து,
தொழில்புரியும் ஒருவன் தருகின்ற உணவையும்,
தமயனுக்கு முன்னால் தான்மணக்கும் தம்பியர்,
தருமுணவு மறுக்கவேண்டும் தகாதது அவ்வுணவு.

அவ்வுணவு ஏற்றல் ஆகாது பாணரிடம்,
பிறருக்குத் துதிபாடிப் பிழைப்போரிடும் உணவையும்,
தள்ளுவது வேண்டும் தகாதது அவ்வுணவென,
சூதடியது உணவையும் சாப்பிடுதல் கூடாது.

கூடாது இடக்கரத்தால் கொடுத்ததை உண்ணுதல்,
நாளானதுக் கடந்தபின்னர் நலமின்றிக் கெட்டதையும்,
உணவென்று கொடுத்தால் உண்ணுவது கூடாது,
மதுவோடு கலந்தாலும் மறுக்கவேண்டும் உணவை.

உணவை முன்னரே ஒருவர் சுவைபார்த்து,
சாப்பாட்டை முடித்திருந்தால் சாப்பிடுதல் கூடாது,
கேளிக்கை விருந்திலே கடைசியாய் மிகுந்ததை,
உண்ணுவதைத் தவிர்த்தலே உகந்ததாகும் பிராமணருக்கு.

பிராமணருக்கு சுவையிழந்தப் பால்சர்கரைப் பொங்கலை,
உணவாக்குவது கூடாது விளம்புவேன் மேலும்,
வீணானது கரும்பெனில் உண்ணுதல் கூடாது,
கரிகளோடு வளர்ந்தக் காளான்கள் கூடாது.

கூடாது வீணானதைக் கொடுத்தால் உண்ணுதல்,
பார்லிபோன்ற தானியத்தைப் பொரித்து அரைத்ததான,
மாவானது தயிருடனும் மற்றபலப் பொருளுடன்,
கலந்து நாளாகினால் கூடாது உண்ணுதல்.

உண்ணுதல் கூடாது அரிசியில் சர்க்கரைப்பால்,
பொங்கல் என்றே பாங்கின்றி சமைத்ததை,
எள்ளில் கலந்ததை உண்ணுதல் கூடாது,
கறிகள் பால்கட்டிகள் கூடாது உண்ணுதல்.

உண்ணுதல் கூடாது வானவர்க்குப் படைக்குமுன்னர்,
தேவர்கள் ரிஷிகளுக்குத் தந்தபின்னர் அவ்வுணவை,
பித்ருக்கள் விருந்தினர்கள் பலவித தேவதைகள்,
பருகுதல் செய்தபின்னர்ப் புசிக்கவேண்டும் குடும்பத்தார்.

குடும்பத்தார் மேற்சொன்னக் கடமைகளை நிறைவேற்றி,
உணவுண்டார் என்றால் விரதமிக்க பிக்ஷூவுக்கு,
சமமானவர் அவர்த்தான் சொல்லுகிறேன் மேலும்,
வானவர் அத்தகையோர்க்கு வழங்குவார் வெகுமேன்மை.

வெகுமேன்மை கிடைக்குமென வழங்கப்படும் தானமும்,
அச்சத்தை ஒட்டியே அளிக்கப்படும் தானமும்,
இலாபத்தை எதிர்நோக்கி வழங்கும் தானமும்,
வெகுகீழ்மை ஆனதால் விளைக்கும் கெடுபலனை.

கெடுபலனைக் கொடுக்கும் கீழ்மைமிகு தானம்,
ஆடல்பாடலை நடத்தும் ஆடவர்க்கும் அணங்குகட்கும்,
நகைச்சுவைப் பேச்சாளருக்கும் நல்கப்படும் தானந்தான்,
பெறத்தகாரைக் குறித்துப் பகருகிறேன் மேலும்.

மேலும் கீழானது மதுபானம் அருந்தியோர்க்கும்,
பைத்தியம் பிடித்தோர்க்கும் பொருள்திருடும் ஈனருக்கும்,
குறைபேசும் கொடியோர்க்கும் கீழான முட்டாளுக்கும்,
நிறமிலாததாம் வெளுத்தார்க்கும் நல்கும் தானங்கள்.

தானங்கள் பெறத்தகார் தம்முடலில் குறைவுடையோர்,
உயரத்தில் குறைந்தவர்க்கும் வழங்கலாகாது தானத்தை,
மனத்தில் கேடுளோர்க்கு மறுக்கவேண்டும் தானத்தை,
கேடுகள் செய்வோர்க்குக் கொடுக்கலாகாது தானமேதும்.

தானமேதும் தரலாகாது தக்கவிதம் விரதமிலார்க்கு,
வேதமேதும் அறியாத வேதியர்க்கு தானங்கள்,
அளிப்பதும் கூடாது அளிக்கும் தானத்தை,
ஸ்ரோத்ரியராகும் வேதியர்க்குச் சீருடன் அளிகவேண்டும்.

அளிக்கவேண்டும் தானமென அளிக்கதகார்க்கு
அளித்தாலும்,
அளிப்பவர்தம் தகுதிகள் இழிவானதாய் இருந்தாலும்,
கேடுகள்தான் சூழும் கொடுப்பவரையும் பெறுபவரையும்,
அவர்களும் மூழ்குவார் ஆழ்கடலாம் பாவத்தில்.

பாவத்தில் மூழ்குவார் பெருங்கடலே அப்பாவம்,
கடப்பதில் கருத்துற்றுக் கல்லைக் கட்டிக்கொண்டு,
பெருங்கடலில் குதிப்பவர் பாழ்பட்டு அழிதல்போல,
கொடுப்பவர்கள் பெறுபவர்கள் கேடுறுவார்
தகாதானத்தால்.

தகாதானத்தால் பலனேது தருபவர்க்கு வாராது,
பசுந்தழைகள் அக்கினியில் போட்டாலும் எரியாததுபோல்,
தகாதவர்கள் பெற்ற தானத்தால் பலனேதும்,
தந்தவர்கள் அடைந்திடார் தானமேற்கத் தகுதிவேண்டும்.

தகுதிவேண்டும் நற்பொருளைத் தான்பெறும் ஒருவருக்கு,
கபாலமாகும் மண்டையோட்டில் கொடுக்கப்படும்
நான்னீரும்,
நாய்த்தோலாகும் உறையிலே நல்கப்படும் பசும்பாலும்,
புனிதகுணம் இழக்கும் பாத்திரத்தின் இழிவினால்.

இழிவினால் தாக்குண்டோர் அடையும் தானங்களை,
வேதத்தினால் மந்தரங்களை ஓதியே வழங்கினாலும்,
தகுதிகள் இல்லாருக்குத் தந்ததாக முடிவுற்றால்,
பலன்கள் ஏதுமில்லைப் புண்ணியமும் வாய்க்காது.

வாய்க்காது பலனென உள்ளம் அறிந்தாலும்,
மந்திரமேதும் அறியாத மூடரான வேதியர்க்கும்,
நெறியேதும் கல்லார்க்கும் நல்லகுணம் இல்லார்க்கும்,
கொடுக்கலாம் தானத்தைக் கனிவுடன் பரிவுடன்.

பரிவுடன் கனிவுடன் பொருட்களும் நல்கலாம்,
பெறுபவரின் நிலைகுறித்துப் பரிசீலனை செய்தபின்னர்,
சூழலின் காரணமாய்ச் செய்யலாம் உதவிகள்,

உதவிகளின் தானமாக வந்திடாதென அறியவேண்டும்.

அறியவேண்டும் உதவிகள் அளிக்காது புண்ணியமென,
வேதவழியில் மேன்மையும் வாய்க்காது அப்பொருளால்,
கருணையால் பொருளைக் கொடுத்தல் உதவியாகும்,
தானமெனல் கூடாது தயவினால் கொடுப்பதை.

கொடுப்பதைப் பெறுபவர் கீழான வேதியரெனில்,
வேதத்தை அறியாத வெறுமை மாந்தரெனில்,
தானத்தை அளித்தாலும் தகுந்த பலனேதும்,
கொடுத்தவரை அண்டாது கூறுகிறேன் இறுதியாக.

இறுதியாக உரைக்கிறேன் எவ்விதமாக உண்மைபோல,
யானையாக மரத்தை அழகுடன் வடித்தாலும்,
மானாகத் தோலிலே மயக்கும்விதம் செய்தாலும்,
உண்மையாக இல்லாததுபோல் வேதமிலா வேதியரும்.

வேதியரும் வேதமற்றால் வெறும்பெயர்தான் வேதியரென,
அலியானவரும் அணங்குடன் உறவுற்றுப் பெறாதவர்போல்,
பசுவானதும் கன்றீனப் பசுவுடன் சேராததுபோல்,
இறகிலாததாம் பறவைபோல் வேதமிலாதவனும் வேதியன்.

வேதியன் வேதத்தை ஓதியே அறியாவிடின்,
நெல்மணிதான் இல்லாது நிற்கும் பதராவான்,
நீர்தான் வறண்ட நீர்நிலையே அத்தகையோன்,
தேவரின் ஹவிசையும் தீதாக்குவான் வேதமறியான்.

வேதமறியான் பித்ருக்களுக்கு வழங்கும் உணவையும்,
வீணாக்குவான் ஏனெனில் வெறும்பெயர்தான்
வேதியனென,
அத்தகையோன் பெறுந்தானம் எப்பலனும் நல்காது,
திருடுபவனின் நிலையுடையான் தகாத வேதியனும்.

வேதியனும் வெதத்தை ஓதாதவன் ஆகினால்,
சொர்க்கமும் கிடைக்காதுச் சீர்கெட்டு அழிவான்,
இந்தவிதம் ஸ்வம்பூவமனு இயம்பினார் யுதிஷ்டிரா,

எல்லோரும் கேட்கவேண்டு இதையென்றார் வியாசர்.

(38)சாந்தி பர்வம், பகுதி 38:
ராஜதர்மானுசாசன பர்வம்

வியாசர் சொல்கேட்டு விளம்பினான் யுதிஷ்டிரன்,
விளக்குவீர் எனக்கு வேந்தரின் கடமைகளை,
உரைப்பீர் நால்வருணத்தில் உதித்தவர் கடமைகளை,
தெரிவிப்பீர் துயரத்தைத் தீர்க்கும் வழிகளை.

வழிகளை உரைப்பீர் வேதமுனிவர் வியாசரே,
நெறிகளைக் கடைப்பிடித்து நல்லவிதம் நாடாண்டு,
உலகத்தை ஆண்டிட உகந்தவழி உரைப்பீர்,
விளம்பினீர் பாவநிவர்த்தி வெகுமகிழ்வு எனக்குள்.

எனக்குள் ஆர்வம் ஏற்பட்டது மாமுனியே,
ஆளுதல் தருமவழியில் வாழுதல் இரண்டும்,
எதிரெதிரில் நிற்பதாக அகத்தில் குழம்புகிறேன்,
இணைத்தல் எவ்விதம் இவ்விரு துருவங்களை?

துருவங்களைப் போலத் தனித்தனியே விலகிநிற்கும்,
அரசபாரத்தை தருமத்துடன் இணைப்பதை அறியேனென,
குழப்பத்தைக் குறித்துக் கூறினான் யுதிஷ்டிரன்,
பீஷ்மரைக் கேளென்றார் பெருமுனி வியாசர்.

வியாசர் நாரதரை ஒருமுறை நோக்கிவிட்டு,
உரைத்தார் யுதிஷ்டிரனிடம் உளத்தில் அன்புடன்,
உரைப்பார் பீஷ்மர் உன்னதமாம் நற்கருத்தை,
தீர்ப்பார் குழப்பத்தை தருமநெறியில் அரசாட்சியில்.

அரசாட்சியில் தருமத்தில் அதீத ஞானமுடையார்,
கௌரவர்கள் சிம்மம் கடமைகளை அறிந்தவர்,
கடனைகள் குறித்துக் கூறுவார் கங்கைமைந்தர்,
மூன்றுவழிகள் கொண்டகங்கை மகனாவார் பீஷ்மர்.

பீஷ்மர் கண்டார் புரந்தரனாம் இந்திரனை,
அறிந்தார் அரசநீதியை அமரகுரு வ்ருஹஸ்பதியிடம்,
வணங்கினார் ரிஷிகளை வேதமோதும் முனிவர்களை,
பெற்றார் ராஜதருமம் பெருமுனிவர் உசானசிடம்.

உசானசிடம் வ்ருஹஸ்பதியிடம் வேதமனைத்தும் கற்றார்,
வேதங்கத்தின் கூறுகளை உள்ளுணர்வாய் அறிந்தார்,
பிரமர்தம் முதல்மகன் பெருமுனிவர் சனத்குமாரர்,
ஒளிமிகும் மாதவரிடம் அறிந்தார் ஆன்மீகம்.

ஆன்மீகம் போலவே அரசாளும் நெறிகளை,
அனைத்துவிதம் யதிகளுடன் அறிந்தார்
மார்க்கண்டேயரிடம்,
இந்திரனிடம் பரசுராமரிடம் ஆயுதபலம் பெற்றார்,
மனிதரிடம் பிறந்தாலும் மரணத்தையும் வென்றார்.

வென்றார் மரணத்தை வாழுகிறார் விரும்பும்வரை,
பெற்றிலார் குழந்தையெனப் பொன்னுலகம் விலக்காது,
பெற்றவர் தவபலமெனப் போற்றி வரவேற்கும்,
பெற்றுளார் பீஷ்மர் பெருமைமிகு மண்டலங்களை.

மண்டலங்களை வென்ற மாதவத்தார் பீஷ்மருக்கு,
அருகாமை ஆகியே அவையிலே அமருபவர்,
வேள்விகளை வெகுதவத்தை உடையவராம் ரிஷிகள்,
அனைத்துவகை தருமமும் அறிவார் பீஷ்மர்.

பீஷ்மர் கற்றுணர்ந்தப் பீடுடைய நெறிகளை,
உரைப்பார் கடமையுடன் எவ்விதம் செயலாக்குவதென்,
இருக்கிறார் இன்னும் அரைகுறை உயிருடன்,
வேண்டிப்பார் அவருக்கு வழங்குவார் நல்லறிவை.

நல்லறிவை அளிப்பாரென நவின்ற வியாசரிடம்,
நானவரைக் கொன்றேன் நீசமிகும் மண்ணாசையால்,
உறவினரை நண்பர்களை அழித்தேனே கயவனாக,
நெறிமுறை தவறாதவரை நானழித்து வீழ்த்தினேன்.

வீழ்த்தினேன் வேங்கையை வழிமுறை பிசகாக்கி,
ஆதலின் என்மேல் ஆத்திரமாய் இருப்பாரே,
அவரைநான் எவ்விதம் அண்டுவேனோ அறியெனென,
புலம்பினான் யுதிஷ்டிரன் பதிலளித்தான் வாசுதேவன்.

வாசுதேவன் கூறினான் வேந்தர்களின் வேந்தனே,
நால்வருணம் கொண்டவரும் நலம்பெறும் விதத்திலே,
எல்லாவிதம் தருமமும் யுதிஷ்டிரன் அறிந்துகொள்ள,
நல்லவிதம் பேசினான் நிகரிலான் கண்ணன்.

கண்ணன் உரைத்தான் கௌரவரின் வேந்தனிடம்,
எதற்குதான் இவ்விதம் இருக்கிறாய் வருத்ததுடன்?
வியாசர்தான் சரியென விளம்பியதாம் வார்த்தைகளை,
கேட்டுதான் நடப்பாய் கிடைக்கும் நலமெலாம்.

நலமெலாம் விளைந்திட நானிலம் வளம்பெற,
தேவரெலாம் இந்திரனைத் தொழுவதாம் செயல்போல,
சகோதரரெலாம் உம்மைச் சார்ந்தே வணங்குகிறார்,
இருபுறமும் இறவாதவரெலாம் இருக்கிறார் இவ்விடத்தில்.

இவ்விடத்தில் குருஜங்களத்தில் இருப்பவர்கள் அனைவரும்,
இவர்கள் நலம்பெறவே ஆட்சியில் அமருவீர்,
வேதியர்கள் மனமகிழ வேள்விகள் பலநிகழ,
வியாசரால் தரப்பட்ட வார்த்தைப்படி நடப்பீர்.

நடப்பீர் பாட்டனார் நவின்ற சொற்படியே,
வையத்தோர் வணங்கும் வியாசராம் மாமுனிவருடன்,
உமக்கோர் நல்லதையே விரும்புவோர் நாங்களும்,
பாஞ்சாலர் திரௌபதியும் பகருகிறோம் கேளீர்.

கேளீர் நல்லதைச் செய்வீர் உகந்ததை,
வென்றீர் எதிரிகளை வருவீர் நாடாள,
செய்வீர் வியாசர் சொன்னபடி நல்லாட்சியென,
தசர்ஹர் சிம்மம் தணிவுடன் வேண்டினான்.

வேண்டினான் கண்ணன் விளம்பினான் யுதிஷ்டிரன்,
கண்கள்தான் அலர்ந்தக் கமலமென உடையவன்,
குந்தியின் மைந்தன் கணத்திலே எழுந்துநின்றான்,
வந்தவரின் மனமகிழ வேங்கையென நின்றான்.

நின்றான் யுதிஷ்டிரன் நவின்றவரின் சொல்கேட்டு,
வியாசருடன் கண்ணன் விஜயனுடன் தேவஸ்தனன்,
அவர்களுடன் பலபேரும் அறிவுரை தந்தபடி,
அகற்றினான் சோகத்தை அரிமாவென நின்றான்.

நின்றான் வேதத்தை நன்றாக அறிந்தவன்,
வேதத்தின் விளக்கங்கள் உண்மைகளை அறிந்தவன்,
அறிந்தவன் கேட்கவும் அறியவும் தக்கவற்றை,
முடிவெடுத்தான் அடுத்தென்ன முடிக்கத்தக்கச்
செயலென்று.

செயலென்று அடுத்ததாகச் செய்தற்கு உகந்ததை,
செய்யவென்று யுதிஷ்டிரன் செல்லத் துவங்கினான்,
நிலவென்று நின்றான் நட்சத்திரங்கள் புடைசூழ,
முதல்வனென்று திருதராஷ்டிரனை முன்வைத்துப்
பின்சென்றான்.

பின்சென்றான் திருதராஷ்டிரனாம் பெருவேந்தன்
அருகிலே,
ஹஸ்தினாபுரத்தின் வாயிலை அடையதான் அனைவரும்,
குந்திமைந்தன் யுதிஷ்டிரன் கடவுள்களை வனங்கினான்,
ஏறிச்சென்றான் வெண்மைமிகு அதிபெருத்தத் தேரிலே.

தேரிலே மான்தோலும் தக்கவித விரிப்புகளும்,
இழுக்கவே பதினாறு அதிபருத்தக் காளைகளும்,
சுபமாகவே நின்றனச் சுமந்து சென்றிட,
வேதமந்திரமே ஓதினர் வேதியர்கள் குழுக்களாக.

குழுக்களாகச் செல்லுகையில் கட்டியமாகக் கூறுவோரும்,
பாடல்களாகப் புனைந்துப் பார்வேந்தனைப் புகழுவோரும்,
அமுதமாக இருக்கும் அழகுமிக்கத் தேரிலே,

சோமனான இறைவனுடன் செல்பவராகக் கிளம்பினர்.

கிளம்பினர் அப்போதுக் கனவீரன் பீமன்,
தேரோட்டுபவர் இடத்திலே தான்சென்று அமர்ந்தான்,
வேந்தனார் தலைக்குமேல் வெண்குடையைப் பிடித்தபடி,
பாண்டவர் சிம்மம் பார்த்தன் நின்றான்.

நின்றான் சகாதேவன் நிகரிலான் நகுலனுடன்,
இருவரின் கரங்களிலும் இருந்தன விசிறிகள்,
மானின் வாலிலே முடைந்த விசிறிகளை,
வீசிதான் வேந்தனுடன் வந்தனர் இருவரும்.

இருவரும் விசிறிட எடுத்ததாம் விசிறிகள்,
நவரத்தினம் பதித்த நிகரிலா அமைப்புடைத்து,
ஐவரும் தேரிலே ஏறினர் சிம்மங்களென,
பஞ்சபூதம் உலகத்தைப் பாதுகாப்பதாய் நின்றனர்.

நின்றனர் தேரிலே நிகரிலார் ஐவரும்,
கிளம்பினர் ஹஸ்தினாபுரக் கோட்டையில் நுழைவதற்கு,
அவர்பின்னர் யுயுத்சுவின் அதிபெருந்தேர் தொடர்ந்தது,
தசர்ஹர் சிம்மமும் தொடர்ந்தான் தனதுதேரில்.

தனதுதேரில் பூட்டியத் திடமிக்கப் புரவிகள்,
அழகில் மிகைத்த ஆற்றல்கொண்டக் குதிரைகள்,
சைவியத்தருகில் சுக்ரீவன் செல்லவே துவங்கின,
கண்ணனருகில் சாத்யகியும் காளையென நின்றான்.

நின்றான் கண்ணன் நிகரிலாச் சிம்மமென,
இவர்கள்தான் பின்தொடர அரசனாம் திருதராஷ்டிரன்,
காந்தாரியுடன் சென்றான் கனமிக்கப் பல்லக்கில்,
திருதரஷ்டிரன் சென்றவழியில் தொடர்ந்தனர் அனைவரும்.

அனைவரும் செல்லுகையில் அணங்குகளும் குந்தியும்,
கிருஷ்ணையும் தேர்களிலே களிப்புடன் சென்றனர்,
விதுரரும் ஒருதேரில் வந்தார் அவர்களுடன்,
வேழங்களும் தேர்களும் வந்தனக் கணக்கின்றி.

கணக்கின்றி மாந்தர்கள் கூடவரும் கூட்டத்தில்,
கட்டியமொழி கூறுவோரும் கவிதைகளைப் படிப்போரும்,
வரிசைப்படி அனைவரும் வந்தபோதுக் கண்டவர்கள்,
இந்திராதி தேவர்களென எண்ணினர் அவர்களை.

அவர்களைக் கண்டவர்கள் அதிசயித்து நின்றனர்,
நல்லுடலைப் பெற்ற நிகரிலா மாந்தர்கள்,
வார்த்தைகளைப் பேசியதால் விளைந்தது பேரிரைச்சல்,
வாயில்களை அழகாக்கி வரவேற்றனர் நகரத்தார்.

நகரத்தார் முழுவதும் நின்றனர் திரள்களாக,
பார்த்தரானவர் ஐவரும் பாங்குடன் நுழைகையில்,
வாழ்த்தளித்தனர் மலர்தூவினர் வரவேற்றனர்
கரங்குவித்தனர்,
தட்டிபிடித்தனர் வேந்தனைத் தக்கவிதம் வரவேற்க.

வரவேற்க நறுமணம் வாய்த்தப் பொடிகளையும்,
மாலைகளாக மலர்களையும் மலர்களை உதியாயும்,
கொத்துகளாக மலர்களைக் கட்டியே அமைத்தும்,
நன்னீராகக் குடங்களில் நிரப்பியும் வரவேற்றனர்.

வரவேற்றனர் அணங்குகள் வழிமுழுதும் நின்றபடி,
பாண்டுமைந்தர் ஐவரும் பாங்குடன் நுழைந்தனர்,
கௌரவர் நகமானக் களிப்புமிக்க ஹஸ்தினாபுரத்தில்,
அனைவர் மனத்திலும் ஆனந்தம் பொங்கியது.

(39)சாந்தி பர்வம், பகுதி 39:
ராஜதர்மானுசாசன பர்வம்

பொங்கியது ஹஸ்தினாபுரம் பெருமகிழ்வின் உச்சத்தில்,
மக்களது வெள்ளம் மகிழ்வுடன் வரவேற்றது,
நகரத்து மையங்களில் நின்றனர் பல்லாயிரம்பேர்,
பௌர்ணமிக்கு ஆட்பட்டப் பெருங்கடலெனத் தளும்பியது.

தளும்பியது நகரம் நிரம்பியது மனிதர்களால்,
நின்றவரது நிறையால் நிரம்பிவிட்ட மாளிகைகள்,
அதிர்வடைந்துக் குலுங்கியே ஆடின ஊசல்களென,
யுதிஷ்டிரனதுப் பெருமைகளை இயம்பினர் நகரத்தார்.

நகரத்தார் உரைத்தனர் நலமிக்கார் ஜவருடன்,
பாஞ்சாலர் இளவரசி பாங்குடன் வருகிறாளே,
ரிஷியானவர் எழுவருடன் வரவானவர் கௌதமியென,
பாண்டவரானவர் ஜவருடன் பாஞ்சாலி வருகிறாய்.

வருகிறாய் பாஞ்சாலி வெகுநோன்பை நோற்றவளே,
பலன்களாய் அனைத்தும் பெற்றுவிட்டாய் பாஞ்சாலியே,
வருவாய் நகருக்கென வாழ்த்தியே அழைத்தனர்,
வாழ்த்துகளை விளம்பியதால் வெகுபெருத்தது
குரலொலிகள்.

குரலொலிகள் அனைத்தும் கலந்ததோர் பேரொலியாய்,
கடலொலிபோல் கேட்டது களித்தவர்தம் வாழ்த்துக்கள்,
நகரத்தில் தனக்கேற்ற நடைமுறையில் நுழைந்தபின்னர்,
மாளிகையில் நுழைந்தான் மாமன்னன் யுதிஷ்டிரன்.

யுதிஷ்டிரன் மாளிகையில் ஏகியே வருகையில்,
பலநகரின் பிரதிநிதிகள் பிராந்தியங்களின்
ஆட்சியாளர்கள்,
வேந்தனின் பெருமைகளை விளம்பியே வாழ்த்தினர்,
நலந்தான் விளைந்தது நசித்தாய் எதிரிகளை.

எதிரிகளை அழித்து ஆட்சிதனை அடைந்துவிட்டாய்,
நன்னெறியைக் கடைப்பிடித்து நீவென்றாய் ஆட்சியை,
ஆட்சியைச் செலுத்துவாய் ஆண்டுகள் ஒருநூறு,
மாட்சிமை கொண்டு மக்களைக் காப்பாய்.

காப்பாய் மக்களைக் குபேரனென இந்திரனென,
ஆளுவாய் என்று அனைவரும் வாழ்த்தினர்,
சொன்னவை அனைத்தையும் செவிசாய்த்துக் கேட்டபடி,

மாளிகை உட்புகுந்தான் மாமன்னன் யுதிஷ்டிரன்.

யுதிஷ்டிரன் வேதியரின் ஆசிகளைப் பெற்றனன்,
மக்களின் வாழ்த்துக்களை மன்னவன் ஏற்றனன்,
இந்திரன் மாளிகையென இருந்தபெரும் அவ்விடத்தில்,
நுழைந்தனன் யுதிஷ்டிரன் வணங்கினன் தேவர்களை.

தேவர்களை மலர்தூவி திரவியங்கள் அளித்து,
மாலைகளை அணிவித்து மன்னவன் வணங்கினான்,
வழிபாட்டை முடித்தபின்னர் வந்தான் மாளிகைக்குள்,
வேந்தனை வேதியர்கள் வாழ்த்தி வரவேற்றனர்.

வரவேற்றனர் வேந்தனை வெண்மதியென மிளிர்ந்தவனை,
குருவானவர் தெளமியர் கூடவர நடந்தான்,
திருதராஷ்டிரர் அவனருகில் திடத்துடன் நடந்தார்,
வாழ்த்தியவர் அனைவருக்கும் வழங்கினான்
வணக்கத்தை.

வணக்கத்தை நவமணிகளை வெண்பட்டைத் தங்கத்தை,
இனிப்புகளை பசுக்களை ஆடைகளை அளித்தான்,
சிறப்புகளை உடையதானச் சீர்பெற்ற நாளென்று,
கருத்துதனை உரைத்தனர் களிப்புற்ற மக்கள்.

மக்கள் கூறிய மொழிகளைக் கேட்டான்,
வேதியர்கள் அளித்த வாழ்த்துக்களை கவனித்தான்,
பேரிகைகள் சங்குகள் பெருமுழக்கம் செய்தன,
பிராமணர்கள் அமைதியாகிப் பார்த்தனர் வேந்தனை.

வேந்தனை நோக்கி விளம்பினான் ஒருவன்,
பெயரினைச் சார்வாகனெனப் பெற்றிருந்த அரக்கன்,
துரியோதனனை நட்பாக்கிய துச்சன் ஈனன்,
வேடத்தை மாற்றி வந்தான் வேதியன்போல்.

வேதியன்போல் வந்தவன் விளம்பினான் காட்டமாக,
கரத்தில் ஜபமாலையுடன் சிரத்தில் குடுமியுடன்,
அருகில் முக்கொம்புடன் உடலில் மிடுக்குடன்,

வேதியர்கள் நடுவிலே வந்துநின்றான் சார்வாகன்.

சார்வாகன் உளமோ சீரியது கோபத்தில்,
வேதியரின் கூட்டத்தார் விளம்புகிறார் என்மூலம்,
உந்தன் கெடுகுணம் ஒழிகவென உரைக்கிறார்,
உறவினரின் உயிர்களை எடுத்தவன் நீயென்றார்.

நீயென்றார் குலத்தை நாசமாக்கி அழித்தவன்,
என்னவென்றார் உனக்கு ஏற்படும் இலாபங்கள்?
குருநாதர் பாட்டனாரைக் கொன்றவனே யுதிஷ்டிரா,
உகுத்திடென்றார் உந்தன் உயிரை இப்போதே.

இப்போதே இறப்பாயென இயம்பியவன் சார்வாகனின்,
கருத்தையே கேட்டுக் கலங்கினர் வேதியர்கள்,
விடமேற்றியே அம்பை விடுத்தானென நினைத்தனர்,
பேச்சின்றியே யுதிஷ்டிரன் பார்த்தான் மௌனமாக.

மௌனமாக யுதிஷ்டிரன் மனதுக்குள் சிந்தித்து,
பாதமாக இருப்பதைப் பணிகிறேன் வேதியரே,
கோபமாக என்னைக் குறைகூறுதல் நல்லதில்லை,
உயிராக இருப்பதை உகுக்கிறேன் இக்கணமே.

இக்கணமே உயிரை இழக்கிறேன் எனக்கூறி,
வருத்தமே கொண்ட வேந்தனை நோக்கி,
வேதியரே கூறினர் வேந்தனே வருந்தாதே,
எமதில்லையே இந்த ஈனமிக்க வார்த்தைகள்.

வார்த்தைகள் நாங்கள் வழங்குகிறோம்
வாழ்த்துக்களாயென,
அடக்கினார்கள் மனத்தை அறிந்தார்கள் உண்மையை,
தம்மருகில் நிற்பவன் தானவன் சார்வாகனென்று,
அறிவித்தார்கள் வேந்தனிடம் அரக்கன் இம்மனிதனென்று.

இம்மனிதனென்று நிற்பவன் அரக்கன் சார்வாகன்,
துரியோதனனது நட்பினன் தவசீலன் வேடமிட்டான்,
அவனிடத்து நாங்கள் அவ்விதம் பகரவில்லை,

உங்களது மனக்குழப்பம் வரட்டும் முடிவுக்கு.

முடிவுக்கு வரட்டும் மாபெரும் மனச்சோகம்,
உங்களுக்குச் சகோதரர்களுக்கு உண்டாகும் நன்னலமென,
வாழ்த்திவிட்டு வேதியர்கள் வெம்மைகொண்டு
நோக்கினர்,
ஹூஉமென்று ஓரொலியை எழுப்பினர் ஒன்றாக.

ஒன்றாக அவர்கள் உண்டாக்கிய ஹூஉங்காரம்,
அரக்கனாக இருந்த ஈனை அழித்தது,
பிணமாக விழுந்தான் பீடிலான் சார்வாகன்,
மரமாக இருந்ததில் மோதியது இடியென.

இடியென ஹூஉங்காரம் அழித்தபின்னர் சார்வாகன்,
பிணமென விழுந்தான் பாதகம் நினைத்ததால்,
பாண்டவரான ஐவருக்கும் பாஞ்சாலியான மாதுக்கும்,
பக்கத்துணையான நண்பருக்கும் பிராமணர்
வாழ்த்தளித்தனர்.

(40)சாந்தி பர்வம், பகுதி 40:
ராஜதர்மானுசாசன பர்வம்

வாழ்த்தளித்தனர் அனைவரும் வேந்தனுக்கு வெற்றியென,
தசர்ஹர் சிம்மம் தேவகியின் மைந்தன்,
அனைவர் உளத்தையும் அறிந்தவன் ஆளுபவன்,
பாண்டவர் கேட்கவே பகர்ந்தான் கருத்தை.

கருத்தை உரைக்கிறேன் கௌரவரின் வேந்தனே,
பிராமணரை எப்போதும் பணிபவன் நானாவேன்,
பூமியை அலங்கரிக்கும் தேவரை ஒத்தவர்,
நஞ்சினை நாவிலே நனைத்துப் பேசுபவர்.

பேசுபவர் விடந்தோய்ந்துப் பாயும் அம்புபோல,
மகிழுபவர் எளிதிலே மிகவும் நல்லவர்,

அத்தகையோர் நடுவிலே அரக்கன் நுழைந்துவிட்டான்,
கிருதயுகத்திலோர் கிராதகன் கூறும்பெயர் சார்வாகன்.

சார்வாகன் தவமிருந்தான் சீர்மிக்க வதரியிலே,
பிரமதேவரும் அவனிடம் பரிவுடன் வினவினார்,
என்னவரும் வேண்டுமென இயம்புவாய் சார்வாகாவென,
பலமுறைதான் கேட்டபின்னர் பகர்ந்தான் விருப்பத்தை.

விருப்பத்தைத் தெரிவித்தான் வையத்தில் எவருமே,
அவனைக் கொல்லாத அழியாவரம் வேண்டுமென,
அவ்வரத்தை வழங்கினார் அகிலத்தின் பிதாமகர்,
நிபந்தனை ஒன்றினை நவின்றார் வரத்துடன்.

வரத்துடன் செல்பவனே உனக்குதான் மரணமில்லை,
வேதியரின் கோபத்தை வரவழைத்தால் இறப்பாயென,
விளம்பிதான் பிரமர் வீணன் ஒப்பினான்,
மக்கள்தான் வருந்திட மிகத்தவறுகள் பலசெய்தான்.

பலசெய்தான் தீங்குகள் பலமிக்கான் சார்வாகன்,
அவனைதான் அழிக்கவே அளிக்கவேண்டும் வழியென்று,
பிரமரிடம் முறையிட்டனர் பயமடைந்த தேவர்கள்,
அவர்களிடம் பிரமர் அறிவித்தார் விவரத்தை.

விவரத்தை உரைக்கிறேன் வேண்டாம் வருத்தம்,
சார்வாகனை அழிக்கச் செய்துவிட்டேன் ஏற்பாடு,
மண்ணுலகை ஆளவரும் மன்னவன் துரியோதனனுக்கு,
நட்பினை உற்று நவிலுவான் பொல்லாங்கை.

பொல்லாங்கை வேதியர்போல் பகருவான் சார்வாகன்,
அவன்சொல்லைக் கேட்டு ஆத்திரத்தை அடைந்து,
வார்த்தை வலிமைகொண்ட வேதியர் கூட்டத்தார்,
ஹூங்காரத்தை அயுதமாக்கி அழிப்பார் சார்வாகனை.

சார்வாகனை அழிக்கச் சொன்னார் வழிமுறை,
அச்செயலை நடைமுறையாய் ஆக்கியது காலமும்,
தன்னுயிரை இழந்துத் தரைவீழ்ந்தான் சார்வாகன்,

தம்முயிரை ஈந்தவர்கள் தருமவழியில் போரிட்டார்.

போரிட்டார் க்ஷத்ரியர்போல் போய்விட்டார் அமரர்போல்,
ஏகிவிட்டார் சொர்க்கமான ஈடிலாப் பதவியிலே,
நானிலத்தார் நலம்பெற நல்லவிதம் ஆளுவாய்,
எதிரியானவர் இல்லாமல் ஆளுவாய் நாட்டை.

நாட்டை எதிரிகள் நசிக்காது காத்து,
பெருமை பலபெற்று பேரரசை ஆளுவாய்,
வேதியரை வணங்குவாய் வைரிகளைத் தடுப்பாய்,
மக்களை உந்தன் குழந்தைகளெனக் காப்பாய்.